ശാസ്ത്രത്തിന്റെ ജ്ഞാനശാസ്ത്രം

Sasthrathinte Njanasasthram
Epistemology of Science

V Vijayakumar

CHINTHA PUBLISHERS
Thiruvananthapuram

First Edition
March 2022

Published & Typesetting
Chintha Publishers, Thiruvananthapuram

Printed at
Akshara offset, Thiruvananthapuram

Cover Design
Vinod Mangoes

ISBN : 978-93-93468-40-6

CO - 3089 / 5955

₹ 300

Email: chinthapublishers@gmail.com
Website: www.chinthapublishers.com

A version is available at National Libraries
Kolkata, Mumbai, Chennai and Delhi

Distribution
DESHABHIMANI BOOKHOUSE
H O Thiruvananthapuram 695035

Branch
Head Office Kunnukuzhi • Statue Thiruvananthapuram
KSRTC Bus Terminal Thampanoor • Saphalyam Complex Thiruvananthapuram
KSRTC Bus Station Alappuzha • KSRTC Bus Station Ernakulam
Machingal Lane Thrissur • IG Road Kozhikode
Mavoor Road Kozhikode • NGO Union Building Kannur
Central Bus Terminal Complex Thavakkara Kannur

ശാസ്ത്രത്തിന്റെ ജ്ഞാനശാസ്ത്രം

വി വിജയകുമാർ

ചിന്ത പബ്ലിഷേഴ്സ്
തിരുവനന്തപുരം-695 035
വില : ₹ 300

വി വിജയകുമാർ

പാലക്കാട് ഗവ. വിക്ടോറിയ കോളേജിലെ ഭൗതിക ശാസ്ത്ര വിഭാഗത്തിൽ അദ്ധ്യാപകനായിരുന്നു. 2019 മാർച്ചിൽ വിരമിച്ചു. സാഹിത്യം, സംസ്കാരം, ശാസ്ത്രം എന്നീ വിഷയങ്ങളിൽ ആനുകാലികങ്ങളിൽ എഴുതാറുണ്ട്. *ശാസ്ത്രവും തത്ത്വചിന്തയും* (കേരള സാഹിത്യ അക്കാദമി അവാർഡ്, 2021), *ആത്മസമരങ്ങൾ, ക്വാണ്ടം ഭൗതികത്തിലെ ദാർശനികപ്രശ്നങ്ങൾ, ശാസ്ത്രം-ദർശനം-സംസ്കാരം, കഥയിലെ പ്രശ്നലോകങ്ങൾ, പ്രതിബോധത്തിന്റെ അടയാളങ്ങൾ, കഥയിലില്ലാത്തത്, ഉത്തരാധുനിക ശാസ്ത്രം* എന്നീ പുസ്തകങ്ങൾ പ്രസിദ്ധീകരിച്ചിട്ടുണ്ട്.

ഫോൺ : 9446152782

E-mail id : vijayakumar.niranjana@gmail.com

ഉള്ളടക്കം

.....the notion of an "absolute conception of knowledge" must also be rejected as unintelligible.

- Hilary Putnam

പ്രസാധകക്കുറിപ്പ്

എന്താണ് അറിവ്? അറിവിലേക്കുള്ള വഴികൾ എന്തൊക്കെയാണ്? നമുക്കുള്ള ധാരണകളെ സത്യവും അസത്യവുമായി വേർതിരിക്കുന്നത് എന്ത് മാനദണ്ഡങ്ങളാലാണ്? എപിസ്റ്റമോളജി അഥവാ ജ്ഞാന ശാസ്ത്രം ഈ പ്രശ്നങ്ങൾ കൈകാര്യം ചെയ്യുന്ന തത്ത്വശാസ്ത്ര മേഖ ലയാണ്. നമുക്ക് ചുറ്റുപാടുമുള്ള വസ്തുക്കളെയും പ്രതിഭാസങ്ങളെയും കുറിച്ച് അറിയുവാനുള്ള വഴികളെക്കുറിച്ചുള്ള അന്വേഷണമാണ് ജ്ഞാന ശാസ്ത്രത്തിന്റെ മേഖല.

ശാസ്ത്രം എങ്ങനെയാണ് വസ്തുക്കളെയും പ്രതിഭാസങ്ങളെയും സംബന്ധിച്ച ധാരണകൾ രൂപപ്പെടുത്തിയെടുക്കുന്നത് എന്ന തത്ത്വ ചിന്താപരമായ പരിശോധനയാണ് ഈ പുസ്തകത്തിന്റെ വിഷയം. ശാസ്ത്ര ചിന്തകളും ശാസ്ത്ര ചരിത്രവും ഏറെ എഴുതപ്പെട്ടിട്ടുണ്ട്. എന്നാൽ ശാസ്ത്രത്തെക്കുറിച്ചുള്ള ചിന്തകൾ പരിമിതമാണ്. ശാസ്ത്രീ യമായി ചിന്തിക്കുകയെന്നാൽ എന്താണ്? നമ്മുടെ മുന്നിൽ അവതരി പ്പിക്കപ്പെടുന്ന ഒരു വസ്തുത അല്ലെങ്കിൽ പ്രസ്താവം ശാസ്ത്രീയമോ അശാസ്ത്രീയമോ ആയി കരുതപ്പെടുന്നത് എങ്ങനെ? നമ്മുടെ ചിന്ത യുടെയും ചിന്തയ്ക്ക് ആധാരമായി വർത്തിക്കുന്ന സംവർഗ്ഗങ്ങളുടെയും പരിമിതികൾ ശാസ്ത്രീയ വസ്തുതകളുടെ സത്യത്തെ പരിമിതപ്പെടു ത്തുന്നുണ്ടോ? എന്നിങ്ങനെ നിരവധി ചോദ്യങ്ങൾ ഇതുമായി ബന്ധപ്പെട്ട് ഉയർന്നുവരുന്നുണ്ട്.

തത്ത്വചിന്തയുടെ കണ്ണിലൂടെ ശാസ്ത്രീയതയുടെ മാനദണ്ഡങ്ങളെ പരിശോധിക്കുന്ന ശാഖയാണ് ഫിലോസഫി ഓഫ് സയൻസ് അഥവാ ശാസ്ത്രത്തിന്റെ തത്ത്വശാസ്ത്രം. ഈ വിഷയത്തിൽ മലയാളത്തിൽ ഇറങ്ങുന്ന ആദ്യത്തെ പുസ്തകമാണിത്. തത്ത്വചിന്താ സംബന്ധിയായ പുസ്തകങ്ങൾ പരിമിതമായ മലയാള ഭാഷയ്ക്ക് ഇതൊരു മുതൽ ക്കൂട്ടായിരിക്കും.

ചിന്ത പബ്ലിഷേഴ്സ്

എന്റെ വിദ്യാർത്ഥികൾക്ക്

ആമുഖം

നമ്മുടെ വൈജ്ഞാനികവ്യവഹാരങ്ങളിൽ ആധുനികശാസ്ത്രത്തിന് അതിപ്രധാനമായ സ്ഥാനമുണ്ട്. നിരന്തരം സജീവമായിരിക്കുന്ന അന്വേഷണത്തിന്റെ ഇടംകൈ തെരഞ്ഞെടുത്ത ലെസിങ് എന്ന ജ്ഞാനോദയചിന്തകന്റെ പാതയാണ് ശാസ്ത്രം പിന്തുടരുന്നതെന്നു കരുതപ്പെടുന്നു. അതിനു നിരന്തര വികസ്വരക്ഷമതയുണ്ട്. സന്ദേഹിക്കുകയെന്നത് അതിനു പ്രധാനമാണ്. വിഭാഗീയതകൾക്കു കീഴ്പ്പെടരുതെന്ന ആദർശവും ശാസ്ത്രം സൂക്ഷിക്കുന്നു. യാഥാർത്ഥ്യത്തിന്റെ ശരിയായ പ്രതിനിധാനമോ രേഖീകരണമോ ആയി ശാസ്ത്രസിദ്ധാന്തങ്ങൾ പരിഗണിക്കപ്പെടുന്നു. ശാസ്ത്രീയമാകുകയെന്നത് ശരിയുടെ മാനദണ്ഡമായിരിക്കുന്നു. ശാസ്ത്രത്തെ വ്യതിരിക്തമായ ഒരു വ്യവഹാരമായി കാണേണ്ടതാണ്. ആപേക്ഷികമായ മെച്ചങ്ങളുള്ള വ്യവഹാരമാണത്. എന്നാൽ, മനുഷ്യന്റെ എല്ലാ വ്യവഹാരങ്ങളുടെയും മാനദണ്ഡമാകാനുള്ള അംഗീകാരമല്ലത്. ഓരോ വ്യവഹാരവും വ്യതിരിക്തവും അതാതിന്റെ മേഖലകളിൽ പ്രസക്തവുമാണ്. അവ പരസ്പരം പ്രതിപ്രവർത്തിക്കുന്നവയാണ്. പരസ്പര വിമർശവും അത്യാവശ്യമാണ്. ശാസ്ത്രവ്യവഹാരത്തിന്റെ മൂല്യങ്ങളിലേക്ക് ഇതരവ്യവഹാരങ്ങളെ ചുരുക്കാനുള്ള ശ്രമങ്ങൾ അനുലോമമല്ല. ശാസ്ത്രത്തെ എല്ലാറ്റിന്റെയും മാനദണ്ഡമായി കാണുന്ന കേവലയുക്തിവാദത്തിന്റെയും മറ്റും സമീപനങ്ങൾ മതാത്മകതയെ ഇതര രൂപങ്ങളിൽ തിരിച്ചു കൊണ്ടുവരുന്നതാണ്. ഈ പ്രവണതയാകട്ടെ, ശാസ്ത്രീയതയ്ക്കു വിരുദ്ധവുമാണ്. ശാസ്ത്രത്തെ പുതിയ ദൈവമായി കാണുന്നവരോടു വിയോജിക്കുന്നതും അവർക്ക് അപ്രിയകരമായതുമായ ഒരു സമീപനം ഈ പുസ്തകത്തിനുണ്ട്.

പ്രപഞ്ചം ബഹുലതകളാണ്. അത് ഏകാത്മകമല്ല. അനേകം പ്രപഞ്ചങ്ങളെക്കുറിച്ചു പറയേണ്ടിവരുന്നിടത്തോളം അത് ബഹുലമാണ്. വാക്കിന്

തെന്നിമാറുന്ന അർത്ഥങ്ങൾ ഉള്ളതുപോലെ പ്രപഞ്ചം അതിന്റെ ബഹുലരൂപങ്ങളിലേക്ക് തെന്നിമാറിക്കൊണ്ടിരിക്കുന്നു. നിശ്ചിതമായ, മാറ്റമില്ലാത്ത, സ്ഥിതമായ പ്രപഞ്ചത്തെക്കുറിച്ച് നമുക്കു പറയാൻ കഴിയില്ല. പ്രപഞ്ചം നിരന്തരം അതിവേഗത്തിൽ വികസിച്ചു കൊണ്ടിരിക്കുന്നുവെന്നും മാറിക്കൊണ്ടിരിക്കുന്നുവെന്നും ആധുനിക ശാസ്ത്ര പരീക്ഷണങ്ങൾ തന്നെ വെളിപ്പെടുത്തുന്നുണ്ട്. പ്രപഞ്ചത്തെക്കുറിച്ച്, പ്രപഞ്ചത്തിലെ ഏതെങ്കിലും പ്രക്രിയയെക്കുറിച്ച് ഒരു സിദ്ധാന്തം രൂപീകരിക്കുമ്പോൾ അതിന്റെ കേവലസത്യം അറിഞ്ഞുവെന്ന ധാരണ സൃഷ്ടിക്കപ്പെടാൻ പാടില്ല. അതിന്റെ അനിശ്ചിതത്വത്തിലും സന്ദേഹാത്മകതയിലുമാണ് ശാസ്ത്രത്തിന്റെ സർഗ്ഗാത്മകത കുടികൊള്ളുന്നത്. പ്രപഞ്ചത്തെ ഏകസിദ്ധാന്തം കൊണ്ട് പൂർണ്ണമായും രേഖപ്പെടുത്താൻ കഴിയില്ല. എല്ലാ ശാസ്ത്രസിദ്ധാന്തങ്ങളും ഭാഗികമായ യാഥാർത്ഥ്യത്തെ മാത്രമാണ് വെളിപ്പെടുത്തുന്നത്. എല്ലാറ്റിനെയും ഉൾക്കൊള്ളുന്ന ഏകസിദ്ധാന്തം എന്ന സങ്കല്പനം (Theory of Everything) വരട്ടുതത്ത്വവാദപരമാണ്. കേവലസംപ്രത്യയവല്ക്കരണമാണ് ഈ സങ്കല്പനത്തിലൂടെ മുന്നോട്ടുവയ്ക്കപ്പെടുന്നത്. കേവലമായതിനെ എത്തിപ്പിടിക്കാനുള്ള അഭിലാഷമാണത്. മതാത്മകമാണത്. ശാസ്ത്രീയമല്ല. എന്നാൽ, ഇത്തരമൊരു കേവലസിദ്ധാന്തത്തെ നിർമ്മിക്കുന്നതിനു വേണ്ടിയുള്ള പരിശ്രമങ്ങളിൽ ഭൗതികശാസ്ത്രജ്ഞന്മാർ മുഴുകിയിരിക്കുകയാണെന്ന യാഥാർത്ഥ്യവുമുണ്ട്. ഈ ലേഖകൻ ആ ശ്രമങ്ങൾ വിജയത്തിലെത്തുമെന്നു കരുതാത്ത ഒരാളാണ്. സാർവ്വത്രികസിദ്ധാന്തത്തിനു ഉൾക്കൊള്ളാൻ കഴിയാത്തത് എന്തെങ്കിലും പുറത്തുണ്ടായിരിക്കും.

പ്രപഞ്ചത്തെക്കുറിച്ചുള്ള യഥാതഥമായ ധാരണയുടെ കേവലരൂപങ്ങളെ ക്വാണ്ടം ഭൗതികം അട്ടിമറിക്കുകയുണ്ടായി. ക്വാണ്ടം ഭൗതികത്തിന്റെ വ്യാഖ്യാനങ്ങളിലെ അഭിപ്രായഭിന്നതകൾ ചർച്ച ചെയ്യുമ്പോൾ, ഐൻസ്റ്റൈൻ നീൽസ് ബോറിനോട് ഉന്നയിച്ച ചോദ്യം ഓർക്കുക! നാം നിരീക്ഷിക്കുന്നില്ലെങ്കിൽ ആകാശത്ത് ചന്ദ്രനില്ലെന്നു വരുമോ? ആകാശചന്ദ്രൻ നമ്മുടെ നിരീക്ഷണത്തിന്റെ നിർമ്മിതിയും ഫലവുമാണോ? ആകാശത്തിലെ ചന്ദ്രന് നിരീക്ഷകന്റെ ബോധത്തിനു പുറത്ത് അസ്തിത്വമില്ലേ? നമ്മുടെ ബോധത്തിനു പുറത്ത് വസ്തുനിഷ്ഠമായ ഒരു ലോകമുണ്ടെന്നും അതിനെ ഇന്ദ്രിയസംവേദനങ്ങളിലൂടെയും അമൂർത്തവല്ക്കരണങ്ങളിലൂടെയും മറ്റും നമുക്കു ഗ്രഹിക്കാൻ കഴിയുമെന്നും കരുതുന്ന യഥാതഥവാദപരമായ നിലപാടാണ് ഐൻസ്റ്റൈൻ സ്വീകരിച്ചിരുന്നത്. എന്നാൽ, യാഥാർത്ഥ്യത്തെ കുറിച്ചുള്ള ജ്ഞാനം ഒരു നിർമ്മിതിയാണെന്നും ജ്ഞാനനിർമ്മിതിയിൽ നിരീക്ഷകന് അഥവാ സംവേദകന് ഒരു പങ്കുണ്ടെന്നും മനസ്സിലാക്കുന്ന നിർമ്മിതിവാദപരമായ സമീപനമാണ് നീൽസ് ബോറിന് ഉണ്ടായിരുന്നത്. ക്വാണ്ടം ഭൗതികത്തിന്റെ വ്യാഖ്യാനങ്ങളിൽ ഇവർക്കിടയിലുണ്ടായിരുന്ന അഭിപ്രായഭിന്നതകൾ ഈ വീക്ഷണവ്യത്യാസങ്ങളുടെക്കൂടി ഭാഗമായിരുന്നു. നമ്മുടെ സംവേദനങ്ങൾ ലോക

യാഥാർത്ഥ്യത്തിന്റെ അക്ഷരാർത്ഥത്തിലുള്ള പകർപ്പുകളാണോ എന്ന പ്രശ്നം ഉന്നയിക്കുന്ന ഒരുകൂട്ടം ചിന്തകന്മാർ ഇപ്പോൾ ഉയർന്നുവന്നിട്ടുണ്ട്. ബോധ യഥാതഥവാദം (Conscious Realism) എന്നു വിളിക്കാവുന്ന ഏകാത്മക ദാർശനികനിലപാടിനെ സ്വീകരിക്കുന്ന ഇവരെ സംബന്ധിച്ചിടത്തോളം പരസ്പരം സ്വാധീനിക്കുകയും സംവദിക്കുകയും ചെയ്യുന്ന ബോധനിർവ്വാഹക(Conscious Agent)ങ്ങളെ കൊണ്ടാണ് ലോകം നിർമ്മിക്കപ്പെട്ടിരിക്കുന്നത്. യാഥാർത്ഥ്യമെന്നത്, ബോധത്തിൽ നിന്നും ഉയിർക്കൊള്ളുന്ന സംവേദനാത്മകസമ്പർക്കസ്ഥലത്തിലൂടെ ബോധനിർവ്വാഹകങ്ങൾ ഉല്പാദിപ്പിക്കുന്ന പ്രതീതികളാണത്രെ! ബോധത്തിന്റെ പ്രാഥമ്യത്തിലൂന്നുന്ന ഈ സമീപനങ്ങൾ ആശയവാദപരമാണ്. ഗണിതശാസ്ത്രത്തിലെ ഗോഡൽ തിയറം (Gödel Theorem) ഭൗതികശാസ്ത്രത്തിന്റെ സാർവ്വത്രികസിദ്ധാന്തത്തെക്കുറിച്ചുള്ള പ്രതീക്ഷകളെ കൂടി അസ്ഥാനത്താക്കുന്നുവെന്ന് ഹോക്കിങ് ചൂണ്ടിക്കാട്ടിയിരുന്നു. ഗോഡൽ തിയറം ഗണിതശാസ്ത്രത്തിന്റെ കലനവിദ്യകളെയാണ് ആസ്പദമാക്കുന്നത്. ഭൗതികപ്രതിഭാസങ്ങളെ വിശദീകരിക്കുന്നതിന് കലനവിദ്യകളെ ഒഴിവാക്കുന്ന ഒരു മാർഗ്ഗം കണ്ടെത്തിയാൽ ഗോഡൽ സിദ്ധാന്തം നല്കുന്ന ഭാരങ്ങളിൽനിന്നും ഒഴിവാകാൻ കഴിയുമെന്ന് റോജർ പെൻറോസ് നിർദ്ദേശിക്കുന്നുണ്ട്. ബോധത്തിൽ കലനത്തിനു വിധേയമാകാത്ത ഘടകങ്ങൾ ഉൾച്ചേർന്നിരിക്കുന്നുവെന്നാണ് അദ്ദേഹം പറയുന്നത്. മനുഷ്യചിന്തയുടെ കലനേതരമായ മാനങ്ങളെക്കുറിച്ചു അദ്ദേഹം ചിന്തിക്കുന്നു.

ആധുനികശാസ്ത്രത്തെ സാമാന്യവല്ക്കരിക്കുന്ന പല പ്രസ്താവങ്ങളും ഈ പുസ്തകത്തിലുണ്ടെങ്കിലും പ്രധാനമായും ഫോക്കസ് ചെയ്തിരിക്കുന്നത് ഭൗതികശാസ്ത്രത്തെയും അതിന്റെ ഭാഷയെന്നു കരുതപ്പെടുന്ന ഗണിതശാസ്ത്രത്തെയുമാണ്. ജീവശാസ്ത്രങ്ങൾ പരിമിതമായി മാത്രമേ ചർച്ചയ്ക്കു വിധേയമായിട്ടുള്ളൂ. ശാസ്ത്രത്തിന്റെ ഭാഷയെ കുറിച്ചുള്ള വളരെ വിശദമായ ചർച്ചകൾ നടത്തുന്ന ചില ഭാഗങ്ങൾ ഈ പുസ്തകത്തിലുണ്ട്. ഭൗതികശാസ്ത്രത്തിന്റേത് നിയമനിഷ്ഠമായ ഭാഷയാണെന്നും ഗലീലിയോ പറഞ്ഞതുപോലെ പ്രകൃതിയുടെ ഭാഷ ഗണിതമാണെന്നുമുള്ള തീർപ്പിനോടു വിയോജിക്കുകയും രൂപകാത്മകഭാഷയ്ക്കു ശാസ്ത്രത്തിന്റെ നിർമ്മിതിയിൽ പങ്കുണ്ടെന്നും ഗണിതം തന്നെ രൂപകാത്മകതയിൽ നിന്നാണ് ഉരുവം കൊള്ളുന്നതെന്നും വാദിക്കുന്ന ഒരു സമീപനം സ്വീകരിച്ചിരിക്കുന്നു.

ഇവിടെ സൂചിപ്പിച്ച കാര്യങ്ങളോടെല്ലാമൊപ്പം ശാസ്ത്രത്തിന്റെ രീതിശാസ്ത്രത്തെക്കുറിച്ച് ഉയർന്നുവന്നിട്ടുള്ള നിരവധിയായ തർക്കങ്ങളുണ്ട്. ശാസ്ത്രത്തിന്റെ പ്രയോഗം സൃഷ്ടിച്ച പ്രശ്നങ്ങളും പ്രതിസന്ധികളുമുണ്ട്. ശാസ്ത്രത്തിന്റെ വസ്തുനിഷ്ഠതയെ സംബന്ധിച്ച പ്രശ്നീകരണങ്ങളുണ്ട്. *ശാസ്ത്രത്തിന്റെ ജ്ഞാനശാസ്ത്രം* എന്ന ഈ പുസ്തകം ഈ വിഷയങ്ങളെ സംബോധനചെയ്യാനാണ് ശ്രമിക്കുന്നത്. ആധുനികശാസ്ത്ര

സിദ്ധാന്തങ്ങളോടൊപ്പം ശാസ്ത്രത്തിന്റെ തത്ത്വചിന്തയും ചരിത്രവും എല്ലാം കൂടിക്കുഴയുന്ന ഒരു പ്രശ്നമണ്ഡലമാണ് ഇതിൽ സൃഷ്ടിക്കപ്പെടുന്നത്.

ഡോ. ടി വി മധു ഇതിനകം ഈ പുസ്തകം വായിക്കുകയും അഭിപ്രായങ്ങൾ പറയുകയും ചെയ്തുവെന്ന് അത്യധികം സന്തോഷത്തോടെ എഴുതട്ടെ. ശാസ്ത്രത്തിന്റെ ജ്ഞാനശാസ്ത്രത്തിനു പ്രാധാന്യമുള്ള പുസ്തകത്തിൽ എഡ്മണ്ട് ഹുസേൽ, ബാഷ്ലാദ്, ദെലസ്, ബാദിയു എന്നിവരുടെ ചിന്തകളെക്കുറിച്ചു പറയുന്ന ലേഖനങ്ങൾ ഉൾപ്പെടുത്തുന്നതിന്റെ സാംഗത്യം സന്ദേഹാത്മകമായി അനുഭവപ്പെടുമെന്ന് അദ്ദേഹം സൂചിപ്പിക്കുകയുണ്ടായി. ഫോയർബാഹിനെക്കുറിച്ചുള്ള പ്രബന്ധങ്ങളെ കുറിച്ചുള്ള നിരീക്ഷണങ്ങൾ ഉൾപ്പെടുത്തിയത് കൂട്ടത്തിൽ ചേരാതെ മാറി നില്ക്കുന്നതായി തോന്നുമെന്നും ടി വി മധു നിരീക്ഷിക്കുകയുണ്ടായി. തത്ത്വചിന്തയുടെ വീക്ഷണകോണിൽ പ്രസക്തവും പ്രധാനവുമായ കാര്യങ്ങളാണ് അദ്ദേഹം പറഞ്ഞത്. ശാസ്ത്രത്തിന്റെ മണ്ഡലത്തിൽ നടക്കുന്ന കാര്യങ്ങളെ ഇതര മേഖലകളിൽ പ്രവർത്തിക്കുന്നവർ എങ്ങനെ നോക്കിക്കാണുന്നുവെന്നു തിരയുന്ന ലേഖനങ്ങളായി മാത്രം ഹുസേൽ, ബാഷ്ലാദ്, ദെലസ്, ബാദിയു എന്നിവരെക്കുറിച്ചുള്ള ലേഖനങ്ങളെ കാണണം. ശാസ്ത്രത്തിന്റെ രീതിശാസ്ത്രത്തിന് ഉപയുക്തമായേക്കാവുന്ന മർമ്മപ്രധാനമായ നിരീക്ഷണങ്ങൾ മാർക്സിന്റെ ഫോയർബാഹിനെക്കുറിച്ചുള്ള പ്രബന്ധങ്ങളിൽ ഉള്ളതായി തോന്നിയതുകൊണ്ടാണ് അതിനോടുള്ള പ്രതികരണം പുസ്തകത്തിൽ ചേർത്തതെന്നും പറയട്ടെ. തീർച്ചയായും, വിമർശപരവും സൂക്ഷ്മവുമായ നിരീക്ഷണങ്ങൾ ഈ പുസ്തകത്തിന് ആവശ്യമുണ്ട്.

ഈ പുസ്തകത്തിന്റെ പ്രാഥമികരൂപം ഇരുപത്തിമൂന്നു പായ്ക്കറ്റുകളിലായി ട്രു കോപ്പി വെബ്സിനിൽ പ്രസിദ്ധീകരിച്ചതാണ്. അന്നു പ്രസിദ്ധീകരിച്ചത് അതേപടി പുസ്തകമാക്കുകയല്ല, ചില പുതുക്കലുക്കൾക്ക് വിധേയമാക്കിയിട്ടുണ്ട്. വെബ്സിനിലുള്ള പ്രസാധനത്തിനു സഹായിച്ച ട്രൂ കോപ്പിയുടെ മാനേജിങ് എഡിറ്റർ കമൽ റാം സജിവ്, എഡിറ്റർ ഇൻ ചീഫ് മനില സി മോഹൻ, ഓഡിയോ തയ്യാറാക്കിയ വിനീത സുമം എന്നിവരോടു കൃതജ്ഞത പറയാൻ ഈ അവസരം വിനിയോഗിക്കുകയാണ്. വെബ്സിനിൽ പ്രസിദ്ധീകരിച്ചുകൊണ്ടിരുന്നപ്പോൾ തന്നെ വായിക്കുകയും അഭിപ്രായങ്ങൾ പങ്കുവയ്ക്കുകയും ചെയ്ത കെ ജി എസ്, ഡോ. ടി വി സജീവ്, പി എ നാസിമുദ്ദീൻ, ഡോ. ഇന്ദു മക്കാട്ട് എന്നിവരെ ഓർമ്മിക്കുന്നു. പുസ്തകത്തിന്റെ പ്രസാധനം നിർവ്വഹിക്കുന്ന ചിന്ത പബ്ലിഷേഴ്സിനോടും അതിനുവേണ്ടി എല്ലാ കാര്യങ്ങളും നിർവ്വഹിച്ച എഡിറ്റർ രഞ്ജിത്തിനോടും നന്ദി പറയുന്നു.

വി വിജയകുമാർ

തൃശൂർ,
05–10–2021.

ശാസ്ത്രജ്ഞാനത്തിന്റെ വഴികൾ ഏതാണ്?

ശാസ്ത്രത്തിന്റെ രീതിശാസ്ത്രത്തെക്കുറിച്ചാണ് പറയേണ്ടത്. കാര്യം പ്രശ്നനിർഭരമാണ്. ശാസ്ത്രവും രീതിശാസ്ത്രവും ഏകാത്മക ഗണങ്ങളല്ലല്ലോ. ഭൗതികശാസ്ത്രങ്ങൾ, ജീവശാസ്ത്രങ്ങൾ, സാമൂഹികശാസ്ത്രങ്ങൾ, മാനവികശാസ്ത്രങ്ങൾ... ഇവയ്ക്കെല്ലാം വ്യതിരിക്തതകളും വ്യത്യസ്തതകളുമുണ്ട്. അവയെ ഏകോപിപ്പിച്ച് ശാസ്ത്രം എന്നു വിളിച്ചാൽ തന്നെയും അതിന് ഏകീകൃതമായ ഒരു രീതിശാസ്ത്രം നിർദ്ദേശിക്കാൻ കഴിയില്ല. ഈ ഗണങ്ങളുടെ ബഹുലസ്വഭാവം നമ്മുടെ ചർച്ചയെ പ്രശ്നനിർഭരമാക്കുന്നു. ശാസ്ത്രത്തിന് ഏകീകൃതമായ രീതിശാസ്ത്രം അന്വേഷിക്കുന്നവർ മുതൽ പല രീതിശാസ്ത്രങ്ങളുടെ പ്രയോഗങ്ങളെ കുറിച്ചു പറയുന്നവരും ഏതു രീതിശാസ്ത്രവുമാകാം എന്നു പ്രഖ്യാപിക്കുന്നവരും വരെ... ബഹുസ്വരങ്ങൾ നമ്മുടെ ചർച്ചയിൽ കടന്നുവരുകയും ചെയ്യും! നിരവധി രീതിശാസ്ത്രങ്ങളുടെ പ്രയോഗക്കളരിയായാണ് ആധുനികശാസ്ത്രം ചരിത്രത്തിൽ പ്രത്യക്ഷപ്പെടുന്നത്. ഏകീകൃതവും കൃത്യവുമായ ഒരു രീതിശാസ്ത്രത്തെ ശാസ്ത്രത്തിനു കല്പിച്ചു നല്കുന്നത് സർവ്വശക്തനും സർവ്വവ്യാപിയുമായ ഏകദൈവത്തിന്റെയോ പ്രപഞ്ചത്തിന്റെ ഏകസത്തയായ ബ്രഹ്മത്തെയോ കുറിച്ചുള്ള സങ്കല്പനങ്ങളെ ഇതരരൂപങ്ങളിൽ പ്രയോഗിക്കുന്നതു പോലെയായിരിക്കും. പ്രപഞ്ചയാഥാർത്ഥ്യം ഏകമാണെന്ന ധാരണ അതിനെക്കുറിച്ചുള്ള ജ്ഞാനവും അതിലേക്ക് എത്തിച്ചേരാനുള്ള രീതിശാസ്ത്രവും ഏകമാണെന്നു ചിന്തിപ്പിക്കാൻ പ്രേരിപ്പിക്കുന്നു. ജ്ഞാനത്തെ കേവലവും സ്ഥിതവുമായി കാണുന്ന സ്ഥിതിയുമുണ്ട്. ഇവയെ ഇങ്ങനെയൊക്കെയാണോ സമീപിക്കേണ്ടത്? പ്രയോഗത്തിലുള്ള വ്യത്യസ്ത രീതിശാസ്ത്രങ്ങളുടെ വിശകലനങ്ങളിലൂടെയേ നമുക്ക് കാര്യങ്ങളുടെ ഉള്ളിലേക്കു കടക്കാൻ കഴിയൂ.

14 ശാസ്ത്രത്തിന്റെ ജ്ഞാനശാസ്ത്രം

വി വിജയകുമാർ

ആധുനികശാസ്ത്രത്തിന്റെ രീതിശാസ്ത്രത്തെ കുറിച്ചുള്ള ചർച്ചകൾ, ഗ്രീക്കു ചിന്തകരായ പ്ലേറ്റോയുടെയും അരിസ്റ്റോട്ടിലിന്റെയും ജ്ഞാനശാസ്ത്രപരമായ സംഭാവനകൾ സൂചിപ്പിച്ചുകൊണ്ടായിരിക്കും മിക്കവാറും ആരംഭിക്കുന്നത്. മറ്റു പുരാതന ശാസ്ത്രസംസ്കാരങ്ങളുടെ ഈടുവയ്പുകളെ കാണാതിരിക്കുന്നതും യുറോപ്പിനെ കേന്ദ്രീകരിക്കുന്നതുമായ ഒരു സമീപനമാണിതെന്ന വിമർശനം ഇതിനെതിരെ സ്വാഭാവികമായും ഉയരാവുന്നതാണ്. പ്രാചീനസംസ്കാരകേന്ദ്രങ്ങളായിരുന്ന ഇന്ത്യയുടെയും ചൈനയുടെയും അറേബ്യൻ നാടുകളുടെയും മറ്റും സംഭാവനകൾ ഇത്തരം ചർച്ചകളിൽ കാര്യമായി പരിഗണിക്കപ്പെടുന്നില്ലെതു വസ്തുതയാണ്. കോപ്പർനിക്കസിന്റെ പേരിൽ അറിയപ്പെടുന്ന വിപ്ലവത്തിനു പല നൂറ്റാണ്ടുകൾ മുന്നേ തന്നെ ആര്യഭടൻ എന്ന ഇന്ത്യൻ ഗണിതശാസ്ത്രജ്ഞൻ സൂര്യകേന്ദ്രസിദ്ധാന്തത്തിൽ വിശ്വസിച്ചിരുന്നതായി കാണാം. ഐസക് ന്യൂട്ടനും ലബനിത്സും മറ്റും കാൾക്കുലസ് രൂപീകരിക്കുന്നതിന്റെ മൂന്നു നൂറ്റാണ്ടുകൾക്കുമുമ്പെങ്കിലും കേരളീയനായ സംഗമഗ്രാമമാധവന്റെ ഗണിതശാസ്ത്രസ്കൂൾ, ആ ഗണിതശാഖയിലെ മർമ്മപ്രധാനമായ പല ശ്രേണികളും കണ്ടെത്തിയിരുന്നതായി ഇപ്പോൾ നമുക്കറിയാം. ആൽക്കെമി സിദ്ധാന്തത്തിന്റെ കീഴിലെ സുശിക്ഷിതമായ പരീക്ഷണങ്ങളുടെ ഫലമായി ചൈനയിൽ വെടിമരുന്ന് കണ്ടുപിടിക്കപ്പെട്ടിരുന്നു. എട്ടാം നൂറ്റാണ്ടിൽത്തന്നെ യാന്ത്രികഘടികാരത്തെ നിർമ്മിക്കാനുള്ള കഴിവും അവർ നേടിയിരുന്നു. പഴയകാലത്തെ ഗ്രീക്ക് ജ്ഞാനം സംരക്ഷിക്കപ്പെട്ടത് അറബിനാടുകളിലാണെന്നും അവിടെനിന്നും യൂറോപ്പിലേക്ക് അത് തിരിച്ചെത്തുകയായിരുന്നുവെന്നും ഗ്രീക്കിനെ ശാസ്ത്രതത്ത്വചിന്തയുടെ കേന്ദ്രമായി ഉറപ്പിക്കുന്നത് ഇതിന്റെ തുടർച്ചയിലാണെന്നും ഇപ്പോൾ സന്ദേഹങ്ങളില്ലാതെ ബോദ്ധ്യപ്പെട്ടിട്ടുണ്ട്. അരിസ്റ്റോട്ടിലിന്റെ ഭൗതികവാദത്തെ ക്രൈസ്തവദൈവശാസ്ത്രപദ്ധതിയുമായി കൂട്ടിച്ചേർക്കുന്ന ഒരു പ്രവർത്തനം തോമസ് അക്വിനാസ് നിർവ്വഹിക്കുന്നതായും യൂറോപ്പിന് ആവശ്യമായ 'പുതിയ ഗ്രീസി'നെ നിർമ്മിച്ചെടുക്കുന്ന ഒരു പ്രക്രിയയായിരുന്നു ഇതെന്നും നിരീക്ഷിക്കപ്പെടുന്നുണ്ട്. എന്നാൽ, ഇരുണ്ട ഭൂഖണ്ഡമെന്ന് പില്ക്കാല യൂറോപ്യൻ നാഗരികതകൾ വിശേഷിപ്പിച്ച ആഫ്രിക്കയുടെ പ്രാചീനനാഗരികതകളോട് ഗ്രീക്ക് ചിന്തയ്ക്കു വലിയ കടപ്പാടുണ്ടെന്ന് ചരിത്രകാരനായ മാർട്ടിൻ ബർണാൽ ചൂണ്ടിക്കാട്ടുന്നുണ്ട്. ഗ്രീസിന്റെ വിജ്ഞാനദേവതയായ അഥീന ഒരു മദാമ്മയല്ല, കറുത്ത ആഫ്രിക്കൻസ്ത്രീയാണെന്ന് മാർട്ടിൻ ബർണാലിന്റെ പുസ്തകശീർഷകംതന്നെ പറയുന്നു. നൂറ്റാണ്ടുകൾക്കും സഹസ്രാബ്ദങ്ങൾക്കും മുന്നേ തന്നെ വ്യത്യസ്ത സംസ്കാരങ്ങൾ അവയുടെതായ ശാസ്ത്രപ്രവർത്തനങ്ങൾ ഏറ്റെടുത്തിരുന്നുവെന്നത് ഇപ്പോൾ സുവിദിതമായിരിക്കുന്നു. കാര്യങ്ങൾ ഇങ്ങനെയൊക്കെയാണെങ്കിലും ആധുനികശാസ്ത്രം എന്നു നാം വ്യവഹരിക്കുന്ന സാമൂഹികപ്രസ്ഥാനം രൂപംകൊണ്ടത് യൂറോപ്പിലാണ്. മാധവാചാര്യന്റെ ഗണിതശാസ്ത്രപര

മായ കഴിവുകൾക്ക് ന്യൂട്ടന്റേതിനു സമാനമായ ഒരു ബലതന്ത്രത്തിനു രൂപം നല്കാൻ കഴിയുകയുണ്ടായില്ല. അതുപോലെ തന്നെ ചൈനക്കോ അറബിനാടുകൾക്കോ ആധുനികശാസ്ത്രത്തിന്റെ ജന്മഗേഹമാകാനും കഴിഞ്ഞില്ല. ജ്ഞാനശാസ്ത്രത്തെ കുറിച്ചുള്ള ക്രമീകൃതമായ ആദ്യ കാലവികലനങ്ങൾ നമുക്കു ലഭ്യമാകുന്നത് പ്ലാറ്റോയുടെയും അരിസ്റ്റോട്ടിലിന്റെയും വ്യവഹാരങ്ങളിൽ നിന്നാണെന്നതും പ്രധാനമാണ്. ശാസ്ത്രത്തിന്റെ രീതിശാസ്ത്രത്തെ കുറിച്ചുള്ള ചർച്ചകൾ പ്ലാറ്റോയുടെയും അരിസ്റ്റോട്ടിലിന്റെയും ചിന്തകളിൽനിന്നും ആരംഭിക്കുന്നതിനുള്ള കാരണങ്ങൾ ഇതെല്ലാമാണ്.

പണ്ഡിതരെന്നു വിളിക്കപ്പെടുന്നവരുടെ അഭിപ്രായമോ ആധികാരികതയോ കൊണ്ടു നിർണ്ണയിക്കപ്പെടുന്നതല്ല ജ്ഞാനമെന്ന് പ്ലാറ്റോ കരുതിയിരുന്നു. ശരിയായ ജ്ഞാനം യഥാതഥവും സന്തുലിതവും മാറ്റമില്ലാത്തതുമാണ്. ഇന്ദ്രിയാനുഭവങ്ങളുടെ ലോകത്തെ അദ്ദേഹം അവിശ്വസിച്ചു. ഇന്ദ്രിയാനുഭവങ്ങൾ നിരന്തരം മാറിക്കൊണ്ടിരിക്കുന്നതാണ്. സ്ഥിരതയില്ലാത്തതാണ്. നമ്മുടെ ധിഷണയ്ക്കു പ്രാപ്തമാകുന്ന മാറ്റമില്ലാത്ത രൂപങ്ങളുടെ മറ്റൊരു ലോകത്തെ പ്ലാറ്റോ വിഭാവനം ചെയ്തു. മാറ്റമില്ലാത്ത ലോകരൂപങ്ങൾ ഇന്ദ്രിയങ്ങളിലൂടെ അനുഭവവേദ്യമാകുന്നില്ല. ശുദ്ധചിന്തയിലൂടെ നമുക്ക് എത്തിപ്പിടിക്കാൻ കഴിയുന്ന ലോകമാണത്. ഗണിതശാസ്ത്രത്തിലെ ബിന്ദു, രേഖ, തലം, വൃത്തം, ഗോളം എന്നീ സങ്കല്പനങ്ങളെ ചൂണ്ടിക്കാണിച്ചുകൊണ്ട് ഈ സങ്കല്പനങ്ങൾക്ക് യഥാതഥമായ അസ്തിത്വമുണ്ടെങ്കിലും അവ ഇന്ദ്രിയാനുഭവങ്ങളിലൂടെ പ്രാപ്തമാകുന്ന ജ്ഞാനമല്ലെന്നാണ് പ്ലാറ്റോ പറഞ്ഞത്. അവ അമൂർത്തസങ്കല്പനങ്ങളാണ്. ഇന്ദ്രിയാനുഭവങ്ങളിൽനിന്നും മുക്തമായ യാഥാർത്ഥ്യത്തെ പ്ലാറ്റോ സ്ഥാപിക്കുന്നത് ഇങ്ങനെയാണ്. പ്രപഞ്ചത്തെ ഒരു ജീവിയായിട്ടാണ് അദ്ദേഹം കണ്ടത്. പ്ലേറ്റോ ഒരു യഥാതഥവാദിയായിരുന്നു. നിരീക്ഷകന്റെ മനസ്സിൽ നിന്നും തീർത്തും സ്വതന്ത്രമായി നില്ക്കുന്ന ഒരു യഥാർത്ഥ ലോകത്തെ അദ്ദേഹം സങ്കല്പിച്ചിരുന്നു. എന്നാൽ, ലോകത്തെക്കുറിച്ചുള്ള എല്ലാവിധ യാന്ത്രികവിശദീകരണങ്ങളെയും അദ്ദേഹം തിരസ്കരിച്ചു.

തന്റെ അദ്ധ്യാപകനായ പ്ലാറ്റോയിൽനിന്നും വ്യത്യസ്തനായി അരിസ്റ്റോട്ടിൽ ഇന്ദ്രിയാനുഭവത്തെ ജ്ഞാനാർജ്ജനത്തിനുള്ള മാർഗ്ഗമായി കണ്ടു. ബാഹ്യലോകത്തിൽനിന്നും ലഭ്യമാകുന്ന സംവേദനങ്ങളിൽ നിന്നാണ് നാം ആരംഭിക്കുന്നത്. ഇന്ദ്രിയാനുഭവങ്ങളിൽനിന്നോ നിരീക്ഷണങ്ങളിൽനിന്നോ അമൂർത്തവല്ക്കരിച്ചെടുക്കുന്ന പ്രാഥമികതത്ത്വങ്ങളുടെ വിചിന്തനശാസ്ത്രപരവും നിയാമകവുമായ പ്രായോഗിക വിശദീകരണങ്ങളിലൂടെ യഥാർത്ഥജ്ഞാനം ലഭ്യമാകുന്നതായി അരിസ്റ്റോട്ടിൽ കരുതുന്നു. യഥാതഥവാദിയായിരുന്ന അരിസ്റ്റോട്ടിൽ പ്ലാറ്റോയെപ്പോലെ പ്രപഞ്ചത്തെ ഒരു ജീവിയായി സങ്കല്പിച്ചു.

വിചിന്തനാത്മകയുക്തിയുടെ പ്രയോഗങ്ങളിലൂടെയാണ് ജ്ഞാനം ലഭ്യമാകുന്നതെന്ന പ്ലാറ്റോയുടെ നിലപാടും നിരീക്ഷണാധിഷ്ഠിതമായ

അനുഭവങ്ങളിലൂടെ ജ്ഞാനം ആർജ്ജിക്കാൻ കഴിയുമെന്ന അരിസ്റ്റോട്ടിലിന്റെ സമീപനവും ആധുനികശാസ്ത്രത്തിന്റെ രീതിശാസ്ത്രധാരണകളുടെ രൂപീകരണങ്ങളെ സ്വാധീനിച്ചിട്ടുണ്ട്. ഇരുവീക്ഷണങ്ങൾക്കുമിടയിൽ വൈരുദ്ധ്യങ്ങളുണ്ടായിരുന്നു. ഓരോന്നിനും കാലത്തിന്റെ പരിമിതികളുമുണ്ടായിരുന്നു. ഇന്ദ്രിയങ്ങൾക്കു ലഭ്യമാകുന്ന പ്രക്രിയകളുടെയും പ്രതിഭാസങ്ങളുടെയും വിവരണങ്ങൾ തയ്യാറാക്കിയ ഗ്രീക്കുകാരുടെ നിരീക്ഷണസംവിധാനങ്ങളും ആധുനികശാസ്ത്രത്തിലെ പരീക്ഷണശാസ്ത്രകാരന്മാർ സൃഷ്ടിക്കുന്ന നിയന്ത്രിതവും ആദർശപരവുമായ പരീക്ഷണസംവിധാനങ്ങളും തമ്മിൽ ഏറെദൂരമുണ്ടെങ്കിലും അവയ്ക്കിടയിലെ ബന്ധം പരാമർശിക്കപ്പെടേണ്ടതാണല്ലോ.

അനുഭവൈകവാദത്തെ രണ്ടു രീതികളിൽ സമീപിക്കാം. പ്രേരണാത്മകരീതി (Inductive method)യും അഭ്യൂഹാത്മകരീതി(Deductive method)യും. അനുഭവങ്ങളെയും നിരീക്ഷണങ്ങളെയും വിശ്ലേഷണങ്ങൾക്കും വികലനങ്ങൾക്കും വിധേയമാക്കുകയും സാമാന്യവല്ക്കരണത്തിലൂടെ സിദ്ധാന്തം രൂപീകരിക്കുകയും ചെയ്യുന്ന രീതിയാണ് പ്രേരണാത്മകതയുടേത്. അഭ്യൂഹാത്മകരീതിയിൽ ഊഹിച്ചെടുക്കാവുന്ന ഒരു സിദ്ധാന്തത്തിൽനിന്നും അഥവാ ജ്ഞാനാനുമാനത്തിൽ നിന്നും ആരംഭിക്കുകയും ഇതിനെ അടിസ്ഥാനമാക്കി വ്യത്യസ്ത നിരീക്ഷണങ്ങളെയും അനുഭവങ്ങളെയും പരിശോധിക്കുകയും സവിശേഷസന്ദർഭങ്ങളോരോന്നിനും സിദ്ധാന്തം ബാധകമാണെന്നു കണ്ടെത്തുകയും ചെയ്യുന്നു.

ചില പ്രസ്താവനകളുടെ വികലനങ്ങളിലൂടെ പ്രേരണാത്മകരീതി (Inductive method)യും അഭ്യൂഹാത്മകരീതി (Deductive method) യും കൂടുതൽ നന്നായി വ്യക്തമാക്കാം. താഴെ കൊടുക്കുന്ന പ്രസ്താവനകൾ പരിശോധിക്കുക.

പ്രസ്താവന :1 എല്ലാ മലയാളികൾക്കും പായസം ഇഷ്ടമാണ്.

പ്രസ്താവന :2 രാമു ഒരു മലയാളിയാണ്.

ഈ പ്രസ്താവനകൾ പൂർവ്വവ്യവസ്ഥകളാണ്. അവയിൽനിന്നും യുക്തിവിചാരത്തിലൂടെ ഒരു അനുമാനത്തിൽ എത്തിച്ചേരാൻ കഴിയും.

അനുമാനം : രാമുവിന് പായസം ഇഷ്ടമാണ്.

ഇത് അഭ്യൂഹാത്മകയുക്തിവിചാരമാണ്. രണ്ടു പ്രസ്താവനകളും മലയാളികളെ സംബന്ധിച്ചുള്ളതാണ്. അവ പരസ്പരം ഉൾക്കൊള്ളുന്നവയാണ്. പൂർവ്വവ്യവസ്ഥകൾ രണ്ടും ശരിയാണെങ്കിൽ അനുമാനവും ശരിയായിരിക്കും.

പ്രസ്താവന :3 ആ കുട്ടയിൽനിന്നും പുറത്തെടുത്ത അഞ്ചു തക്കാളിയും ചീഞ്ഞതായിരുന്നു.

പ്രസ്താവന :4 ആ കുട്ടയിൽ നിറയ്ക്കുമ്പോൾ എല്ലാ തക്കാളിയും ഒരേപോലെ നല്ലതായിരുന്നു.

അനുമാനം: ആ കുട്ടയിൽനിന്നും പുറത്തെടുക്കുന്ന അടുത്ത തക്കാളി ചീഞ്ഞതായിരിക്കും.

ഇത് അഭ്യൂഹാത്മകയുക്തിവിചാരമല്ല. പരിശോധിക്കപ്പെട്ട വസ്തുക്കളെക്കുറിച്ചുള്ള പൂർവ്വവ്യവസ്ഥയിൽനിന്നും പരിശോധിക്കപ്പെടാത്ത വസ്തുവിനെക്കുറിച്ചുള്ള ധാരണ നിഗമിച്ചെടുക്കുകയാണ്. തുടർച്ചയായ ചില നിരീക്ഷണങ്ങളിൽ ഒരേ ഫലം നല്കുന്നുവെന്നതിന്റെ അടിസ്ഥാനത്തിൽ അടുത്ത നിരീക്ഷണത്തിന്റെ ഫലം അനുമാനിക്കുന്നു. ഈ അനുമാനരീതിയെ പ്രേരണാത്മക യുക്തിവിചാരമെന്നു പറയാം. പ്രപഞ്ചത്തിലെ എല്ലാ വസ്തുക്കളും പരസ്പരം ആകർഷിക്കുന്നതായി പറയുന്ന ന്യൂട്ടന്റെ ഗുരുത്വാകർഷണനിയമം പ്രപഞ്ചത്തിലെ എല്ലാ വസ്തുക്കളിലും പരീക്ഷണനിരീക്ഷണങ്ങൾ നടത്തി രൂപപ്പെടുത്തിയതല്ല. മറിച്ച്, സൗരയൂഥഗ്രഹങ്ങളിലും ഭൂമിയിലെ ചില വസ്തുക്കളിലും നടത്തിയ നിരീക്ഷണപരീക്ഷണഫലങ്ങളെ സാമാന്യവല്ക്കരിച്ച് രൂപപ്പെടുത്തിയതാണ്. ന്യൂട്ടന്റെ ഗുരുത്വാകർഷണനിയമം പ്രേരണാത്മകവിചിന്തനയുക്തിയുടെ ഫലമാണ്.

അഭ്യൂഹാത്മകരീതി കൂടുതൽ ക്ഷമതയുള്ളതാണെന്നു കരുതപ്പെടുന്നുണ്ടെങ്കിലും പ്രതിഭാസങ്ങളെക്കുറിച്ചും പ്രക്രിയകളെക്കുറിച്ചും പ്രാഥമികമായി ഗ്രഹിക്കുന്നതിന് പ്രേരണാത്മകതയുടെ രീതിശാസ്ത്രമാണ് കൂടുതൽ എളുപ്പതരമെന്ന് ആദ്യകാലശാസ്ത്രജ്ഞന്മാർ കരുതിയിരുന്നു.

ആധുനികശാസ്ത്രത്തിന്റെ രീതിശാസ്ത്രത്തിന്റെ സ്ഥാപകനായി വിളിക്കപ്പെടുന്ന ഫ്രാൻസിസ് ബേക്കനാണ് പ്രേരണാത്മകരീതിയുടെ പ്രധാന വക്താവായി അറിയപ്പെടുന്നത്. ശാസ്ത്രജ്ഞൻ ശ്രദ്ധാപൂർവ്വമായ നിരീക്ഷണങ്ങളിൽ നിന്നും നിയന്ത്രിതമായ പരീക്ഷണങ്ങളിൽനിന്നും ആരംഭിക്കുന്നു. തന്റെ കണ്ടെത്തലുകൾ വ്യവസ്ഥാപൂർവ്വം രേഖപ്പെടുത്തുന്നു. സ്വയം വെളിപ്പെടുന്ന സത്യങ്ങളിൽ നിന്നും ശാസ്ത്രജ്ഞന്മാർ തങ്ങളുടെ മനസ്സുകളെ ഒഴിച്ചുനിർത്തുകയും നിരീക്ഷണങ്ങളിലും പരീക്ഷണങ്ങളിലും ബദ്ധശ്രദ്ധരായിരിക്കുകയും ഇതിന്റെയടിസ്ഥാനത്തിൽ മാത്രം സാമാന്യമായ തീർപ്പുകളിലേക്ക് നയിക്കുകയും വേണമെന്ന് ബേക്കൺ നിർദ്ദേശിക്കുന്നുണ്ട്. ലഭ്യമായ എല്ലാ തെളിവുകളുടെയും അടിസ്ഥാനത്തിൽ ഒരു അനുമാനത്തിലെത്തിച്ചേരുന്നു. ശാസ്ത്രം നിയമപ്രമാണങ്ങളുടെ ഒരു പിരമിഡിനെ നിർമ്മിക്കുന്നുവെന്ന കാര്യത്തിൽ ബേക്കണും ദക്കാർത്തെയും യോജിക്കുന്നുണ്ട്. ഏറ്റവും സാമാന്യമായ നിയമങ്ങൾ അതിന്റെ ശിഖരമുനയിലാണ്. ക്രമേണയുള്ള പ്രേരണാത്മക ഉയർച്ചയിലൂടെ ഏറ്റവും സാമാന്യമായ നിയമങ്ങളിലേക്കെത്തുന്നതായി ബേക്കൺ സങ്കല്പിക്കുമ്പോൾ, ദക്കാർത്തെ ശിഖരമുനയിൽ നിന്നാരംഭിക്കുകയും ഏറ്റവും സാമാന്യമായ നിയമത്തിന്റെ കീഴോട്ടുള്ള അഭ്യൂഹാത്മകമായ പഠനത്തിന്റെ രീതി സ്വീകരിക്കുകയും ചെയ്യുന്നു. മനസ്സിൽ കൃത്യമായും വ്യക്തമായും തെളിഞ്ഞുകാണുന്ന ആശയം സത്യമായിരിക്കണമെന്ന് ദക്കാർത്തെ കരുതിയിരുന്നു. സ്വയം വ്യക്തമായ ആദ്യതത്ത്വങ്ങളിൽ നിന്നും ആരംഭിക്കുന്ന പദ്ധതിയാണ് അദ്ദേഹത്തിനുണ്ടായിരുന്നത്. ശാസ്ത്രപ്രവർത്തനത്തിനു തുടക്കമാകുന്ന ആദ്യതത്ത്വങ്ങൾ സഹ

ജാവബോധത്തിലൂടെ ലഭ്യമാകേണ്ടതാണ്. ഈ വാദത്തിനുള്ള ഒരു ഉദാഹരണമായി യൂക്ലിഡിന്റെ ജ്യാമിതിയെ ദെക്കാർത്തെ ചൂണ്ടിക്കാണിച്ചു. സ്വയം വ്യക്തമായ ആദ്യപ്രമാണങ്ങളും വിചിന്തനാത്മക അഭ്യൂഹങ്ങളുടെ പദ്ധതിയുമായി യൂക്ലിഡിന്റെ ജ്യാമിതി കേവലമായി ഉറപ്പുള്ള ഫലങ്ങളിലേക്കു നയിക്കപ്പെടും. എന്നാൽ, രീതിശാസ്ത്രത്തെ കുറിച്ചുള്ള വ്യവഹാരങ്ങൾ(Discourses on method) എന്ന പില്ക്കാലകൃതിയിൽ ഭൗതികശാസ്ത്രനിയമങ്ങൾ വളരെ ശുദ്ധമായി അഭ്യൂഹാത്മകമായ വഴികളിലൂടെയാണ് ആർജ്ജിക്കേണ്ടതെന്ന സമീപനത്തിൽനിന്നും ദക്കാർത്തെ പിൻവാങ്ങുന്നുണ്ട്. സാമാന്യനിയമങ്ങൾ ഈ രീതിയിലൂടെ സ്വരൂപിച്ചെടുക്കാൻ കഴിയുമെങ്കിലും ഇന്ദ്രിയാനുഭവങ്ങൾ നല്കുന്ന വിവരങ്ങളുമായി ഇതിനെ ബന്ധിപ്പിച്ചുകൊണ്ട് ശാസ്ത്രത്തിലെ സവിശേഷനിയമങ്ങൾ രൂപീകരിക്കണമെന്നു നിർദ്ദേശിക്കുന്നുമുണ്ട്. ഇതു പ്രയോഗത്തിൽ വരുന്നതോടെ ശാസ്ത്രത്തിന്റെ രീതിശാസ്ത്രത്തെ കുറിച്ചുള്ള സങ്കല്പനങ്ങൾ നന്നായി പ്രവർത്തനക്ഷമമായി തുടങ്ങി.

ആംഗലേയ ദാർശനികനായിരുന്ന ഡേവിഡ് ഹ്യൂം പ്രേരണാത്മകരീതിശാസ്ത്രത്തിനു മേൽ സുപ്രധാനമായ ചില ചോദ്യങ്ങൾ ഉന്നയിക്കുകയുണ്ടായി. കാരണനിയമത്തെ വിശ്ലേഷണത്തിനു വിധേയമാക്കിക്കൊണ്ട്, തുടർച്ചയായ ചില നിരീക്ഷണങ്ങളിൽ ഒരേ ഫലം നല്കുന്നുവെന്നത് സാർവ്വലൗകികവും സാമാന്യവുമായ നിയമങ്ങളിലേക്കു നയിക്കുമെന്നു പറയാൻ കഴിയില്ലെന്ന് അദ്ദേഹം വാദിച്ചു. അനിവാര്യമായ ചില ബന്ധങ്ങൾ നമുക്ക് അനുഭവിക്കാനാകുന്നുണ്ടെങ്കിലും, ഭാവികാലത്തു ലഭ്യമാകുന്ന ഫലങ്ങളെല്ലാം ഭൂതകാലഫലങ്ങളെയും പ്രേരണാത്മകയുക്തിയെയും ശരി വയ്ക്കുന്നതാകണമെന്നില്ലെന്ന് ഹ്യൂം പറഞ്ഞു. ഇന്നേവരെ സൂര്യൻ ഉദിച്ചിരുന്നുവെന്നത് നാളെയും സൂര്യൻ ഉദിക്കുമെന്നതിനുള്ള ഉറപ്പല്ല. പ്രേരണാത്മകയുക്തിയുടെ പ്രയോഗത്തിന് പ്രപഞ്ചത്തിലെ ഏകരൂപമായ പ്രകൃത(Uniformity Nature)ത്തെയാണ് നാം ആശ്രയിക്കുന്നത്. പ്രാരംഭത്തിൽത്തന്നെ ഏകരൂപപ്രകൃതിയെ സ്വീകരിക്കുന്ന ഒരു സിദ്ധാന്തത്തിന് സ്വയം ഏകരൂപപ്രകൃതി ശരിയാണെന്നു തെളിയിക്കാൻ കഴിയില്ല. പ്രേരണാത്മകയുക്തിയുടെ അടിസ്ഥാനപ്രമാണങ്ങളിലെത്തുന്നതിനും പ്രേരണാത്മകയുക്തി തന്നെ ഉപയോഗിക്കേണ്ടിവരുന്നതുകൊണ്ട് അതിന്റെ നീതീകരണം ചാക്രികമായ വാദത്തിലൂടെയാണെന്ന് ചൂണ്ടിക്കാണിക്കുകയാണ് ഹ്യൂം ചെയ്തത്. പ്രേരണാത്മകരീതിശാസ്ത്രം ഉന്നയിച്ച പ്രശ്നങ്ങൾ ഹ്യൂമിന്റെ പ്രശ്നം എന്ന പേരിലാണ് അറിയപ്പെട്ടത്. ശുദ്ധമായ അനുഭവൈകവാദം കേവലമായി ശാസ്ത്രത്തിനുവേണ്ട അടിത്തറയെ നല്കുന്നില്ലെന്ന് ഹ്യൂമിന്റെ പ്രശ്നം തെളിയിച്ചതായി ബർട്രാന്റ് റസ്സൽ പറയുന്നുണ്ട്.

ശാസ്ത്രം യുക്തിപരമായ അന്വേഷണത്തിന്റെ ആശയമാതൃകകളെയാണ് സ്വീകരിക്കുന്നതെന്നാണ് സാമാന്യജനത കരുതിയിരിക്കുന്നത്.

സാമാന്യജനത ശാസ്ത്രത്തിൽ വിശ്വസിക്കുന്നത് അതു കൊണ്ടാണ്. ശാസ്ത്രം പ്രേരണാത്മകതയുടെ രീതിശാസ്ത്രത്തെയാണ് സ്വീകരിക്കുന്നതെന്നാണ് നാം കണ്ടത്. പ്രേരണാത്മകതയുടെ രീതിശാസ്ത്രം യുക്തിപരമായി നീതീകരിക്കാവുന്നതല്ലെന്നാണ് ഹ്യൂം വാദിക്കുന്നത്. ശാസ്ത്രത്തിന്റെ അടിത്തറകൾ നാം കരുതുന്നതുപോലെ അത്രമേൽ ഉറപ്പുള്ളവയല്ലെന്നു തോന്നുന്ന പ്രകരണങ്ങളെ ഇതു സൃഷ്ടിക്കുന്നുണ്ടെന്നു പറയണം. സംഭാവ്യതയെ കുറിച്ചുള്ള സങ്കല്പനങ്ങൾ ഈ പ്രശ്നത്തെ പരിഹരിക്കുമെന്നു കരുതുന്നവരുണ്ട്. ശാസ്ത്രജ്ഞാനം നൂറു ശതമാനം പൂർണ്ണമല്ലെങ്കിലും ഏറ്റവും സംഭാവ്യത(Probability)യുള്ളതാണ് അതെന്ന് ഈ വാദം പറയുന്നു. ഇതുവരെയുള്ള അനുഭവങ്ങളുടെ അടിസ്ഥാനത്തിൽ സൂര്യൻ നാളെയും ഉദിക്കുമെന്നു നിഗമിക്കുന്നത് മറിച്ചു നിഗമിക്കുന്നതിനെക്കാൾ ഉയർന്ന സംഭാവ്യതയുള്ളതാണെന്നും സംഭാവ്യതയ്ക്കു ശാസ്ത്രപ്രശ്നങ്ങളിലുള്ള പങ്ക് ഹ്യൂമിന്റെ പ്രശ്നത്തെ ലഘൂകരിക്കുന്നുണ്ടെന്നും ചൂണ്ടിക്കാണിക്കുന്നവരുണ്ട്. ഭൗതികലോകത്തെ സംബന്ധിച്ചുള്ള അവകാശവാദങ്ങളെ പരിശോധിക്കുന്നതിനും നിശ്ചയിക്കുന്നതിനുമുള്ള മാനദണ്ഡമായി പ്രേരണാത്മകതയെ സ്വീകരിച്ചതിനു ശേഷം ആ മാനദണ്ഡം തന്നെ യുക്തിപരമാണോയെന്ന് അന്വേഷിക്കുന്നത് ഉചിതമല്ലെന്നു പറയുന്ന പീറ്റർ സ്ട്രൗസനെപ്പോലുള്ള ചിന്തകരുമുണ്ട്.

കാൾപോപ്പർ എന്ന ശാസ്ത്രദാർശനികൻ ഹ്യൂമിന്റെ പ്രശ്നത്തെ ഗൗരവപൂർവ്വം വീക്ഷിക്കുകയും അഭ്യൂഹാത്മകവിചിന്തനരീതിയെ മാത്രമേ ശാസ്ത്രജ്ഞന്മാർ ആശ്രയിക്കാൻ പാടുള്ളൂ എന്നു നിഷ്കർഷിക്കുകയും ചെയ്യുന്നുണ്ട്. പ്രേരണാത്മകയുക്തിവിചാരത്തിന്റെ തുടർച്ചയിൽ അദ്ദേഹം അസത്യവല്ക്കരണ(falsification)ത്തിന്റെ രീതിയിലേക്കു നീങ്ങുന്നു. ലഭ്യമായ ഡാറ്റയുടെ അടിസ്ഥാനത്തിൽ ഒരു ശാസ്ത്രസിദ്ധാന്തം ശരിയാണെന്നു തെളിയിക്കാൻ സാദ്ധ്യമല്ലെങ്കിലും അതു തെറ്റാണോയെന്നു പരിശോധിക്കാനും തെറ്റാണെന്നു തെളിയിക്കാനും കഴിഞ്ഞേക്കുമെന്നാണ് കാൾപോപ്പർ വാദിച്ചത്. അതായത് ഒരു ശാസ്ത്രസിദ്ധാന്തത്തിന്റെ ഗരിമയുടെ ഉരകല്ലായി അസത്യവല്ക്കരണത്തെ സ്വീകരിക്കാം. എല്ലാ ലോഹങ്ങളും വിദ്യുത്ചാലകങ്ങളാണ് എന്ന ഭൗതികശാസ്ത്രസിദ്ധാന്തം തെറ്റാണെന്നു തെളിയിക്കാൻ വിദ്യുത്ചാലകമല്ലാത്ത ഒരു ലോഹത്തെ കണ്ടെത്തിയാൽ മതിയല്ലോ? ഇതിലൂടെ ആ ശാസ്ത്രസിദ്ധാന്തം അസത്യവല്ക്കരണത്തിനു വിധേയമായെന്നും അത് സാർവ്വലൗകികമായ ശാസ്ത്രസിദ്ധാന്തമല്ലെന്നും പറയാൻ കഴിയും. അസത്യവല്ക്കരണത്തെ ശാസ്ത്രീയതയുടെ തന്നെ ഉരകല്ലായി സ്വീകരിക്കാൻ കഴിയുമെന്ന് പോപ്പർ വാദിക്കുന്നു. അസത്യവല്ക്കരണത്തിന്റെ നിബന്ധനകൾക്കു വിധേയമാകുന്നുണ്ടോയെന്ന കാര്യത്തിന്റെ അടിസ്ഥാനത്തിൽ ശാസ്ത്രം, കപടശാസ്ത്രം എന്നിങ്ങനെയുള്ള വിഭജനങ്ങൾക്കും അദ്ദേഹം മുതിരുന്നു.

ശാസ്ത്രവും കപടശാസ്ത്രവും തമ്മിലുള്ള അതിരുകൾ നിർണ്ണയി

ക്കുന്ന തന്റെ രീതി ഉപയോഗിച്ചുകൊണ്ട് മാർക്സിസവും ഫ്രോയ്ഡിന്റെ മനോവിശകലനവും ശാസ്ത്രീയമല്ലെന്ന് പോപ്പർ വിധിക്കുന്നു. മാർക്സ് നിരീക്ഷിച്ചതുപോലെ മുതലാളിത്തം ഉച്ചഘട്ടത്തിലെത്തിയ രാജ്യങ്ങളിൽ വിപ്ലവം നടക്കുകയും സോഷ്യലിസത്തിലേക്കും കമ്യൂണിസത്തിലേക്കും നീങ്ങുകയും ചെയ്യാത്തതുകൊണ്ട് ആ സിദ്ധാന്തം തെറ്റാണെന്നു തെളിഞ്ഞതായി പോപ്പർ പറയുന്നുണ്ട്. ശാസ്ത്രജ്ഞന്മാർക്കോ ശാസ്ത്രചിന്തകന്മാർക്കോ നിരുപാധികം പിന്തുണയ്ക്കാവുന്ന ഒരു സമീപനമല്ല പോപ്പർ സ്വീകരിക്കുന്നത്. ഒരു ശാസ്ത്രസിദ്ധാന്തത്തിന് അപവാദങ്ങൾ കണ്ടെത്തിയാൽ, ആ സിദ്ധാന്തത്തെ നിലനിർത്താൻ കഴിയുന്ന രീതിയിലുള്ള സവിശേഷമായ അനൗപചാരിക സങ്കല്പന(ad hoc hypothesis)ങ്ങളെ ശാസ്ത്രജ്ഞന്മാർ മുന്നോട്ടു വയ്ക്കാറുണ്ട്. യുറാനസ് വരെയുള്ള ഏഴു ഗ്രഹങ്ങൾ ഉൾക്കൊള്ളുന്ന സൗരയൂഥവ്യവസ്ഥയെയാണ് ന്യൂട്ടന്റെ ഗുരുത്വാകർഷണനിയമം ഉപയോഗിച്ച് ആദ്യകാലങ്ങളിൽ വിശദീകരിച്ചിരുന്നത്. പിന്നീട്, യുറാനസിന്റെ സഞ്ചാരപഥം ന്യൂട്ടന്റെ സിദ്ധാന്തത്തെ പൂർണ്ണമായും പിന്തുടരുന്നില്ലെന്നു കണ്ടെത്തുന്നുണ്ട്. ഇപ്പോൾ, ന്യൂട്ടന്റെ സിദ്ധാന്തത്തെ തള്ളിക്കളയുന്നതിനല്ല, മറിച്ച്, ഈ സവിശേഷസാഹചര്യത്തിനു യോജിച്ച ഒരു സങ്കല്പനത്തെ കൂട്ടിച്ചേർത്തുകൊണ്ട് ന്യൂട്ടന്റെ സിദ്ധാന്തത്തെ നിലനിർത്തുന്നതിനാണ് ശാസ്ത്രജ്ഞന്മാർ ശ്രമിച്ചത്. ഇതേവരെ കണ്ടെത്തിയിട്ടില്ലാത്ത ഒരു ഗ്രഹം യുറാനസിൽ ഗുരുത്വാകർഷണബലം പ്രയോഗിക്കുന്നതാകണം അതിന്റെ സഞ്ചാരപഥത്തിലെ വിപഥനത്തിനു കാരണമെന്ന് ആഡംസ്, ലെവറിയർ എന്നീ ശാസ്ത്രജ്ഞന്മാർ നിർദ്ദേശിക്കുന്നു. നെപ്ട്യൂൺ എന്ന ഗ്രഹത്തെ അപ്പോൾ കണ്ടെത്തിയിരുന്നില്ല. പില്ക്കാലത്ത് നെപ്ട്യൂൺ എന്ന ഗ്രഹത്തെ കണ്ടെത്തുകയും ആഡംസിന്റെയും ലെവറിയറുടെയും നിർദ്ദേശങ്ങൾ ശരിയാണെന്നു ബോദ്ധ്യപ്പെടുകയും ചെയ്തു. പ്ലൂട്ടോ എന്ന ഗ്രഹത്തെക്കൂടി സൗരയൂഥവ്യവസ്ഥയിൽ ഉൾപ്പെടുത്തിയതും പിന്നീട് കുള്ളഗ്രഹം എന്ന പേരിൽ അതിനെ ഒഴിവാക്കിയതും കൂടി ശാസ്ത്രചരിത്രത്തിന്റെ ഭാഗമാണ്. ശാസ്ത്രത്തിലെ നിർവ്വചനങ്ങളും സങ്കല്പനങ്ങളും നിരന്തരപരിണാമിയും നിരന്തരം നവീകരിക്കപ്പെടുന്നതുമാണെന്ന കാര്യത്തെ അടിവരയിടുന്ന അനുഭവങ്ങളാണിത്. മുതലാളിത്തം സോഷ്യലിസത്തിലേക്കോ കമ്യൂണിസത്തിലേക്കോ നീങ്ങിയിട്ടില്ലെന്നത്, മാർക്സിന്റെ സിദ്ധാന്തം തെറ്റാണെന്നു തെളിയിക്കുന്നുവെന്നു പറയുന്നതിനു മുന്നേ അതിനു മറ്റു കാരണങ്ങൾ ഉണ്ടോയെന്ന് അന്വേഷിക്കേണ്ടതാണ്. ആഡംസിന്റെയും ലെവറിയറുടെയും ഇടപെടലുകൾ ശരിയാണെന്നു പറയുന്നവർ, ഇതര കാരണങ്ങളുണ്ടോയെന്നു തിരയാതെ മാർക്സിസം കപടശാസ്ത്രമാണെന്നു വാദിക്കുന്നത് അന്യായമാണ്. നിരീക്ഷണഫലങ്ങളോട് സംഘർഷത്തിലാകുന്നുവെന്നതു കൊണ്ട് ഒരു ശാസ്ത്രസിദ്ധാന്തവും പെട്ടെന്ന് ഉപേക്ഷിക്കപ്പെടുന്നില്ലെന്നതാണ് യാഥാർത്ഥ്യം. വളരെ വിശദമായി എഴുതേണ്ട കാര്യമാണിത്.

ശാസ്ത്രത്തിനു യോജിച്ച ഒരു ഉരകല്ല് നിർമ്മിക്കാനുള്ള കാൾ പോപ്പറുടെ ത്വരയെ സൂക്ഷ്മമമായി വിശകലനം ചെയ്യേണ്ടതാണ്. ശാസ്ത്രത്തിനും കപടശാസ്ത്രത്തിനുമിടയിൽ ശരിയായ അതിർത്തികൾ നിർമ്മിക്കാൻ ശ്രമിക്കുന്ന കാൾ പോപ്പർ, എല്ലാ ശാസ്ത്രങ്ങൾക്കും പൊതുവായും അനിവാര്യമായും അതിന്റെ സത്തയായും എന്തോ ഉണ്ടെന്ന സങ്കല്പനത്തിലാണ് നില്ക്കുന്നത്. ശാസ്ത്രത്തിന്റെ സത്തയെക്കുറിച്ചുള്ള ഒരു സങ്കല്പനം പോപ്പറുടെ രീതിശാസ്ത്രത്തിന്നടിയിൽ പ്രവർത്തിക്കുന്നുണ്ടെന്നു സാരം. സത്താവാദപരമായ സമീപനമാണത്. ശാസ്ത്രത്തെ നയിക്കുന്ന ദൈവത്തെക്കുറിച്ചുള്ള വാദമാണിത്. ചോദ്യം ചെയ്യപ്പെടേണ്ട വാദഗതിയാണിത്. ശാസ്ത്രം വിഭിന്നവും വ്യത്യസ്തവുമായ പ്രവർത്തനപദ്ധതികളുടെ ഒരു സംഘാതമാണ്. ചില പ്രകരണങ്ങളിൽ ചില കാര്യങ്ങളെ അവ പങ്കു വയ്ക്കുന്നുണ്ടാകാം. എല്ലായ്പ്പോഴും അങ്ങനെയാകണമെന്നില്ല. ഒരു കളിയെ നിർവ്വചിക്കുന്ന ഉറപ്പുള്ള സവിശേഷഗണം ലക്ഷണങ്ങളില്ലെന്ന് വിറ്റ്ഗൺസ്റ്റൈൻ പറയുന്നുണ്ട്. മിക്കവാറും എല്ലാ കളികളിലും പിന്തുടരുന്ന അയവാർന്ന ഒരുകൂട്ടം ലക്ഷണങ്ങളുണ്ടാകാം. അവയിൽ ചിലതില്ലയെന്നത് ഒരു കളിയെ കളിയല്ലാതാക്കുന്നില്ല. വിറ്റ്ഗൺസ്റ്റൈന്റെ ഈ അഭിപ്രായം ശാസ്ത്രത്തിനും ബാധകമായിരിക്കണം.

ശാസ്ത്രചരിത്രത്തിൽ അനുഭവൈകവാദത്തിന്റെ വലിയ ഇടപെടലുകളെക്കുറിച്ചു പറയുന്നതിനു മുന്നേ ഇമ്മാനുവേൽ കാന്റിന്റെ യുക്തിചിന്തയെക്കുറിച്ചു ചില കാര്യങ്ങൾ പറയേണ്ടതുണ്ട്. ഇമ്മാനുവൽ കാന്റിന്റെ ശുദ്ധയുക്തിയുടെ വിമർശം എന്ന പുസ്തകം തത്ത്വചിന്തയുടെ ചരിത്രത്തിലെ ഒരു വഴിത്തിരിവായിരുന്നല്ലോ. നമ്മുടെ അനുഭവത്തിൽ മനസ്സിന് എന്തു പങ്കാണുള്ളതെന്ന പ്രശ്നം കാന്റ് ഉന്നയിക്കുന്നുണ്ട്. അദ്ദേഹം പറഞ്ഞു: സംവേദനങ്ങളിലൂടെ നാം ആർജ്ജിച്ചെടുക്കുന്ന ലോകം നമ്മുടെ മനസ്സിന്റെ സൃഷ്ടിയാണ്. നമുക്ക് ലോകത്തെ അതേപടി ഗ്രഹിച്ചെടുക്കുന്നതിനുള്ള മാർഗ്ഗങ്ങളില്ല. നാം ജ്ഞാനാർജ്ജനത്തിനായി ഉപയോഗിക്കുന്ന ഉപകരണങ്ങൾ ലോകത്തെ സവിശേഷരീതിയിൽ രൂപപ്പെടുത്തുന്നുണ്ട്. സ്ഥലകാലങ്ങളോ കാരണബന്ധങ്ങളോ ഇല്ലാതെ നമുക്ക് ഭൗതികവസ്തുവിനെയോ ഭൗതികസംഭവങ്ങളെയോ സങ്കല്പിക്കാൻ കഴിയില്ല. പ്രപഞ്ചം അതിന്റേതായ യുക്തിയിൽ വ്യത്യസ്ത വസ്തുക്കളായോ സംഭവങ്ങളായോ പ്രത്യക്ഷപ്പെടുന്നില്ല. മറിച്ച്, അത് വ്യത്യസ്തതകളില്ലാത്ത തുടർച്ചയാണ്. ചിന്തയുടെ അടിസ്ഥാനസംവർഗ്ഗങ്ങൾ ഘടകവസ്തുക്കളെയും സ്വഭാവഗുണങ്ങളെയും കൊത്തിയെടുക്കുകയാണ്. ഈ നിർമ്മാണപ്രക്രിയ, നാം എങ്ങനെയാണ് ലോകത്തെ അനുഭവിക്കുന്നത് എന്നതിന്റെ മാറ്റമില്ലാത്തതും സ്വേച്ഛാനുസരണമല്ലാത്തതുമായ സവിശേഷപ്രകാശനമാണ്. ഭൗതികശാസ്ത്രത്തിനു യോജിച്ച ഒരു ദർശനത്തെ രൂപീകരിക്കുകയെന്നത് തന്റെ ജീവിതത്തിലെ ഒരു പ്രധാന ദൗത്യമായി ഇമ്മാനുവൽ കാന്റ് ഏറ്റെടുക്കുന്നുണ്ട്. സ്ഥലവും കാലവും

ബാഹ്യയാഥാർത്ഥ്യത്തിന്റെ ഭാഗമാണെന്ന് കാന്റ് കരുതിയിരുന്നില്ലല്ലോ. അവ രണ്ടും, വസ്തുക്കളെയും സംഭവങ്ങളെയും ബന്ധിപ്പിക്കാൻ സഹായിക്കുന്ന രീതിയിൽ നമ്മുടെ മനസ്സിൽ മുന്നേ നിലനില്ക്കുന്ന ഘടനകളായിട്ടാണ് കാന്റ് മനസ്സിലാക്കിയിരുന്നത്. ഐൻസ്റ്റൈന്റെ ആപേക്ഷികസിദ്ധാന്തം കാന്റിയന്മാരെ ഞെട്ടിക്കുന്ന ശാസ്ത്രാവിഷ്കാരമായിരുന്നു. ആപേക്ഷികസിദ്ധാന്തം സ്ഥല-കാലങ്ങൾ ചലനത്താലും ഗുരുത്വാകർഷണബലത്താലും ബാധിക്കുന്നവയായി കണ്ടെത്തുന്നുണ്ടല്ലോ? (സ്ഥല-കാലങ്ങൾ മനുഷ്യസംവേദനത്തിനുള്ള സമ്പർക്കമുഖങ്ങൾ(Interfaces) മാത്രമാണെന്നും അതു യാഥാർത്ഥ്യമല്ലെന്നും പറയുന്ന ചില ചിന്തകന്മാരുണ്ട്). ശുദ്ധചിന്ത കൊണ്ട് പ്രകൃതിയെ അറിയാൻ കഴിയുമെന്നു കരുതുന്ന ഈ സമീപനത്തോടുള്ള വിമർശം കൂടിയായിട്ടാണ് പ്രത്യക്ഷവസ്തുവാദം ശാസ്ത്രചരിത്രത്തിൽ ശ്രദ്ധേയമാകുന്നത്. എന്നാൽ, അത് കലുഷിതമായ ചില അവസ്ഥകളെയും സൃഷ്ടിച്ചു.

അനുഭവിച്ചേ അറിയൂ!
പ്രത്യക്ഷവസ്തുവാദികളുടെ ലോകത്തിൽ

പത്തൊമ്പതാം നൂറ്റാണ്ടിൽ, അമ്പതുകൾക്കും എൺപതുകൾക്കും ഇടയിൽ, ജർമ്മൻ സ്കൂളുകളിൽ യാന്ത്രികഭൗതികവാദത്തിന്റെ സ്വാധീനമാണുണ്ടായിരുന്നത്. കോംതെയുടെ പ്രത്യക്ഷവസ്തുവാദ(Positivism)ത്തിന്റെയും ഭൗതികവാദത്തിന്റെയും യാന്ത്രികവാദത്തിന്റെയും മിശ്രിതമായിരുന്നു അത്. വിവിധ ശാസ്ത്രശാഖകളെ ദാർശനികമായി സമീപിക്കുകയും ശാസ്ത്രത്തിന്റെ തത്ത്വചിന്തയെക്കുറിച്ചു പറയുകയും ചെയ്യുന്ന ആദ്യത്തെ ചിന്തകൻ ആഗസ്ത് കോംതെയാണെന്നു പറയാം. പ്രകൃത്യതീതശക്തികളെയും ആശയവാദത്തെയും പ്രകൃതിപ്രതിഭാസങ്ങളുടെ വിശദീകരണങ്ങളിൽനിന്നും ഒഴിവാക്കുന്ന സമീപനവുമായിട്ടാണ് കോംതെയുടെ ഇടപെലുകൾ ആരംഭിക്കുന്നത്. പ്രകൃതിപ്രതിഭാസങ്ങളെയും അവയുടെ ബന്ധങ്ങളെയും ഗുണങ്ങളെയും കുറിച്ച് അനുഭവങ്ങളിലൂടെ സ്വരൂപിക്കുന്ന ജ്ഞാനത്തെയാണ് പോസിറ്റിവിസ്റ്റുകൾ ശരിയായ ജ്ഞാനമായി പരിഗണിച്ചത്. ദാർശനികമായ ഊഹങ്ങളെയോ അനുമാനങ്ങളെയോ ആശ്രയിക്കാതെ, അനുഭാവക നിരീക്ഷണങ്ങളിലൂടെയും പരീക്ഷണങ്ങളിലൂടെയും ശാസ്ത്രജ്ഞാനം ആർജ്ജിക്കാൻ കഴിയുമെന്ന സമീപനമാണ് ഇത് മുന്നോട്ടുവച്ചത്. ഈ ചിത്രത്തിൽ ദ്രവ്യം പ്രാഥമികമാകുകയും നിരീക്ഷകരിൽ നിന്നും സ്വതന്ത്രമായി നില്ക്കുന്ന വസ്തുനിഷ്ഠലോകത്തെക്കുറിച്ചുള്ള പഠനമായി ശാസ്ത്രപഠനം വിലയിരുത്തപ്പെടുകയും ചെയ്തു. ശാസ്ത്രസിദ്ധാന്തങ്ങൾ ദ്രവ്യചലനത്തെ നിർണ്ണയിക്കുന്ന യാന്ത്രികനിയമങ്ങളായി തിരിച്ചറിയപ്പെടുകയായിരുന്നു. ശാസ്ത്രത്തിന്റെ രീതിശാസ്ത്രം ഈ യാന്ത്രികനിയമങ്ങളെ കണ്ടെത്താനുള്ള അനുഭാവകാന്വേഷണങ്ങളായി മനസ്സിലാക്കപ്പെട്ടു. അതിഭൗതികമായ ഊഹങ്ങൾക്ക് ശാസ്ത്രത്തിന്റെ മണ്ഡലത്തിൽ പ്രാധാന്യമില്ലെ

ന്നുറപ്പിക്കുന്നതോടെ ആനുഭവികജ്ഞാനത്തിന് പൂർവ്വനിശ്ചയങ്ങളുമായോ അതീതവുമായോ എന്തെങ്കിലും ബന്ധങ്ങളില്ലെന്നു വന്നു. മനസ്സും ചിന്തയുമില്ലാത്ത ഇന്ദ്രിയങ്ങൾ മാത്രമുള്ള മനുഷ്യനാണ് ശാസ്ത്രപഠനത്തിലേർപ്പെടുന്നതെന്ന ധാരണയാണിതെന്നു ചിലർക്കെങ്കിലും തോന്നാവുന്നതേയുള്ളൂ.

പത്തൊമ്പതാം നൂറ്റാണ്ടിൽ, എഴുപതുകളോടെ ജർമ്മനിയിൽ ഈ വീക്ഷണത്തിനെതിരെ വെല്ലുവിളികൾ ഉയർന്നുവരാൻ തുടങ്ങി. ഹെംഹോൾട്സിന്റെ ഇന്ദ്രിയങ്ങളുടെ ശരീരശാസ്ത്രത്തെക്കുറിച്ചുള്ള പഠനം ശാസ്ത്രജ്ഞാനത്തിന്റെ വളർച്ചയിൽ ചിന്തിക്കുന്ന വിഷയിയുടെ പങ്ക് ഉൾപ്പെടുത്തേണ്ടതാണെന്ന സമീപനം സ്വീകരിക്കുന്നുണ്ട്. യാന്ത്രികഭൗതികവാദത്തിന് അന്യമായ കാര്യമായിരുന്നു ഇത്. ജർമ്മൻ ശാസ്ത്രസമൂഹത്തിൽ പതുക്കെ പതുക്കെ യാന്ത്രികഭൗതികവാദസമീപനം കൈയൊഴിക്കപ്പെടുകയും നവ കാന്റിയൻ തത്ത്വചിന്ത കടന്നുവരുകയും ചെയ്തു. ശുദ്ധമായ ഔപചാരിക സ്വഭാവമുള്ള, പൂർവ്വനിശ്ചിതമായ ഒരു മൂലകത്തെ ഏതൊരു ശാസ്ത്രസിദ്ധാന്തവും ഉൾക്കൊള്ളുന്നുണ്ടെന്ന നവകാന്റിയൻ നിലപാടിനെ മാഹ് തുടക്കത്തിൽ സ്വീകരിച്ചിരുന്നുവെങ്കിലും പിന്നീട് അദ്ദേഹം ഇതിനെ നിരാകരിക്കുന്നു. ശാസ്ത്രജ്ഞാനത്തിന്റെ രൂപീകരണത്തിൽ, പൂർവ്വനിശ്ചിതമായ ഘടകങ്ങളെ സ്വീകരിക്കേണ്ടതില്ലെന്നും സംവേദനങ്ങളിലൂടെ നമുക്കു ലഭ്യമാകുന്ന വസ്തുതകളുടെ സംപ്രത്യയാത്മകപ്രതിഫലനമാണ് ശാസ്ത്രത്തിന്റെ രീതിയെന്നുമുള്ള നിലപാടിലേക്ക് അദ്ദേഹം നീങ്ങി. മാഹിന്റെ നവകാന്റിയൻ ചിന്ത അങ്ങനെ പുതിയ പ്രത്യക്ഷവസ്തുവാദത്തിനു വഴിമാറി.

ശാസ്ത്രത്തിൽനിന്നും തത്ത്വചിന്തയിൽനിന്നും അതിഭൗതികത്തിന്റെ അതിവാദങ്ങളെ ഒഴിവാക്കുകയെന്ന ലക്ഷ്യമാണ് നവപ്രത്യക്ഷവാദത്തിനുണ്ടായിരുന്നത്. ഇന്ദ്രിയങ്ങളിലൂടെ ലഭ്യമാകാത്തതൊന്നും നമ്മുടെ ധിഷണയിലില്ലെന്ന അരിസ്റ്റോട്ടിലിന്റെ പ്രഖ്യാപനത്തിന്റെ മുഴക്കങ്ങൾ പ്രത്യക്ഷവസ്തുവാദത്തിൽ കേൾക്കാം. ആശയങ്ങളുടെ രൂപീകരണത്തിൽ തെളിവിന്റെയും ഇന്ദ്രിയാനുഭവത്തിന്റെയും പങ്കിൽ അനുഭവൈകവാദം ശക്തമായി ഊന്നുന്നുണ്ട്. എല്ലാ പരികല്പനകളും സിദ്ധാന്തങ്ങളും അനുഭവങ്ങളും നിരീക്ഷണങ്ങളുമായി ഒത്തുനോക്കി പരിശോധിക്കണമെന്ന് അത് ആവശ്യപ്പെടുന്നു. ജർമ്മൻ ചിന്തകനായ അവനാറിയോസ് അനുഭവൈകവാദപരമായ സമീപനത്തിന്റെ ഒരു പുതിയ അദ്ധ്യായത്തിന് തുടക്കമിടുന്നുണ്ട്. ഈ അനുഭവൈകവാദത്തെ സ്ഥാപിക്കാൻ ശക്തമായ ശ്രമങ്ങൾ ഏണസ്റ്റ് മാഹ് നടത്തുന്നു. 1895 നും 1901 നും ഇടയിലുള്ള കാലയളവിൽ പ്രേരണാത്മകശാസ്ത്രങ്ങളെ കുറിച്ചു പഠിക്കാനായി വിയന്ന സർവ്വകലാശാലയിൽ സ്ഥാപിതമായ വകുപ്പിൽ മാഹ് പ്രവൃത്തിയെടുക്കുന്നുണ്ട്. മാഹിന്റെ നേതൃത്വത്തിൽ ഉയർന്നുവന്ന പുത്തൻ പ്രത്യക്ഷവാദസമീപനങ്ങൾ വിയന്നയിലെ മാത്രമല്ല, കൈസർ-വിൽഹെം, ബർലിൻ, ഗോട്ടിന്ഞ്ജൻ ഇൻസ്റ്റിറ്റ്യൂട്ടുകളിലെയും ശാസ്ത്രജ്ഞ

ന്മാരെ ആകർഷിച്ചിരുന്നു. റഷ്യയിലെ ചില മാർക്സിസ്റ്റുകളെയും അത് ആകർഷിക്കുന്നുണ്ട്. മാഹിന്റെ പ്രത്യക്ഷവസ്തുവാദ സമീപനങ്ങൾക്കെതിരെ ലെനിൻ എഴുതിയ *ഭൗതികവാദവും അനുഭവൈകവാദവിമർശവും* എന്ന പുസ്തകം പ്രസിദ്ധമാണ്.

ഭൗതികശാസ്ത്രത്തിലെ സൈദ്ധാന്തികവൽക്കരണങ്ങൾ പൂർണ്ണമായും നേരിട്ടു നിരീക്ഷിക്കാൻ കഴിയുന്ന പ്രതിഭാസങ്ങളെ ആശ്രയിച്ചുകൊണ്ടായിരിക്കണമെന്ന് മാഹ് നിഷ്കർഷിക്കുന്നു. ന്യൂട്ടോണിയൻ ഭൗതികത്തിൽ ഉപയോഗിക്കുന്ന കേവലസ്ഥലത്തെയും കേവലകാലത്തെയും കുറിച്ചുള്ള സങ്കല്പനങ്ങൾക്ക് യാതൊരു സാംഗത്യവും മാഹ് കാണുന്നില്ല. അതിനുപകരം ആപേക്ഷികചലനത്തെ അദ്ദേഹം മുന്നോട്ടുവയ്ക്കുന്നു. ന്യൂട്ടോണിയൻ ഭൗതികത്തിൽ ജഡത്വം, അപകേന്ദ്രബലം എന്നിങ്ങനെയുള്ള പ്രതിഭാസങ്ങളുടെ വിശദീകരണങ്ങൾക്കായി കേവലസ്ഥലത്തെയും കേവലകാലത്തെയും കുറിച്ചുള്ള സങ്കല്പനങ്ങളെ ഉപയോഗിക്കേണ്ടി വരുന്നതിനെ മാഹ് വിമർശിക്കുകയും അപകേന്ദ്രബലവും മറ്റും പ്രപഞ്ചത്തിന്റെ ദ്രവ്യഘടനയിൽ നിന്നും ഉരുത്തിരിഞ്ഞുവരുന്നവയായി മനസ്സിലാക്കണമെന്ന് നിർദ്ദേശിക്കുകയും ചെയ്തിരുന്നു. കാന്റിന്റെ അതിഭൗതികത്തിനുള്ള പ്രതിവിധിയായി അദ്ദേഹം തന്റെ പ്രത്യക്ഷാനുഭവവാദത്തെ കണ്ടു. ശാസ്ത്രപ്രസ്താവനകൾ ആനുഭവികമായി തെളിയിക്കപ്പെടണം. ശാസ്ത്രതത്ത്വങ്ങൾ സംവേദനങ്ങളുടെ ചുരുക്കിയെഴുതപ്പെട്ട വിവരണങ്ങളാണെന്ന രീതിയിൽ ഒരു സമീപനം വികസിപ്പിക്കാൻ മാഹ് ശ്രമിച്ചിരുന്നു. എന്നാൽ, ഇതു വിജയിക്കുന്നില്ല. സംവേദനങ്ങൾ ശാസ്ത്രതത്ത്വങ്ങളുടെ ചുരുക്കെഴുത്തുകളാണെന്ന മാഹിന്റെ സമീപനം വിജയിക്കാതിരുന്നതിന്റെ ഭാഗികമായ കാരണം സംവേദനങ്ങളിലേക്കു ചുരുക്കാൻ കഴിയാത്ത ഗണിതശാസ്ത്രതത്ത്വങ്ങൾ കുടി ശാസ്ത്രസിദ്ധാന്തങ്ങളിലുണ്ടെന്നതായിരുന്നു. പില്ക്കാലത്ത് മാഹിന്റെ നിലപാടുകളിൽ ചില മാറ്റങ്ങൾ സംഭവിക്കുന്നുണ്ട്. പഴയ നിലപാടുകളിൽ അയവുകൾ വരുന്നു. എല്ലാ നിരീക്ഷണങ്ങളും പൂർവ്വാർജ്ജിതബോധത്തെയും ചില മുൻനിശ്ചയങ്ങളെയും സംപ്രത്യയങ്ങളെയും മറ്റും ആവശ്യപ്പെടുന്നുണ്ട്. സംപ്രത്യയഘടകങ്ങളെ പൂർവ്വനിശ്ചിതമൂലകങ്ങളായി ശാസ്ത്രസിദ്ധാന്തത്തിൽ ഉൾക്കൊള്ളിക്കുന്നതിനെ പിന്നീട് അദ്ദേഹം സ്വാഗതം ചെയ്യുന്നു. സമാനമായ ഒരു സമീപനം പൊങ്കാറെയും വികസിപ്പിച്ചെടുക്കുന്നുണ്ട്.

ഐൻസ്റ്റൈന്റെ സവിശേഷ ആപേക്ഷികസിദ്ധാന്തത്തിന്റെ രൂപീകരണത്തിൽ മാഹിന്റെ പ്രകടമായ സ്വാധീനം കാണാം. ഐൻസ്റ്റൈൻ മാഹിന് അയയ്ക്കുന്ന കത്തിൽ അദ്ദേഹത്തിന്റെ ശിഷ്യനായി സ്വയം തിരിച്ചറിയുന്നുണ്ട്. ആപേക്ഷികസിദ്ധാന്തത്തിന്റെ വിശദീകരണങ്ങളിൽ നിരീക്ഷകന്മാരും അവരുടെ ഉപകരണങ്ങളും ധാരാളമായി കടന്നുവരുന്നതു കാണാമല്ലോ. ഇങ്ങനെ, ഐൻസ്റ്റൈന്റെ സവിശേഷ ആപേക്ഷികസിദ്ധാന്തത്തിന്റെ രൂപീകരണത്തിൽ പ്രത്യക്ഷാനുഭവവാദം സംഭാവനകൾ നല്കിയെങ്കിലും വലിയ കുഴപ്പങ്ങൾ സൃഷ്ടിക്കുന്നതിനും അതു കാരണമാ

കുന്നുണ്ട്. ശാസ്ത്രജ്ഞന്മാരെയും തത്ത്വചിന്തകരെയും പരസ്പരം അകറ്റുകയും അന്യരാക്കി തീർക്കുകയും ചെയ്തതായി അനുഭവൈകവാദം പഴിക്കപ്പെടുന്നുണ്ട്. അണുസിദ്ധാന്ത(atomic theory)ത്തിനെതിരായ അതിന്റെ സമീപനം അത്യന്തം കുഴപ്പം പിടിച്ചതായിരുന്നു. ദ്രവ്യത്തിന്റെ കണികാസ്വഭാവത്തെക്കുറിച്ചുള്ള സങ്കല്പനങ്ങൾ ജോൺ ഡാൽട്ടനും അവഗാഡ്രോയും ബോൾട്സ്മാനും മറ്റും ശക്തമായി ഉന്നയിച്ചു കഴിഞ്ഞിരുന്നുവെങ്കിലും പ്രത്യക്ഷാനുഭവവാദികൾ അണുക്കളെ നേരിട്ടു കാണാതെയും അവരുടെ അനുഭവത്തിന്റെ ഭാഗമാകാതെയും അതിന്റെ അസ്തിത്വത്തെ അംഗീകരിക്കാൻ വിമുഖരായിരുന്നു. അവർക്ക് അനുഭവമാണല്ലോ ശാസ്ത്രയാഥാർത്ഥ്യത്തിന്റെ ഉരകല്ല്. അണുസിദ്ധാന്തം ഭൗതികശാസ്ത്രത്തിന്റെയും രസതന്ത്രത്തിന്റെയും സാധാരണഭാഷയായി മാറിത്തീർന്നിരുന്നുവെങ്കിലും മാഹിന്റെ സമീപനം പിന്തുടരുന്നവർക്ക് അത് സ്വീകാര്യമായിരുന്നില്ല. അണുക്കളെ നേരിട്ട് നിരീക്ഷിച്ച് ചിത്രങ്ങളെടുക്കാൻ സഹായിക്കുന്ന ഇലക്ട്രോൺ സൂക്ഷ്മദർശിനികൾ അക്കാലത്ത് രൂപപ്പെട്ടിരുന്നില്ലല്ലോ.

പ്രത്യക്ഷാനുഭവവാദം അണുവാദത്തിനെതിരെ ഉയർത്തിയ പ്രതിരോധങ്ങൾ സാംഖ്യകഭൗതികത്തെ അസ്വീകാര്യമാക്കുന്ന രീതിയിൽ പ്രവർത്തിക്കുന്നതും കാണാം. മാക്സ്വെൽ, ബോൾട്സ്മാൻ, ഗിബ്സ് തുടങ്ങിയ ശാസ്ത്രജ്ഞന്മാരുടെ ശ്രമഫലമായി പത്തൊമ്പതാം നൂറ്റാണ്ടിൽ സാംഖ്യകബലതന്ത്രത്തിനുണ്ടായ വികാസത്തെ നിരുത്സാഹപ്പെടുത്തുന്ന സമീപനമായിരുന്നു പ്രത്യക്ഷാനുഭവവാദികൾ സ്വീകരിച്ചത്. അണുവാദത്തിനെതിരെ പോസിറ്റിവിസ്റ്റുകൾ സ്വീകരിച്ച സമീപനങ്ങൾ കൂടി അണുവാദിയായിരുന്ന ലുഡ്വിഗ് ബോൾട്സ്മാൻ എന്ന വിശ്രുത ശാസ്ത്രജ്ഞന്റെ ആത്മഹത്യക്കു കാരണമായിട്ടുണ്ടെന്നു പറയപ്പെടുന്നു. പോസിറ്റിവിസം ശാസ്ത്രവളർച്ചയെ നിരുത്സാഹപ്പെടുത്തിയതിന്റെ കഥകൾ ഇലക്ട്രോണിന്റെ ചരിത്രത്തിലും കേൾക്കാൻ കഴിയും. ഇലക്ട്രോണിനെ കണ്ടെത്തിയത് ജെ ജെ തോംസൺ ആണെന്നാണ് പാഠപുസ്തകങ്ങൾ പറയുന്നത്. യഥാർത്ഥത്തിൽ കാഥോഡിൽ നിന്നും പുറപ്പെടുന്ന വികിരണങ്ങൾ പല ഭൗതികശാസ്ത്രജ്ഞന്മാരും നിരീക്ഷിച്ചിരുന്നുവെങ്കിലും അതിനെക്കുറിച്ച് വ്യക്തമായ ധാരണകൾ രൂപപ്പെടുത്താൻ കഴിഞ്ഞിരുന്നില്ല. വിശദമായ പഠനങ്ങൾനടത്തിയ ഒരാൾ തോംസണായിരുന്നു. കാഥോഡ് കിരണങ്ങൾ വിദ്യുത്, കാന്തികബലക്ഷേത്രങ്ങളിൽ വ്യതിചലനത്തിനു വിധേയമാകുന്നതായി കണ്ടെത്തുന്നുണ്ട്. ചാർജും ദ്രവ്യമാനവും തമ്മിലുള്ള അനുപാതത്തിന് എപ്പോഴും ഒരേ മൂല്യം തന്നെ ലഭിക്കുന്നതായും അദ്ദേഹം കണ്ടെത്തി. മറ്റൊരു പരീക്ഷണത്തിലൂടെ അതിന്റെ ഏകദേശചാർജും അതുവഴി ഏകദേശപിണ്ഡവും നിശ്ചയിച്ചു. തോംസൺ ഈ പരീക്ഷണങ്ങൾ നടത്തുന്ന കാലയളവിൽ തന്നെ വാൾട്ടർ കൗഫ്മാൻ എന്ന ശാസ്ത്രജ്ഞൻ കാഥോഡ് കിരണങ്ങളെക്കുറിച്ചുള്ള പരീക്ഷണങ്ങൾ കൂടുതൽ മെച്ചപ്പെട്ട രീതിയിൽ ബർലിനിൽ വച്ചു ചെയ്യു

ന്നുണ്ട്. ചാർജും പിണ്ഡവും തമ്മിലുള്ള അനുപാതത്തിന് കൂടുതൽ മെച്ചപ്പെട്ട ഫലം കിട്ടിയത് കൗഫ്മാന്റെ പരീക്ഷണത്തിലായിരുന്നു. എന്നാൽ, കൗഫ്മാൻ ഒരിക്കലും ഇലക്ട്രോണിനെ കണ്ടെത്തിയ ശാസ്ത്രജ്ഞനെന്ന നിലയ്ക്ക് പരിഗണിക്കപ്പെടുന്നില്ല. അദ്ദേഹം കാഥോഡ് കിരണങ്ങൾ കണികകളാണെന്നു മനസ്സിലാക്കിയില്ല. കൗഫ്മാൻ ഒരു പ്രത്യക്ഷാനുഭവവാദിയായിരുന്നു. നിരീക്ഷിക്കാൻ കഴിയാത്ത വസ്തുക്കളെ ഊഹിച്ചെടുക്കുകയെന്നത് ഭൗതികശാസ്ത്രജ്ഞന്റെ കടമയാണെന്ന് കൗഫ്മാൻ കരുതിയിരുന്നില്ല. അതുകൊണ്ട് താൻ പുതിയ ഒരു കണികയെ കണ്ടെത്തിയതായി കൗഫ്മാൻ അവകാശപ്പെട്ടതേയില്ല. പ്രത്യക്ഷാനുഭവവാദം കൗഫ്മാന്റെ കാര്യത്തിൽ ഒരു ചീത്തക്കഥയായി മാറിത്തീരുന്നു. ആംഗല പാരമ്പര്യത്തിൽ വളർന്ന തോംസണിൽ അണുവാദത്തിന്റെ ആശയങ്ങൾ ഉണ്ടായിരുന്നു. അദ്ദേഹത്തിന്റെ ഇലക്ട്രോണിനെക്കുറിച്ചുള്ള ആശയങ്ങൾ റേഡിയോ പ്രഭാവത്തിലൂടെയും ചൂടാക്കുന്ന ലോഹങ്ങളിൽനിന്നുള്ള ഇലക്ട്രോൺ ഉത്സർജ്ജനത്തിലൂടെയും മറ്റും പിന്നീട് ഉറപ്പിക്കപ്പെടുന്നു.

1908 ൽ വിൽഹൈം ഓസ്റ്റ്വാൾഡ് എന്ന രസതന്ത്രജ്ഞൻ അദ്ദേഹത്തിന്റെ ഒരു പുസ്തകത്തിലെഴുതിയ വാക്കുകളാണ് അണുസിദ്ധാന്തത്തെ സംബന്ധിച്ച് പ്രത്യക്ഷവാദികളുടെ കീഴടങ്ങലായി കണക്കാക്കപ്പെടുന്നത്. അണുസങ്കല്പനത്തിന്റെ വക്താക്കൾ കഴിഞ്ഞ നൂറു വർഷങ്ങളിലേറെയായി തിരഞ്ഞുകൊണ്ടിരുന്ന ദ്രവ്യത്തിന്റെ കണികാസ്വഭാവത്തിന് പരീക്ഷണാത്മകതെളിവുകൾ ലഭിച്ചിരിക്കുന്നതായി തനിക്കു ബോദ്ധ്യം വന്നിരിക്കുന്നുവെന്ന് അദ്ദേഹം എഴുതി. റോബർട്ട് ബ്രൗൺ എന്ന ശാസ്ത്രജ്ഞൻ നിർദ്ദേശിച്ച ക്രമരഹിതമായ ചലനത്തിന് ഐൻസ്റ്റൈൻ നല്കിയ വിശദീകരണവും ഇലക്ട്രോണിന്റെ വിദ്യുത്ചാർജ് കണ്ടെത്തിയതോടെ അത് ഒരു കണമാണെന്നു സ്ഥിരീകരിച്ചതുമാണ് ഓസ്റ്റ്വാൾഡ് ഉദ്ധരിച്ച പരീക്ഷണാത്മക തെളിവുകൾ. ഓസ്റ്റ്വാൾഡിന്റെ കീഴടങ്ങലിനു ശേഷവും മാഹ് പിന്മാറുന്നില്ല. 1910 ൽ പ്ലാങ്കിന് അയയ്ക്കുന്ന കത്തിൽ മാഹ് എഴുതുന്നത്, അണുവിലുള്ള വിശ്വാസം അത്ര തീവ്രതരമാണെങ്കിൽ ഭൗതികശാസ്ത്രചിന്തയുടെ മാർഗ്ഗത്തെത്തന്നെ എനിക്കു തള്ളിപ്പറയേണ്ടി വരുമെന്നാണ്. താൻ ഭൗതികശാസ്ത്രജ്ഞനായി തുടരുകയില്ലെന്നും ശാസ്ത്രജ്ഞപദവി തിരിച്ചു നല്കുമെന്നും അദ്ദേഹം എഴുതി. എന്നാൽ, നമ്മുടെ പരീക്ഷണാത്മക തെളിവുകൾ സിദ്ധാന്തത്തോട് എത്രമാത്രം കടപ്പെട്ടിരിക്കുന്നുവെന്നു മനസ്സിലാക്കുന്നതിന് രസതന്ത്രത്തിലെ അണുസിദ്ധാന്തവും സാംഖ്യകബലതന്ത്രവും അണുസങ്കല്പനത്തിലൂടെ നടത്തിയ ഇടപെടലുകൾ മാത്രം മതിയാകും. മാഹിനെപ്പോലുള്ളവർ അനുഭവൈകവാദനിലപാടുകളിൽ ഉറച്ചു നിന്നെങ്കിലും ഐൻസ്റ്റൈൻ ഉൾപ്പെടെ പല ശാസ്ത്രജ്ഞന്മാരും അതിൽനിന്നും മാറി ചിന്തിക്കുന്നതും കാണാം. ഇലക്ട്രോണുകൾക്ക് കൃത്യമായി നിശ്ചയിക്കാവുന്ന പാതകൾ ഇല്ലെന്ന ഹൈസൺബർഗിന്റെ വാക്കുകളോടു പ്രതികരിച്ചുകൊണ്ട് ഭൗതികസിദ്ധാന്തങ്ങളിൽ നിരീക്ഷി

ക്കാനാവാത്ത ഭൗതികരാശികൾ കൂടി ഉണ്ടായിരിക്കാമെന്ന മറുപടിയാണ് ഐൻസ്റ്റൈൻ നല്കുന്നത്. സവിശേഷ ആപേക്ഷികസിദ്ധാന്തത്തിൽ നിരീക്ഷിക്കപ്പെടാവുന്ന ഭൗതികരാശികൾ മാത്രമേ ഉപയോഗിക്കപ്പെട്ടിട്ടുള്ളൂവെന്ന് ഹൈസൺബർഗ് ചൂണ്ടിക്കാണിക്കുമ്പോൾ, ആദ്യകാലത്ത് ആ ദർശനം ഉപയോഗിച്ചിരുന്നുവെങ്കിലും എപ്പോഴും അതു തന്നെ തുടരുന്നതിൽ കാര്യമില്ലെന്ന സമീപനമാണ് ഐൻസ്റ്റൈൻ സ്വീകരിക്കുന്നത്. എന്നാൽ, പ്രശസ്ത ശാസ്ത്രജ്ഞന്മാരിൽ പലരും അനുഭവൈകവാദനിലപാടുകൾ ഉപേക്ഷിച്ചതിനുശേഷവും ആ നിലപാടുകൾ അരങ്ങിൽനിന്നും അപ്രത്യക്ഷമായില്ല. ഇരുപതുകളിൽ രൂപീകൃതമാകുന്ന വിയന്ന സർക്കിളിൽ മാഹിന്റെ വലിയ സ്വാധീനം ദൃശ്യമായിരുന്നു. വിചിന്തനാത്മകപ്രത്യക്ഷവസ്തുവാദികൾ (Logical Positivists)എന്നാണ് അവർ അറിയപ്പെട്ടത്.

ഇവിടെ വിശദീകരിച്ച പ്രകാരംതന്നെ; മാഹിന്റെ പ്രത്യക്ഷവാദം, നവ കാന്റിയൻവാദം, യാന്ത്രികഭൗതികവാദം എന്നിവയുടെ സ്വാധീനമാണ് ഇരുപതാം നൂറ്റാണ്ടിന്റെ തുടക്കത്തിൽ യൂറോപ്യൻ ശാസ്ത്രജ്ഞന്മാർക്കിടയിൽ, പ്രത്യേകിച്ചും ജർമ്മൻ ശാസ്ത്രജ്ഞന്മാർക്കിടയിൽ, ഉണ്ടായിരുന്നത്. എന്നാൽ, ഈ കാലയളവിൽ ഭൗതികശാസ്ത്രരംഗത്തുണ്ടായ വികാസങ്ങൾ ഇവയ്ക്ക് വലിയ ആഘാതങ്ങളാണേല്പിച്ചത്. വസ്തുക്കളെയും സംഭവങ്ങളെയും ബന്ധിപ്പിക്കാൻ സഹായിക്കുന്ന രീതിയിൽ നമ്മുടെ മനസ്സ് നിർമ്മിച്ചെടുക്കുന്ന ഘടകങ്ങളായിട്ടാണ് സ്ഥലത്തെയും കാലത്തെയും കാന്റ് മനസ്സിലാക്കിയിരുന്നത്. അഥവാ നമ്മുടെ മനസ്സിനു പുറത്ത് അതിന് അസ്തിത്വമുണ്ടായിരുന്നില്ല. ആപേക്ഷികസിദ്ധാന്തത്തിന്റെ ആവിർഭാവത്തോടെ സ്ഥല-കാലങ്ങൾ ചലനത്താലും ഗുരുത്വാകർഷണബലത്താലും ബാധിക്കുന്നതായി മനസ്സിലാക്കപ്പെട്ടതോടെ കാന്റിയൻ സങ്കല്പനങ്ങൾ പ്രതിസന്ധിയിലായി. മാക്സ്പ്ലാങ്കിന്റെ ക്വാണ്ടം സിദ്ധാന്തവും അത് ഉപയോഗിച്ചുകൊണ്ട് പ്രകാശവിദ്യുത്പ്രഭാവത്തിന് ഐൻസ്റ്റൈൻ നല്കിയ വിശദീകരണവും ഐൻസ്റ്റൈൻ തന്നെ ബ്രൗണിയൻ ചലനത്തിനു നല്കിയ വിശദീകരണത്തോടെ അണുവിന്റെ അസ്തിത്വം സ്ഥാപിക്കപ്പെട്ടതും നൈരന്തര്യബലതന്ത്രത്തിന്റെ നിലപാടുകളെ പ്രശ്നഭരിതമാക്കി. പ്രപഞ്ചം നമ്മുടെ മുന്നിൽ പ്രത്യക്ഷപ്പെടുന്ന രണ്ടു രൂപങ്ങളായ ദ്രവ്യവും ഊർജ്ജവും നൈരന്തര്യരാഹിത്യ (discontinuous) ത്തെയാണ് പ്രകടിപ്പിക്കുന്നതെന്നു ബോദ്ധ്യപ്പെട്ടതോടെ അണുവാദത്തിനെതിരെയും മറ്റും നിലപാടെടുത്ത മാഹിന്റെ പോസിറ്റിവിസവും പ്രതിസന്ധിയെ അഭിമുഖീകരിച്ചു തുടങ്ങി. ക്വാണ്ടം ബലതന്ത്രത്തിന്റെ രൂപീകരണം യാന്ത്രികഭൗതികവാദത്തിന്റെ നിർണ്ണയവാദപരമായ സമീപനങ്ങൾക്കും പ്രഹരങ്ങളേല്പിച്ചു. ക്വാണ്ടം ഭൗതികവും ആപേക്ഷികസിദ്ധാന്തവും മറ്റും അംഗീകരിക്കപ്പെട്ടതോടെ തത്ത്വചിന്തയിലെ പ്രതിസന്ധി രൂക്ഷമാകാൻ തുടങ്ങി. മോറിസ് ഷ്ളിക്കിന്റെ നേതൃത്വത്തിൽ കൂടിയിരുന്ന വിയന്ന സർക്കിളിലും റീഷൺബാഹിന്റെ ബർലിൻ സ്കൂളിലും

മറ്റും ഈ പ്രതിസന്ധി ചർച്ച ചെയ്യപ്പെട്ടു. ശാസ്ത്രത്തിന്റെ മേഖലയിലെ അടിസ്ഥാനപ്രശ്നങ്ങളെയും ശാസ്ത്രത്തിലുണ്ടാകുന്ന പുതിയ വികാസങ്ങളെയും കുറിച്ച് തല്പരരായിരുന്ന ശാസ്ത്രജ്ഞന്മാരും തത്ത്വചിന്തകരും ഗണിതജ്ഞരും എല്ലാമടങ്ങുന്ന ബുദ്ധിജീവിവൃന്ദമാണ് ഈ സ്കൂളുകൾക്കു നേതൃത്വം നല്കിയിരുന്നത്. ബർട്രാന്റ് റസ്സൽ, ഡേവിഡ് ഹിൽബർട്ട്, വൈറ്റ്ഹെഡ്, കുർട് ഗോഡൽ, വിറ്റ്ഗെൻസ്റ്റെൻ, ഗോട്ലോബ് ഫ്രെജെ തുടങ്ങിയവരുടെ ആശയങ്ങളൊക്കെ ഇവർ ചർച്ച ചെയ്തിരുന്നു. ഓട്ടോ നൂറത്ത്, കർണാപ്, റീഷൺബാഹ്, ഹാൻസ് ഹാൻ, മോറിസ് ഷ്ളിക്ക്, ഫിലിപ്പ് ഫ്രാങ്ക് എന്നിവരൊക്കെ ഉൾപ്പെട്ട സർക്കിളായിരുന്നു ഇത്.

വിചിന്തനാത്മകപ്രത്യക്ഷവസ്തുവാദികൾക്ക് പ്രകൃതിശാസ്ത്രം, ഗണിതം, വിചിന്തനശാസ്ത്രം എന്നിവയോട് സവിശേഷതാല്പര്യമുണ്ടായിരുന്നു. വിയന്ന സർക്കിളിന്റെ ഒരൊറ്റ കുടക്കീഴിലാണ് ഇവർ അറിയപ്പെടുന്നതെങ്കിലും പലർക്കും പല കാര്യങ്ങളിലും അഭിപ്രായഭേദങ്ങളുണ്ടായിരുന്നു. ഇരുപതാം നൂറ്റാണ്ടിന്റെ തുടക്കത്തിൽ ഭൗതികശാസ്ത്രത്തിലുണ്ടായ വികാസം അവരെ ആവേശം കൊള്ളിച്ചു. തത്ത്വചിന്തയെ ശാസ്ത്രീയമാക്കണമെന്ന ലക്ഷ്യമാണ് അവരിൽ ചിലർക്കുണ്ടായിരുന്നത്. തത്ത്വചിന്തയിലും വലിയ മുന്നേറ്റങ്ങളുണ്ടാക്കാൻ ഇതു സഹായകമാകുമെന്ന് അവർ വിശ്വസിച്ചു. ഭൗതികശാസ്ത്രത്തിലെ വസ്തുനിഷ്ഠതയാണ് അവരെ ഏറ്റവുമധികം ആകർഷിച്ചത്. മറ്റു മേഖലകളിൽ പ്രവർത്തിക്കുന്നവരുടെ ആത്മനിഷ്ഠത ഗവേഷണഫലങ്ങളെ മോശമായി സ്വാധീനിക്കുന്നുണ്ടെന്നും ഭൗതികശാസ്ത്രപ്രശ്നങ്ങൾ പരിഹൃതമാകുന്നത് വസ്തുനിഷ്ഠമായ ഒരു മണ്ഡലത്തിലാണെന്നും അവർ കരുതി. പരീക്ഷണാത്മകപരിശോധനകൾ ഉൾപ്പെടെയുള്ള സങ്കേതങ്ങൾ ശാസ്ത്രസിദ്ധാന്തങ്ങളെ യഥാർത്ഥവസ്തുതകളുമായി താരതമ്യം ചെയ്യുന്നതിനും പക്ഷപാതരഹിതവും കൃത്യവുമായ സിദ്ധാന്തങ്ങളിൽ എത്തിച്ചേരുന്നതിനും അനുവദിക്കുന്നു. അങ്ങനെ, ഈ പുതിയ പോസിറ്റിവിസ്റ്റുകളെ സംബന്ധിച്ചിടത്തോളം ആധുനികശാസ്ത്രത്തിന്റേത് യുക്തിപരമായ പ്രവർത്തനപദ്ധതിയായി, യാഥാർത്ഥ്യത്തെ അറിയുന്നതിനുള്ള ഉറപ്പുള്ള മാർഗ്ഗമായി ഇതു മാറിത്തീർന്നു.

നവ പ്രത്യക്ഷവസ്തുവാദികൾ ശാസ്ത്രത്തിന്റെ ചരിത്രത്തിൽ ഒട്ടും തല്പരരായിരുന്നില്ല. ഒരു ശാസ്ത്രസിദ്ധാന്തത്തിന്റെ രൂപീകരണസന്ദർഭത്തിൽ നിന്നും നീതീകരണസന്ദർഭത്തെ അവർ വിച്ഛേദിച്ചു. ഒരു ശാസ്ത്രജ്ഞൻ തന്റെ സിദ്ധാന്തത്തിലേക്ക് എത്തിച്ചേരുന്ന ചരിത്രപ്രക്രിയയെയാണ് രൂപീകരണസന്ദർഭം എന്നതുകൊണ്ട് ഉദ്ദേശിക്കുന്നത്, തെളിവുകളുടെ അന്വേഷണവും സിദ്ധാന്തത്തിന്റെ പരിശോധനയുമാണ് നീതീകരണസന്ദർഭം. രൂപീകരണസന്ദർഭത്തെ നയിക്കുന്നത് ആത്മനിഷ്ഠവും മാനസികവുമായ കാര്യങ്ങളാണെന്ന് പോസിറ്റിവിസ്റ്റുകൾ കരുതുന്നു. എന്നാൽ, നീതീകരണസന്ദർഭം വസ്തുനിഷ്ഠമായ വിചിന്തനത്തിലൂടെ കൂടുതൽ

ഉറപ്പുള്ളതാണ്. ശാസ്ത്രത്തിന്റെ ചിന്തകന്മാർ നീതീകരണത്തിന്റെ സന്ദർഭത്തെ മാത്രം പരിഗണിച്ചാൽ മതിയെന്ന സമീപനമാണ് വിയന്ന സർക്കിളിലെ ചിന്തകന്മാർ സ്വീകരിച്ചത്. എങ്ങനെയാണ് ഒരു ശാസ്ത്രജ്ഞൻ തന്റെ സങ്കല്പനങ്ങളിലെത്തിച്ചേർന്നത് എന്ന കാര്യത്തെ ഉപേക്ഷിക്കുകയും തന്റെ സങ്കല്പനത്തെ പരീക്ഷണനിരീക്ഷണങ്ങളിലൂടെ തെളിയിക്കാൻ അദ്ദേഹത്തിനു കഴിയുന്നുണ്ടോയെന്നതു മാത്രമാണ് പരിഗണനീയമായ കാര്യമെന്ന് ഉറപ്പിക്കുകയുമാണ് ഇവർ ചെയ്തത്. ഈ സമീപനം ചരിത്രവിരുദ്ധമാണെന്നു തീർച്ച! ശാസ്ത്രത്തിന്റെ രൂപീകരണസന്ദർഭം തത്ത്വചിന്തകരെ ഒന്നും പഠിപ്പിക്കുന്നില്ലെന്നും അത് ചരിത്രകാരന്മാരുടെയോ മന:ശാസ്ത്രകാരന്മാരുടെയോ വിഷയമാണെന്നും പോസിറ്റിവിസ്റ്റുകൾ ഉറപ്പിക്കുന്നുണ്ട്. പില്ക്കാലത്ത് ബാഷ്ലാദിനെയും തോമസ്കുണിനെയും പോലുള്ള പണ്ഡിതരുടെ നിശിതവിമർശങ്ങൾക്കു വിധേയമായത് ഈ ചരിത്രവിരുദ്ധസമീപനമാണ്. സൈദ്ധാന്തികവും സംപ്രത്യയപരവുമായ ഘടകങ്ങളെ നിരീക്ഷിക്കപ്പെട്ട വസ്തുതകളിൽ നിന്നും കൃത്യമായി വേർതിരിക്കണമെന്ന നിഷ്കർഷയും പ്രത്യക്ഷവസ്തുവാദികൾ പുലർത്തിയിരുന്നു. അത്തരത്തിലുള്ള ഒരു വർഗ്ഗീകരണത്തിന്റെ അഭാവത്തിൽ ശാസ്ത്രസിദ്ധാന്തത്തിന്റെ വസ്തുനിഷ്ഠതയും യുക്തിപരതയും വിട്ടുവീഴ്ചയ്ക്കു കീഴ്പ്പെടുന്നതിനു കാരണമാകുമെന്ന് അവർ കരുതി.

ലോജിക്കൽ പോസിറ്റിവിസത്തിന്റെ പ്രാധാന്യമേറിയ സംഭാവന, അത് അർത്ഥപൂർണ്ണമായ വസ്തുതകളെ ശരിയാണെന്നു തെളിയിക്കണമെന്ന മാനദണ്ഡത്തെ (Verifiability criterion of meaningful facts) സ്വീകരിച്ചുവെന്നുള്ളതായിരുന്നു. ഇത് വളരെയധികം വിവാദവും സൃഷ്ടിച്ചു. 1930 നും 1960 നും ഇടയ്ക്കുള്ള കാലയളവിൽ ഈ പോസിറ്റിവിസ്റ്റ് മാനദണ്ഡത്തിന് പല വിധത്തിലുള്ള തിരുത്തലുകളും ഉണ്ടാകുന്നുണ്ട്. തെളിയിച്ചെടുക്കുകയെന്ന പ്രമേയം പരിശോധനീയതയെന്നും ഉറപ്പുവരുത്തലെന്നും മറ്റും മാറുന്നുണ്ട്. കാൾപോപ്പറിന്റെ അസത്യവല്ക്കരണ (Falsification)ത്തെ കുറിച്ചുള്ള സിദ്ധാന്തീകരണവും ശാസ്ത്രവും കപടശാസ്ത്രവും തമ്മിലുള്ള അതിർത്തികൾ നിർണ്ണയിക്കാനുള്ള നിർദ്ദേശ (Demarcation Hypothesis)വും ഇതിന്റെ തുടർച്ചയിലാണ് സംഭവിക്കുന്നത്. പില്ക്കാലത്ത്, ഹാൻസ് റീഷൻബാഹ് സംഭാവ്യതയെ ആധാരമാക്കുന്ന ഒരു സങ്കല്പനവും മുന്നോട്ടുവയ്ക്കുന്നുണ്ട്. ഏറ്റവും ഉയർന്ന സംഭാവ്യതകളുള്ള സങ്കല്പനങ്ങളെയും സിദ്ധാന്തങ്ങളെയും സാമാന്യവൽക്കരണങ്ങളെയും വസ്തുതാപരമായി അർത്ഥപൂർണ്ണതയുള്ളവയായി നിർദ്ദേശിക്കുകയാണ് റീഷൻബാഹ് ചെയ്തത്.

എല്ലാ ശാസ്ത്രങ്ങളും ഏകമാണ്. ഏതൊരു ശാസ്ത്രശാഖയേയും കൂടുതൽ സാമാന്യവും അടിസ്ഥാനപരവുമായ ഒരു ശാസ്ത്രശാഖയിലേക്കു ചുരുക്കിയെടുക്കാൻ കഴിയും. എല്ലാ ശാസ്ത്രശാഖകളെയും ഭൗതികശാസ്ത്രത്തിലേക്കു ചുരുക്കിക്കൊണ്ട് ശാസ്ത്രത്തിന്റെ ഏകത്വം ഉറ

പ്പുവരുത്താനും കഴിയും. വ്യത്യസ്ത സവിശേഷശാസ്ത്രങ്ങളുടെ സിദ്ധാന്തങ്ങളും ഫലങ്ങളും ഒരു പൊതുഭാഷയിൽ, സാർവ്വലൗകികമായ ഒരു ഭാഷയിൽ, രേഖപ്പെടുത്താൻ കഴിയും. എല്ലാ സവിശേഷശാസ്ത്രങ്ങൾക്കും പൊതുവായ ഒരു രീതിശാസ്ത്രമുണ്ട്. വിചിന്തനാത്മക പ്രത്യക്ഷവസ്തുവാദത്തിന്റെ ഒരു കേന്ദ്രപ്രമേയമാണിത്.

പോസിറ്റിവിസത്തിന്റെ മുൻധാരകളിൽ നിന്നും വിയന്ന സർക്കിളിന്റെ നിലപാടുകളും സമീപനങ്ങളും വ്യത്യസ്തതയാർജ്ജിക്കുന്നുണ്ട്. കോംതെ-മാഹ് പാരമ്പര്യത്തിൽ നിന്നും ചില കാര്യങ്ങളെങ്കിലും അതിന് ഉപേക്ഷിക്കേണ്ടതുണ്ടായിരുന്നു. നിരീക്ഷണത്തിനും അനുഭവത്തിനും പ്രാധാന്യം നല്കിക്കൊണ്ട് അണുസിദ്ധാന്തത്തെ തന്നെ എതിർക്കുന്ന സമീപനങ്ങൾ ആധുനികശാസ്ത്രത്തിന്റെ ആദർശത്തിന് ഉതകുന്നതായിരുന്നില്ല. അതേസമയം ശാസ്ത്രസിദ്ധാന്തങ്ങൾ അനുഭവൈകമായി തെളിയിക്കേണ്ടതാണെന്ന കാര്യത്തെ ഉപേക്ഷിക്കാനും കഴിയുമായിരുന്നില്ല. വിചിന്തനപരമായ പ്രത്യക്ഷവസ്തുവാദം/വിചിന്തനപരമായ അനുഭവൈകവാദം(Logical positivism / Logical Empricism) എന്നിങ്ങനെ പുതിയ പേരുകളിൽ അത് അറിയപ്പെടാൻ തുടങ്ങിയത് ഇതുകൊണ്ടാണ്. വിചിന്തനാത്മകവും ഗണിതശാസ്ത്രപരവുമായ സവിശേഷസ്വഭാവത്തെ എടുത്തുകാണിക്കാനാണ് ലോജിക്കൽ എന്ന പദം ഉൾക്കൊള്ളിച്ചിരുന്നത്. വിചിന്തനശാസ്ത്രവും ഗണിതവും അനുഭവൈകമാണെന്ന ജോൺ മില്ലിന്റെ അഭിപ്രായത്തെയല്ല, അവ സങ്കല്പനങ്ങളുടെയും നിർവ്വചനങ്ങളുടെയും അടിസ്ഥാനത്തിലാണ് ശരിയാകുന്നതെന്ന ഫ്രെഗെയുടെയും റസ്സലിന്റെയും വീക്ഷണത്തെയാണ് വിയന്ന സർക്കിൾ സ്വീകരിച്ചത്. ഗണിതപ്രസ്താവനകളെ വിശ്ലേഷണാത്മകനിർദ്ദേശങ്ങളായിട്ടാണ് കാണേണ്ടത്. കാന്റ് അവയെ അങ്ങനെ വിളിച്ചിരുന്നു. വിശ്ലേഷണാത്മകനിർദ്ദേശങ്ങൾ കാര്യകാരണബന്ധത്തെ ഉറപ്പിക്കുന്ന അർത്ഥപൂർണ്ണമായ പ്രസ്താവനകളായിരിക്കും, അഥവാ അവയുടെ ശരിയെയോ തെറ്റിനെയോ നിശ്ചയിക്കുന്നത് അവയിൽ ഉള്ളടങ്ങിയിരിക്കുന്ന പദങ്ങളുടെ അർത്ഥത്തിന്റെ അടിസ്ഥാനത്തിലാണ്. ജ്യാമിതിയെ ഇതിൽനിന്നും വ്യത്യസ്തമായി കാണേണ്ടതുണ്ട്. അത് ഒരു അനുഭവൈകശാസ്ത്രമാണെന്ന സമീപനം ഡേവിഡ് ഹിൽബർട്ട് മുന്നോട്ടുവയ്ക്കുന്നുണ്ട്. ഇവിടെ ഹിൽബർട്ടിന്റെ സമീപനം കാന്റിൽനിന്നും വിരുദ്ധമാണെന്നു തീർച്ച! വിശ്ലേഷണാത്മകം (Analytic), സംശ്ലേഷണാത്മകം (Synthetic) എന്നിങ്ങനെയുള്ള വേർതിരിക്കലിനെ അമേരിക്കൻ വിചിന്തനശാസ്ത്രജ്ഞനായ ക്വിൻ പിന്നീട് വിമർശിക്കുന്നുണ്ട്.

വിചിന്തനാത്മക പ്രത്യക്ഷവസ്തുവാദത്തിന് പില്ക്കാലത്ത് വലിയ വിമർശനങ്ങളെ നേരിടേണ്ടി വരുന്നുണ്ട്. ചില സൂചനകൾ ഇതിനകം നല്കിക്കഴിഞ്ഞു. വിയന്ന സർക്കിളിന് എന്തു സംഭവിച്ചു? മുപ്പതുകളുടെ തുടക്കത്തിൽത്തന്നെ നാസിസവും ഫാസിസവും യൂറോപ്പിലെ വലിയ രാഷ്ട്രീയശക്തികളായി മാറിക്കഴിഞ്ഞിരുന്നല്ലോ? ബുദ്ധിജീവിതത്തി

ലേക്കും അതു കടന്നു കയറി. ഉദാരവാദികളും സോഷ്യലിസ്റ്റുകളും ഇടതുപക്ഷക്കാരും ജൂതന്മാരും എല്ലാമടങ്ങുന്ന വിയന്ന സർക്കിളിനു നേരെ കടന്നാക്രമണങ്ങളുണ്ടായി. വിയന്ന സർക്കിളിന്റെ സ്ഥാപകനായ മോറിസ് ഷ്ളിക്ക് സർവ്വകലാശാലയുടെ പടിയിൽ വെടിയേറ്റു മരിച്ചുവീണു. മോറിസ് ഷ്ളിക്കിന്റെ ഒരു പൂർവ്വവിദ്യാർത്ഥിയും നാസി അനുഭാവിയുമായിരുന്ന ഹാൻസ് നെൽബോക്ക് ആയിരുന്നു കൊലയാളി. ഈ കൊലയ്ക്കു പ്രചോദനമേകിയ ലിയോ ഗബ്രിയേൽ എന്ന ഫാസിസ്റ്റ് പിന്നീട് വിയന്ന സർവ്വകലാശാലയിലെ പ്രൊഫസറായി. ഹിറ്റ്ലറുടെ സേന വിയന്നയിൽ പ്രവേശിച്ചയുടനെ നെൽബോക്ക് തടവിൽനിന്നും മോചിതനുമായി. കുർട് ഗോഡൽ, വിറ്റ്ഗൻസ്റ്റൈൻ, വോൺ ന്യൂമാൻ, ആൽബർട്ട് ഐൻസ്റ്റൈൻ,...തുടങ്ങി എത്രയോ പേർ സ്വദേശം വിട്ടു ദൂരരാജ്യങ്ങളിലേക്കു കുടിയേറി.

കോപ്പർനിക്കസ് വിപ്ലവം

പ്രപഞ്ചത്തെക്കുറിച്ചുള്ള മനുഷ്യന്റെ ധാരണകളെ വലിയ മാറ്റങ്ങൾക്കും തിരുത്തലുകൾക്കും വിധേയമാക്കിയ നിരവധി വിപ്ലവങ്ങളെ ശാസ്ത്രത്തിന്റെ ചരിത്രത്തിൽനിന്നും നമുക്കു കണ്ടെടുക്കാവുന്നതാണ്. അവയിൽ, കോപ്പർനിക്കസിന്റെ പേരിൽ അറിയപ്പെടുന്ന വിപ്ലവം ഏറ്റവും പ്രാധാന്യമുള്ള ഒന്നത്രെ! മനുഷ്യനു വസിക്കാനായി സ്രഷ്ടാവ് തെരഞ്ഞെടുത്തു നല്കിയ ഇടമായിട്ടാണ് മദ്ധ്യകാല യൂറോപ്യൻ മതങ്ങൾ ഭൂമിയെ മനസ്സിലാക്കിയിരുന്നത്. ഭൂമി പ്രപഞ്ചത്തിന്റെ കേന്ദ്രമായി ഗണിക്കപ്പെട്ടിരുന്നു. തന്റെ അരുമയായ പുത്രന് പ്രപഞ്ചത്തിന്റെ കേന്ദ്രത്തിലാണ് ദൈവം വാസസ്ഥലമൊരുക്കിയത്. ഈ വിശ്വാസത്തെ നെടുകെ പിളർക്കുന്ന ആശയമാണ് കോപ്പർനിക്കൻ വിപ്ലവം കൊണ്ടുവരുന്നത്. ഭൂമിയെ കേന്ദ്രമാക്കുന്ന ലോകത്തിനുപകരം സൂര്യകേന്ദ്രലോകത്തെ സ്ഥാപിക്കുന്ന വിപ്ലവമാണ് കോപ്പർനിക്കസിലൂടെ സംഭവിച്ചത്. സൂര്യനെന്ന നക്ഷത്രത്തെ ചുറ്റുന്ന ഒരു ചെറിയ ഗ്രഹമായി ഭൂമി മാറ്റപ്പെട്ടു. ഭൂമിയുടെ സ്ഥാനം പുനർനിർവ്വചിക്കപ്പെടുന്നതിലൂടെ ദൈവത്തിന്റെയും മനുഷ്യന്റെയും സ്ഥാനംകൂടി പുനർനിർവ്വചിക്കപ്പെടുന്നുണ്ടായിരുന്നു. വിശ്വാസസംഹിതകൾക്കു വലിയ പരിക്കേല്പിക്കുന്ന സങ്കല്പനമാണ് കോപ്പർനിക്കസ് മുന്നോട്ടുവച്ചത്. അത്, സത്യവേദപുസ്തകത്തിലെ തിരുവെഴുത്തിനു വിരുദ്ധമായിരുന്നു. പാശ്ചാത്യമനുഷ്യന്റെ മൂല്യസങ്കല്പനങ്ങളിലും സംവേദനത്തിലും അത് വലിയ മാറ്റങ്ങൾ കൊണ്ടുവന്നു.

ഗണിതശാസ്ത്രപരമായ ജ്യോതിശാസ്ത്രത്തിന്റെ കേന്ദ്രസങ്കല്പനത്തിൽ വരുന്ന ഒരു മാറ്റമാണ് കോപ്പർനിക്കസിന്റെ വിപ്ലവത്തിനു കാരണമാകുന്നതെങ്കിലും അതിന്റെ പ്രഭാവങ്ങൾ ബഹുദിശീയമായിരുന്നു. വാനശാസ്ത്രത്തിലും ഭൗതികത്തിലും തത്ത്വചിന്തയിലും മതത്തിലും പരി

വർത്തനങ്ങൾ സൃഷ്ടിക്കാൻ അതു പര്യാപ്തമായിരുന്നു. കോപ്പർനിക്കസ് കൊണ്ടുവന്ന വിപ്ലവത്തിന്റെ ബഹുസ്വരത സവിശേഷമായിരുന്നു. ഒരു സവിശേഷമണ്ഡലത്തിൽ അവതരിപ്പിക്കപ്പെടുന്ന ഒരു സങ്കല്പനത്തിന് ചിന്തയുടെ വിവിധവും വ്യത്യസ്തവുമായ മണ്ഡലങ്ങളെ ഏകോപിപ്പിക്കാൻ കഴിയുന്നതെങ്ങനെയെന്ന് ഈ വിപ്ലവം കാണിച്ചുതരുന്നു. ഒരു ശാസ്ത്രസങ്കല്പനം രൂപപ്പെടുന്നതെങ്ങനെയാണെന്നും മുൻകാല സങ്കല്പനങ്ങളെ പ്രതിസ്ഥാപിക്കുന്നതെങ്ങനെയാണെന്നും സമർത്ഥമായി തെളിയിച്ചുകാണിക്കാൻ കഴിയുന്ന ഏറ്റവും നല്ല ഉദാഹരണങ്ങളിലൊന്നായി കോപ്പർനിക്കൻ വിപ്ലവം ചരിത്രത്തിൽ സ്ഥാനം പിടിക്കുന്നു. മനുഷ്യന്റെ അടിസ്ഥാനപരമായ ചിന്താപ്രക്രിയയെ തന്നെ ഉടച്ചുവാർത്ത വിപ്ലവമാണ് കോപ്പർനിക്കസ് കൊണ്ടുവന്നത്. അതിന്റെ പ്രഭാവങ്ങൾ ദീർഘകാലത്തേക്കും; ഒരുപക്ഷേ, എന്നന്നേക്കും, നിലനില്ക്കുന്നതും നിരന്തരം പുതുക്കാൻ പ്രേരിപ്പിക്കുന്നതുമായിരുന്നു.

ജ്യോതിശാസ്ത്രത്തിൽ കോപ്പർനിക്കസിന്റെ പാത വ്യത്യസ്തമായിരുന്നുവെങ്കിലും അദ്ദേഹം പിന്തുടർന്ന ഭൗതികശാസ്ത്ര ആശയങ്ങൾ അരിസ്റ്റോട്ടിലിന്റേതായിരുന്നു. അരിസ്റ്റോട്ടിലിന്റെ ആശയങ്ങളാണ് യൂറോപ്പിൽ പ്രചാരത്തിൽ മുന്തിനിന്നിരുന്നത്. കോപ്പർനിക്കസ് പഠിച്ച ഇറ്റലിയിലെ സർവ്വകലാശാലകളിൽ പ്ലാറ്റോണിസ്റ്റുകൾ എന്നു വിളിക്കാവുന്ന ചിലരുണ്ടായിരുന്നു. എങ്കിലും, കോപ്പർനിക്കസിനെ അരിസ്റ്റോട്ടിലിന്റെ അവസാനത്തെ പിൻഗാമികളിൽ ഒരാളായി ആർതർ കോയ്സ്ലർ വിശേഷിപ്പിക്കുന്നു. അരിസ്റ്റാർക്കിന്റെ ആശയവും കോപ്പർനിക്കസിനെ സ്വാധീനിച്ചിരുന്നു. നിക്കോളാസ് കുസയെയും റെജിയൊമൊണ്ടാണസിനെയും പോലുള്ള പഴയകാല ചിന്തകർ സൂര്യകേന്ദ്രിതമായ ഒരു മാതൃകയെക്കുറിച്ച് ആലോചിച്ചിരുന്നതായി കോപ്പർനിക്കസ് പഠിച്ചിരുന്ന സർവ്വകലാശാലകളിൽ ചർച്ച ചെയ്തിരുന്നു. കോപ്പർനിക്കസിന്റെ സൂര്യകേന്ദ്രമാതൃകയ്ക്കായി ഉപയോഗിച്ച നിരീക്ഷണങ്ങൾ ഖൽദയോസിൽനിന്നും ഗ്രീക്കുകാരിൽനിന്നും സ്വീകരിക്കപ്പെട്ടതായിരുന്നുവെന്നു കരുതപ്പെടുന്നുണ്ട്. അദ്ദേഹം സ്വയം നടത്തിയ ഇരുപത്തേഴ് നിരീക്ഷണങ്ങളെ കൂടാതെ സൂര്യകേന്ദ്രവ്യവസ്ഥയുടെ രൂപീകരണത്തിനായി ഉപയോഗിച്ച ഡാറ്റ പൂർണ്ണമായും ടോളമിയുടെയും ഹിപ്പാർക്കസിന്റെയും മറ്റു ഗ്രീക്ക്-അറബ് വാനശാസ്ത്രകാരന്മാരുടേതുമായിരുന്നു. കുറ്റങ്ങളും കുറവുകളുമില്ലാത്ത തെളിവുകളായി കോപ്പർനിക്കസ് ഇവയെ സ്വീകരിച്ചു. സൂര്യകേന്ദ്രീയമായ ഒരു മാതൃകയെക്കുറിച്ചുള്ള ആശയങ്ങൾ നേരത്തെ തന്നെ ഇറ്റലിയിലും മറ്റും ചർച്ച ചെയ്യപ്പെട്ടിരുന്നുവെന്നും കരുതണം. (ഇന്ത്യയിൽ, ആര്യഭടൻ സൂര്യകേന്ദ്രമാതൃകയെക്കുറിച്ച് സൂചിപ്പിച്ച ജ്യോതിശാസ്ത്രജ്ഞനായിരുന്നു.) കോപ്പർനിക്കസ് സ്വയം നടത്തിയിരുന്ന ഗ്രഹനിരീക്ഷണങ്ങളുടെ കൃത്യതയെക്കുറിച്ച് സംശയാകുലനായിരുന്നു. അദ്ദേഹത്തിന്റെ കൃതിയുടെ പ്രസിദ്ധീകരണത്തിനു കാലതാമസം ഉണ്ടായത് ഈ കൃത്യതക്കുറവു കൊണ്ടാണെന്നു കരുതപ്പെടുന്നുണ്ട്. എന്നാൽ,

പൗരാണികരുടെ ആധികാരികതയിൽ അദ്ദേഹം അന്ധമായി വിശ്വസിച്ചിരുന്നു. വൃത്തപഥങ്ങളിലൂടെ ഏകവേഗത്തിൽ ചലിക്കുന്ന ഗ്രഹങ്ങളെ പഴയ ജ്ഞാനികൾ സങ്കല്പിച്ചിരുന്നുവെന്ന വിശ്വാസമാണ് സൂര്യകേന്ദ്ര വ്യവസ്ഥയെക്കുറിച്ച് ആലോചിക്കാൻ കോപ്പർനിക്കസിനെ പ്രേരിപ്പിച്ചത്. ഗ്രഹചലനങ്ങളുടെ ഒരു ലളിതസിദ്ധാന്തം രൂപീകരിക്കുകയെന്ന അദ്ദേഹത്തിന്റെ ആഗ്രഹവും പ്രതീക്ഷയും സഫലമായില്ല. തെറ്റായ ചില വാദങ്ങളിലൂടെ ഗ്രഹങ്ങളുടെ പാതകൾ ദീർഘവൃത്തങ്ങളായി തീരുന്ന ഒരു സന്ദർഭത്തെക്കുറിച്ച് നിഗമിക്കാൻ കോപ്പർനിക്കസ് പ്രേരിതനാകുന്നുണ്ടെങ്കിലും ആ കലനങ്ങളെ അദ്ദേഹം വെട്ടിക്കളയുകയും ഉപേക്ഷിക്കുകയും തന്റെ പുസ്തകത്തിൽ ഉൾപ്പെടുത്താതിരിക്കുകയും ചെയ്തു. ആകാശഗോളങ്ങളുടെ ഭ്രമണചലനങ്ങളെക്കുറിച്ചുള്ള പുസ്തകം 1573 ൽ നൂറംബർഗിൽ ആദ്യമായി പ്രസിദ്ധീകൃതമായി. തന്റെ മരണദിനത്തിൽ ആ പുസ്തകം കണ്ടതിനുശേഷമാണ് കോപ്പർനിക്കസ് കണ്ണടച്ചത്. ആയിരം പ്രതികളാണ് അച്ചടിച്ചിരുന്നത്. അവ പൂർണ്ണമായും വിറ്റു തീർന്നില്ല. ലോകത്തിന്റെ വിജ്ഞാനചരിത്രത്തെ മാറ്റിമറിച്ച കോപ്പർനിക്കൻ വിപ്ലവത്തെ പ്രതിപാദിക്കുന്ന പുസ്തകം വില്പനയിൽ വളരെ മോശം പ്രകടനമാണ് കാഴ്ചവച്ചത്. പുസ്തകം ഒട്ടുംതന്നെ വായനാക്ഷമമായിരുന്നില്ലത്രെ! ടോളമിയുടെ വ്യവസ്ഥയിലെന്ന പോലെതന്നെ കോപ്പർനിക്കസിന്റെ വ്യവസ്ഥയും ധാരാളം വൃത്തപഥങ്ങളെ ആവശ്യപ്പെടുന്ന രീതിയിൽ സങ്കീർണ്ണത നിറഞ്ഞതായിരുന്നു. കോപ്പർനിക്കസിന്റെ വ്യവസ്ഥയിൽ മുപ്പതു വൃത്തങ്ങൾ വേണമായിരുന്നു. ലാളിത്യത്തിനും എളുപ്പത്തിനും വേണ്ടി ഇവരുടെ പദ്ധതികൾക്കിടയിൽ ഒരു തെരഞ്ഞെടുപ്പ് അസാദ്ധ്യമായിരുന്നു.

പില്ക്കാലത്ത് ടൈക്കോ ബ്രാഹേയാണ് വിപുലവും സ്വീകാര്യവുമായ നിരവധി വാനനിരീക്ഷണങ്ങൾ നടത്തിയത്. ടൈക്കോ ബ്രാഹേയുടെ നിരീക്ഷണങ്ങളുടെയും കലനത്തിന്റെയും കാലത്താണ് സിദ്ധാന്തവും പരീക്ഷണനിരീക്ഷണങ്ങളും തമ്മിലുള്ള യോജിപ്പിന്റെ ആവശ്യകത കൂടുതൽ വ്യക്തമായി ബോദ്ധ്യപ്പെട്ടു തുടങ്ങുന്നത്. കെപ്ലറുടെ ആറു വർഷംനീണ്ട കലനങ്ങളാണ് ഗ്രഹങ്ങളുടെ സഞ്ചാരപഥങ്ങൾ ദീർഘവൃത്തങ്ങളാണെന്നു തെളിയിക്കുന്നത്. ഇരുപതുവർഷങ്ങൾ കൊണ്ടാണ് കെപ്ലർ തന്റെ പേരിൽ അറിയപ്പെടുന്ന മൂന്നു ഗ്രഹചലനനിയമങ്ങൾ രൂപപ്പെടുത്തിയത്. ബ്രാഹേയുടെ നിരീക്ഷണങ്ങളുടെ അടിസ്ഥാനത്തിൽ കെപ്ലർ രൂപീകരിച്ച ജ്യോതിർഗോളങ്ങളുടെ പട്ടിക ഉപയോഗിച്ച് ഭൂത, വർത്തമാന, ഭാവികാലങ്ങളിലെ ആകാശഗോളസ്ഥാനങ്ങളെ കണ്ടെത്താൻ കഴിയുമായിരുന്നു. കോപ്പർനിക്കൻ വിപ്ലവം കോപ്പർനിക്കസിലോ അതിനു മുമ്പു തന്നെയോ ആരംഭിക്കുന്നതും കെപ്ലറിലും ഗലീലിയോയിലും ന്യൂട്ടനിലുംവരെ എത്തിനില്ക്കുന്നതുമായിരുന്നു. ഗലീലിയോയിൽ, ആധുനികശാസ്ത്രം മറ്റൊരു വലിയ വിപ്ലവകരമായ മാറ്റത്തിനു വിധേയമാകുന്നു.

ആധുനികതത്ത്വചിന്തയുടെ സ്ഥാപകനായി പരിഗണിക്കപ്പെടുന്നത്

റെനെ ദെക്കാർത്തെയെയാണ്. എന്നാൽ, ആധുനികത ഉദ്ഘാടനം ചെയ്യപ്പെട്ടത് ശാസ്ത്രത്തിന്റെ മണ്ഡലത്തിലായിരുന്നു. ശാസ്ത്രത്തിന്റെ രീതിശാസ്ത്രം പുതുക്കിപ്പണിയുന്നത് ഗലീലിയോ ആയിരുന്നു. ആധുനികശാസ്ത്രത്തിന്റെ പിതാവ് ഗലീലിയോ ആയിരുന്നു. രീതിശാസ്ത്രപരമായ സവിശേഷതകൾ പരമ്പരാഗതശാസ്ത്രങ്ങളിൽ നിന്ന് ആധുനികശാസ്ത്രത്തെ വ്യതിരിക്തമാക്കി. പരമ്പരാഗതശാസ്ത്രങ്ങളുടെ പരീക്ഷണങ്ങളും വിശകലനങ്ങളും പരിശോധനീയമല്ലാത്ത സംവർഗ്ഗങ്ങളിന്മേലാണ് ചിട്ടപ്പെടുത്തിയിരുന്നത്. അവയ്ക്ക് പ്രാദേശികമോ വംശീയമോ ആയ കടപ്പാടുകളുണ്ടായിരുന്നു. ഗണിതശാസ്ത്രപരമായ സങ്കല്പനങ്ങളെ ക്രമീകൃതമായ പരീക്ഷണപ്രയോഗങ്ങൾക്ക് വിധേയമാക്കി പരിശോധിക്കുന്ന പുതിയ രീതിശാസ്ത്രം ആവിഷ്കരിക്കുന്നതിൽ പ്രധാന പങ്കു വഹിക്കുന്നത് ഗലീലിയോയാണ്. ആധുനികശാസ്ത്രത്തിലെ പരീക്ഷണനിരീക്ഷണങ്ങളുടെ ലക്ഷ്യംതന്നെ പ്രകൃതിയാഥാർത്ഥ്യത്തെ കുറിച്ചുള്ള അറിവുകളെ ഗണിതശാസ്ത്രത്തിന്റെ പദാവലികളിലേക്ക് വിവർത്തനം ചെയ്യുകയെന്നതായിരുന്നു. പ്രകൃതി എഴുതപ്പെട്ടിരിക്കുന്നത് ഗണിതശാസ്ത്രത്തിന്റെ ഭാഷയിലാണെന്ന ഗലീലിയോയുടെ പ്രശസ്തമായ പ്രസ്താവം ആധുനികശാസ്ത്രത്തിന്റെ രീതിശാസ്ത്രത്തെ കുറിച്ചുള്ള പുതിയ വീക്ഷണമാണ് വിളംബരം ചെയ്തത്. ആധുനികശാസ്ത്രത്തിന് സാർവ്വലൗകികമായ ഒരു ഭാഷ; ഗണിതശാസ്ത്രത്തിന്റെ ഭാഷ, കണ്ടെത്താൻ കഴിഞ്ഞു. ശാസ്ത്രം അതിന്റെ ഭാഷയെ കണ്ടെത്തിക്കഴിഞ്ഞതിനുശേഷമാണ് അതിനു അഭൂതപൂർവ്വമായ വളർച്ച സാദ്ധ്യമായത്. എല്ലാ ദേശങ്ങളിലെയും മനുഷ്യർക്ക് മനസ്സിലാക്കാനും പരിശോധിക്കാനും വികസിപ്പിക്കാനും കഴിയുന്ന സാർവ്വലൗകികമായ ഗണിതശാസ്ത്രപരികല്പനകളെ ആധുനികശാസ്ത്രം ഉപയോഗപ്പെടുത്തുന്നത് ഇതോടുകൂടിയാണ്. ആധുനികശാസ്ത്രം എല്ലാ ദേശങ്ങൾക്കും പൊതുവായതാണെന്ന് ജോസഫ് നീധം പറയുന്നത് ഈ സവിശേഷസന്ദർഭത്തെ മുൻനിർത്തിയാണ്. സാർവ്വലൗകികമായ ഒരു സംസ്കാരമാണ് (cultural universal) ശാസ്ത്രത്തിന്റേതെന്ന ധാരണയിൽ നീധം എത്തിച്ചേരുന്നുണ്ടല്ലോ, നമുക്കു വിയോജിക്കാമെങ്കിലും. പരമ്പരാഗതശാസ്ത്രങ്ങൾക്കു മേൽ ആധുനികശാസ്ത്രം നേടിയ ഗുണപരമായ മെച്ചത്തിന്റെ സൂചനകൾ അതിലുണ്ടായിരുന്നു. എന്നാൽ, പരമ്പരാഗതശാസ്ത്രങ്ങളുടെ ഘടനക്കുള്ളിൽ വികസിച്ചുവന്ന പ്രശ്നങ്ങളെയും സങ്കേതങ്ങളെയും തന്നെയാണ് ആധുനികശാസ്ത്രം ഉപയോഗപ്പെടുത്തിയത്. ജ്യാമിതീയതെളിവുകളുടെ യൂക്ലിഡിയൻ മാതൃകയും ഗ്രഹങ്ങളുടെ ചലനത്തെക്കുറിച്ചുള്ള ടോളമിയുടെയും അരിസ്റ്റാർക്കിന്റെയും വിശകലനങ്ങളും ഗ്രീസിൽനിന്നും അറേബ്യൻ നാടുകൾ വഴി യൂറോപ്പിൽ എത്തിച്ചേർന്നിരുന്നതിനെക്കുറിച്ച് നേരത്തെ പരാമർശിച്ചല്ലോ? ഇന്ത്യയിൽനിന്നും അറേബ്യവഴി യൂറോപ്പിനു ലഭിച്ച സംഖ്യാസമ്പ്രദായത്തിന്റെ അഭാവത്തിൽ ഗലീലിയോയുടെ ശാസ്ത്രപ്രവർത്തനങ്ങൾ അസാദ്ധ്യമായിരുന്നു.

ഗലീലിയോ നടത്തിയ ഗണിതവല്ക്കരണത്തിലൂടെ പ്രകൃതി എന്ന സങ്കല്പനം പരിവർത്തനത്തിനു വിധേയമാകുകയായിരുന്നു. ആദർശീകൃതജ്യാമിതി പ്രായോഗികജ്യാമിതിയായി മാറ്റപ്പെട്ടു. പ്രാപഞ്ചികവസ്തുക്കളെക്കുറിച്ച് മനുഷ്യവംശം അന്നേവരെ പുലർത്തിയിരുന്ന ധാരണകളെ മാറ്റിമറിയ്ക്കുകയും പരിവർത്തിപ്പിക്കുകയും ചെയ്യുന്ന പ്രവർത്തനമാണ് ഗലീലിയോ നടത്തിയത്. അത് യുക്തിചിന്തയെ പുതുക്കിപ്പണിതു. പ്രകൃതി ഒരു ഗണിതശാസ്ത്രവൈവിദ്ധ്യമായി മാറി. ഗണിതം പ്രകൃതിയുടെ തന്നെ ഭാഗമായ ഉണ്മയായി മാറുകയായിരുന്നു. പ്രകൃതി അളവുകൾക്കും കണക്കുകൂട്ടലുകൾക്കുമായി സമർപ്പിക്കപ്പെട്ടു. വസ്തുക്കളിൽ നിന്നും അളന്നെടുക്കാൻ കഴിയുന്നതും അക്കങ്ങൾകൊണ്ട് രേഖപ്പെടുത്താൻ കഴിയുന്നതുമായ ഗുണങ്ങൾക്ക് സവിശേഷപ്രാധാന്യം ലഭിച്ചു. അവ പ്രാഥമികഗുണങ്ങളെന്നു വിളിക്കപ്പെട്ടു. നീളവും വ്യാപ്തവും ഭാരവും സമയവുമെല്ലാം പ്രാഥമികഗുണങ്ങളുടെ പട്ടികയിൽ ഉൾപ്പെട്ടു. രുചിയും മണവും വികാരങ്ങളും അളവുകൾക്കു വിധേയമാക്കി അക്കങ്ങളാക്കി പരിവർത്തിപ്പിക്കാൻ കഴിയാത്തതിനാൽ ദ്വിതീയഗുണങ്ങളായി മാറ്റിനിർത്തപ്പെട്ടു. എണ്ണമറ്റ ഭൗതികവസ്തുക്കളുടെ ലോകം ജീവലോകത്തു നിന്നു വേർപെടുത്തപ്പെട്ടു. അവ രണ്ടു ലോകങ്ങളായി. ഗണിതശാസ്ത്രം ഭൗതികവസ്തുക്കളെക്കുറിച്ചു നല്കുന്ന സൈദ്ധാന്തികമായ അറിവിനെ പരീക്ഷണനിരീക്ഷണങ്ങളിലൂടെ ഉറപ്പിക്കണമെന്ന് ഗലീലിയോയുടെ രീതിശാസ്ത്രം നിർദ്ദേശിക്കുന്നുണ്ട്.

ഭൗതികവസ്തുക്കൾ പരിചയത്തിൽ വരുന്നത്; ഭൗതികശാസ്ത്രത്തിലെ വസ്തുക്കൾ എന്ന നിലയ്ക്കല്ല, നിത്യജീവിതത്തിലെ ഇന്ദ്രിയസംവേദനങ്ങൾ എന്ന നിലയ്ക്കാണ്. സംവേദനത്തെ സംവേദനവസ്തുവിന്റെ നേരിട്ടുള്ള ഗ്രാഹ്യമെന്നു കാണാതെ, സവിശേഷമായ രേഖീകരണത്തിലൂടെ കൈവരുന്ന പരോക്ഷമായ അവബോധമായി കാണുന്ന സമീപനമാണ് ഗലീലിയോ സ്വീകരിച്ചത്. അത് ദെക്കാർത്തെയുടെ നിലപാടുകൂടിയായിരുന്നു. ആധുനികശാസ്ത്രത്തിന്റെ നിലപാടാണത്. ഈ നിലപാടിനെ എഡ്മണ്ട് ഹുസേൽ വിമർശിക്കുന്നുണ്ട്. ശാസ്ത്രവസ്തുവും ആനുഭവികവസ്തുവും എന്ന മാരകമായ പിളർപ്പാണ് ഗലീലിയോ സൃഷ്ടിച്ചതെന്ന് ഹുസേൽ പറയുന്നു. ഈ വിമർശത്തെ നാം വിശദമായി പിന്നീടു പരിശോധിക്കുന്നുണ്ട്. പ്രകൃതിവസ്തുക്കളെ ഗണിതശാസ്ത്രവസ്തുക്കളായി ന്യൂനീകരിച്ചതിനെക്കുറിച്ച് ഹുസേലിനേയും ഹൈഡഗറേയും പോലുള്ള ചിന്തകർ വലിയ വിമർശങ്ങൾ ഉയർത്തിയെങ്കിലും ശാസ്ത്രത്തിലെ വസ്തു പൊതുബോധത്തിലെ വസ്തുവല്ലെന്നും ശാസ്ത്രം നിർമ്മിച്ചെടുക്കുന്ന വസ്തുവാണെന്നുമുള്ള സമീപനത്തിലേക്ക് ബാഷ്ലാദിനെപ്പോലുള്ള ചിന്തകന്മാർ സഞ്ചരിക്കുന്നതു കാണാം. ശാസ്ത്രചിന്തയുടെ യുക്തിപരമായ ചട്ടക്കൂട് ഗണിതത്തിന്റേതാണെന്ന് ബാഷ്ലാദ് വാദിക്കുന്നു.

ശാസ്ത്രത്തിന്റെ രീതിശാസ്ത്രത്തിന് ഗണിതവല്ക്കരണത്തിന്റെ

വ്യത്യസ്തമായ വഴി തുറന്നു നല്കിയതാണ് ഗലീലിയോയുടെ പ്രധാനപ്പെട്ട സംഭാവനയെന്നു കാണാം. എന്നാൽ, അദ്ദേഹം നടത്തിയ സൗരയൂഥനിരീക്ഷണങ്ങളുടെയും കോപ്പർനിക്കസിന്റെ സിദ്ധാന്തത്തിനു നല്കിയ പ്രചാരത്തിന്റെയും തുടർന്നു നടക്കുന്ന മതവിചാരണയുടെയും പേരിലാണ് ജനങ്ങൾക്കിടയിൽ ഏറെയും അറിയപ്പെടുന്നത്. 1610 ൽ ടസ്കനിയിയിലെ ഗ്രാന്റ് ഡ്യൂക്കിന്റെ കോടതിയിലെ തത്ത്വചിന്തകനായി ഗലീലിയോ പ്രവൃത്തിയെടുത്തിരുന്നു. ഇപ്പോൾ നാം ശാസ്ത്രം എന്നു വിളിക്കുന്ന അർത്ഥത്തിൽ തത്ത്വചിന്തയെ ഉപയോഗിക്കുന്നതിനും ഈ നിലപാടുള്ളവരെ വ്യത്യസ്ത സ്ഥാനങ്ങളിൽ പ്രതിഷ്ഠിക്കുന്നതിനും ഗലീലിയോ തന്റെ ഈ പദവിയിലൂടെ ശ്രമിക്കുന്നു. പിസാ സർവ്വകലാശാലയിലെ ഗണിതശാസ്ത്ര പ്രൊഫസറായി ബെനസിറ്റോ കാസ്റ്റെലിയെ നിയമിക്കുന്നത് ഇങ്ങനെയാണ്. ഭൂമിയുടെ ചലനത്തെക്കുറിച്ചുള്ള കോപ്പർനിക്കൻ ആശയങ്ങൾ പഠിപ്പിക്കരുതെന്ന് ചിലർ കാസ്റ്റെലിയോട് ആവശ്യപ്പെടുന്നുണ്ട്. ഭൂമിയുടെ ചലനത്തെക്കുറിച്ചുള്ള ആശയങ്ങൾ സത്യവേദപുസ്തകവുമായി വൈരുദ്ധ്യത്തിലാണെന്ന് ഗ്രാന്റ് ഡ്യൂക്കസ് ക്രിസ്റ്റീന പറയുന്നു. ഇക്കാര്യം കാസ്റ്റെലി ഗലീലിയോയുമായി ചർച്ച ചെയ്യുന്നുണ്ട്. ഇതിനെക്കുറിച്ച് ഗലീലിയോ എഴുതുന്ന കത്തിൽ മതവും ശാസ്ത്രവും കൂട്ടിക്കുഴയ്ക്കരുതെന്ന് അഭിപ്രായപ്പെടുന്നു. ദൈവം സത്യവേദപുസ്തകത്തിന്റേതെന്ന പോലെ പ്രകൃതിയുടെയും ഗ്രന്ഥകാരനാണ്. പ്രകൃതിയും സത്യവേദപുസ്തകവും തുറന്നു തരുന്നത് സത്യങ്ങളാണ്. ബൈബിളിന്റെ ഭാഷ സാധാരണ മനസ്സിലാക്കലിനുവേണ്ടിയുള്ളതാണ്. ഭൂമി ചലിക്കുന്നില്ലെന്ന വേദപുസ്തകത്തിലെ വാക്യങ്ങൾ സാധാരണ അനുഭവത്തിന്റെ രേഖീകരണമാണ്. ഭൂമി ചലിക്കുന്നുവെന്ന് പ്രകൃതി നമ്മെ ബോദ്ധ്യപ്പെടുത്തുന്നുവെങ്കിൽ അതിലും നാം സംശയിക്കേണ്ടതില്ല. പ്രകൃതി ലളിതമായി നമ്മുടെ മുന്നിൽ കാണിച്ചുതരുന്ന യാഥാർത്ഥ്യത്തെ ബൈബിൾ കൊണ്ട് എതിർക്കരുത്.

ഗലീലിയോയുടെ ഈ കത്തിന്റെ പകർപ്പുകളെടുത്ത് കാസ്റ്റെലി വിതരണം ചെയ്യുന്നു. ഈ പകർപ്പുകൾ മഹാശാസ്ത്രജ്ഞന്റെ ശത്രുക്കളുടെ കൈകളിലും എത്തിച്ചേരാനുള്ള സാദ്ധ്യതയുണ്ടായിരുന്നു.

നിക്കോളോ ലോറിനി എന്ന വൈദികൻ റോമിലെ മതദ്രോഹവിചാരകരുടെ പക്കൽ ഗലീലിയോയുടെ കത്തിന്റെ പകർപ്പ് എത്തിക്കുന്നു. മതദ്രോഹവിചാരകർ ഇതേ കത്ത് ദൈവശാസ്ത്രഉപദേശകനും അയയ്ക്കുന്നുണ്ടെങ്കിലും അതിന്റെ ഉള്ളടക്കം ദൈവനിഷേധപരമാണെന്ന് അദ്ദേഹം കരുതുന്നില്ല. ഫാദർ ലോറിനിക്ക് കത്ത് എത്തിച്ചു നല്കിയ തോമസോ കാക്കിനി റോമിൽ പോകുകയും സൂര്യനാണ് പ്രപഞ്ചത്തിന്റെ കേന്ദ്രമെന്നും ഭൂമി സൂര്യനെ ചുറ്റി ചലിക്കുകയാണെന്നുമുള്ള കോപ്പർനിക്കൻ ആശയങ്ങൾ ഗലീലിയോ പഠിപ്പിക്കുന്നതായി മതദ്രോഹവിചാരകരെ അറിയിക്കുകയും ചെയ്യുന്നു. ഈ സന്ദർഭത്തിൽ, റോമിലെ തന്റെ ചില സുഹൃത്തുക്കളുമായി ഗലീലിയോ കത്തിടപാടുകൾ നടത്തുന്നുണ്ട്. നേപ്പിൾ

സിലെ വൈദികനായിരുന്ന പൗലോ ഫൊസ്കാരിനി പ്രസിദ്ധീകരിച്ച ലഘുലേഖയിൽ കോപ്പർനിക്കൻ വ്യവസ്ഥയെ ബൈബിളിനു വിരുദ്ധമായി കാണാൻ കഴിയില്ലെന്ന് എഴുതുന്നുണ്ട്. ഇതിന്റെ പകർപ്പ് കർദ്ദിനാൾ റോബർട്ട് ബെല്ലാർമിനോക്കു ലഭിക്കുന്നു. ഭൂമിയുടെ ചലനം ഒരു സങ്കല്പനം മാത്രമാണെങ്കിൽ അതിനെ പ്രശ്നമാക്കേണ്ടതില്ലെന്ന സമീപനമാണ് കർദ്ദിനാൾ സ്വീകരിക്കുന്നത്. എന്നാൽ, ഭൂമി യഥാർത്ഥത്തിൽ ചലിക്കുന്നുണ്ടെങ്കിൽ അത് ക്രൈസ്തവവിശ്വാസത്തിനും സത്യവേദപുസ്തകത്തിനും വിരുദ്ധമാണെന്ന് അദ്ദേഹം പ്രഖ്യാപിക്കുന്നു. ഭൂമി ചലിക്കുന്നതിന് എന്തെങ്കിലും തെളിവുകളുള്ളതായി തനിക്ക് അറിയില്ലെന്ന് അദ്ദേഹം കൂട്ടിച്ചേർക്കുന്നു. കർദ്ദിനാൾ ബെല്ലാർമിനോയുടെ നിലപാടിനുള്ള മറുപടിയെന്നോണം കാസ്റ്റെലിക്കും ക്രിസ്റ്റിനയ്ക്കും എഴുതുന്ന കത്തിൽ സത്യവേദപുസ്തകത്തെയും പ്രകൃതിയെയും എങ്ങനെയാണ് വ്യാഖ്യാനിക്കേണ്ടതെന്ന് ഗലീലിയോ വിശദമാക്കുന്നുണ്ട്. ബൈബിളിന്റെ ആധികാരികത വിശ്വാസത്തിന്റെയും ധാർമ്മികതയുടെയും മണ്ഡലങ്ങളിൽ ഒതുങ്ങി നില്ക്കുന്നതാണെന്ന് അദ്ദേഹം പറയുന്നു. പള്ളി അധികാരികൾ നിർദ്ദേശിക്കുന്നതുപോലെ കോപ്പർനിക്കസിന്റെ പുസ്തകത്തിലെ ഉള്ളടക്കത്തെ തിരുത്തുന്നതുവരെ അതു നിരോധിക്കപ്പെടുന്നു. ഇങ്ങനെയാണ് താല്ക്കാലികമായി ഈ വാദപ്രതിവാദങ്ങൾ അവസാനിക്കുന്നത്. ഗലീലിയോയെ വിളിച്ച് മുന്നറിയിപ്പ് നല്കാനും അദ്ദേഹത്തോട് കോപ്പർനിക്കസിന്റെ ആശയങ്ങളെ ഉപേക്ഷിക്കുന്നതിനു നിർദ്ദേശിക്കാനും പോപ്പ് കർദ്ദിനാൾ ബെല്ലാർമിനോയോട് ആവശ്യപ്പെടുന്നു. ബെല്ലാർമിനോയുടെ സാന്നിദ്ധ്യത്തിൽ നടക്കുന്ന വിചാരണയുടെ രേഖകൾ അനുസരിച്ച് കോപ്പർനിക്കസിന്റെ ആശയങ്ങളെ ഒഴിവാക്കുന്നതിനെ എതിർക്കുകയില്ലെന്ന് ഗലീലിയോ സമ്മതിക്കുന്നു. എന്നാൽ, വാക്കു കൊണ്ടോ എഴുത്തുകൊണ്ടോ കോപ്പർനിക്കസിന്റെ അഭിപ്രായങ്ങളെ ഉയർത്തിപ്പിടിക്കുകയോ പഠിപ്പിക്കുകയോ ചെയ്യില്ലെന്നു പറയുന്ന മറ്റൊരു രേഖയുടെ അടിയിൽ ഗലീലിയോ തന്റെ ഒപ്പുകൊണ്ട് സാക്ഷ്യപ്പെടുത്തിയില്ല.

1623 ൽ കർദ്ദിനാൾ ബാർബെറിനി പുതിയ പോപ്പായി അർബൻ എട്ടാമനെന്ന പേരിൽ വാഴിക്കപ്പെട്ടു. പുതിയ പോപ്പിനെ ഗലീലിയോ സന്ദർശിക്കുന്നുണ്ട്. കോപ്പർനിക്കസിന്റെ ആശയങ്ങൾക്കുമേലുള്ള നിരോധനം നീക്കുമോയെന്ന് അദ്ദേഹം അന്വേഷിക്കുന്നുണ്ട്. സന്ദർശനത്തിന്റെ ഫലമെന്നോണം ടോളമിയുടെ ഭൂമികേന്ദ്രവ്യവസ്ഥയുമായി താരതമ്യം ചെയ്തുകൊണ്ട് കോപ്പർനിക്കസിന്റെ സൂര്യകേന്ദ്രവ്യവസ്ഥയെ കുറിച്ച് എഴുതാൻ ഗലീലിയോക്ക് അനുമതി ലഭിക്കുന്നു. കോപ്പർനിക്കസിന്റെ സങ്കല്പനങ്ങളെ വെളിവാക്കുന്ന സംഭാഷണങ്ങളുടെ രൂപത്തിൽ ഒരു പുസ്തകം രചിക്കാനാണ് ഗലീലിയോ ഒരുമ്പെട്ടത്. അരിസ്റ്റോട്ടിലിന്റെ വീക്ഷണങ്ങളുള്ള സിമ്പിളിക്ക, മുഖംമൂടിയിട്ട കോപ്പർനിക്കസായി സാൽവിയാറ്റി, ഗലീലിയോയുടെ സുഹൃത്തിന്റെ രൂപത്തിലുള്ള സാഗ്രെദോ എന്നിവരായിരുന്നു നാലുദിവസത്തെ സംഭാഷണങ്ങളിലേർപ്പെട്ടത്. പൂർത്തിയാക്കിയ

പുസ്തകത്തിന്റെ പ്രതി 1630 ൽ റോമിലെ പള്ളി അധികാരികൾക്ക് സമർപ്പിക്കപ്പെട്ടു. സംഭാഷണങ്ങൾ: *ടോളമിയുടെയും കോപ്പർനിക്കസ്സിന്റെയും ലോകവ്യവസ്ഥകളെക്കുറിച്ച് (Dialogues: On TheTwo Chief World Systems, Ptolemaic and Copernican)* എന്ന പുസ്തകം മുഖ്യപരിശോധകൻ വായിക്കുകയും ചില തിരുത്തലുകൾ വരുത്തിയാൽ താല്ക്കാലികമായ അനുമതി നല്കാമെന്ന് സമ്മതിക്കുകയും ചെയ്തു. തിരുത്തലുകൾക്കായി ഗലീലിയോ ഫ്ളോറൻസിലേക്കു മടങ്ങി. ലിൻസിയൻ അക്കാദമിയാണ് പുസ്തകത്തിന്റെ പ്രസാധനം നിർവ്വഹിക്കുമെന്നു പ്രതീക്ഷിച്ചിരുന്നത്. അക്കാദമിക്കു വേണ്ടത്ര ധനസഹായം നല്കിയിരുന്ന രാജാവിന്റെ മരണവും വടക്കൻ ഇറ്റലിയിൽ പ്ലേഗ് പടർന്നു പിടിച്ചതും പുസ്തകപ്രസാധനത്തെ തടസ്സപ്പെടുത്തി. പുസ്തകം ഫ്ളോറൻസിൽ വച്ചു പ്രസിദ്ധപ്പെടുത്താൻ ഗലീലിയോ തീരുമാനിച്ചതോടെ അത് അവിടെത്തന്നെ പരിശോധനയ്ക്കു വിധേയമായി. 1632 ഫെബ്രുവരിയിൽ പുസ്തകത്തിന്റെ ആയിരം പ്രതികൾ പുറത്തുവന്നു.

ദൈവാധികാരം മനുഷ്യമനസ്സുകൾകൊണ്ട് തടുത്തു നിർത്താനാവില്ലെന്ന പോപ്പിന്റെ ഉറച്ചശബ്ദം പുസ്തകത്തിൽ കൂട്ടിച്ചേർക്കപ്പെട്ടിരുന്നു. സംഭാഷണങ്ങളിൽ, സിമ്പിളിക്കയുടെ വാകൃങ്ങളായിട്ടാണ് അത് പുസ്തകത്തിൽ പ്രത്യക്ഷപ്പെട്ടത്. പോപ്പ് അർബനെ ആക്ഷേപിക്കുന്ന രീതിയിലാണ് ഈ വാക്യങ്ങൾ പുസ്തകത്തിൽ ഉൾക്കൊള്ളിച്ചിരിക്കുന്നതെന്ന പ്രചരണങ്ങളുണ്ടായിരുന്നു. പോപ്പിന്റെ ചെവികളിലും ഈ വാർത്തകൾ എത്തിച്ചേർന്നു. പുസ്തകം നിരോധിക്കണമോയെന്ന് സൂക്ഷ്മാന്വേഷണം നടത്താൻ ഒരു പ്രത്യേകസമിതിയെ പോപ്പ് നിയോഗിച്ചതായിരുന്നു അതിന്റെ ഭവിഷ്യത്ഫലം. ഗലീലിയോയെ വിളിപ്പിക്കുന്നതിന് പ്രത്യേക സമിതി തീരുമാനിച്ചു. ഭൂമിയുടെ ചലനങ്ങളെക്കുറിച്ച് ഒരിക്കലും പറയരുതെന്ന് ഗലീലിയോയെ നിർദ്ദേശിക്കുന്ന ഒരു രേഖ മതദ്രോഹവിചാരകരുടെ ഫയലുകളിൽനിന്നും കണ്ടെടുത്തതായി ആ പ്രത്യേക സമിതി വെളിപ്പെടുത്തുന്നുണ്ട്. ഗലീലിയോ ആ നിർദ്ദേശത്തെ ഉൾക്കൊള്ളുകയോ അനുസരിക്കുകയോ ചെയ്തിട്ടില്ലെന്നും അവർ കണ്ടു. ഗലീലിയോയെ റോമിലേക്കു വിളിപ്പിച്ചെങ്കിലും അദ്ദേഹത്തിന്റെ രോഗസ്ഥിതി യാത്രയെ ചില മാസങ്ങളോളം വൈകിപ്പിച്ചു. പെട്ടെന്ന് അനുസരിക്കാനുള്ള ഉത്തരവ് പുറപ്പെടുവിക്കപ്പെട്ടു. അല്ലെങ്കിൽ, അദ്ദേഹത്തെ ചങ്ങലയിൽ ബന്ധനസ്ഥനാക്കി കൊണ്ടുവരാൻ ഭടന്മാരെ നിയോഗിക്കുമെന്ന കല്പനയും വന്നു. 1633 ഫെബ്രുവരി മാസത്തിൽ ഗലീലിയോ റോമിലെത്തിയെങ്കിലും ഏപ്രിൽ മാസത്തിലാണ് വിചാരണ ആരംഭിച്ചത്. കർദ്ദിനാൾ ബെല്ലാർമിനോയുടെ പത്രത്തിനനുസരിച്ചാണ് താൻ പ്രവർത്തിച്ചിട്ടുള്ളതെന്ന് ഗലീലിയോ മറുപടി നല്കി. അതു പ്രകാരം കോപ്പർനിക്കസിന്റെ ആശയങ്ങളെ ഉയർത്തിപ്പിടിക്കില്ലെന്നു സമ്മതിച്ചിട്ടുണ്ടെങ്കിലും അതു പഠിപ്പിക്കില്ലെന്നു പറഞ്ഞിട്ടില്ല. തന്റെ പുസ്തകത്തിൽ, കോപ്പർനിക്കസിനെ നിരുപാധികം പിന്തുണയ്ക്കുന്നില്ല, അദ്ദേഹം നിരത്തുന്ന കാരണങ്ങൾ പ്രബലമല്ലെ

ന്നാണ് പറയുന്നത്. കർദ്ദിനാൾ ബെല്ലാർമിനോയുടെ സാക്ഷ്യപത്രത്തെ കുറിച്ച് ഗലീലിയോ പറഞ്ഞ കാര്യങ്ങൾ വിചാരകന്മാർക്ക് പുതിയ കാര്യമായിരുന്നു. എങ്കിലും, മൂന്നു വിചാരണക്കാരും ഗലീലിയോ കുറ്റക്കാരനാണെന്ന അഭിപ്രായമാണ് രേഖപ്പെടുത്തിയത്. പക്ഷേ, അവരുടെ ഇംഗിതത്തിന്നനുസരിച്ച് കടുത്ത നടപടികളിലേക്കു നീങ്ങാൻ കഴിയുമായിരുന്നില്ല. ഗലീലിയോ വീട്ടുതടങ്കലിലെന്നോണം പാർപ്പിക്കപ്പെട്ടു. തന്റെ തെറ്റ് ശുദ്ധമായ അജ്ഞതയുടെയും അശ്രദ്ധയുടെയും ചിന്താശൂന്യതയുടേതുമാണെന്ന് അദ്ദേഹം കുമ്പസാരിച്ചു. ശാസ്ത്രവും മതവും തമ്മിൽ നടക്കുന്ന വലിയ തർക്കത്തിന്റെ വേദിയായി ഗലീലിയോയുടെ ജീവിതം മാറിത്തീരുന്നതാണ് നാം കാണുന്നത്.

അരിസ്റ്റോട്ടിലിന്റെ പ്രപഞ്ചം അവസാനമുള്ളതും പരിമിതവുമായിരുന്നു. പഴയകാല ഗ്രീക്കു ചിന്തകരായ ലൂസിപ്പസിനും ഡമോക്രിറ്റസിനും പ്രപഞ്ചം അനന്തമായിരുന്നെങ്കിലും അരിസ്റ്റോട്ടിലിന്റെ മാസ്മരികപ്രഭാവത്തിനുമുന്നിൽ ആ ആശയങ്ങൾ വേണ്ടത്ര നിലനിന്നില്ല. അവരുടെ രചനകൾ മദ്ധ്യകാലങ്ങളിലെത്തുമ്പോഴേക്കും മിക്കവാറും അപ്രത്യക്ഷമായിരുന്നു. കോപ്പർനിക്കൻ വിപ്ലവത്തിന്റെ തുടർച്ചയിൽ ഇംഗ്ലീഷുകാരനായ തോമസ് ഡിഗ്ഗസ് അനന്തപ്രപഞ്ചത്തെക്കുറിച്ചുള്ള ആശയത്തെ പുനരവതരിപ്പിക്കുന്നുണ്ട്. (വർഷങ്ങൾക്കു മുന്നേ, കുസയിലെ നിക്കോളാസ് പ്രപഞ്ചത്തെ അനന്തഗോളമായി സങ്കല്പിച്ചിരുന്നു. അദ്ദേഹം ഒരു മിസ്റ്റിക് ആയിരുന്നു. അദ്ദേഹത്തിന്റെ വാനഗോളചിന്തകൾ ശാസ്ത്രീയമായ ധാരണകൾ ഉണ്ടാക്കാൻ പര്യാപ്തമായിരുന്നില്ല.) കോപ്പർനിക്കസിന്റെ ആശയങ്ങളുടെ പ്രചാരകനായിരുന്ന ജോർദിനോ ബ്രൂണോ അനന്തപ്രപഞ്ചത്തെക്കുറിച്ചുള്ള ആശയങ്ങളെ അക്കാലത്തെ ശാസ്ത്രസങ്കല്പനങ്ങളുമായി ബന്ധിപ്പിച്ചു മനസ്സിലാക്കിയിരുന്നു. അനന്തശൂന്യതയെ കുറിച്ചുള്ള അണുവാദികളുടെ സങ്കല്പനത്തെ കോപ്പർനിക്കൻ വിപ്ലവത്തിന്റെ സാഹചര്യങ്ങളുമായി ചേർത്തുവച്ചുകൊണ്ട് അനന്തപ്രപഞ്ചത്തെക്കുറിച്ചുള്ള ആശയത്തെ അവതരിപ്പിക്കാൻ ബ്രൂണോയ്ക്കു കഴിഞ്ഞതായി തോമസ് കുൺ ചൂണ്ടിക്കാണിക്കുന്നുണ്ട്. കോപ്പർനിക്കൻ വിപ്ലവം കെപ്ലറിലും ഗലീലിയോയിലും കൂടി കടന്ന് ന്യൂട്ടനിലെത്തുമ്പോഴേക്കും ആകാശഗോളങ്ങളുടെ ചലനവും ഭൂമിയിലെ വസ്തുക്കളുടെ ചലനവും ഏതാണ്ട് പൂർണ്ണമായും ഏകീകരണത്തിനു വിധേയമാകുന്നു. ശാസ്ത്രത്തിന്റെ ഗണിതവല്ക്കരണമാണ് ഇക്കാര്യത്തിൽ വലിയ സംഭാവന നല്കിയത്. ഭൗതികശാസ്ത്രത്തിന്റെ ചരിത്രത്തിലെ ആദ്യത്തെ ഏകീകരണപ്രക്രിയയാണിത്. പ്രപഞ്ചത്തിന്റെ ഏകത്വത്തെ കുറിച്ചുള്ള ആശയങ്ങൾ മുളച്ചു തുടങ്ങുന്നുവെന്നർത്ഥം. ഇപ്പോൾ, സമകാലത്ത് എതിർപ്പുകൾ നേരിടേണ്ടി വരുന്ന ഒരു സമീപനമാണിത്. കോപ്പർനിക്കസ് തുടങ്ങിവച്ച ആശയവിപ്ലവത്തിന്റെ പരിസമാപ്തി ന്യൂട്ടന്റെ കണികാലോകയന്ത്രം എന്ന സങ്കല്പനത്തിൽ കാണാൻ കഴിയും.

ഹുസേലിന്റെ ഗലീലിയോ വിമർശം

മുപ്പതുകളിലാണ് എഡ്മണ്ട് ഹുസേൽ യൂറോപ്യൻശാസ്ത്രങ്ങൾക്ക് വിമർശം എഴുതുന്നത്.

ക്രിസ്റ്റഫർ കോഡ്വെൽ ഭൗതികശാസ്ത്രത്തിന്റെ പ്രതിസന്ധിയെ കുറിച്ചു പറഞ്ഞ കാലമാണത്. യൂറോപ്യൻ ശാസ്ത്രങ്ങൾ പ്രതിസന്ധിയിലാണെന്ന പ്രമേയത്തെ ഇരുവരും പങ്കുവയ്ക്കുമ്പോൾത്തന്നെ അവരുടെ അടിസ്ഥാനസങ്കല്പനങ്ങളും സമീപനങ്ങളും വ്യത്യസ്തങ്ങളായിരുന്നു. തത്ത്വചിന്തയിലെ അയുക്തികത മനുഷ്യവിരുദ്ധമായ ആശയങ്ങളിലേക്കു നയിക്കപ്പെടുന്നതിന്റെ ധാരാളം തെളിവുകൾ ഇരുപതാം നൂറ്റാണ്ടിന്റെ മൂന്നും നാലും ദശകങ്ങളിലെ യൂറോപ്യൻ ചരിത്രത്തിൽ നിന്നും കണ്ടെടുക്കാൻ കഴിയും. യൂറോപ്യൻ സംസ്കാരത്തെ ആഴത്തിൽ ബാധിച്ചിരുന്ന അയുക്തികതയെയും ധൈഷണികമായ കുഴങ്ങിയ അവസ്ഥകളെയും എടുത്തുകാണിക്കാനുള്ള ശ്രമമായിരുന്നു, ഹുസേലിന്റേത്. 'യൂറോപ്യൻ ശാസ്ത്രങ്ങളിലെ പ്രതിസന്ധി'യെ തന്റെ പ്രധാനപ്പെട്ട കൃതിയായി ഹുസേൽ കണക്കാക്കിയിരുന്നു. ഈ കൃതിയിൽ, ആധുനികതയുടെ ആത്മാവിന്റെ ഉത്ഭവസ്ഥാനങ്ങളെയാണ് താൻ തേടുന്നതെന്ന് ഹുസേൽ പ്രഖ്യാപിക്കുന്നുണ്ട്. പൂർത്തീകരിക്കപ്പെടാത്ത ആ കൃതി എങ്ങനെയാണ് ആധുനികശാസ്ത്രം നിർമ്മിക്കപ്പെട്ടതെന്ന അന്വേഷണമായിരുന്നു.

ന്യൂട്ടന്റെ ഭൗതികശാസ്ത്രം അസാധാരണമായി വിജയകരമായ ഒരു പദ്ധതിയായി കരുതപ്പെട്ട നാളുകളുണ്ടായിരുന്നു! അത് ലോകത്തിനു വലിയ ആത്മവിശ്വാസം നല്കി. ശാസ്ത്രത്തിന്റെ കഴിവുകളുടെ ഉപയോഗത്തിലൂടെ ജീവിതം മെച്ചപ്പെടുത്താൻ കഴിയുമെന്ന പ്രത്യാശയെ അതു പകർന്നിരുന്നു! എന്നാൽ, ആധുനികശാസ്ത്രം മനുഷ്യനെ പ്രകൃതിയിൽ നിന്നും ജീവലോകത്തുനിന്നും അകറ്റുന്ന ഒരു ചിന്തയെ പേറുന്നതായി

ഹുസേൽ കരുതി. ഇരുപതാം നൂറ്റാണ്ടാകുമ്പോഴേക്കും ആധുനികഭൗതികത്തിൽ പ്രതിസന്ധികൾ പ്രത്യക്ഷപ്പെടുന്നു. പ്രകൃതിശാസ്ത്രത്തിൽ മാത്രമായിരുന്നില്ല പ്രതിസന്ധി പ്രത്യക്ഷപ്പെട്ടത്. എല്ലാ മേഖലകളിലും അത് അനുഭവപ്പെട്ടു. സാംസ്കാരികജീവിതത്തിന്റെ അർത്ഥപൂർണ്ണതയിലുള്ള അവിശ്വാസമായി അതു മാറിത്തീർന്നു. ഈ പ്രതിസന്ധിയുടെ ആഴങ്ങളെ ഹുസേൽ കാണുന്നുണ്ട്

ആധുനികശാസ്ത്രത്തിന്റെ വിമർശം ഹുസേലിൽ ഭൗതികശാസ്ത്രത്തിന്റെയും ഗലീലിയോയുടെയും വിമർശമായിത്തീരുന്നു. ആധുനികശാസ്ത്രത്തിന്റെ ലോകവീക്ഷണം അതിന്റെ ശക്തമായ രൂപത്തിൽ ഉരുവം കൊള്ളുന്നത് ഗലീലിയോയിലാണല്ലോ? അദ്ദേഹം ആധുനികശാസ്ത്രത്തിന്റെ പിതാവ് എന്നു വിളിക്കപ്പെട്ടത് അതുകൊണ്ടാണ്. എന്നാൽ, ഗലീലിയോ വിമർശിക്കപ്പെട്ടതുപോലെ ശാസ്ത്രത്തിന്റെ ചരിത്രത്തിൽ ഒരു ശാസ്ത്രജ്ഞനും വിമർശിക്കപ്പെട്ടിട്ടില്ല. മതദ്രോഹവിചാരകന്മാരുടെ വിചാരണകൾക്കും തടങ്കലിനും വിധേയമായ അദ്ദേഹം പില്ക്കാലത്തെ തത്ത്വചിന്തകന്മാരുടെയും നിശിതമായ വിമർശത്തിനു വിധേയനായി. ആ വിമർശനം ഇപ്പോഴും തുടർന്നുകൊണ്ടിരിക്കുന്നു. ഉത്തരാധുനികശാസ്ത്രത്തിന്റെ യുഗത്തിലും വിമർശത്തിന്റെ കുന്തമുന ഗലീലിയോയിലേക്കു നീളുന്നു. ശാസ്ത്രത്തിന്റെ രീതിശാസ്ത്രത്തെ സമാനതകളില്ലാത്ത ഏക വിശദീകരണമാർഗ്ഗമായി ഗലീലിയോ മുന്നോട്ടുവയ്ക്കുകയും പ്രകൃതിയാഥാർത്ഥ്യത്തെ കുറിച്ചുള്ള മറ്റു സമീപനങ്ങൾ തെറ്റാണെന്നു സ്ഥാപിക്കാൻ ശ്രമിക്കുകയും ചെയ്തുവെന്ന വേഡ് റോലാൻറിന്റെ വിമർശം ഓർക്കുക!

ഗലീലിയോ പരീക്ഷണശാസ്ത്രജ്ഞനായിരുന്നു. ആകാശഗോളങ്ങളെ കാണാൻ അദ്ദേഹം ടെലസ്കോപ്പുകൾ നിർമ്മിക്കുന്നുണ്ട്. എന്നാൽ, ഇതിനപ്പുറം ആധുനികശാസ്ത്രത്തെ ഗണിതവല്ക്കരണത്തിനു വിധേയമാക്കുന്ന ബൃഹദ്പ്രവർത്തനം ഗലീലിയോയിലാണ് ആരംഭിക്കുന്നത്. ഭൗതികചലനത്തിന്റെ ഘടകങ്ങൾ അവശ്യമായും ഗണിതശാസ്ത്രപരമാണെന്ന് ഗലീലിയോ മനസ്സിലാക്കിയിരുന്നു. ലഭ്യമായിരുന്ന ജ്യാമിതി ഉപയോഗിച്ചുകൊണ്ടുതന്നെ പ്രകൃതിയുടെ ഗണിതവല്ക്കരണം ഗലീലിയോ സാദ്ധ്യമാക്കി. പ്രകൃതിയുടെ ഭാഷ ഗണിതശാസ്ത്രമാണെന്നു ഗലീലിയോ ഉറപ്പിച്ചു. അമൂർത്തവല്ക്കരണം, ഔപചാരികവല്ക്കരണം, ആദർശീകരണം, സാമാന്യവല്ക്കരണം എന്നിവയിലൂടെയെല്ലാം ആധുനികശാസ്ത്രത്തിന്റെ ഗണിതീയ രീതിശാസ്ത്രത്തെ സാദ്ധ്യമാക്കുന്ന പ്രവർത്തനം അദ്ദേഹം നടപ്പാക്കുന്നു. ഇത് ഭൗതികശാസ്ത്രത്തിന് അന്നേവരെ അത്ര പരിചിതമായിരുന്നില്ല. ഹുസേലിന്റെ ഗലീലിയോ വിശകലനവും വിമർശവും ഇവിടെയാണ് ആരംഭിക്കുന്നതും.

ഗലീലിയോയുടെ ശാസ്ത്രസമീകരണങ്ങൾ പ്രകൃതിയുടെ ആദർശനിയമങ്ങളാണ്. സമൂർത്തമായ അനുഭവങ്ങളിൽനിന്നും വ്യത്യസ്തമായ, ചിരപരിചിതമല്ലാത്ത, സവിശേഷവും ആദർശപരവുമായി അമൂർത്തവല്ക്കരിക്കപ്പെട്ട അനുഭവങ്ങളുടെ സംഘാതമായി പ്രകൃതിയിലെ വസ്തുവിനെ

നിർമ്മിച്ചെടുക്കുകയാണ് ഗലീലിയോ ചെയ്തത്. സൈദ്ധാന്തികഭൗതികത്തിലെയും പരീക്ഷണാത്മകഭൗതികത്തിലെയും വസ്തുക്കൾ പ്രകൃതിയിലെ യഥാർത്ഥവസ്തുക്കളല്ലെന്നർത്ഥം. അവ ആദർശവല്ക്കരിക്കപ്പെട്ട വസ്തുക്കളാണ്. അവ ഭൗതികശാസ്ത്രത്തിന്റെ ഉപയോഗത്തിനുവേണ്ടി തയ്യാറാക്കപ്പെട്ട വസ്തുക്കളാണ്. സരളാവർത്തക ദോലകത്തെ നിർവ്വചിക്കുമ്പോൾ ഭാരമില്ലാത്തതും വലിയാത്തതും നീളത്തിൽ മാറ്റമുണ്ടാകാത്തതുമായ ഒരു നൂലിനെ സങ്കല്പിക്കുന്നു. അതിന്റെ അറ്റത്ത് ബിന്ദുസമാനമായ ഒരു വസ്തുവിനെ സങ്കല്പിക്കുന്നു. നൂലിനെ ഒരു ഉറച്ച താങ്ങിൽ ബന്ധിക്കുന്നതായി സങ്കല്പിക്കുന്നു. ഘർഷണരഹിതമായി, വളരെ ചെറിയ ആയാമത്തിൽ ദോലകം ചലിക്കുന്നതായി സങ്കല്പിക്കുന്നു. ഈ സങ്കല്പനങ്ങളെല്ലാം ആദർശവസ്തുവിന്റെ നിർമ്മാണവുമായി ബന്ധപ്പെട്ടതാണ്. യഥാർത്ഥവസ്തുക്കളുടെ ചലനത്തിൽ കാണാൻ കഴിയാത്ത സരളാവർത്തകദോലനത്തെ സൈദ്ധാന്തികപദ്ധതിയിൽ വിശദീകരിക്കുകയും യഥാർത്ഥലോകത്തെ ഈ ആദർശലോകത്തിന്റെ ഏകദേശീകരണങ്ങളായി കാണുകയുമാണ് ഭൗതികം ചെയ്തത്. ആദർശവല്ക്കരിക്കപ്പെട്ട വസ്തുലോകം ഇതരലോകവുമായുള്ള പരസ്പരബന്ധങ്ങളിൽ നിന്നും മുറിച്ചുമാറ്റപ്പെട്ട ലോകമാണ്. യഥാർത്ഥലോകം ഈ ആദർശലോകമല്ല. യഥാർത്ഥലോകമെന്നത്, നിരന്തരം നിർമ്മിക്കുകയും ചലിക്കുകയും മാറിക്കൊണ്ടിരിക്കുകയും പരിവർത്തിക്കപ്പെടുകയും നശിക്കുകയും ചെയ്യുന്ന ലോകമാണ്. യഥാർത്ഥലോകം സ്ഥിതമായ ലോകമല്ല. ഇതാണ് ലോകമെന്ന് ഉറപ്പിച്ചു പറയാവുന്ന പൂർത്തിയാക്കപ്പെട്ട ലോകമല്ല. നിരന്തരം മാറിക്കൊണ്ടിരിക്കുന്നതിനാൽ ഒരേസമയം തന്നെ നിലനില്ക്കുന്നതും നിലനില്ക്കാത്തതുമായ ലോകമാണത്. ഈ നിമിഷത്തിലെ ജീവിതം ഈ നിമിഷത്തേക്കു മാത്രമുള്ള ലോകമാണത്. ഒരിക്കലും രണ്ടു പ്രാവശ്യം ഇറങ്ങാൻ കഴിയാത്ത നദിയാണതെന്ന് ഹെരാക്ലിറ്റസിനെ ഓർമ്മിച്ചുകൊണ്ടു പറയാം. നിരന്തരം മാറിക്കൊണ്ടിരിക്കുന്നതിനാൽ ആയിത്തീർന്നുകൊണ്ടിരിക്കുന്ന ലോകമാണത്. ഈ വസ്തുലോകത്തെ മനസ്സിലാക്കുന്നതിനും അറിയുന്നതിനും വസ്തുക്കളെ അവയുടെ പ്രകൃത്യായുള്ളതും ചരിത്രപരമായിട്ടുള്ളതുമായ കെട്ടുപാടുകളിൽനിന്ന് വിടർത്തിയെടുക്കുകയും സവിശേഷവല്ക്കരിച്ചു പരിശോധിക്കുകയുമാണ് ഭൗതികശാസ്ത്രം ചെയ്യുന്നത്. പൊതുവായ ഒരു സമീപനവും സമവായവും രൂപപ്പെടുത്താനുള്ള ശ്രമമാണിത്. ആദർശവല്ക്കരിക്കപ്പെട്ട വസ്തുലോകം ഇതരലോകവുമായുള്ള പരസ്പരബന്ധങ്ങളിൽനിന്നും മുറിച്ചുമാറ്റപ്പെട്ട ലോകമാണ്. യഥാർത്ഥലോകം ഈ ആദർശലോകമല്ല. ഭൗതികശാസ്ത്രം അതിന്റെ വസ്തുവിനെ നിർമ്മിക്കുന്നു.

യഥാർത്ഥവസ്തുവിനെ ആദർശവസ്തുവാക്കി മാറ്റിത്തീർക്കുന്ന ഈ പ്രവർത്തനം കാരണയുക്തിയുടെ പ്രയോഗത്തിന്നാവശ്യമായ സാഹചര്യങ്ങൾ സൃഷ്ടിക്കലാണ്. ഇത് സ്വാഭാവികവ്യവസ്ഥയുടെ വക്രീകരണമാണ്. ഇത് സ്വാഭാവികവ്യവസ്ഥയുടെ മേലുള്ള ഒരു അധികാരപ്രയോഗ

മാണെന്നും പറയാം. പുതിയ രീതിശാസ്ത്രത്തെ കണ്ടെത്തിയ ഗലീലിയോ പ്രത്യക്ഷമായിരുന്ന പലതിനെയും മറച്ചുവയ്ക്കുന്നുണ്ടെന്ന് ഹുസേൽ വിമർശിക്കുന്നു. പ്രത്യക്ഷത്തിൽ നമുക്ക് അനുഭവവേദ്യമായിരുന്ന ജീവലോകത്തെയാണ് ഭൗതികശാസ്ത്രം മറച്ചുവച്ചതെന്ന് ഹുസേൽ പറയുന്നു. ഹുസേൽ ശാസ്ത്രത്തിലെ വസ്തുലോകത്തിനെതിരെ ജീവലോകത്തെ പ്രതിഷ്ഠിക്കുന്നു. എന്താണ് ജീവലോകം? ശാസ്ത്രപൂർവ്വാനുഭവത്തിന്റെ ലോകമാണത്. മരങ്ങളും മൺപാത്രങ്ങളും പക്ഷികളും കസേരകളും ഗോയയുടെ ചിത്രവും ഉള്ളടങ്ങുന്ന ലോകം. സുഹൃത്തുക്കളും കാമുകരും അപരിചിതരും കൂടിച്ചേരുന്ന വികാരങ്ങളുടെയും മൂല്യങ്ങളുടെയും പ്രായോഗികതാല്പര്യങ്ങളുടെയും സാംസ്കാരികമായ ഈടുവയ്പുകളുടെയും ലോകം കൂടിയാണത്. പെട്ടെന്നുള്ള സംവേദനത്തിലൂടെ ഗ്രഹിക്കാൻ കഴിയുന്ന ലോകം. ശാസ്ത്രവസ്തുക്കളുടെ ലോകത്തുനിന്നും അടിസ്ഥാനപരമായി വ്യത്യസ്തമായ ലോകമാണത്. ആത്മനിഷ്ഠഘടകങ്ങൾക്കോ സാംസ്കാരികമൂല്യങ്ങൾക്കോ വികാരങ്ങൾക്കോ ജ്ഞാനശാസ്ത്രപരമായ പ്രാതിനിദ്ധ്യം ആവശ്യമില്ലെന്ന നിലയിലാണ് ശാസ്ത്രസംരംഭങ്ങൾ യാഥാർത്ഥ്യത്തെ സമീപിക്കുന്നത്. ഇങ്ങനെ നിർമ്മിക്കപ്പെടുന്ന ശാസ്ത്രബിംബം വസ്തുനിഷ്ഠമായി, സാർവ്വലൗകികമായി വ്യവഹരിക്കപ്പെടുന്നു. ശാസ്ത്രവസ്തുക്കളുടെ ലോകവും ജീവലോകവും എങ്ങനെ ബന്ധപ്പെടുന്നുവെന്നത് ആധുനികതത്ത്വചിന്തയിലെ മർമ്മപ്രധാനമായ പ്രശ്നങ്ങളിലൊന്നാണെന്ന് ഹുസേൽ കരുതുന്നുണ്ട്. അത് സംഘർഷത്തിന്റെ മണ്ഡലമാണ്.

നമുക്കറിയാമായിരുന്ന ജീവിതലോകത്തെ ഗണിതശാസ്ത്രം അതിന്റെ വസ്ത്രങ്ങളണിയിച്ചു. ഈ വസ്ത്രങ്ങൾ പരസ്പരബന്ധങ്ങളെ മറച്ചു. പരസ്പരബന്ധിതമായ ഒരു ലോകത്തിനു പകരം കേവലമായി സ്വയം നിർണ്ണയിക്കാവുന്ന ലോകത്തെക്കുറിച്ചുള്ള ഒരു ചിത്രം ഗണിതശാസ്ത്രം നിർമ്മിച്ചെടുത്തു. ആത്മനിഷ്ഠമായി ആപേക്ഷികമായിരുന്ന, വളരെ നേരിയരീതിയിൽമാത്രം സാമാന്യമായ രേഖീകരണത്തിനു പ്രാപ്തമെന്നു കരുതിയിരുന്ന അനന്തമായ വസ്തുലോകങ്ങളെ സവിശേഷമായ ഒരു രീതിശാസ്ത്രത്തിലൂടെ വസ്തുനിഷ്ഠമായി നിർണ്ണയിക്കാവുന്നതും സ്വയം നിർണ്ണയിക്കുന്നതുമായി നിർവ്വചിച്ചെടുത്തു. ഗലീലിയോ അനന്തത്തെക്കുറിച്ചുള്ള പരമ്പരാഗത ധാരണയെയാണ് സ്വീകരിക്കുന്നതെങ്കിലും പൂർണ്ണമായ അനന്തപ്രകൃതി, സമൂർത്തമായ പ്രാപഞ്ചിക കാരണതത്ത്വത്തിന്റെ ഭാഗമായി ഗലിലിയോയിൽ മാറിത്തീരുന്നുണ്ട്. പ്രകൃതി സവിശേഷമായ പ്രായോഗികഗണിതം കൊണ്ട് വിശദീകരണക്ഷമമായി. ഈ സാർവ്വലൗകികകാരണനിയമം സവിശേഷമായ ഉദാഹരണങ്ങളിൽ നിന്നും സാമാന്യവല്ക്കരിച്ച് പ്രേരണാത്മകമായി എത്തിയതല്ല. എല്ലാ പ്രേരണാത്മകതക്കും മുന്നേയാണ് അതു സങ്കല്പിക്കപ്പെട്ടത്. ഒരു സാർവ്വലൗകികകാരണനിയമമാണ് മുന്നേ എത്തിയത്. എല്ലാ സാദ്ധ്യമായ മാറ്റങ്ങളും നടക്കേണ്ടിയിരുന്നത് മുന്നേക്കൂട്ടി തയ്യാറാക്കിയ നിയമങ്ങളനുസ

രിച്ചാണ്. പ്രകൃതിയെ വിശദീകരിക്കുവാൻ എന്തുകൊണ്ട് ജ്യാമിതിയെയും ഗണിതത്തെയും ഉപയോഗിക്കുന്നുവെന്ന ചോദ്യം ഗലീലിയോ സ്വയം ചോദിച്ചിരുന്നില്ലെന്ന് ഹുസേൽ പറയുന്നു. ശാസ്ത്രത്തിനു പഠിക്കാൻ കഴിയുന്ന വസ്തുപ്രപഞ്ചത്തെ സംപ്രത്യയവല്ക്കരണ (Conceptuliza-tion) ങ്ങളിലൂടെ അത് നിർമ്മിച്ചെടുത്തു. ഏതെങ്കിലും വിധത്തിൽ ആത്മീയമായിട്ടുള്ളതിൽനിന്നും മനുഷ്യപ്രയോഗത്തിലുള്ള എല്ലാ വസ്തുക്കളിലും സന്നിഹിതമായിരിക്കുന്ന സാംസ്കാരികഗുണങ്ങളിൽ നിന്നും വസ്തുവിനെ അമൂർത്തവല്ക്കരിച്ചെടുക്കുകയാണ് ഗലീലിയോ ചെയ്തത്. ഇതിന്റെ ഫലമായി പരസ്പരബന്ധിതമായിരുന്ന വസ്തുലോകം സ്വയം അടഞ്ഞ വസ്തുക്കളുടെ ലോകമായി.

ഇപ്പോൾ, ലോകം പ്രകൃതിലോകവും മാനസികലോകവുമായി വേർതിരിഞ്ഞു. സ്വയം ഉള്ളടങ്ങിയ ദ്രവ്യലോകം എന്ന സംപ്രത്യയം പുതിയതായിരുന്നു. പഴയകാല ഭൗതികവാദികൾക്കുപോലും അതു പരിചിതമായിരുന്നില്ല. അനിർണ്ണീതവും പ്രാപഞ്ചികവുമായ ജീവലോകത്തിന്റെ, സ്ഥലകാലങ്ങളുടെ, അതിനു കല്പിക്കാൻ കഴിയുന്ന എണ്ണിയാലൊടുങ്ങാത്ത സ്വാഭാവികവും സഹജാവബോധപരവുമായ രൂപങ്ങളുടെ ഇടയിൽ ആധുനികഗണിതശാസ്ത്രം യഥാർത്ഥ അർത്ഥത്തിലുള്ള ഒരു വസ്തുനിഷ്ഠലോകത്തെ ആദ്യമായി സാദ്ധ്യമാക്കി. സാർവ്വലൗകികമായി, രീതിശാസ്ത്രപരമായി, ഏകീകൃതമായി ആർക്കും നിർണ്ണയിക്കാൻ കഴിയുന്ന ആദർശീകൃതവസ്തുക്കളുടെ അനന്തസാകല്യം. ഈ പുതിയ സംപ്രത്യയവല്ക്കരണമനുസരിച്ച് അന്തർജ്ഞാനപരമായി പരിചയപ്പെടുന്ന ഏതൊന്നും ദെക്കാർത്തെയുടെ ഭാഷയിലെ വസ്തുവിന്റെ വ്യാപനമായി, ദ്രവ്യത്തിന്റെ വ്യാപനമായി മനസ്സിലാക്കപ്പെട്ടു.

ശാസ്ത്രവസ്തുവും ആനുഭവികവസ്തുവും എന്ന മാരകമായ പിളർപ്പാണ് ഗലീലിയോ സൃഷ്ടിച്ചതെന്ന് ഹുസേൽ പറയുന്നു. സൂര്യനെ കുറിച്ചുള്ള രണ്ട് ആശയങ്ങളെപ്പറ്റി പറയാം. ഇന്ദ്രിയസംവേദനങ്ങളിലൂടെ ലഭ്യമാകുന്നതാണ്, ആദ്യത്തേത്. ഉദയം, അസ്തമയം, ഇരുളിനെ നീക്കുന്ന വെളിച്ചം, നിദ്രയിൽ നിന്നുണർത്തുന്ന ഉഷസ്, സന്ധ്യ, ഉച്ചച്ചൂട്, ഉഷ്ണം, വിയർപ്പ് എന്നിങ്ങനെ നിരവധി അനുഭവങ്ങളിലൂടെയാണ് നാം സൂര്യനെ അറിയുന്നത്. ഇന്ദ്രിയാനുഭവങ്ങളാണവ. ഭൗതികശാസ്ത്രത്തിലെ സൂര്യൻ ഗണിതകലനത്തിലൂടെയും ജ്യോതിശാസ്ത്രത്തിലൂടെയും നിർമ്മിക്കപ്പെടുന്നതാണ്. അത് ഭൗതികഅളവുകളുടെ സൂര്യനാണ്. അക്കങ്ങളായി മാറ്റിയെഴുതപ്പെടുന്ന സൂര്യനാണ്. ഗലീലിയോയെ സംബന്ധിച്ചിടത്തോളം ജ്യാമിതിയും ഗണിതീയഭൗതികവും ചേർന്നു നിർമ്മിച്ചെടുക്കുന്ന ഈ സൂര്യനാണ് യഥാർത്ഥമായിട്ടുള്ളത്. ചലനം, ദൂരം, ഊഷ്മാവ്, താപം എന്നിങ്ങനെയുള്ള അമൂർത്തമായ ആശയങ്ങൾ കൊണ്ടു നിർമ്മിച്ചെടുക്കുന്ന സൂര്യനാണത്. ഗലീലിയോയുടെ സൂര്യനെ മനസ്സിലാക്കാൻ ആത്മനിഷ്ഠതയുടെ സങ്കല്പനങ്ങൾ ആവശ്യമില്ല. നിറവും മണവും രുചിയുമെല്ലാം നമ്മുടെ ബോധത്തിൽ നിലനില്ക്കുന്നുണ്ടെന്ന സമീപനം ഗലീലിയോ സ്വീകരിക്കുമ്പോഴും ചെവികളും നാക്കും മൂക്കും നീക്കം ചെയ്

താൽ ശബ്ദവും രുചിയും ഗന്ധവും ഇല്ലാതാകുമെന്നും ചലനവും അതിനെ കുറിക്കുന്ന സംഖ്യകളും നിലനില്ക്കുമെന്നും ഗലീലിയോ കരുതി.

ഹുസേലിനെ സംബന്ധിച്ചിടത്തോളം ഗലീലിയോ വലിയ കണ്ടുപിടുത്തങ്ങളുടെ ശാസ്ത്രകാരൻ മാത്രമായിരുന്നില്ല, പ്രകൃതിയുടെ ജീവിതലോകത്തെ ഒളിച്ചുവച്ച ബുദ്ധിമാൻ കൂടിയായിരുന്നു. പ്രകൃതിയുടെ ഗണിതശാസ്ത്രവല്ക്കരണത്തിലൂടെ ഗലീലിയോ ശാസ്ത്രത്തിന്റെ ചരിത്രത്തിലെ വലിയ വിച്ഛേദത്തിനു തുടക്കമിടുകയായിരുന്നു. പ്രകൃതിയുടെ ഗണിതശാസ്ത്രവല്ക്കരണത്തിനു നല്കേണ്ടിവന്ന വില അർത്ഥലോപത്തെ സൃഷ്ടിച്ചുവെന്നതാണെന്ന് ഹുസേൽ പറയുന്നു. പ്രായോഗികജീവിതത്തിൽ ശാസ്ത്രജ്ഞാനത്തിനുണ്ടായിരുന്ന ആദിമമായ വേരുകളെ അതു മറന്നു കളയുന്നു. ഗലീലിയോയ്ക്കുശേഷം ഗണിതശാസ്ത്രപരമായ ആദർശീകരണം ശാസ്ത്രത്തിന്റെ ലക്ഷ്യമായിത്തീർന്നു. പരീക്ഷണാത്മക ശാസ്ത്രം അളവുകളിലൂടെയും കലനങ്ങളിലൂടെയും ഫലങ്ങളെ അറിയാനുള്ള ലളിതമായ മാർഗ്ഗമായി മാറി. ഗണിതശാസ്ത്രപ്രതീകങ്ങൾ സംവേദനങ്ങളുടെ ലോകത്തെ മറച്ചുവയ്ക്കുക മാത്രമല്ല, ലോകംതന്നെ അതായി മാറി. ചേതനയുള്ള ലോകമാണ് നഷ്ടമായതെന്ന് ഹുസേൽ പറയുന്നു. മനുഷ്യന്റെ സൈദ്ധാന്തികവും പ്രായോഗികവുമായ ജീവിതത്തെ തഴപ്പിച്ചിരുന്ന മണ്ണ് നഷ്ടമായി. ലോകത്തെ മനസ്സിലാക്കുന്നതിനും സ്വയം തിരിച്ചറിയുന്നതിനും സഹായകമായിരുന്ന, എല്ലാ മാനുഷികപ്രവർത്തനങ്ങൾക്കും അർത്ഥം നല്കിയിരുന്ന ചേതനയുടെ ലോകം, ജീവിതലോകം നഷ്ടമായി. ഗണിതവല്ക്കരണത്തെ സ്വീകരിച്ച ആധുനിക ശാസ്ത്രം അർത്ഥത്തെ മറയ്ക്കുകയായിരുന്നു. അർത്ഥത്തിനു ചിന്തയുമായി ബന്ധമുണ്ട്. അർത്ഥം നഷ്ടപ്പെട്ട ലോകം ചിന്തയില്ലാത്ത ലോകമാണ്. ഹുസേലിന്റെ പാത പിന്തുടരുന്നവർക്ക് ശാസ്ത്രം ചിന്തിക്കുന്നില്ല എന്ന നിഗമനത്തിലേക്കു കടക്കാൻ കഴിയും.

മാർട്ടിൻ ഹൈഡഗർ ഇതരരൂപങ്ങളിൽ ഇതാണ് ചെയ്തത്. ശാസ്ത്രം അതിന്റെ വ്യവസ്ഥയിലേക്ക് ഉണ്മയുടെ മണ്ഡലത്തെയൊന്നാകെ പരിമിതപ്പെടുത്തുകയും സ്വയം ഉറപ്പിച്ചെടുക്കുകയും ചെയ്തുവെന്ന് ഹൈഡഗർ നിരീക്ഷിക്കുന്നു. ഹുസേലിന്റെ വിശകലനത്തിൽ ലോകത്തെ ഗണിതശാസ്ത്രവല്ക്കരിക്കപ്പെട്ട വസ്തുലോകമാക്കി മാറ്റിയ ആധുനികശാസ്ത്രം സ്വയം ആ ലോകത്തെ ആന്തരവല്ക്കരിച്ചിരുന്നു. ശാസ്ത്രം മാനകീകരണങ്ങൾക്കും കലനത്തിനും വിധേയമാകുന്ന വസ്തുവായി സ്വയം മാറിത്തീരുന്നുണ്ടെന്നാണ് ഹൈഡഗർ പറയുന്നത്. സ്വയം ഒരു അടിത്തറയിൽ ഉറപ്പിക്കാൻ കഴിഞ്ഞ ശാസ്ത്രത്തിന് അതിന്റെ അടിസ്ഥാനങ്ങൾക്ക് അർത്ഥം നിർമ്മിക്കാൻ കഴിഞ്ഞില്ല. ഈ അടിസ്ഥാനങ്ങളുടെ പ്രയോഗങ്ങൾക്ക് അർത്ഥം കൈവരണമെങ്കിൽ അർത്ഥത്തെ നിർമ്മിക്കുന്ന ദാർശനികചിന്ത ശാസ്ത്രത്തിന്നുണ്ടാകണം. ശാസ്ത്രം ചിന്തിക്കുന്നില്ലെന്ന ഹൈഡഗറുടെ പ്രമേയത്തിന്റെ സന്ദർഭം ഇതാണ്.

യഥാർത്ഥലോകത്തെ അതേപടി കണ്ടെത്തുന്നതായി അവകാശപ്പെടുന്ന ആധുനികഗണിതശാസ്ത്രത്തിന്റെ അതിഭൗതികയഥാതഥവാദവ്യാഖ്യാനത്തെ നിരാകരിക്കുന്നു, ഹുസേൽ. ആത്മനിഷ്ഠാപേക്ഷികമായി മനുഷ്യേന്ദ്രിയങ്ങൾ കണ്ടെത്തുന്ന അനുഭവപ്രത്യക്ഷങ്ങളെ പകരം സ്വീകരിക്കുന്നു. പരീക്ഷണഫലങ്ങളിൽ ഉറപ്പുണ്ടാകുന്നതിന് നിശ്ചിത അളവോളം ആദർശീകരണം ആവശ്യമാണ്. ആദർശീകരണത്തിന്റെ നേട്ടത്തിൽ ഹുസേൽ ഊന്നുന്നുമുണ്ട്. എന്നാൽ, ആദർശനിയമങ്ങളുടെ ഒരു ഉപഗണം മാത്രമേ പ്രകൃതിയിൽ പ്രായോഗികക്ഷമമാകുന്നുള്ളൂ. പ്രപഞ്ചത്തെക്കുറിച്ചുള്ള ശരിയായ ശാസ്ത്രം കാര്യകാരണനിയമത്തിന്റെ എല്ലാ സാദ്ധ്യതകളെയും നിർമ്മിച്ചെടുക്കണം. അതിന്, അനന്തസാദ്ധ്യതകളുണ്ട്. ഗലീലിയോ – ദക്കാർത്തെ സമീപനം സൃഷ്ടിച്ച പിളർപ്പിനെ പ്രശ്നീകരിക്കാനാണ് ഹുസേലിന്റെ അതീതപ്രതിഭാസവിജ്ഞാനീയം ശ്രമിച്ചത്. ഭൗതികശാസ്ത്രത്തിലെ ഭൗതികവസ്തുവിനെ മാറ്റിവയ്ക്കാനും നമ്മുടെ ഇന്ദ്രിയസംവേദനങ്ങൾക്കു വിധേയമാകുന്ന നിത്യപരിചയത്തിലുള്ള വസ്തുവിനെ ഫോക്കസ് ചെയ്യാനും ഹുസേൽ പറയുന്നു. അനുഭവത്തിന്റെ ആപേക്ഷികതയിൽ ലഭ്യമാകുന്ന വസ്തുവിലെ അതീതത്തെ കാണാനുള്ള നിർദ്ദേശമാണിത്. എന്താണ് നിരീക്ഷിക്കപ്പെടേണ്ടതെന്ന ഗലീലിയോയുടെ ആദർശീകരണത്തിനപ്പുറം പോകാനാണ് ഹുസേൽ താല്പര്യപ്പെട്ടത്.

അമേരിക്കൻ തത്ത്വചിന്തകനായ ഡോൺ ഇഹ്ദെ (Don Ihde) ഈ വിമർശനങ്ങൾക്കെതിരെ അടുത്ത കാലത്തെഴുതിയ മറുപടി ഹുസേലിന്നെതിരായി സാധാരണ മുന്നോട്ടു വയ്ക്കുന്ന വീക്ഷണങ്ങളെ പ്രകാശിപ്പിക്കുന്നതാണ്. ഗലീലിയോയുടെ സൈദ്ധാന്തികഭൗതികത്തിലെയും ജ്യാമിതിയിയിലെയും ഇടപെടലുകളിൽ മാത്രമാണ് ഹുസേൽ ശ്രദ്ധ കേന്ദ്രീകരിച്ചതെന്ന് ഇഹ്ദെ പറയുന്നു. ഗലീലിയോയുടെ തെറ്റിദ്ധരിപ്പിക്കുന്ന ചിത്രമാണ് ഇതു നല്കുന്നത്. ആ മഹാ ശാസ്ത്രജ്ഞൻ ലെൻസുകൾ നിർമ്മിക്കുകയും ദൂരദർശിനികൾ ഉപയോഗിച്ച് ആകാശഗോളങ്ങളെ കാണുകയും ചരിഞ്ഞ പ്രതലങ്ങളിൽ ചലിക്കുന്ന വസ്തുക്കളെക്കുറിച്ച് പരീക്ഷണങ്ങൾ നടത്തുകയും ചെയ്തു. ഗലീലിയോ ശുദ്ധ സൈദ്ധാന്തികനായിരുന്നില്ല. അദ്ദേഹം പരീക്ഷണശാസ്ത്രജ്ഞനും സാങ്കേതികശാസ്ത്രവിദഗ്ദ്ധനുമായിരുന്നു. ഗലീലിയോയുടെ പ്രായോഗികപ്രവർത്തനങ്ങൾ ഹുസേലിന്റെ ശ്രദ്ധയിൽ വരാത്തതിൽ ആശ്ചര്യമില്ലെന്ന് ഇഹ്ദെ എഴുതുന്നുണ്ട്. വളരെ യാഥാസ്ഥിതികമായ വ്യവഹാരമെന്ന നിലയ്ക്കാണ് ഹുസേൽ ശാസ്ത്രത്തെ കാണുന്നത്. ഹുസേലിന്റെ വിവരണങ്ങളെ നയിക്കുന്നത് ചരിത്രവിരുദ്ധവും അമൂർത്തവുമായ ഗവേഷണമണ്ഡലങ്ങളാണ്. ഭൗതികശാസ്ത്രത്തെ അതിന്റെ സൈദ്ധാന്തിക ഉള്ളടക്കമായി ന്യൂനീകരിച്ചുകൊണ്ട് കൂടുതൽ അമൂർത്തവല്ക്കരിക്കുന്നു. സാങ്കേതികവിദ്യകളും പരീക്ഷണസജ്ജീകരണങ്ങളും ഉൾക്കൊള്ളുന്ന പ്രയോഗമെന്ന നിലയ്ക്ക് ശാസ്ത്രത്തെ ഹുസേൽ മനസ്സിലാക്കുന്നില്ല. മറിച്ച്, ഔപചാരികവും അമൂർത്തവും സാമാന്യവൽകൃതവും അനുഭവരഹിതവുമായ ഒരു സംരം

ഭമായി ഭൗതികശാസ്ത്രത്തെ കാണുന്നു. ഇങ്ങനെയൊരു യാഥാസ്ഥിതികമായ ചട്ടക്കൂടിൽ ഹുസേലിന്റെ കണ്ടെത്തലുകളിൽ അതിശയോക്തിയില്ലെന്ന് ഇഹ്ദെ കാണുന്നു. ഹുസേലിന്റെ ഗലീലിയോ മുന്നേതന്നെ തെരഞ്ഞെടുക്കപ്പെട്ട, ന്യൂനീകരിക്കപ്പെട്ട ഗലീലിയോ ആണ്. അതിബൗദ്ധികവല്ക്കരിക്കപ്പെട്ട ഹുസേലിന്റെ ഗലീലിയോ പരീക്ഷണശാലയിലല്ല, ദന്തഗോപുരത്തിലെ ചാരുകസാലയിൽ ഇരിക്കുന്നു. പ്രായോഗികപ്രവർത്തനത്തെക്കുറിച്ചുള്ള പരാമർശങ്ങൾ ഹുസേലിന്റെ പ്രബന്ധത്തിൽ കാണാൻ കഴിയില്ല.

ഹുസേലിന്റെ ഗലീലിയോ വിമർശത്തിനു വിമർശമെഴുതുക മാത്രമല്ല ഡോൺ ഇഹ്ദെ ചെയ്യുന്നത്. ഇത് ആധുനികശാസ്ത്രവുമായി സംവദിക്കാൻ ക്ലാസിക്കൽ പ്രാതിഭാസികശാസ്ത്ര(Classical Phenomenology)ത്തിനു കഴിയാതിരിക്കുന്നതിന്റെ പ്രശ്നം കൂടിയാണെന്ന് അദ്ദേഹം കാണുന്നുണ്ട്. ശാസ്ത്രവസ്തുക്കൾ; ദൂരെ സ്ഥിതിചെയ്യുന്ന ഗ്രഹങ്ങളും നക്ഷത്രങ്ങളും മുതൽ ഇലക്ട്രോണുകളും പ്രോട്ടോണുകളും ഉൾപ്പെടെ മൗലികകണങ്ങൾ വരെ ഉപകരണങ്ങളാൽ നിർമ്മിക്കപ്പെട്ടതാണ്. ഗലീലിയോയുടെ ശാസ്ത്രപ്രയോഗം അദ്ദേഹം പ്രകൃതിയിൽ നിന്നും നിർമ്മിച്ചെടുത്ത ഉപകരണങ്ങളിലൂടെയായിരുന്നു. അതുകൊണ്ടുതന്നെ പ്രകൃതിയിലെ ജീവലോകവും ഭൗതികശാസ്ത്രവും തമ്മിൽ ഒരു വിച്ഛേദവും സംഭവിച്ചിട്ടില്ല. ഹുസേൽ വിമർശിക്കുന്ന ഗലീലിയോ ചരിത്രരേഖകളിലില്ലാത്ത ശാസ്ത്രജ്ഞനാണെന്ന് ഡോൺ ഇഹ്ദെ ആരോപിക്കുന്നു. ശാസ്ത്രത്തിന്റെ സാമൂഹികവും സാങ്കേതികവും പ്രായോഗികവുമായ മാനങ്ങളെ ഹുസേൽ തിരസ്കരിക്കുന്നു. ദൂരദർശിനിയിലൂടെ ഭൂമിയുടെ ഉപഗ്രഹമായ ചന്ദ്രനിലെ മലകളെയും താഴ്വരകളെയും ദർശിച്ച ശാസ്ത്രജ്ഞന്റെ സമീപനങ്ങൾ ജീവലോകവും ശാസ്ത്രലോകവും തമ്മിലുള്ള വിച്ഛേദത്തിലേക്കു നയിക്കുന്നതാകുന്നത് എങ്ങനെയാണെന്ന് ഇഹ്ദെ ആശ്ചര്യപ്പെടുന്നു.

ഡോൺ ഇഹ്ദെയുടെ ഈ നിരീക്ഷണങ്ങളിലുപരിയായി ഹുസേലിന്റെ നിലപാടിനും സമീപനങ്ങൾക്കും പ്രസക്തിയുണ്ടെന്നു കരുതേണ്ടിയിരിക്കുന്നു. ഭൗതികശാസ്ത്രത്തിലെ പ്രതിഭാസങ്ങളെയും സംഭവങ്ങളെയും ഗലീലിയോ എങ്ങനെയാണ് നോക്കിക്കാണുന്നത്? ഭൗതികശാസ്ത്രത്തിലെ ഓരോ സംഭവവും ഒന്നോ രണ്ടോ അനിവാര്യപ്രതിഭാസങ്ങളുടെയും നിരവധി ആകസ്മികതകളുടെയും കൂടിച്ചേരലാണ്. അനിവാര്യതകളെ സ്വീകരിക്കുകയും ആകസ്മികതകളെ തള്ളിക്കളയുകയും ചെയ്തുകൊണ്ട് ശുദ്ധപ്രതിഭാസത്തിന്റെ ലോകത്തെ നേടിയെടുക്കുകയും ജ്യാമിതിവല്ക്കരിക്കുകയും ചെയ്യുന്ന രീതിശാസ്ത്രമാണ് ഗലീലിയോ സ്വീകരിക്കുന്നത്. ഇതാണ് സാദ്ധ്യമായ പദ്ധതിയെന്ന് ഗലീലിയോ കരുതുന്നു. പ്രക്ഷേപ്യചലനത്തെ(Projectile Motion) ഗലീലിയോ സമീപിക്കുന്ന രീതി ശ്രദ്ധിക്കുക. ഏകതാനമായ തിരശ്ചീനചലനത്തിന്റെയും മന്ദീകൃതലംബചലനത്തിന്റെയും സംയുക്തമായി പ്രക്ഷേപ്യചലനത്തെ കാണുന്നു. അതിന്റെ പാത ഒരു പാരാബോളയാണെന്നു കണ്ടെത്തുന്നു. യാഥാർത്ഥ്യത്തിലുള്ള പ്രക്ഷേപ്യങ്ങൾ വളഞ്ഞ പാതകളെയാണ് സ്വീക

രിക്കുന്നതെന്ന അനുഭവത്തെ ജ്യാമിതീയപ്രശ്നമാക്കി മാറ്റി അമൂർത്ത മാതൃക സൃഷ്ടിക്കുന്നു. പ്രക്ഷേപ്യത്തിന്റെ പാതയെ നിശ്ചയിക്കുന്നതിൽ ആകസ്മികഘടകങ്ങൾക്കുള്ള പങ്ക് ഒഴിവാക്കുന്നു. ഇതിലൂടെ പ്രക്ഷേപ്യ വ്യവസ്ഥയുടെ സങ്കീർണ്ണതയെ ലഘൂകരിക്കുന്നുണ്ട്. എന്നാൽ, ആകസ്മി കതകളെ ഒഴിവാക്കിയ ഗലീലിയോയുടെ മാതൃക ഒരു ആദർശമാതൃക യാണ്. ഗലീലിയോയുടെ സമീകരണങ്ങൾ അനുഭവലോകത്തിലെ യഥാർത്ഥ പ്രക്ഷേപ്യത്തെയല്ല, ആദർശീകരിച്ച പ്രക്ഷേപ്യത്തെയാണ് നയിക്കുന്നത്. ഈ പ്രശ്നത്തിൽ, ഗലീലിയോ പ്രക്ഷേപ്യത്തിന്റെ വലി പ്പത്തെയും രൂപത്തെയും ആദർശവല്ക്കരിക്കുന്നു. ഭൂമിയുടെ പ്രതലവും പ്രക്ഷേപ്യം സഞ്ചരിക്കുന്ന പ്രദേശവും യൂക്ലിഡിയൻ ജ്യാമിതിയെ അംഗീ കരിക്കുന്നതായി സങ്കല്പിക്കുന്നു. പ്രക്ഷേപ്യത്തിന്റെ ചലനത്തിനിടയിൽ ഘർഷണപ്രഭാവം കൊണ്ടുള്ള ഊർജ്ജനഷ്ടത്തെയും അതു സഞ്ചരി ക്കുന്ന മാദ്ധ്യമം സൃഷ്ടിക്കുന്ന പ്രഭാവങ്ങളെയും പരിഗണിക്കാതിരി ക്കുന്നു. ഇങ്ങനെയെല്ലാമാണ് ആദർശപ്രക്ഷേപ്യം(Ideal Projectile) നിർമ്മിക്കപ്പെടുന്നത്. യൂക്ലിഡിയൻ ജ്യാമിതിയുടെ സമീകരണങ്ങളുടെ ലോകത്തിലാണ് ഈ ആദർശീകരിച്ച പ്രക്ഷേപ്യം പ്രവർത്തിക്കുന്നത്. സമൂർത്ത സാഹചര്യത്തിൽ പ്രക്ഷേപ്യത്തിന്റെ ചലനപാത പാരാബോള ആയിരിക്കില്ലെന്ന് ഗലീലിയോ തന്നെ പറയുന്നുണ്ട്. കൃത്യതയുള്ള ശാസ്ത്രത്തെ സൃഷ്ടിക്കുന്നതിന് ജ്യാമിതിയെ ആശ്രയിക്കേണ്ടിയിരുന്നു. അവയുടെ പ്രയോജനവാദപരമായ ലക്ഷ്യങ്ങൾക്കപ്പുറത്ത് ശാസ്ത്ര ത്തിന്റെ ഫലങ്ങളെ സത്യാത്മകമായി ഗലീലിയോ കാണുകയും ചെയ്തു. ജീവിതത്തിലെ യഥാർത്ഥ അനുഭവലോകവും ശാസ്ത്രലോകവും തമ്മി ലുള്ള വിച്ഛേദം ഇവിടെ കാണാം. ശാസ്ത്രോപകരണങ്ങളോ പ്രയോഗമോ ഈ വിച്ഛേദത്തെ പരിഹരിക്കുന്നില്ല.

ഹുസേലിന്റെ ആധുനികശാസ്ത്രവിമർശനത്തിന് യാഥാർത്ഥ്യവു മായി ബന്ധമുണ്ടെന്ന കാര്യത്തിൽ ഇപ്പോൾ സന്ദേഹങ്ങളില്ല. ആധുനിക ശാസ്ത്രം അതിന്റെ വസ്തുവിനെ നിർമ്മിച്ചെടുക്കുകയാണെന്ന്, അത് ജീവിതലോകത്തിലെ യഥാർത്ഥവസ്തുവല്ലെന്ന് ഇപ്പോൾ എല്ലാവർക്കുമ റിയാം, ഇപ്പോഴും വ്യത്യസ്തമായി അതു വ്യാഖ്യാനിക്കപ്പെടുന്നുവെങ്കിലും. എന്നാൽ, ഈ സങ്കല്പനം വലിയ മാറ്റങ്ങൾക്കു വിധേയമാകുകയാണ്. യഥാർത്ഥമായ ജീവൻ ശാസ്ത്രത്തിന്റെ വിഷയവസ്തുവാകുന്നതോടെ, ശാസ്ത്രം നിർമ്മിച്ചെടുക്കുന്ന വസ്തു എന്ന സങ്കല്പനം പരിമിതമായ ഒന്നായി മാറിയിരിക്കുന്നു. ശാസ്ത്രം ഇപ്പോൾ അഭിമുഖീകരിക്കുന്ന തീവ്ര മായ പ്രതിസന്ധികൾ ജീവനെ സംബന്ധിച്ച ധാർമ്മികവും നൈതികവു മായ പ്രശ്നങ്ങൾ സൃഷ്ടിക്കുന്നവയാണ്. ഈ നൈതികാവബോധത്തിന്റെ പ്രയോഗങ്ങളും പ്രവർത്തനങ്ങളും ജീവന്റെ പ്രതിരോധത്തിനുള്ളവയാ ണെന്ന് സ്വയം വ്യക്തമാക്കുന്നുണ്ട്. അതു ശാസ്ത്രത്തിനെതിരെയും ആയിത്തീരാം. ജീവൻ ഒരു ശാസ്ത്രപ്രശ്നമായി മാറിത്തീർന്നത് ജീവനു ഗുണകരമാണോയെന്ന ചോദ്യം ശാസ്ത്രത്തിൽനിന്നും പ്രതികരണം ആവശ്യപ്പെടുന്നുണ്ട്.

കോയ്റെ: ഭൗതികയാഥാർത്ഥ്യത്തിന്റെ ഗണിതവല്ക്കരണം

പ്രകൃതിശാസ്ത്രങ്ങളും മാനവികശാസ്ത്രങ്ങളും തമ്മിൽ പാലം പണിയുന്നത് അസാദ്ധ്യമാണെന്നു കരുതിയിരുന്ന ഒരു കാലത്ത്, അതിന്നായി മനസ്സു തുറന്നുവയ്ക്കുകയും നിലകൊള്ളുകയും പ്രവർത്തിക്കുകയും ചെയ്ത ഒരു ദാർശനികനായിരുന്നു, അലക്സാന്ദ്രെ കോയ്റെ. ശാസ്ത്രദർശനത്തിൽ പരിഗണനീയമായ സംഭാവനകൾ നല്കിയ ഈ ഫ്രഞ്ചുചിന്തകൻ ശാസ്ത്രത്തിന്റെ ചരിത്രത്തെയും രീതിശാസ്ത്രത്തെയും കുറിച്ച് വളരെ വ്യത്യസ്തമായി ചിന്തിച്ചു. ശാസ്ത്രചിന്തയുടെ ചരിത്രത്തിലേക്കു കോയ്റെ നല്കിയ സംഭാവനകൾ ഇരുപതാം നൂറ്റാണ്ടിലെ ഏറ്റവും പ്രമുഖ ശാസ്ത്രചരിത്രകാരന്മാരിലൊരാളായി അദ്ദേഹത്തെ സ്ഥാപിക്കുന്നുണ്ട്. പതിനേഴാം നൂറ്റാണ്ടിൽ നടന്ന ശാസ്ത്രവിപ്ലവം പ്രാചീനകാലത്തെ ശാസ്ത്രവും ആധുനികശാസ്ത്രവും തമ്മിൽ വലിയ വിച്ഛേദം സൃഷ്ടിക്കുന്നതായി കോയ്റെ കാണുന്നു. വിജ്ഞാനം ആർജ്ജിക്കുന്ന കാര്യത്തിൽ മാത്രമല്ല, മനുഷ്യരാശിയുടെ ചിന്തയിൽ വലിയ പരിവർത്തനങ്ങൾ സൃഷ്ടിക്കുന്ന വിപ്ലവമായിരുന്നു അത്.

ഗണിതശാസ്ത്രത്തിന്റെ അടിസ്ഥാനങ്ങളെക്കുറിച്ച് കോയ്റെയ്ക്കുള്ള താല്പര്യങ്ങളുമായി അദ്ദേഹത്തിന്റെ ശാസ്ത്രചരിത്രസങ്കല്പനങ്ങൾക്കു ബന്ധമുണ്ടായിരുന്നു. ഭൗതികലോകത്തെ മനസ്സിലാക്കുന്നതിനുള്ള ആധുനികശാസ്ത്രം സൈദ്ധാന്തികമാണെന്ന നിലപാടാണ് അലക്സാന്ദ്രെ കോയ്റെ സ്വീകരിച്ചിരുന്നത്. അനുഭവങ്ങൾക്കും വസ്തുതകൾക്കുമപ്പുറത്ത് യുക്തിക്കു വളരെ പ്രാധാന്യമുണ്ടെന്ന് ഗ്രീക്ക് ആചാര്യനായിരുന്ന പ്ലാറ്റോയെപ്പോലെ കോയ്റെയും ധരിച്ചിരുന്നു. ശാസ്ത്രം അനിവാര്യമായും സൈദ്ധാന്തികമാണ്. സിദ്ധാന്തത്തിന്റെ പ്രാഥമ്യമാണ് ആധുനികശാസ്ത്രത്തിന്റെ സ്ഥാപനത്തിനു കാരണമാകുന്നത്. അനുഭ

വങ്ങളുടെ സംഘാടനം നിർവ്വഹിക്കുകയും അവയെ നയിക്കുകയും ചെയ്യുന്നത് സിദ്ധാന്തമാണ്. ഈ സങ്കല്പനത്തിന്റെ അടിസ്ഥാനത്തിൽ കോയ്റെ നിർമ്മിച്ചെടുത്ത ആധുനികശാസ്ത്രചരിത്രത്തിൽ ഗലീലിയോയുടെ ഗണിതശാസ്ത്രപരമായ യഥാതഥവാദം വളരെ പ്രധാനപ്പെട്ട പങ്കു വഹിക്കുന്നു. അനുഭവങ്ങളുടെയും നിരീക്ഷണങ്ങളുടെയും കൂടിച്ചേരലിൽ നിന്നാണ് ആധുനികശാസ്ത്രത്തിന്റെ ഉദയമെന്ന സമീപനത്തിൽനിന്നും മാറിനില്ക്കുന്ന വീക്ഷണമാണിത്. അനുഭവങ്ങളോ നിരീക്ഷണങ്ങളോ അല്ല, സൈദ്ധാന്തികചിന്തയാണ് ശാസ്ത്രനിയമങ്ങളെ നിർദ്ദേശിക്കുന്നത്. പ്രത്യക്ഷവസ്തുവാദപരമല്ല, അനുഭവൈകവാദപരമല്ല, ബേക്കണിന്റെയും കോംതെയുടെയും മാഹിന്റെയും സമീപനമല്ല, ദക്കാർത്തെയുടെയും പ്ലാറ്റോയുടെയും ഭാഗികമായി ഗലീലിയോയുടേയും സമീപനമാണിത്. അവസാനകാലത്തെഴുതിയ ലേഖനങ്ങളിൽപോലും പ്രയോഗത്തിലുപരിയായി സിദ്ധാന്തത്തെയും അതിന്റെ പിന്നിലുള്ള ആശയവാദത്തേയും കോയ്റെ പ്രതിരോധിക്കുന്നു.

എല്ലാ നിരീക്ഷണങ്ങളും സിദ്ധാന്തത്തിനു കീഴ്പ്പെട്ടു നില്ക്കുന്നതാണ്. നിരീക്ഷണങ്ങളുടെ അടിയിൽ സിദ്ധാന്തം പ്രവർത്തിക്കുന്നു. 'നിരീക്ഷിക്കൂ' എന്ന് തന്റെ വിദ്യാർത്ഥിയോടു നിർദ്ദേശിക്കുന്ന അദ്ധ്യാപകൻ നിരീക്ഷിക്കപ്പെടേണ്ട വസ്തുവിനെക്കുറിച്ചും നിരീക്ഷിക്കേണ്ട രീതിയെക്കുറിച്ചും പരോക്ഷമായെങ്കിലും സൂചനകൾ നല്കുന്നുണ്ട്. തെരഞ്ഞെടുക്കപ്പെട്ട ഒരു വസ്തുവിനെ, ഒരു നിശ്ചിത പ്രവർത്തനത്തെ, ഒരു സവിശേഷവീക്ഷണത്തെ, ഒരു പ്രശ്നത്തെ, രേഖീകരണത്തിനുള്ള ഭാഷയെ ഒക്കെ ഏതൊരു നിരീക്ഷണവും മുൻകൂട്ടി കാണുന്നുണ്ട്. നിരീക്ഷണത്തെക്കുറിച്ചുള്ള പ്രസ്താവനകൾ സൈദ്ധാന്തികമാണ്. നിരീക്ഷണങ്ങൾ സിദ്ധാന്തങ്ങളിലേക്കു ചാഞ്ഞുനില്ക്കുന്നു, സിദ്ധാന്തങ്ങളെ മുന്നേതന്നെ ഉള്ളിൽ വഹിക്കുന്നു. നിരീക്ഷണത്തെക്കുറിച്ചു പറയുന്ന ഈ കാര്യങ്ങൾ എല്ലാ അനുഭവങ്ങളിലേക്കും വ്യാപിപ്പിക്കാവുന്നതാണ്. അനുഭവങ്ങളെ ഗ്രഹിക്കുകയും വ്യാഖ്യാനിക്കുകയും ചെയ്യുന്നതിന് സിദ്ധാന്തം ആവശ്യമുണ്ട്.

സാമൂഹികസന്ദർഭങ്ങളുടെ സ്വാധീനങ്ങളിൽ നിന്നും സ്വതന്ത്രമായി ശാസ്ത്രം അതിന്റെ നീതീകരണത്തെ ശാസ്ത്രത്തിന്നുള്ളിൽത്തന്നെ കണ്ടെത്തുന്നുവെന്ന് അലക്സാന്ദ്രെ കോയ്റെ കാണുന്നു. ആന്തരികതാവാദം (Internalism) എന്നു വിളിക്കാവുന്ന വീക്ഷണമാണിത്. ഗണിതശാസ്ത്രപരമായ യഥാതഥവാദത്തിനും ആന്തരികതാവാദത്തിനും ശാസ്ത്രത്തിന്റെ സ്വാശ്രയത്വത്തെ ഉൾക്കൊള്ളുന്നതിനു കഴിയും. ശാസ്ത്രത്തിന്റെ സാമൂഹികശാസ്ത്രപരമായ വ്യാഖ്യാനങ്ങളുടെ മണ്ഡലത്തിലും സാങ്കേതികവിദ്യയുമായി ബന്ധപ്പെട്ട പ്രശ്നങ്ങളിലും കോയ്റെ ഗണ്യമായി പ്രവർത്തിക്കുന്നുണ്ടെങ്കിലും, ആധുനികശാസ്ത്രത്തിന്റെ രൂപീകരണത്തിൽ ഈ ഘടകങ്ങൾ വഹിച്ച പങ്കിനെക്കുറിച്ച് മിക്കവാറും വിമർശപരമായ ഒരു സമീപനം അദ്ദേഹം സ്വീകരിച്ചു. സാമൂഹികവും സാങ്കേതി

കവിദ്യാപരവുമായ ഘടകങ്ങളുടെ അടിസ്ഥാനത്തിൽ ആധുനികശാസ്ത്രത്തിന്റെ ചരിത്രത്തെ വ്യാഖ്യാനിച്ച മെർട്ടനും ഗ്രോസ്മാനും മറ്റും നടന്ന വഴികളിൽനിന്നും വ്യത്യസ്തമായിരുന്നു, ഇത്. സാങ്കേതികവിദ്യയുടെ പ്രായോഗികജ്ഞാനത്തിൽ ഊന്നുന്നതും സാമൂഹികശാസ്ത്രപരവുമായ ആശയങ്ങൾ കോയ്റെയുടെ വിമർശത്തെ താങ്ങാൻ കെല്പുള്ളതായിരുന്നില്ല. ആധുനികപരീക്ഷണാത്മകശാസ്ത്രത്തിന്റെ രൂപീകരണത്തിന് പ്രായോഗികജ്ഞാനമായിരുന്നു അനിവാര്യമായിരുന്നതെങ്കിൽ നൂറുകണക്കിനു വർഷം മുന്നേ, റോമൻ സാമ്രാജ്യത്തിലെ എഞ്ചിനീയർമാരുടെ കാലത്തുതന്നെ, അതു രൂപം കൊള്ളുമായിരുന്നുവെന്ന് കോയ്റെ എഴുതുന്നുണ്ട്. ആധുനികചിന്തയെ പുതിയ ശൈലിയിലുള്ള ചിന്തയായി കോയ്റെ കണ്ടു. അദ്ദേഹത്തെ സംബന്ധിച്ചിടത്തോളം ശാസ്ത്രം ഈ ചിന്താവ്യതിയാനത്തിന്റെ ഹൃദയമായിരുന്നു. പ്രപഞ്ചത്തിന്റെ സൈദ്ധാന്തികവ്യാഖ്യാനം നിശിതമായും ഗണിതശാസ്ത്രപരമാണെന്ന് അതു കരുതി. പ്രകൃതിയെ മനസ്സിലാക്കുന്നതിനുള്ള ഗണിതത്തിന്റെ ഉപയോഗം യുക്തിയുടെ ലോകത്തെ വെളിപ്പെടുത്തി. പരീക്ഷണാത്മകരീതിശാസ്ത്രം അനുഭവത്തിലുപരിയായി യുക്തിയെയാണ് ആശ്രയിക്കുന്നത്. ബലതന്ത്രത്തിലെ ജഡത്വനിയമത്തിന്റെ രൂപീകരണം അനുഭവങ്ങളുടെ ശേഖരത്തിൽ നിന്നുകൊണ്ടായിരുന്നില്ല, അത് ആശയങ്ങളുടെ വികാസത്തിന്റെ ഭാഗമായിരുന്നു. നിശ്ചലാവസ്ഥയെ ഉണ്മയുടെ പ്രാഥമികാവസ്ഥയായിട്ടാണ് ഗ്രീക്കുകാർ കണ്ടിരുന്നത്. ഈ സൈദ്ധാന്തികബിന്ദുവിൽ നിന്നും ആരംഭിക്കുകയും ചലനാവസ്ഥയെ നിശ്ചലാവസ്ഥയുടെ അതേ ഭവശാസ്ത്രപരമായ നിലയിൽ സ്ഥാപിക്കുകയുമാണ് ആധുനികയുക്തി ചെയ്തത്. സ്ഥിതാവസ്ഥയിലും സ്ഥിരപ്രവേഗചലനാവസ്ഥയിലുമുള്ള വസ്തുക്കളെ ഒരേ ഗണത്തിൽ ഉൾപ്പെടുത്തുന്ന ഒന്നാം ചലനനിയമം സ്ഥിതാവസ്ഥയുടെയും ചലനാവസ്ഥയുടെയും ഭവശാസ്ത്രപരമായ തുല്യതയെ സ്ഥാപിക്കുകയും ക്ലാസിക്കൽ ബലതന്ത്രത്തിന്റെ സൃഷ്ടിക്കു അടിസ്ഥാനകാരണമാകുകയും ചെയ്യുന്നുണ്ട്. പ്ലാറ്റോയുടെയും ഗലീലിയോയുടെയും ആശയങ്ങൾക്കിടയിൽ അനിവാര്യമായ ബന്ധങ്ങളെ കണ്ടെത്താൻ കോയ്റെയെ ഇതു പ്രേരിപ്പിക്കുന്നു.

ശാസ്ത്രത്തിന്റെ സാമൂഹികവ്യാഖ്യാനങ്ങളെ ഭാഗികമായി കൃത്യവും എന്നാൽ അസംതൃപ്തവുമായി കോയ്റെ കാണുന്നു. അവയെ തീർത്തും ഉപേക്ഷിക്കുന്ന സമീപനം അദ്ദേഹം സ്വീകരിക്കുന്നില്ല. ആധുനികശാസ്ത്രത്തിന്റെ നിർവ്വഹണത്തിന് ആവശ്യമുള്ള വ്യവസ്ഥകളായി അവയെ അദ്ദേഹം ഉൾക്കൊള്ളുന്നുണ്ട്. എന്നാൽ അവ മാത്രം മതിയാകുമായിരുന്നില്ല. യൂറോപ്യന്മാർ ഇന്ത്യയെ കണ്ടെത്താനായി നടത്തിയ നാവികയാത്രകൾ ഘടികാരങ്ങളുടെ നിർമ്മാണത്തെ ത്വരിതപ്പെടുത്തിയിരിക്കണം. യുദ്ധങ്ങൾ വെടിമരുന്നിന്റെ കണ്ടെത്തലിനു ചില വഴികൾ തുറന്നിരിക്കണം. ഇങ്ങനെ പല ഉദാഹരണങ്ങൾ കണ്ടെത്താൻ കഴിയും. എന്നാൽ, ശാസ്ത്രത്തിന്റെ പ്രായോഗികവും അനുഭവാധിഷ്ഠിതവുമായ പ്രവർത്ത

നങ്ങൾ; സാങ്കേതികവിദ്യ, കാൾക്കുലസിന്റെ വികാസത്തെ സഹായിച്ചുവെന്നു കരുതാനാകില്ല. മുതലാളിത്തവർഗ്ഗത്തിന്റെ ഉദയത്തെ കോപ്പർനിക്കസ്സിന്റെ ജ്യോതിശാസ്ത്രവുമായി ബന്ധിപ്പിക്കാൻ കഴിയില്ല. പരീക്ഷണാത്മകശാസ്ത്രത്തിന്റെ ഉദയവും വളർച്ചയും സൈദ്ധാന്തികവും അതിഭൗതികവുമായ സമീപനത്തിന്റെ സ്രോതസ്സല്ല; മറിച്ച്, അതിന്റെ ഫലമാണ്. അഥവാ കോയ്റെയെ സംബന്ധിച്ചിടത്തോളം ശാസ്ത്രത്തിലെ വിപ്ലവങ്ങൾ ഉയിർക്കൊള്ളുന്നത് സാമൂഹികവും സാങ്കേതികവിദ്യാപരവുമായ വസ്തുതകളിൽ നിന്നല്ല; അവ ആവശ്യമുള്ള വ്യവസ്ഥകളായിരുന്നുവെങ്കിലും. അതിഭൗതികസമീപനത്തിന്റെയും ചിന്തയുടെയും മണ്ഡലത്തിലുണ്ടായിരുന്ന വ്യതിയാനങ്ങളും പുതുക്കലുകളുമാണ് ആധുനികശാസ്ത്രത്തിനു തുടക്കമിടുന്നതെന്ന് കോയ്റെ പറയുന്നു. സങ്കേതങ്ങൾ (techniques) സാങ്കേതികവിദ്യയാകുന്നത് ശാസ്ത്രത്തിന്റെ വരവിനു ശേഷമാണ്. സാങ്കേതികവിദ്യകളുടെ തുടക്കംപോലും ശാസ്ത്രത്തിന്റെ അഭാവത്തിൽ അസാദ്ധ്യമായിരുന്നു. സങ്കേതങ്ങളുടെ ചരിത്രം ശാസ്ത്രവുമായി ബന്ധപ്പെട്ടതാണ്. ശാസ്ത്രം സങ്കേതങ്ങളുടെ ആനുകൂല്യങ്ങൾ സ്വീകരിക്കുന്നുണ്ട്. എന്നാൽ, ശാസ്ത്രം സാങ്കേതിക വിദഗ്ദ്ധരും എഞ്ചിനീയർമാരും ചേർന്നു നിർമ്മിച്ചതല്ല. ഘടികാരം ഒരു സാങ്കേതികവിദ്യയുടെ സൃഷ്ടിയാണ്. എന്നാൽ, ഘടികാരത്തിന്റെ നിർമ്മാണത്തിനു മുന്നേ ഒരു ശാസ്ത്രീയ സങ്കല്പനം അതിൽ പ്രവർത്തിച്ചു തുടങ്ങുന്നു. ഘടികാരത്തിന്റെ നിർമ്മാണത്തിന് സാങ്കേതികവിദഗ്ദ്ധരെക്കാൾ കൂടുതലായി ഗലീലിയോ, ഹൈജൻസ്, ഹുക്ക് തുടങ്ങിയ ശാസ്ത്രജ്ഞന്മാരോട് കടപ്പെട്ടിരിക്കുന്നു. ഇലക്ട്രോണിക് ഉപകരണങ്ങളുടെ നിർമ്മാണത്തിന് ഇലക്ട്രോണിക് സാങ്കേതിക വിദഗ്ദ്ധരെക്കാളും ഉപരിയായി ഇലക്ട്രോണിനെ ആദ്യമായി സങ്കല്പിച്ച ഭൗതികശാസ്ത്രജ്ഞന്മാരോട് കടപ്പാടുണ്ട്. ഒരു സൈദ്ധാന്തികവസ്തുവിന് പ്രായോഗികയാഥാർത്ഥ്യമായി മാറിത്തീരാനും അങ്ങനെ പരിവർത്തിക്കപ്പെടാനും കഴിയുമെന്നാണ് ഇതു സൂചിപ്പിക്കുന്നത്. പ്രകൃതിയിലെ സമയം ഘടികാരത്തിലെ യാന്ത്രികകാലമായി മാറിത്തീരുന്ന സാങ്കേതികസംഭവത്തിനും മുന്നേ ഒരു ശാസ്ത്രീയസംഭവത്തിലൂടെ കടന്നുപോകുന്നുണ്ട്. ഒരു ഉപകരണത്തിന്റെ ശരിയായ പ്രവർത്തനം ഇന്ദ്രിയങ്ങളുടെ വ്യാപനം എന്ന നിലയ്ക്കുപരിയായി ചിന്തയുടെ ഭൗതികവല്ക്കരണമാണെന്ന് കോയ്റെ പറയുന്നു. ആധുനികശാസ്ത്രത്തിന്റെ വിപ്ലവത്തെ നയിച്ച ശക്തി സാമൂഹികമോ സാങ്കേതികവിദ്യാപരമോ ആയിരുന്നില്ല; മറിച്ച്, തത്ത്വചിന്തയാൽ സ്വാധീനിക്കപ്പെട്ട സൈദ്ധാന്തികമാറ്റങ്ങളിൽ നിന്നും ഉരുവം കൊണ്ടതായിരുന്നുവെന്ന് ചുരുക്കിപ്പറയാം. ഈ ചിന്തകളുടെ തുടർച്ചയെന്നോണം, ശാസ്ത്രത്തിന്റെയും തത്ത്വചിന്തയുടെയും ഒന്നുചേരലിനെ, ഐക്യത്തെ കോയ്റെ കാണുന്നു. ഇങ്ങനെയൊക്കെയാണെങ്കിലും, ശാസ്ത്രത്തിന്റെ സാമൂഹികവ്യാഖ്യാനങ്ങൾ ചമയ്ക്കുന്നവർക്ക് വ്യക്തിപരമായ വിമർശം എഴുതാൻ കോയ്റെ തയ്യാറാകുന്നില്ല.

ആധുനികശാസ്ത്രം സൈദ്ധാന്തികമാണെന്ന നിലപാടു സ്വീകരിച്ച കോയ്റെ പരീക്ഷണങ്ങളുടെ ആവശ്യകതയെ നിരാകരിക്കുകയായിരുന്നില്ല, അവയുടെ പരിമിതിയെ ചൂണ്ടിക്കാട്ടുകയാണ് ചെയ്തത്. നിർണ്ണായകമായ പരീക്ഷണങ്ങളില്ലെന്ന് അദ്ദേഹം കരുതി. ശാസ്ത്രത്തിന്റെ പരിണാമത്തിന്റെ ത്വരകം പരീക്ഷണങ്ങളാണെന്ന അഭിപ്രായവും അദ്ദേഹത്തിനില്ലായിരുന്നു. പരീക്ഷണങ്ങളുടെ ആവശ്യകതയെക്കുറിച്ചു പറയുമ്പോൾ തന്നെ അവ സൃഷ്ടിക്കുന്ന പ്രശ്നങ്ങളെ എടുത്തുകാട്ടി. അക്കങ്ങളിലുള്ള ഡാറ്റ നല്കാൻ കഴിയുന്നത് പരീക്ഷണങ്ങൾക്കാണ്. അവയില്ലെങ്കിൽ, പ്രകൃതിയെക്കുറിച്ചുള്ള നമ്മുടെ ധാരണ അപൂർണ്ണമായിരിക്കും. ഗലീലിയോയുടെ പരീക്ഷണങ്ങളെ കോയ്റെ വിശദമായി സമീപിക്കുന്നുണ്ട്. ഗലീലിയോയുടെ പരീക്ഷണഫലങ്ങൾ ഏകദേശഫലങ്ങളാണെങ്കിലും അവ പ്രകൃതിയോടു ഉന്നയിക്കപ്പെട്ട ചോദ്യങ്ങൾക്ക് അളന്നെടുക്കാവുന്ന ഫലങ്ങൾ നല്കാൻ കഴിവുള്ള ധൈഷണികനിർമ്മിതികളായിരുന്നു. എന്നാൽ, സൈദ്ധാന്തികസന്ദർഭത്തിൽ നിന്നും വേർപെടുത്തി പരീക്ഷണങ്ങളെ കാണാൻ കഴിയില്ല. ആധുനികശാസ്ത്രത്തിലെ പരീക്ഷണത്തെക്കുറിച്ചുള്ള ആശയങ്ങൾ അരിസ്റ്റോട്ടിലിന്റെ പാരമ്പര്യത്തിന് പൂർണ്ണമായും ഉൾക്കൊള്ളാൻ കഴിയുന്നതല്ല. അരിസ്റ്റോട്ടിലിന്റെ പാരമ്പര്യം അളവിനെ കാണുന്നില്ല, ഗുണത്തിനു പ്രാധാന്യം നല്കുന്നു. ഗലീലിയോ മുന്നോട്ടുവച്ച സ്ഥലത്തിന്റെ ജ്യാമിതിവല്ക്കരണം എന്ന ആശയം പരീക്ഷണങ്ങളുടെ ധൈഷണികനിർമ്മിതിയിൽ വലിയ പങ്കുവഹിക്കുന്നുണ്ട്.

ഗലീലിയോയെ പ്ലാറ്റോയുമായി ബന്ധിപ്പിക്കുന്ന കോയ്റെയുടെ നിരീക്ഷണങ്ങൾ ചില പ്രധാന ചോദ്യങ്ങളിലേക്കു നമ്മെ ക്ഷണിക്കുന്നുണ്ട്. എന്തുകൊണ്ടാണ് ഗ്രീസിന്റെ ഗണിതശാസ്ത്രവും സിദ്ധാന്തവും ആധുനികശാസ്ത്രത്തിലേക്കും സാങ്കേതികവിദ്യയിലേക്കും നയിക്കപ്പെടാതിരുന്നത് എന്ന പ്രശ്നത്തെ ഇവിടെ സംബോധന ചെയ്യേണ്ടിവരുന്നു. അടിമത്തവ്യവസ്ഥയിൽ ശാസ്ത്രവും സാങ്കേതികവിദ്യയും രൂപം കൊള്ളുന്നത് അസാദ്ധ്യമായിരുന്നുവെന്ന സാമൂഹികവിശദീകരണത്തെ കോയ്റെ സംതൃപ്തിദായകമായ വിശദീകരണമായി കാണുന്നില്ല. സാങ്കേതികവിദ്യയുടെ സൃഷ്ടിക്ക് ശാസ്ത്രത്തിന്റെ സാന്നിദ്ധ്യം ആവശ്യമായിരുന്നു. ആധുനികശാസ്ത്രം ആധുനികതയുടെ മാത്രം സൃഷ്ടിയായിരുന്നു. ശാസ്ത്രത്തിനു മുമ്പ് സാങ്കേതികവിദ്യയെ സൃഷ്ടിക്കാൻ കഴിയുമായിരുന്നില്ല. ശാസ്ത്രത്തെയും സാങ്കേതികവിദ്യയെയും പരസ്പരബന്ധിതമായല്ലാതെ നമുക്കു മനസ്സിലാക്കാൻ കഴിയില്ല. ആധുനികശാസ്ത്രം സൈദ്ധാന്തികജ്ഞാനത്തിന്റെയും പ്രായോഗികജ്ഞാനത്തിന്റെയും സാകല്യത്തിൽനിന്നും ഉരുവംകൊള്ളുന്നതാണ്. എന്നാൽ, കോയ്റെയെ സംബന്ധിച്ചിടത്തോളം സിദ്ധാന്തത്തിനു പ്രാഥമ്യമുണ്ട്.

ആധുനികശാസ്ത്രം സൈദ്ധാന്തികമാണെന്ന നിലപാടിന്റെ തുടർച്ചയിൽ ശാസ്ത്രവിപ്ലവത്തിന്റെ പ്രധാനപ്പെട്ട രണ്ടു സ്വഭാവങ്ങളെ കുറിച്ച്

കോയ്റെ പറയുന്നുണ്ട്. അവ, 'ശ്രേണീബദ്ധപ്രപഞ്ചത്തിന്റെ നാശ'വും 'സ്ഥലത്തിന്റെ ജ്യാമിതിവല്ക്കരണ'വും ആണ്. സ്ഥലത്തിന്റെ ജ്യാമിതിവല്ക്കരണം എന്ന ആശയം എങ്ങനെ കടന്നുവരുന്നുവെന്നു ഇതിനകം സൂചിപ്പിച്ചുവല്ലോ? ഇതോടൊപ്പം 'ഭൗതികയാഥാർത്ഥ്യത്തിന്റെ ഗണിതവല്ക്കരണം', 'പ്രപഞ്ചത്തിന്റെ അനന്തവല്ക്കരണം', 'ഏകദേശലോകത്തിൽ നിന്നും സൂക്ഷ്മതയുടെയും കൃത്യതയുടെയും ലോകത്തിലേക്കുള്ള നീക്കം' എന്നീ പ്രവണതകളെയും കോയ്റെ സൂചിപ്പിക്കുന്നു. സ്ഥലത്തിന്റെ ജ്യാമിതിവല്ക്കരണം ശാസ്ത്രത്തിന്റെ രീതിശാസ്ത്രത്തിന്റെയും ശാസ്ത്രസിദ്ധാന്തങ്ങളുടെയും പരിവർത്തനത്തെ കൊണ്ടുവരുന്നതായിരുന്നു. തത്ത്വചിന്തകന്മാരും ഗണിതശാസ്ത്രജ്ഞന്മാരും സാങ്കേതികവിദഗ്ദ്ധരും അടങ്ങുന്ന ചെറിയ സാമൂഹികവിഭാഗത്തെ ബാധിക്കുന്ന കാര്യമായിരുന്നു അത്. ഗലീലിയോക്കുമുമ്പുള്ള ഭൗതികത്തിന്റെ മൂർത്തസ്ഥലസങ്കല്പനത്തെ അമൂർത്തമായ യൂക്ലീഡിന്റെ സ്ഥലസങ്കല്പനം കൊണ്ട് ഇത് മാറ്റി പ്രതിഷ്ഠിച്ചു. ജഡത്വനിയമത്തിന്റെ രൂപീകരണം ഈ മാറ്റം കൊണ്ടുമാത്രം സാദ്ധ്യമാകുന്നതായിരുന്നു. ജഡത്വനിയമത്തിന്റെയും അതിന്റെ തുടർച്ചയിൽ ന്യൂട്ടന്റെ ബലതന്ത്രത്തിന്റെയും രൂപീകരണത്തിൽ സ്ഥലത്തിന്റെ ജ്യാമിതിവല്ക്കരണം തെളിഞ്ഞു പ്രകടിതമായി. എന്നാൽ, ശ്രേണിബദ്ധപ്രപഞ്ചത്തിന്റെ നാശം എന്ന സങ്കല്പനം പ്രപഞ്ചത്തെ കുറിച്ച് പുതിയൊരു ചിത്രം നല്കുന്നതും മുഴുവൻ ജനവിഭാഗങ്ങളെയും സ്വാധീനിക്കുന്നതുമായ മാറ്റമായിരുന്നു. ശ്രേണിബദ്ധവും ക്രമീകൃതവും അടഞ്ഞതും പരിമിതവുമായ പ്രപഞ്ചത്തെക്കുറിച്ചുള്ള സങ്കല്പനം നാശമടയുന്നു. തുറന്നതും അനിശ്ചിതവും അപരിമിതവും എല്ലായിടത്തും എല്ലാ ദിശകളിലും സമാനവും സാർവ്വലൗകിക നിയമങ്ങളാൽ നയിക്കപ്പെടുന്നതുമായ പ്രപഞ്ചത്തെക്കുറിച്ചുള്ള സങ്കല്പനം രൂപം കൊള്ളുന്നു. പുതിയ പ്രപഞ്ചം അധികാരശ്രേണിക്കനുസരിച്ച് ക്രമപ്പെട്ടതല്ല. ആയിത്തീർന്നു(Becoming)കൊണ്ടിരിക്കുന്നതും നിരന്തരം മാറിക്കൊണ്ടിരിക്കുന്നതുമായ പ്രപഞ്ചമാണത്. ആകാശവും ഭൂമിയും ഒരേ ഭവശാസ്ത്രനില(Ontological status)യിൽ സ്ഥാപിക്കപ്പെടുന്നു. ഭൂമിയിലെ വസ്തുക്കളുടെ ചലനവും ആകാശഗോളങ്ങളുടെ ചലനവും ഒരേ നിലയിൽ പരിചരിക്കപ്പെടുന്നു. വാനഗോളശാസ്ത്രവും ഭൗതികശാസ്ത്രവും പരസ്പരാശ്രിതവും പരസ്പരബന്ധിതവും ആയിരിക്കുന്നു. പ്രപഞ്ചം ജ്യാമിതികൊണ്ട് ഏകീകൃതമായിരിക്കുന്നു. അരിസ്റ്റോട്ടിലിന്റെ കേവലഗുണങ്ങൾ അപ്രസക്തമാകുകയും അളവുകൾ ആ സ്ഥാനം ഏറ്റെടുക്കുകയും ചെയ്യുന്നു. ചലനം സംഖ്യകൾ കൊണ്ട് രേഖപ്പെടുന്ന സ്ഥിതി വരുന്നു. പ്രപഞ്ചം അമൂർത്തമായിരിക്കുന്നു.

ശാസ്ത്രവിപ്ലവത്തിന്റെ ഇരട്ടസ്വഭാവത്തെക്കുറിച്ച് അവതരിപ്പിച്ച ആശയങ്ങളിൽ കോയ്റെ വേണ്ടത്ര സംതൃപ്തനായിരുന്നില്ല. പ്രപഞ്ചത്തിന്റെ അനന്തവല്ക്കരണത്തെക്കുറിച്ച് അദ്ദേഹം എഴുതിത്തുടങ്ങുന്നു.

ഇരട്ട സ്വഭാവത്തെ കൂടുതൽ സംക്ഷിപ്തമായി എഴുതുന്ന രീതിയിൽ പ്രകൃതിയുടെ ഗണിതവല്ക്കരണത്തെക്കുറിച്ചും ശാസ്ത്രത്തിന്റെ ഗണിതവല്ക്കരണത്തെ കുറിച്ചും പറയുന്നു. സ്ഥലത്തിന്റെ ജ്യാമിതിവല്ക്കരണം എന്ന പരികല്പന കാര്യങ്ങളെ പൂർണ്ണമായും ഉൾക്കൊള്ളുന്നില്ലെന്നു പറയുന്നു. പുതിയ ഭൗതികശാസ്ത്രത്തിന്റെ അടിസ്ഥാന ഉള്ളടക്കം ഗണിതീയഭൗതികത്തിന്റെ നിർമ്മാണമാണെന്ന് കോയ്റെക്കു ബോദ്ധ്യപ്പെടുന്ന സന്ദർഭമാണിത്. പതിനേഴാം നൂറ്റാണ്ടിലെ ശാസ്ത്ര വിപ്ലവത്തിന്റെ ആഴത്തിലുള്ള അർത്ഥം ഭൗതികയാഥാർത്ഥ്യത്തിന്റെ ഗണിതവല്ക്കരണമാണെന്നു മനസ്സിലാക്കപ്പെടുന്നു. ഗണിതവല്ക്കരണത്തെ ഭൗതികയാഥാർത്ഥ്യത്തിന്റെ ശരിയായ ആന്തരികസത്തയായി കോയ്റെ കണ്ടു. കാസിറർ, എഡ്വിൻ ബ്രെട്ട്, എഡ്മണ്ട് ഹുസേൽ, മാർട്ടിൻ ഹൈഡഗർ തുടങ്ങിയവരൊക്കെ ഈ പ്രമേയത്തിൽ വ്യത്യസ്ത രീതികളിൽ എത്തിച്ചേർന്നിരുന്നല്ലോ.

ഗണിതവല്ക്കരണത്തിന്റെ ഫലമായി, ഏറിയതോ കുറഞ്ഞതോയെന്ന് വിശേഷമായി പറയേണ്ട അളവുകൾ മാത്രം വ്യവഹരിക്കുന്ന അനുഭവൈകലോകത്തുനിന്നും സൂക്ഷ്മതയും കൃത്യതയുമുള്ള യുക്തി പ്രപഞ്ചത്തിലേക്കുള്ള മാറ്റം സംഭവിക്കുന്നുണ്ട്. ഇന്ദ്രിയങ്ങൾ നല്കുന്ന അനിശ്ചിതമായ ഡാറ്റയുടെ സ്ഥാനത്ത് ഉറപ്പും കൃത്യതയുമുള്ള സംഖ്യകൾ പകരം വരുന്നു. അനിശ്ചിതഗുണങ്ങളുടെ സ്ഥാനത്ത് നിശ്ചിതത്വമുള്ള അളവുകൾ വരുന്നു. ഗണിതം അമൂർത്തവല്കൃതമായ ലോകത്തിലാണല്ലോ പ്രയോഗക്ഷമമാകുന്നത്. അരിസ്റ്റോട്ടിലിന്റെ ലോകസങ്കല്പത്തിൽ, ഭൗതികമായ ഉണ്മയുള്ളവയെല്ലാം ജീവികളെപ്പോലെ ആയിരുന്നു, അവയ്ക്ക് കൃത്യമായ അളവുകളോ മാനങ്ങളോ ഉണ്ടായിരുന്നില്ല. കൃത്യമായ സംഖ്യകളുടെ ലോകം അവയ്ക്ക് അന്യമായിരുന്നു. അതുകൊണ്ട്, ഭൂമിയിലെ ചലനലോകത്തിന് ഗണിതം പ്രയോഗിക്കാൻ കഴിഞ്ഞിരുന്നില്ല. എന്നാൽ, പുരാതനകാലം മുതലേ ആകാശഗോളങ്ങളിൽ ഗണിതം പ്രയോഗിക്കപ്പെട്ടിരുന്നു. ഇപ്പോൾ, ഭൂമിയിലെ വസ്തുക്കളുടെ ചലനവും ആകാശഗോളങ്ങളുടെ ചലനവും ഒരേ നിലയിൽ പരിചരിക്കപ്പെടേണ്ട സ്ഥിതി ആഗതമാകുന്നു. ആധുനികപരീക്ഷണസംവിധാനങ്ങൾ ഇതിന്റെ തുടർച്ചയാണ്. പ്രപഞ്ചത്തിന്റെ ഭവശാസ്ത്രപരമായ ഏകീകരണമാണ്, പ്രായോഗികശാസ്ത്രപ്രവർത്തനങ്ങളിലേക്കു നയിക്കുന്നതെന്ന തന്റെ നിലപാടിന്റെ സാധൂകരണമായി ഇതിനെ കോയ്റെ കണ്ടു. ഭവശാസ്ത്രപരമായ ഏകീകരണം ഉഭയദിശീയമായിരുന്നു. ഒരുവശത്ത് ഗണിതശാസ്ത്രം ആകാശത്തുനിന്നും ഭൂമിയിലേക്ക് ഇറങ്ങിവന്നു. മറുവശത്ത്, ഭൂമിയിലെ വസ്തുക്കളിൽ പ്രയോഗിച്ചിരുന്ന കാരണയുക്തി ആകാശഗോളങ്ങൾക്കും ബാധകമാക്കി. ഭൗതികലോകം അക്കങ്ങൾകൊണ്ടു നിർമ്മിക്കപ്പെട്ടതായി മാറി. കോയ്റെയെ സംബന്ധിച്ചിടത്തോളം പരീക്ഷണാത്മകശാസ്ത്രത്തിന്റെ ആവിർഭാവം ഈ പ്രക്രിയയുടെ അനന്തരഫലമായിരുന്നു. എന്നാൽ, കൃത്യതയുടെ അടിസ്ഥാനത്തിലല്ല, ഏകദേശീയവും

സംഭാവ്യവുമായ ജ്ഞാനത്തിന്റെ നീതീകരണത്തെ തിരിച്ചറിയുന്നതിലൂടെയാണ് പരീക്ഷണാത്മകശാസ്ത്രം സാദ്ധ്യമായതെന്ന മറ്റൊരു പാഠം ഇതോടൊപ്പം ചിലർ ഉന്നയിച്ചിട്ടുണ്ട്. ഈ വാദത്തിനു പ്രസക്തിയുണ്ടെങ്കിലും പതിനേഴാം നൂറ്റാണ്ടിലെ ശാസ്ത്രവിപ്ലവം ജ്ഞാനത്തെ അക്കങ്ങളുടെ ലോകത്തിലേക്ക് ആനയിച്ചുകൊണ്ട് ഏകദേശീയജ്ഞാനത്തെക്കുറിച്ചുള്ള കാഴ്ചപ്പാടുകളെ മാറ്റിത്തീർത്തുവെന്ന കോയ്റെയുടെ വാദം ഒട്ടുംതന്നെ അസാധുവാകുന്നില്ല. ആധുനികസാങ്കേതികവിദ്യയുടെ ഉദയത്തിനും അക്കങ്ങളുടെ കൃത്യത സഹായകമായെന്നു കോയ്റെ സമർത്ഥിക്കുന്നുണ്ട്.

അടഞ്ഞലോകത്തുനിന്നും അനന്തപ്രപഞ്ചത്തിലേക്ക് എന്ന ധാരണയെക്കുറിച്ച് കോയ്റെ നിരന്തരം എഴുതുകയുണ്ടായില്ല. എന്നാൽ, ഒരു പ്രധാന പ്രബന്ധത്തിന്റെ ശീർഷകമായി അതു പ്രത്യക്ഷപ്പെട്ടു. പ്രപഞ്ചഗോളം വലുതാകുന്നതായി, അനിശ്ചിതമാകുന്നതായി, അതിന്റെ ചുറ്റളവ് നഷ്ടപ്പെട്ട് അനന്തമാകുന്നതായി, പുരാതനപ്രപഞ്ചത്തിന്റെ പൊടി പോലുമില്ലാതെ അപ്രത്യക്ഷമാകുന്നതായി കോയ്റെ എഴുതുന്നുണ്ട്. പ്രപഞ്ചത്തിന്റെ അനന്തവല്ക്കരണം സ്ഥലത്തിന്റെ ജ്യാമിതിവല്ക്കരണവുമായി അനിവാര്യമായും കണ്ണിചേർക്കപ്പെട്ടിരുന്നു. പ്രപഞ്ചത്തിന് കേന്ദ്രമോ അതിരുകളോ ഇല്ലാതായി. അനന്തപ്രപഞ്ചത്തിലെ എല്ലാ സ്ഥലവും പൂർണ്ണമായും സമാനമായിരുന്നു. അനന്തപ്രപഞ്ചം എന്ന സങ്കല്പനം ദാർശനികവും ദൈവശാസ്ത്രപരവുമായ പ്രശ്നങ്ങൾ സൃഷ്ടിക്കുന്നതായിരുന്നു. പരിമിതവും മനുഷ്യകേന്ദ്രീകൃതവും ക്രമീകൃതവുമായ പ്രപഞ്ചം അനന്തവും ഏകതാനവുമായി മാറിത്തീരുന്ന വിപ്ലവമാണ് പതിനേഴാം നൂറ്റാണ്ടിൽ ശാസ്ത്രത്തിനുള്ളിലും പുറത്തും സംഭവിക്കുന്നതെന്ന് അലക്സാന്ദ്രെ കോയ്റെ സ്ഥാപിക്കുന്നു.

ന്യൂട്ടനെക്കുറിച്ചുള്ള കോയ്റെയുടെ പഠനങ്ങൾ ഏറെ ഉൾക്കാഴ്ച പകരുന്നതാണ്. പ്രകൃതി എഴുതപ്പെട്ടിരിക്കുന്നത് ഗണിതത്തിന്റെ ഭാഷയിലാണ് എന്ന ഗലീലിയോയുടെ സങ്കല്പനവും കണികകളാകുന്ന അക്ഷരങ്ങളും വാക്കുകളും കൊണ്ടാണ് പ്രകൃതിയുടെ പുസ്തകം എഴുതപ്പെട്ടിരിക്കുന്നതെന്ന ബോയിലിന്റെ സങ്കല്പനവും സംയോജിക്കുന്ന ഒരു പ്രവർത്തനം ന്യൂട്ടനിൽ സംഭവിക്കുന്നു. നിരവധി ശാസ്ത്രജ്ഞന്മാരുടെയും ചിന്തകന്മാരുടെയും സംഭാവനകൾ ന്യൂട്ടനിൽ സമ്മേളിച്ചു പ്രതിപ്രവർത്തിച്ചതായി കോയ്റെ എഴുതുന്നുണ്ട്. ഫെർമെ, പാസ്കൽ, വാല്ലിസ്, ബാരോ, ഹൈജൻസ് എന്നിങ്ങനെ എത്രയോ പേരുടെ സംഭാവനകൾ ന്യൂട്ടനിൽ സംശ്ലേഷിച്ചു പ്രതിപ്രവർത്തിച്ചതായി കോയ്റെ പറയുന്നു. ന്യൂട്ടോണിയൻ ഭൗതികം ന്യൂട്ടൺ ഒറ്റയ്ക്കു നിർമ്മിച്ചതല്ലെന്ന് കോയ്റെ കൂടി നമ്മെ ബോദ്ധ്യപ്പെടുത്തുന്നു.

ഹുസേലിന്റെ ചരിത്രത്തിലേക്കുള്ള നോട്ടവും അതീത പ്രാതിഭാസികശാസ്ത്രവും കോയ്റെയെ സ്വാധീനിച്ചിരുന്നു. എന്നാൽ, വിദ്യാർത്ഥിയായിരുന്ന കോയ്റെ എഴുതിയ ഗവേഷണത്തിനുള്ള ഒരു നിർദ്ദേശം

അംഗീകരിക്കാൻ ഹുസേൽ വിസമ്മതിക്കുന്നുണ്ട്. കോയ്റെയുടെ ഗലീലിയോ പഠനങ്ങൾ പ്രധാനമായിരുന്നല്ലോ? ഗലീലിയോ ഒരു പ്ലാറ്റോണിസ്റ്റ് ആണെന്ന് കോയ്റെ സ്ഥാപിക്കുന്നുണ്ടല്ലോ. ഗലീലിയോ നടത്തിയതായി പറയപ്പെടുന്ന പരീക്ഷണങ്ങളെ കുറിച്ചും അദ്ദേഹത്തിനു ലഭിച്ചതായി കരുതപ്പെടുന്ന പരീക്ഷണഫലങ്ങളെ കുറിച്ചും കോയ്റെ സന്ദേഹിക്കുന്നുമുണ്ട്. എഡ്മണ്ട് ഹുസേലിനെ ഗലീലിയോയിലേക്കു നയിക്കുന്നതിൽ അതു വലിയ പങ്കുവഹിച്ചിട്ടുണ്ടെന്ന് ഡേവിഡ് കാർ ചൂണ്ടിക്കാണിക്കുന്നു. മറിച്ച്, ഗലീലിയോ പഠനത്തിലുള്ള താല്പര്യം കോയ്റെക്ക് ഹുസേലിൽ നിന്നും ലഭിച്ചതാണെന്നു കരുതുന്നവരുമുണ്ട്. ശാസ്ത്രചരിത്രരചനയിൽ അംഗീകൃതമായ രീതിശാസ്ത്രത്തെ അലോസരപ്പെടുത്തുന്ന ഇടപെടലുകൾ കോയ്റെ നടത്തുന്നുണ്ട്. അത് പോസിറ്റിവിസ്റ്റു വീക്ഷണത്തിനു വിരുദ്ധമായിരുന്നു. എന്നാൽ, കോയ്റെയുടെ രീതിശാസ്ത്രം പില്ക്കാലത്തെ എത്രയോ ചിന്തകന്മാരെ സ്വാധീനിക്കുന്നു. തോമസ് കുണും മിഷേൽ ഫൂക്കോയും ഉൾപ്പെടെ അനേകം പേർ അലക്സാന്ദ്രെ കോയ്റെ തങ്ങളെ സ്വാധീനിച്ചതിനെ കുറിച്ച് സ്വയം എടുത്തു പറഞ്ഞിട്ടുണ്ട്.

ന്യൂട്ടൺ: ലോകം ഒരു ഘടികാരമാണ്

ന്യൂട്ടോണിയൻ ഭൗതികം ന്യൂട്ടൺ ഒറ്റയ്ക്കു നിർമ്മിച്ചതല്ല! എന്നാൽ, ഭൗതികത്തിന്റെ അടിസ്ഥാനസങ്കല്പനങ്ങൾ രൂപപ്പെടുത്തുകയെന്നത് ചെറിയ കാര്യമല്ല. ന്യൂട്ടനാണ് അതു നിർവ്വഹിച്ചത്. എക്കാലത്തെയും മഹാനായ ജീനിയസ് എന്ന അർത്ഥംവരുന്ന വാക്കുകൾ ഡേവിഡ് ഹ്യൂം ഐസക് ന്യൂട്ടനെക്കുറിച്ചെഴുതുന്നുണ്ട്. പ്രകൃതിയെ മൂടിയിരുന്ന ചില നിഗൂഢതകളുടെ ആവരണത്തെ ന്യൂട്ടൺ നീക്കിക്കളഞ്ഞു. എന്നാൽ, അതിനായി ഉപയോഗപ്പെടുത്തിയ യാന്ത്രികദർശനത്തിന്റെ അപൂർണ്ണതകളെ എടുത്തുകാണിച്ചു. അങ്ങനെ, പ്രകൃതിയുടെ രഹസ്യങ്ങളെ അതേ നിഗൂഢതയിലേക്കു പുനരാനയിച്ചുവെന്ന് ഡേവിഡ് ഹ്യൂം പറയുന്നു. ന്യൂട്ടൺ എടുത്തുകാണിച്ച യാന്ത്രികദർശനത്തിന്റെ അപര്യാപ്തതകൾ പ്രകൃതിയിലെ പരസ്പരബന്ധങ്ങളെക്കുറിച്ചുള്ള നമ്മുടെ സാമാന്യജ്ഞാനത്തെ അടിസ്ഥാനപ്പെടുത്തുന്നതായിരുന്നു. പ്രകൃതിയെ ശുശ്രൂഷയുടെയും പരിപാലനത്തിന്റെയും മാതൃബിംബങ്ങൾ കൊണ്ട് എഴുതിയിരുന്ന പഴയകാലവീക്ഷണം ഫ്രാൻസിസ് ബേക്കണിന്റെയും മറ്റും രചനകളിൽ വലിയ പരിവർത്തനങ്ങൾക്കു വിധേയമാകുന്നുണ്ട്. ഇതിന്റെ സൈദ്ധാന്തികമറുവശം പതിനേഴാം നൂറ്റാണ്ടിലെ ശാസ്ത്രവിപ്ലവത്തെ സചേതനമാക്കിയ യാന്ത്രികഭൗതികവാദപരമായ സംപ്രത്യയവല്ക്കരണമായിരുന്നു. ലോകം യന്ത്രമായി മാറി. അക്കാലത്തെ ചിന്തകന്മാരുടെ ഭാവനയെ പ്രചോദിപ്പിച്ച യന്ത്രസംവിധാനം ഘടികാരമായിരുന്നു. പാശ്ചാത്യ നാഗരികതയുടെ പിന്നീടുള്ള വികാസത്തിൽ പ്രധാന ഘടകമായി നിന്ന യാന്ത്രികദർശനം ദെക്കാർത്തെയിൽ ആരംഭിക്കുകയും ന്യൂട്ടനിൽ പൂർണ്ണമാകുകയും ചെയ്തു.

ജ്ഞാനത്തെ വിഷയവസ്തുവുമായി എങ്ങനെ ബന്ധിപ്പിക്കും? ഈ

ചോദ്യമാണ് ദെക്കാർത്തെയെയും അലട്ടിയത്. ആശയങ്ങൾ, സിദ്ധാന്തങ്ങൾ, സംപ്രത്യയങ്ങൾ എന്നിങ്ങനെ ജ്ഞാനാർജ്ജനത്തിന് മനുഷ്യർ ആധാരമാക്കുന്നതെല്ലാം യാഥാർത്ഥ്യവുമായി ബന്ധപ്പെട്ടതാണോ? വിഷയവസ്തു ബോധത്തിനു പുറത്താണോ? തത്ത്വചിന്തയിലെ കേന്ദ്രപ്രശ്നമാണിത്. ചിന്തയ്ക്കു പുറത്തുള്ള സ്വതന്ത്രയാഥാർത്ഥ്യവും ചിന്തയും തമ്മിലുള്ള ബന്ധത്തിന്റെ പ്രശ്നമാണിത്. ചിന്തയുടെ അനന്യതയും ഉണ്മയും തമ്മിലുള്ള പ്രശ്നമാണത്. ചിന്തയും ചിന്തയ്ക്കു പുറത്തുള്ള വസ്തുവും ഒന്നല്ലെന്നു സാമാന്യബോധം കരുതുന്നു. സംപ്രത്യയങ്ങളിലൂടെയുള്ള ചിന്തയും സ്ഥലീയമായ ജ്യാമിതീയരൂപവും തമ്മിൽ എന്തെങ്കിലും ബന്ധങ്ങളില്ല. ചിന്തയും ചിന്തയുടെ വ്യാപന(ദ്രവ്യം)വുമായി ദെക്കാർത്തെ ഇവയെ മനസ്സിലാക്കുന്നുവെങ്കിലും അവയ്ക്കു പൊതുലക്ഷണങ്ങളില്ല. ചിന്തയിലെ വസ്തുവും ചിന്തയ്ക്കു പുറത്തുള്ള വിഷയവസ്തുവും തമ്മിൽ സാമ്യങ്ങളേതുമില്ലെങ്കിൽ, ഐകരൂപ്യമില്ലെങ്കിൽ, പൊതുവായി ഒന്നുമില്ലെങ്കിൽ, ഈ രണ്ടു ലോകങ്ങളും ഒന്നിച്ചു യോജിച്ചുപോകുന്നതെങ്ങനെയാണ്?

ദെക്കാർത്തെയുടെ പ്രശ്നം ഇതാണ്. പൊതുലക്ഷണങ്ങളില്ലാത്ത ചിന്തയിലെ ലോകവും യഥാർത്ഥലോകവും യോജിച്ചുനില്ക്കുന്നതിനു കാരണങ്ങൾ കണ്ടെത്താൻ കഴിയാത്ത കാർട്ടീഷ്യന്മാർക്ക് ദൈവത്തിൽ അഭയം തേടാനേ കഴിയുമായിരുന്നുള്ളൂ. ദൈവത്തിനു മാത്രമേ ഇതു വിശദീകരിക്കാൻ കഴിയൂ. ഈ വിരുദ്ധലോകങ്ങളെ ദൈവം പരസ്പരം യോജിപ്പിലാക്കുന്നു. ഇവിടെ ദൈവം ഒരു സൈദ്ധാന്തികനിർമ്മിതിയായിട്ടാണ് പ്രത്യക്ഷപ്പെടുന്നത്. ചിന്തയ്ക്കും ചിന്തയുടെ വ്യാപിതരൂപത്തിനും പുറത്ത് മൂന്നാമത്തേതായി, പരസ്പരം ബന്ധിപ്പിക്കുന്ന കണ്ണിയായി, ചിന്തയിലെ വസ്തുവിനെയും യഥാർത്ഥവസ്തുവിനെയും ബന്ധിപ്പിക്കുന്ന കണ്ണിയായി, സംപ്രത്യയങ്ങളെയും യഥാർത്ഥവസ്തുവിനെയും ബന്ധിപ്പിക്കുന്ന കണ്ണിയായി, വാക്കുകളിലെയും ചിഹ്നങ്ങളിലെയും പ്രവർത്തനങ്ങളെയും യഥാർത്ഥലോകത്തിലെ പ്രവർത്തനങ്ങളെയും ബന്ധിപ്പിക്കുന്ന കണ്ണിയായി പ്രത്യക്ഷപ്പെടുന്നു. അതുകൊണ്ട് വിശ്ലേഷണാത്മക ജ്യാമിതിയുടെ സ്ഥാപകനായിരുന്ന ദെക്കാർത്തെക്ക് വൃത്തത്തിന്റെ ബീജഗണിതവാക്യവും നിങ്ങൾ വരയ്ക്കുന്ന ചിത്രത്തിലെ വൃത്തത്തിന്റെ സ്ഥലീയരൂപവും പരസ്പരചേർച്ചയിലായിരിക്കുന്നത് എന്തുകൊണ്ടാണെന്ന് ഭൗതികമായി വിശദീകരിക്കേണ്ടിയിരുന്നില്ല. അത് ദൈവമെന്ന കാരണംകൊണ്ട്, സുവ്യക്തമായ കാരണംകൊണ്ട്, അതിഭൗതികമായ കാരണംകൊണ്ട് വിശദീകരിക്കപ്പെട്ടു. ഗണിതശാസ്ത്രരൂപങ്ങൾ സർഗ്ഗധനരായ ഗണിതശാസ്ത്രജ്ഞന്മാരുടെ ധൈഷണിക, മാനസികനിർമ്മിതികളാണെങ്കിൽ, ഏതെങ്കിലും ബാഹ്യനിർണ്ണയനങ്ങൾക്കു വിധേയമല്ലെങ്കിൽ, ഭൂമിയിലെ ആനുഭവികയാഥാർത്ഥ്യവുമായി, അനുഭവത്തിലെ വസ്തുക്കളുമായി ഇവ എങ്ങനെ ചേർന്നുനില്ക്കുന്നതാണെന്ന പ്രശ്നം പൂർണ്ണമായും അവ്യക്തവും ദൈവത്തിനു മാത്രം അറിയുന്നതുമാണ്.

ഇങ്ങനെ, ദെക്കാർത്തെയുടെ ജ്ഞാനശാസ്ത്രത്തിൽ ദൈവം കടന്നുവരുന്നു. ന്യൂട്ടൺ പിന്തുടർന്നത് ദെക്കാർത്തെയെ ആണല്ലോ? കാർട്ടീഷ്യൻ ദർശനത്തിന്റെ അടിയിൽ ശാസ്ത്രജ്ഞാനത്തിന്റെ ഉറപ്പിലുള്ള വിശ്വാസമുണ്ടായിരുന്നു. അത് ദൈവവിശ്വാസത്തോളം ഉറപ്പുള്ളതായിരുന്നു. ഇരുപതാംനൂറ്റാണ്ടിലെ ശാസ്ത്രം കേവലസത്യങ്ങളില്ലെന്ന നിലപാടിൽ എത്തിച്ചേർന്നിരുന്നെങ്കിലും ഈ കാർട്ടീഷ്യൻ വിശ്വാസം ശാസ്ത്രത്തിന്റെ മേഖലയിൽ പ്രവർത്തിക്കുന്നവരിൽപോലും ഇപ്പോഴും നിലനില്ക്കുന്നുണ്ട്. ദെക്കാർത്തെയുടെ രീതിശാസ്ത്രത്തെ ജ്ഞാനാർജ്ജനത്തിലുള്ള പ്രസക്തമാർഗ്ഗമായി സ്വീകരിക്കപ്പെട്ടതിന്റെ ഭവിഷ്യത്ഫലങ്ങൾ ഇപ്പോഴും തുടരുന്നുണ്ട്.

ദ്രവ്യം, സ്ഥലം, ചലനം, ആകർഷണം എന്നീ നാലു സങ്കല്പനങ്ങൾകൊണ്ടാണ് ന്യൂട്ടൺ തന്റെ പ്രപഞ്ചത്തെ ഭാവന ചെയ്തത്.

ദ്രവ്യം - പരസ്പരം വേർതിരിക്കപ്പെട്ടതും വ്യത്യസ്തവും മാറ്റമില്ലാത്തതുമായ കണികകൾ കൊണ്ടു നിർമ്മിക്കപ്പെട്ടത്.

സ്ഥലം - ദ്രവ്യചലനം സാദ്ധ്യമാക്കുന്നത്, ശൂന്യം, എല്ലാ ദിശകളിലും രീതികളിലും സമാനം.

ചലനം - അനന്തവും സമാനവും ശൂന്യവുമായ സ്ഥലത്ത് സംഭവിക്കുന്നത്, അപരിചിതവും വിരോധാഭാസജനകവുമായ ബന്ധം.

ആകർഷണം - എല്ലാ കണങ്ങളെയും പരസ്പരം ബന്ധിപ്പിക്കുന്ന ദ്രവ്യത്തിന്റെ പ്രവർത്തനം. എല്ലാ ദ്രവ്യകണങ്ങളും പരസ്പരം ആകർഷിക്കുന്നു.

സ്ഥലത്തിന്റെ തുടർച്ചയെയും കണികകളുടെ തുടർച്ചാരാഹിത്യത്തെയും സാദ്ധ്യമാക്കിയ ശൂന്യത എന്ന സങ്കല്പനവും ന്യൂട്ടോണിയൻ പ്രപഞ്ചത്തിൽ ഒരു പ്രധാന പങ്കുവഹിക്കുന്നു. കണികകൾക്കിടയിലെ ആകർഷണബലം അതിന്റെ ഭൗതികമായ ഏകത്വത്തെ ഉറപ്പാക്കുന്നു. എന്നാൽ, ഈ ആകർഷണബലത്തെ ഭൗതികബലമായി ന്യൂട്ടൺ പോലും കാണുകയുണ്ടായില്ല. അതിനെ ഗണിതശാസ്ത്രപരമായ ബലമായി അദ്ദേഹം കണ്ടു. അകന്നുനില്ക്കുന്ന കണികകൾക്കിടയിലെ ആകർഷണബലത്തിനാവശ്യമായ വിദൂരപ്രവർത്തനം (action at a distance) ദൈവത്തിനുപോലും അസാദ്ധ്യമാണെന്ന് ന്യൂട്ടൺ കരുതി. എന്നാൽ, ഈ സിദ്ധാന്തം പഠിക്കുന്ന ആദ്യതലമുറയിലെ വിദ്യാർത്ഥികൾ തന്നെ ഈ ബലത്തിനെ യഥാർത്ഥവും ഭൗതികവുമായിട്ടാണ് മനസ്സിലാക്കിയത്. ന്യൂട്ടന്റെ സങ്കല്പനങ്ങളും സിദ്ധാന്തങ്ങളും ആദ്യകാലങ്ങളിൽ വലിയ തോതിൽ എതിർക്കപ്പെട്ടെങ്കിലും പതിനെട്ടാം നൂറ്റാണ്ടിന്റെ തത്ത്വസംഹിതയായി അതു മാറിത്തീർന്നു. ആ നൂറ്റാണ്ടിൽ രൂപംകൊണ്ട ഏതൊരു ജ്ഞാനവ്യവഹാരവും ന്യൂട്ടോണിയൻ ഭൗതികത്തെ അടിസ്ഥാനവും മാതൃകയുമായി സ്വീകരിക്കുന്നതു കാണാം. സങ്കീർണ്ണവും ഗഹനവും നിഗൂ

ഢവുമായ ന്യൂട്ടന്റെ പ്രപഞ്ചസങ്കല്പനം ഉദ്ദേശ്യപൂർണ്ണമായ ഒരു പ്രഥമപ്രവർത്തനത്തെ ആവശ്യപ്പെടുന്നുണ്ടായിരുന്നു. വോൾട്ടയറുടെ വാക്കുകളിൽ പറഞ്ഞാൽ, പ്രപഞ്ചഘടികാരത്തിന് ഒരു നായകൻ വേണ്ടിയിരുന്നു. പ്രപഞ്ചഘടികാരത്തെ നിർമ്മിക്കുകയും നിരന്തരം പരിശോധിക്കുകയും ക്രമപ്പെടുത്തുകയും ചെയ്യുന്ന ഒരു ദൈവത്തിൽ എല്ലാ ന്യൂട്ടോണിയന്മാരും; ലാപ്ലാസ് ഒഴികെ, വിശ്വസിച്ചിരുന്നു.

ക്രിസ്റ്റ്യൻ ഹൈജൻസ് വസ്തുക്കൾക്കിടയിലെ ആകർഷണതത്ത്വത്തെ പരിഹാസ്യമായ അബദ്ധമായിട്ടാണ് കണ്ടിരുന്നത്. ഭൗതികലോകപ്രതിഭാസങ്ങൾക്ക് ഭൗതികവിശദീകരണങ്ങൾ നല്കാതെ നിഗൂഢമായ ആശയങ്ങളെ പുനരവതരിപ്പിക്കുകയാണ് ന്യൂട്ടൺ ചെയ്യുന്നതെന്ന് ലബനിത്സ് ആരോപിക്കുന്നുണ്ട്. തന്റെ സമകാലികരുടെ ഈ ആരോപണങ്ങളോട്; പൊതുവിൽ, ന്യൂട്ടൺ യോജിക്കുകയാണ് ചെയ്തതെന്നു പറയണം. വസ്തുക്കൾക്കിടയിലെ ആകർഷണബലത്തിന്റെ വിദൂരപ്രവർത്തനം യാന്ത്രികവിശദീകരണങ്ങൾക്ക് അതീതവും അസാദ്ധ്യവുമാണെന്നു തന്നെ അദ്ദേഹം കരുതി. ദാർശനികമായ ഉൾക്കാഴ്ചയുള്ളവർക്ക് പെട്ടെന്ന് അതിലേക്കു നിപതിക്കാനാവില്ല. യാന്ത്രികവിശദീകരണങ്ങളിൽ, സമ്പർക്കരഹിതമായ ഒരു പ്രവർത്തനത്തിലൂടെ ആകർഷണത്തെ വിശദീകരിക്കാനാവില്ല. സാമാന്യമായി, യാന്ത്രികദർശനത്തെ കർക്കശമായി പാലിച്ചിരുന്നെങ്കിലും ന്യൂട്ടൺ അതിന്റെ അപൂർണ്ണതകളെ എടുത്തുകാണിക്കുകയും ചെയ്തു. തന്റെ ജീവിതത്തിന്റെ ഏറെ നാളുകളിലും ആകർഷണത്തിന്റെ നിഗൂഢതത്ത്വമായ വിദൂരപ്രവർത്തനത്തെ വിശദീകരിക്കാനുള്ള മാർഗ്ഗങ്ങളെ അദ്ദേഹം അന്വേഷിച്ചിരുന്നു. വസ്തുക്കളുടെ പരസ്പരാകർഷണത്തിനുള്ള കാരണമായി എല്ലാ ഭൗതികവസ്തുക്കളിലും കുടികൊള്ളുന്ന ആത്മാവിനെക്കുറിച്ച് അദ്ദേഹം ചിന്തിക്കുന്നു.

ഇത് ആകർഷണബലം പ്രകടിപ്പിക്കുന്ന അതീതമായ വിദൂരപ്രവർത്തനത്തിന്റെ പ്രശ്നം മാത്രമായിരുന്നില്ല. മനുഷ്യചിന്തയെ തന്നെ നിഗൂഢമായ പ്രവർത്തനമായിട്ടാണ് കണ്ടിരുന്നത്. ദ്രവ്യം എങ്ങനെയാണ് ചിന്തയെ ഉല്പാദിപ്പിക്കുന്നത്? പ്രകൃതിയിലെ എല്ലാ ചലനങ്ങൾക്കും കാരണമായിട്ടുള്ളത് ആത്മാവായിരിക്കാമെന്ന് ന്യൂട്ടൺ ചിന്തിക്കുന്നു. ഇതിലും ഒരു പടികൂടി മുന്നോട്ടുപോയി പ്രപഞ്ചം ചിന്തിക്കുന്നില്ലെന്നു പറയാൻ നമുക്കു കഴിയില്ലെന്ന് ലോക്ക് (Locke) പറയുന്നുണ്ട്. ദൈവം ദ്രവ്യത്തെ സൃഷ്ടിച്ചത് ചിന്തിക്കാൻ കൂടിയാണ്. ബർട്രാന്റ് റസ്സലിലേക്കും മറ്റും എത്തുമ്പോൾ ഈ ആശയം തീർത്തും അപ്രസക്തമാകുന്നുണ്ട്. ഇപ്പോൾ, ബുദ്ധിയുള്ള പ്രപഞ്ചം എന്ന സങ്കല്പനം തന്നെ അബദ്ധമായി പരിഗണിക്കപ്പെടുന്നു.

കേവലസ്ഥല (absolute space) ത്തെയും കേവലകാല (absolute time) ത്തെയുംകുറിച്ചു ഐസക് ന്യൂട്ടൺ പുലർത്തിയിരുന്ന സങ്കല്പനങ്ങളെ ആധാരമാക്കിയാണല്ലോ ക്ലാസിക്കൽ ബലതന്ത്രം രൂപം കൊള്ളുന്നത്? *പ്രകൃതി തത്ത്വശാസ്ത്രത്തിന്റെ ഗണിതതത്ത്വങ്ങൾ (Mathe-*

matical Principles of Natural Philosophy) എന്ന പുസ്തകത്തിൽ ന്യൂട്ടൺ ഈ ആശയങ്ങൾ അവതരിപ്പിച്ചു. വസ്തുക്കളുടെ അസ്തിത്വത്തിൽനിന്നും സ്വതന്ത്രമായി സ്ഥിതമായി നില്ക്കുന്നത് എന്ന അർത്ഥത്തിലാണ് ഇവിടെ കേവലം എന്ന വാക്ക് ഉപയോഗിക്കുന്നത്. സ്ഥലത്തെ വസ്തുക്കൾക്കിരിക്കാനുള്ള പാത്രമായി കാണുന്നു. വസ്തുക്കളില്ലെങ്കിലും അതിന് അസ്തിത്വമുണ്ട്. ഈ കേവലസ്ഥലസങ്കല്പനത്തെ ഭൗതികപരീക്ഷണങ്ങളിലൂടെ തെളിയിക്കാൻ കഴിയുമെന്ന് ന്യൂട്ടൺ കരുതിയിരുന്നു. കേവലചലനത്തെ അവയുടെ യഥാർത്ഥപ്രഭാവങ്ങളിൽനിന്നും കാരണങ്ങളിൽനിന്നും കണ്ടെത്തുകയും ചലനപ്രതിഭാസങ്ങളിൽ പ്രകൃതിയിലെ ബലങ്ങളെ അന്വേഷിക്കുകയും ചെയ്യുകയാണ് തന്റെ ലക്ഷ്യമെന്ന് ന്യൂട്ടൺ പറയുന്നുണ്ട്. ബലതന്ത്രത്തിന്റെ വ്യവസ്ഥിതമായ രേഖീകരണത്തിനാണ് ന്യൂട്ടൺ ശ്രമിച്ചത്. അതിനായി ചില അടിസ്ഥാനനിർവ്വചനങ്ങൾ മുന്നോട്ടു വയ്ക്കുന്നു. ദ്രവ്യത്തിന്റെ അളവ് (ദ്രവ്യമാനം), ചലനത്തിന്റെ അളവ് (സംവേഗം), ജഡത്വം, ബലം, അപകേന്ദ്രബലം എന്നിവയെല്ലാം നിർവ്വചിക്കപ്പെടുന്നു. ജഡത്വവും ബലവുമൊഴികെ മറ്റു നിർവ്വചനങ്ങളെല്ലാം അളവുകളുടെ അടിസ്ഥാനത്തിലാണ്. ദ്രവ്യവും ചലനവും നിർവ്വചിക്കപ്പെടുന്നില്ല. സ്ഥലം, കാലം എന്നിവയെ മുന്നേ കണ്ടുകൊണ്ടാണ് ചലനത്തെക്കുറിച്ചുള്ള ധാരണകൾ രൂപീകരിച്ചത്. സ്ഥലം, കാലം, ചലനം, ദ്രവ്യം എന്നിവയെല്ലാം സുവ്യക്തമായ കാര്യങ്ങളായതിനാൽ അവയെ നിർവ്വചിക്കേണ്ടതില്ലെന്നു ന്യൂട്ടൺ കരുതി. എന്നാൽ, സ്ഥലവും കാലവും സംവേദനം ചെയ്യുന്ന വസ്തുക്കളെ ആധാരമാക്കിയാണല്ലോ മനസ്സിലാക്കപ്പെടുന്നത്. അവയെ (കേവലം, ആപേക്ഷികം), (ഗണിതപരം, സാധാരണം), (സത്യമായത്, സംവദിക്കുന്നത്) എന്നിങ്ങനെയെല്ലാം വേർതിരിക്കേണ്ടി വരുന്നു.

കേവലവും സത്യാത്മകവും ഗണിതപരവുമായ കാലം ബാഹ്യമായ യാതൊന്നിനോടും ബന്ധമില്ലാതെ സമതുലിതമായി ഒഴുകിക്കൊണ്ടിരിക്കുന്നു. കേവലസ്ഥലം അതിന്റെ ആന്തരപ്രകൃതിയാൽ ബാഹ്യമായ യാതൊന്നിനോടും ബന്ധമില്ലാതെ സ്ഥിതവും സദൃശവുമായിരിക്കുന്നു. ആപേക്ഷികസ്ഥലം സ്ഥിതമല്ല, ചലനസ്വഭാവമുള്ളതാണ്. കാലത്തെ സത്യാത്മകവും ഗണിതീയവുമായി കാണുന്ന ന്യൂട്ടൺ സ്ഥലത്തെ അങ്ങനെ ഗണിക്കുന്നില്ല. സ്ഥലത്തിലൂടെയുള്ള എല്ലാ ചലനങ്ങളും ത്വരണത്തിനോ മാന്ദ്യത്തിനോ വിധേയമാകുന്നതുകൊണ്ടാണ് സ്ഥലത്തെയും ചലനത്തെയും കാലത്തെപ്പോലെ ഗണിക്കാതിരുന്നത്. കാലം എപ്പോഴും സമതുലിതമായി ഒഴുകിക്കൊണ്ടിരിക്കുന്നു. കാലം അതിന്റെ അളവുപ്രക്രിയയിൽനിന്നും തീർത്തും സ്വതന്ത്രമായിരിക്കുന്നു. പ്രധാനപ്രശ്നം കേവലസ്ഥലത്തെ എങ്ങനെ സംവദിക്കാൻ കഴിയുമെന്നതാണ്. സ്ഥിതമായ സ്ഥലം നമ്മുടെ സംവേദനങ്ങളിൽ വരുന്നില്ല. കേവലസ്ഥലവും കേവലചലനവും കേവലവും സ്ഥിതവുമായ ഒരു ചട്ടക്കൂടിനെ ഭാവനയിൽ മുന്നേ കാണുന്നുണ്ട്.

വർത്തുളചലനത്തെ ആധാരമാക്കി കേവലചലനത്തെയും ആപേക്ഷികചലനത്തെയും വേർതിരിച്ചു വിശദീകരിക്കാൻ ന്യൂട്ടൺ ശ്രമിക്കുന്നുണ്ട്. വെള്ളം നിറച്ച ഒരു തൊട്ടിയിൽ ചരടുകെട്ടി വൃത്തപഥത്തിൽ കറക്കുന്ന പരീക്ഷണം അദ്ദേഹം നിർദ്ദേശിക്കുന്നു. കേവലസ്ഥലത്തെ ആപേക്ഷികമാക്കിയുള്ള ചലനത്തെ കേവലചലനമെന്നു വിളിക്കുകയാണ് ന്യൂട്ടൺ ചെയ്തത്. വസ്തുക്കളിൽനിന്നും സ്വതന്ത്രമായി നില്ക്കുന്ന കേവലസ്ഥലത്തിന്റെ അസ്തിത്വം തെളിയിച്ചതായി ന്യൂട്ടൺ അവകാശപ്പെടുകയുണ്ടായില്ല! അപകേന്ദ്രബലത്തെ ആധാരമാക്കി കേവലചലനത്തെയും കേവലസ്ഥലത്തെയും വിശദീകരിക്കാനുള്ള ന്യൂട്ടന്റെ ശ്രമത്തെ ഏണസ്റ്റ് മാഹ് വിമർശിക്കുന്നുണ്ട്. കേവലസ്ഥലം, കേവലകാലം, കേവലചലനം എന്നീ സങ്കല്പനങ്ങളിലെല്ലാം അതീതത്തെക്കുറിച്ചുള്ള വിചാരങ്ങൾ ഒളിഞ്ഞിരിക്കുന്നുണ്ടായിരുന്നു. അതു ദെക്കാർത്തെയുടെ സങ്കല്പനങ്ങൾ തന്നെയായിരുന്നു. ന്യൂട്ടന്റെ വിശ്വാസം അതിൽ പങ്കുചേരുന്നു. മുതലാളിത്തം സൃഷ്ടിക്കാൻ ശ്രമിച്ച കേവലവ്യക്തിസങ്കല്പനത്തെ കൂടി ഇതോടൊപ്പം കൂട്ടിച്ചേർക്കാവുന്നതാണ്. ഇംഗ്ലണ്ടിൽ ബൂർഷ്വാസി യഥാർത്ഥ അധികാരശക്തിയായി മാറിത്തീർന്നുകൊണ്ടിരുന്ന കാലത്താണ് ന്യൂട്ടൺ തന്റെ ഭൗതികശാസ്ത്രപ്രവർത്തനങ്ങളിലേർപ്പെടുന്നത്. ഭൗതികശാസ്ത്ര സങ്കല്പനങ്ങളുടെയും സംവർഗ്ഗങ്ങളുടെയും രൂപീകരണത്തിൽ ഈ കാലവും വ്യവസ്ഥയും ശാസ്ത്രവും തമ്മിൽ തമ്മിലുള്ള സാമൂഹികമായ പ്രതിപ്രവർത്തനങ്ങളെയും പരിഗണിക്കാതെ വയ്യ!

ന്യൂട്ടോണിയൻ ബലതന്ത്രത്തിൽ, എല്ലാ ഭൗതികപ്രതിഭാസങ്ങളെയും പദാർത്ഥകണികകളുടെ ചലനത്തിലേക്കു ന്യൂനീകരിക്കുന്നു. ഈ കണികകൾ പരസ്പരാകർഷണമുള്ളവയാണ്, മറ്റൊരു കണികയിൽ ഈ ഗുരുത്വാകർഷണബലം സൃഷ്ടിക്കുന്ന പ്രഭാവങ്ങൾ ഗണിതശാസ്ത്രപരമായി ന്യൂട്ടന്റെ ചലനസമീകരണങ്ങൾ ഉപയോഗിച്ച് വിശദീകരിക്കാവുന്നതാണ്. ക്ലാസിക്കൽ ബലതന്ത്രത്തിന്റെ അടിസ്ഥാനമായി തീർന്നത് ഈ ആശയമായിരുന്നു. ഭൗതികവസ്തുക്കളുടെ ചലനത്തെ വിശദീകരിക്കുന്ന ഉറപ്പുള്ള നിയമങ്ങളായി ന്യൂട്ടന്റെ ചലനനിയമങ്ങൾ പരിഗണിക്കപ്പെട്ടു. ഭൗതികലോകത്തുണ്ടാകുന്ന എല്ലാ മാറ്റങ്ങളെയും വിശദീകരിക്കാൻ ഇതിനു കഴിയുമെന്നും കരുതപ്പെട്ടു. ന്യൂട്ടോണിയൻ വീക്ഷണമനുസരിച്ച്, ഭൗതികകണികകളെയും അവയ്ക്കിടയിലെ ബലങ്ങളെയും ചലനനിയമങ്ങളെയും തുടക്കത്തിൽ ദൈവം സൃഷ്ടിച്ചതാണ്. ഈ പ്രപഞ്ചം തുടർച്ചയായി ഒരു യന്ത്രത്തെപ്പോലെ ചലിച്ചുകൊണ്ടിരിക്കുന്നു. പ്രകൃതിയെക്കുറിച്ചുള്ള ഈ യാന്ത്രികവീക്ഷണത്തിന് നിർണ്ണയവാദത്തോട് അടുത്ത ബന്ധമുണ്ട്. പ്രപഞ്ചം പൂർണ്ണമായും നിർണ്ണയിക്കാൻ കഴിയുന്നതും കാരണയുക്തവുമായ ഭീമാകാരമായ യന്ത്രമാണ്. ഈ പ്രപഞ്ചത്തിലെ സംഭവങ്ങളെ പൂർണ്ണകൃത്യതയോടെ പ്രവചിക്കാൻ കഴിയും. പില്ക്കാലത്ത്, ജോൺ ഡാൾട്ടൻ മുന്നോട്ടുവച്ച അണുസങ്കല്പനങ്ങൾ കൂടി ഈ യാന്ത്രികദർശനത്തോടൊപ്പം ഉദ്ഗ്രഥിക്കപ്പെടുന്നു. സ്ഥൂലലോകമെന്നതു

പോലെ അണുക്കളും തന്മാത്രകളും മറ്റും അടങ്ങുന്ന സൂക്ഷ്മലോകവും ലോകയന്ത്രത്തിന്റെ ഭാഗമായി മനസ്സിലാക്കിത്തുടങ്ങുന്നു.

ഒരു കണികയുടെ വർത്തമാനാവസ്ഥ അറിയാമെങ്കിൽ അതിന്റെ ഭാവിയെ കൃത്യമായി പ്രവചിക്കാൻ കഴിയുമെന്നും പ്രകൃതിയെക്കുറിച്ച് കൃത്യമായ ജ്ഞാനം ഉല്പാദിപ്പിക്കാൻ കഴിയുമെന്നും ന്യൂട്ടോണിയൻ ഭൗതികശാസ്ത്രം ഉറപ്പിച്ചിരുന്നുവെന്നാണ് ഇപ്പോൾ പറഞ്ഞത്. ശാസ്ത്രജ്ഞനും തത്ത്വചിന്തകനുമായിരുന്ന ലാപ്ലാസിന്റെ നാമത്തിൽ അറിയപ്പെട്ടിരുന്ന നിർണ്ണയവാദ (Determinism) ത്തിലധിഷ്ഠിതമായ ഒരു ദർശനമാണിത്. ക്ലാസിക്കൽ ബലതന്ത്രത്തിന്റെ അടിത്തറയായത് ഈ വിശ്വാസമാണ്. പ്രപഞ്ചത്തെ ഒരു ഘടികാരമായി കാണുന്ന നിശിതമായ നിശ്ചിതത്വത്തിന്റെ ഈ വീക്ഷണത്തിന് സ്ഥൂലവ്യൂഹങ്ങളിലെ പ്രതിഭാസങ്ങളെ നന്നായി വിശദീകരിക്കാൻ കെല്പുണ്ടായിരുന്നു. സൗരയൂഥത്തിലെ ഒരു ഗ്രഹമായ യുറാനസിന്റെ സഞ്ചാരപഥത്തിലെ ക്രമരഹിതമായ ചലനത്തിനുകാരണം ഇനിയും കണ്ടെത്തിയിട്ടില്ലാത്ത മറ്റൊരു ഗ്രഹത്തിന്റെ സാന്നിദ്ധ്യം കൊണ്ടായിരിക്കുമെന്ന പ്രവചനവും ഇതിനെ തെളിയിക്കുന്ന വിധത്തിൽ നെപ്ട്യൂൺ എന്ന ഗ്രഹത്തിന്റെ കണ്ടെത്തലും ന്യൂട്ടോണിയൻ ബലതന്ത്രത്തിന്റെ ക്ഷമതയെ തെളിയിച്ചിരുന്നു. ലോകം ജ്ഞേയമാണെന്നും ഈ ജ്ഞാനത്തെ ഉപയോഗപ്പെടുത്തി മെച്ചപ്പെട്ട ജീവിതം സാദ്ധ്യമാണെന്നും വിശ്വസിപ്പിക്കുന്നതിന് ന്യൂട്ടോണിയൻ ബലതന്ത്രത്തിനു കഴിഞ്ഞു. അത് ലോകത്തിന് വലിയൊരു ആത്മവിശ്വാസം പകർന്നു നല്കിയിരുന്നു. എന്നാൽ, നേരത്തെ വിവരിച്ചതുപോലെ, ഈ ലോകയന്ത്രത്തിന്റെ ചിത്രം ഒരു സ്രഷ്ടാവിനെയും അദ്ദേഹം ചുമത്തുന്ന ദൈവികനിയമങ്ങളെയും സ്വീകരിക്കുന്നതായിരുന്നു. എന്നാൽ, ഭൗതികപ്രതിഭാസങ്ങൾ ഏതെങ്കിലും വിധത്തിൽ ദൈവികമാണെന്നു ചിന്തിക്കാൻ കഴിയുമായിരുന്നില്ല. ശാസ്ത്രത്തിന് പതുക്കെ പതുക്കെയെങ്കിലും അങ്ങനെയൊരു സ്രഷ്ടാവിനെ അവിശ്വസിക്കേണ്ടിവരുന്നു. ശാസ്ത്രലോകത്തിന്റെ വീക്ഷണത്തിൽനിന്നും ദൈവികത അപ്രത്യക്ഷമാകുന്നു. അത് ഒരു സാംസ്കാരികശൂന്യതയെ സൃഷ്ടിക്കുകയും യൂറോപ്പിന്റെ സംസ്കാരത്തിന്റെ മുഖ്യധാരയായി മാറിത്തീരുകയും ചെയ്യുന്നു.

യാന്ത്രികലോകവീക്ഷണത്തിന്റെ ആരോഹണത്തോടെ എല്ലാ ശാസ്ത്രങ്ങളും ഭൗതികശാസ്ത്രത്തെ അടിസ്ഥാനമാക്കാൻ ശ്രമിക്കുന്നു. പ്രപഞ്ചം ഒരു യന്ത്രമാണെങ്കിൽ, അതിന്റെ നിയമങ്ങൾ ന്യൂട്ടോണിയൻ ഭൗതികശാസ്ത്രനിയമങ്ങളാണെങ്കിൽ, ഈ ലോകത്തു പ്രവർത്തനക്ഷമമാകുന്ന എല്ലാ ശാസ്ത്രങ്ങളും ന്യൂട്ടോണിയൻ ഭൗതികത്തെ അടിസ്ഥാനപ്പെടുത്തേണ്ടി വരും. ദക്കാർത്തെ ഇക്കാര്യത്തെ വ്യക്തമായി പ്രസ്താവിക്കുന്നുണ്ട്. എല്ലാ തത്ത്വചിന്തയെയും ഒരു വൃക്ഷത്തോടു സാമ്യപ്പെടുത്തിയാൽ ഭൗതികം അതിന്റെ തായ്ത്തടിയാണ്, മറ്റു ശാസ്ത്രങ്ങൾ ശിഖരങ്ങളും.

ജീവശാസ്ത്രത്തിൽ കാർട്ടീഷ്യൻ ലോകവീക്ഷണം പ്രവർത്തിച്ചത്

ജീവജാലങ്ങളെ പല തരത്തിലുള്ള ഭാഗങ്ങൾകൊണ്ടു നിർമ്മിച്ച യന്ത്രങ്ങളായി കാണുന്ന രീതിയിലാണ്. അവയുടെ ഘടകഭാഗങ്ങളെ മനസ്സിലാക്കിക്കൊണ്ട് ജീവജാലങ്ങളെ പൂർണ്ണതയിൽ മനസ്സിലാക്കാൻ കഴിയുമെന്ന വിശ്വാസം ഏറെനാൾ നിലനില്ക്കുന്നുണ്ട്. ശരീരശാസ്ത്രത്തിന്റെ ഗവേഷണത്തിൽ യന്ത്രസങ്കല്പനത്തെ ആധാരമാക്കുന്ന ചട്ടക്കൂടിനെ ദെക്കാർത്തെ നിർദ്ദേശിക്കുന്നു. പേശീവ്യവസ്ഥയുടെ പ്രവർത്തനങ്ങളെ യാന്ത്രികതയുടെ പദങ്ങളിൽ വിശദീകരിക്കാൻ ഗലിലിയോയുടെ വിദ്യാർത്ഥിയായിരുന്ന ഗിയോവന്നി ബോറെല്ലി ശ്രമിക്കുന്നു. വില്യം ഹാർവി രക്തചംക്രമണത്തെ വിശദീകരിക്കാൻ യന്ത്രമാതൃകയെ ഉപയോഗിക്കുന്നത് വലിയ വിജയമായി തീരുന്നു. പുരാതനകാലം മുതൽ വളരെ വിഷമം പിടിച്ച പ്രശ്നമായി കണ്ടിരുന്ന രക്തവ്യവസ്ഥയ്ക്ക്, സൂക്ഷ്മദർശിനികളുടെ സഹായമില്ലാതെ ദ്രവമർദ്ദത്തിന്റെയും ശരീരഘടനയുടെയും പദങ്ങളിൽ വിശദീകരണം നല്കാൻ യന്ത്രമാതൃകയ്ക്കു കഴിഞ്ഞു. യാന്ത്രികദർശനത്തിന്റെ ഈ വലിയ വിജയത്തെ ദെക്കാർത്തെ നേരിട്ടു പ്രശംസിക്കുന്നുണ്ട്. ഈ വിജയത്തിൽ നിന്നും ആവേശം ഉൾക്കൊണ്ടുകൊണ്ട് ദഹനവ്യവസ്ഥയെയും ഉപാപചയപ്രവർത്തനങ്ങളെയും യന്ത്രമാതൃകകൊണ്ട് വിശദീകരിക്കാൻ മറ്റു ചിലർ നടത്തുന്ന ശ്രമങ്ങൾ പെട്ടെന്നു വിജയിക്കുന്നില്ല!

വൈദ്യശാസ്ത്രത്തിൽ കാർട്ടീഷ്യൻ യാന്ത്രികവീക്ഷണം വലിയ പ്രഭാവങ്ങൾ സൃഷ്ടിക്കുന്നുണ്ട്. മനുഷ്യശരീരം ഒരു യന്ത്രമായി കണക്കാക്കപ്പെട്ടു. അതിന്റെ വിവിധ ഭാഗങ്ങൾ വിശ്ലേഷണം ചെയ്തുകൊണ്ട് യന്ത്രത്തെ പൂർണ്ണമായും മനസ്സിലാക്കാം. രോഗം ശരീരയന്ത്രത്തിന്റെ വിവിധ ഭാഗങ്ങളുടെ തകരാറുകളാണ്. സവിശേഷശരീരഭാഗത്തിന്റെ തകരാറുകളെ ഭൗതികമായോ രാസികമായോ ചികിത്സിക്കുകയും പരിഹരിക്കുകയുമാണ് ഡോക്ടറുടെ ധർമ്മം. ഇങ്ങനെ, ശരീരത്തെയും മനസ്സിനെയും വേർപ്പെടുത്തുന്ന കാർട്ടീഷ്യൻ സമീപനം മനുഷ്യനെ പൂർണ്ണതയിൽ കാണാൻ വിസമ്മതിക്കുന്ന ഒരു രീതിശാസ്ത്രത്തെയാണ് വൈദ്യശാസ്ത്രത്തിനു സമ്മാനിച്ചത്. മുന്നൂറിലേറെ വർഷങ്ങൾ കഴിഞ്ഞിട്ടും ഇപ്പോഴും തുടരുന്ന പ്രവണതയാണത്. ശരീരത്തെ യന്ത്രമായി കാണുന്നു, രോഗത്തെ യന്ത്രഭാഗത്തിനു സംഭവിച്ച കേടോ തകരാറോ ആയി കാണുന്നു, ഡോക്ടറുടെ കടമ ഈ യന്ത്രഭാഗത്തിന്റെ കേടുപാടുകൾ തീർക്കുകയാണെന്നു കാണുന്നു. ആരോഗ്യത്തെ യാന്ത്രികമായ പ്രവർത്തനത്തിന്റെ ഭാഗമായി കാണുന്നു. ശുശ്രൂഷയുടെയോ ഭേദപ്പെടുത്തലിന്റെയോ പദങ്ങളിൽ രോഗചികിത്സയെക്കുറിച്ചു പറയാൻ കഴിയാതാകുന്നു. ദെക്കാർത്തെയുടെ ദർശനത്തിനുമുമ്പ്, സാമൂഹികവും ആത്മീയവുമായ പാരിസ്ഥിതികസന്ദർഭങ്ങളെ മുൻനിർത്തിയാണ് വൈദ്യന്മാർ രോഗചികിത്സ നടത്തിയിരുന്നത്. ദെക്കാർത്തെക്കു പോലും പഴയ ദർശനത്തിൽ നിന്നും വിട്ടുപോരാൻ കഴിഞ്ഞിരുന്നില്ല. അദ്ദേഹം തന്റെ ശിഷ്യയായ ബൊഹീമിയയിലെ എലിസബത്ത് രാജകുമാരിക്ക് നല്കുന്ന ചികി

ത്സാനിർദ്ദേശങ്ങളിൽ, അവരുടെ രോഗാവസ്ഥ മിക്കവാറും വൈകാരിക സമ്മർദ്ദം മൂലമാണെന്നു പറയുകയും അതിൽനിന്നും അയവു നേടാൻ ഉപദേശിക്കുകയും ചെയ്യുന്നുണ്ട്. ദെക്കാർത്തെ ഒരു എളിയ കാർട്ടീഷ്യൻ മാത്രമായാണ് ഇവിടെ പ്രത്യക്ഷപ്പെടുന്നതെങ്കിലും പില്ക്കാലത്ത് കാർട്ടീഷ്യൻ സമീപനം പഴയ രീതിശാസ്ത്രത്തിൽ വലിയ മാറ്റങ്ങളാണ് ഉണ്ടാക്കിയത്. വില്യം ഹാർവി, ക്ലോഡ് ബർണാഡ്, ലൂയി പാസ്ച്ചർ, റോബർട്ട് കോക്ക് തുടങ്ങിയവരുടെ ഇടപെടലുകൾ ആധുനികവൈദ്യശാസ്ത്രത്തിന്റെ വലിയ വികാസത്തിനു കാരണമായെങ്കിലും കാർട്ടീഷ്യൻ ദർശനത്തിന്റെ സ്വാധീനം ശക്തമായി തുടർന്നു. മനഃശാസ്ത്രത്തിന്റെ മേഖലയിലും കാർട്ടീഷ്യൻ ദർശനം ആധിപത്യം സ്ഥാപിക്കുന്നതു കാണാം.

കാർട്ടീഷ്യൻ ചിന്തയിലെ വൈരുദ്ധ്യങ്ങളെ പരിഹരിക്കാനുള്ള ശ്രമങ്ങൾ സ്പിനോസയുടെ ചിന്തയിൽ കാണാം. സ്പിനോസയെ സംബന്ധിച്ചിടത്തോളം ചിന്തയും ചിന്തയുടെ വ്യാപിതരൂപവും (ദ്രവ്യം) രണ്ടു സവിശേഷവിഷയങ്ങളല്ല. കാർട്ടീഷ്യൻ വിഭജനത്തിൽ പ്രത്യക്ഷപ്പെടുന്ന ചിന്തയില്ലാത്ത ശരീരവും ശരീരമില്ലാത്ത ചിന്തയും സ്പിനോസയുടെ ചിന്തയിൽ അപ്രത്യക്ഷമാകുന്നു. ഇവ പൂർണ്ണമായും സ്വതന്ത്രമായി നിലനില്ക്കുകയും വിഭിന്നവും വ്യത്യസ്തവുമായ രൂപങ്ങളിൽ പ്രത്യക്ഷപ്പെടുകയും ചെയ്യുമ്പോഴും അഥവാ അസ്തിത്വത്തിന്റെ വ്യത്യസ്തരൂപങ്ങളായിരിക്കുമ്പോഴും ഏകമായ മൂന്നാമതൊന്നിന്റെ ഭാഗമായിരിക്കുന്നു. യഥാർത്ഥ അനന്തപ്രകതിയാണ് മൂന്നാമത്തെ ഗണം. സ്ഥലീയമായി വ്യാപിച്ചു നില്ക്കുന്നതും ചിന്തിക്കുന്നതും പ്രകൃതിയാണ്. മാർക്സിസ്റ്റു പൂർവ്വ വൈരുദ്ധ്യാത്മകചിന്തയുടെ മൂലകങ്ങൾ സ്പിനോസയിൽ കാണാം. എന്നാൽ, വൈദ്യശാസ്ത്രവും മനഃശാസ്ത്രവും ഉൾപ്പെടെയുള്ള എല്ലാ ശാസ്ത്രശാഖകളും വികസിച്ചുവന്നത് ന്യൂനീകൃതമായ രീതിശാസ്ത്രങ്ങളെ സ്വീകരിച്ച കാർട്ടീഷ്യൻ ദർശനത്തിന്റെയും ന്യൂട്ടോണിയൻ യാന്ത്രികവീക്ഷണത്തിന്റെയും അടിസ്ഥാനത്തിലാണ്.

ന്യൂട്ടോണിയൻ യാന്ത്രികവീക്ഷണത്തിന് ആദ്യമായി വലിയ പ്രഹരം നല്കുന്നത് ഡാർവിന്റെ പരിണാമസിദ്ധാന്തമാണ്. ഒരു സ്രഷ്ടാവിന്റെ കൈകൾ കൊണ്ടു നിർമ്മിക്കപ്പെട്ട യന്ത്രം എന്ന സങ്കല്പനത്തിൽനിന്നും ലോകം വിമോചിതമാകുകയും ക്രമേണ പരിണമിക്കുകയും പരിവർത്തിക്കുകയും ഇന്നത്തെ നിലയിലെത്തുകയുംചെയ്ത ലോകത്തെക്കുറിച്ചുള്ള ചിത്രം സാദ്ധ്യമാകുകയും ചെയ്തു.

ദക്ഷിണഅമേരിക്കയിലെ ഗാലപ്പഗോസ് അടക്കമുള്ള അധികം മനുഷ്യസ്പർശമേല്ക്കാത്ത ദ്വീപുകളിൽനിന്നും ലഭിച്ച പഠനവസ്തുക്കളുമായി ബീഗിൾ എന്ന കപ്പലിൽ ഇംഗ്ലണ്ടിൽ മടങ്ങിയെത്തുന്ന ചാൾസ് ഡാർവിൻ 'ഓരോ ഇനവും സ്ഥിരമാണ്, അതിന്റെ ദ്വീപുകളിൽ' എന്നെഴുതുന്നുണ്ട്. മാറിക്കൊണ്ടിരിക്കുന്ന ലോകത്ത്, ജീവലോകത്തും, മാറാതെ നില്ക്കുന്ന ചിലതുണ്ടാകാമെന്നും ഡാർവിനു തോന്നുന്നു. എന്തുകൊണ്ടാണ് ഭൂമിയിലെ ജീവികൾ ഈ രീതിയിൽ രൂപീകരിക്കപ്പെട്ടിരിക്കുന്നതെന്ന ചോദ്യം

ഗ്രിഗർ മെൻഡലിനെയെന്നപോലെ ഡാർവിനേയും അലട്ടിയിരുന്നു. ഡാർവിനോടൊപ്പം ഓവനും ലയലും മറ്റും ഫോസിലുകളിലും അവശിഷ്ടങ്ങളിലും അടിസ്ഥാനപരമായ ഒരു പാറ്റേൺ കണ്ടെത്തുന്നു. ദൈവശാസ്ത്രത്തിന്റെയും അന്നേവരെയുള്ള ജീവശാസ്ത്രത്തിന്റെയും മണ്ഡലത്തിൽ ഒരു വിച്ഛേദമായി ഡാർവിന്റെ ചിന്താരീതി മാറിത്തീരുന്നുണ്ടായിരുന്നു. അദ്ദേഹത്തിന്റെ ജീവശാസ്ത്രത്തിന് ഒരു കേന്ദ്രമുണ്ടായിരുന്നില്ല. ഒരു ജീവിയുടെ എണ്ണത്തെ നിർണ്ണയിക്കുന്നതിൽ പകർച്ചവ്യാധികളും വിഭവപരിമിതികളും മറ്റും പങ്കു വഹിക്കുന്നതിനെക്കുറിച്ചും പ്രകൃതിയുടെ തെരഞ്ഞെടുപ്പിനെക്കുറിച്ചും പറഞ്ഞ മാൽത്തൂസിനെ ഡാർവിന് അറിയാമായിരുന്നു. മാൽത്തൂസിയൻ ചിന്തകനായ ഹെർബർട്ട് സ്പെൻസറിൽ നിന്നാണ് അർഹതയുള്ളവയുടെ അതിജീവിക്കൽ എന്ന വാക്കുകൾ ഡാർവിൻ സ്വീകരിക്കുന്നത്. ഡാർവിന്റെ പഠനങ്ങളുടെ കാലത്തുതന്നെ ആൽഫ്രഡ് റസ്സൽ വാലസ് സമാനമായ ഒരു പഠനം നടത്തുന്നുണ്ട്. ഡാർവിന്റെയും വാലസിന്റെയും പ്രബന്ധങ്ങൾ ഒരുമിച്ചു വായിക്കപ്പെടുന്നുണ്ട്. ഡാർവിന്റെ പ്രശസ്തമായ പുസ്തകം ജീവജാതികളുടെ ഉത്ഭവം 1858 ൽ പ്രസിദ്ധീകരിക്കപ്പെടുന്നു. എന്നാൽ, ഡാർവിന്റെ സിദ്ധാന്തത്തെ കൂടി ന്യൂട്ടോണിയൻ യാന്ത്രികസമീപനത്തിലേക്കു ഉദ്ഗ്രഥിക്കാനുള്ള ശ്രമങ്ങളാണ് നടക്കുന്നത്.

പത്തൊമ്പതാം നൂറ്റാണ്ടിൽ, വിദ്യുത്ബലത്തെയും കാന്തികബലത്തെയും കുറിച്ചുള്ള കൂടുതൽ അറിവുകൾ ലഭിക്കുന്നു. ഈ ബലങ്ങളെ സൈദ്ധാന്തികമായി ഏകീകരിക്കുന്ന ഗണിതസമീകരണങ്ങൾ എഴുതപ്പെടുന്നു. വിദ്യുത് കാന്തികബലത്തെയും വിദ്യുത് കാന്തികതരംഗങ്ങളെയും കുറിച്ചുള്ള ജെയിംസ് ക്ലാർക്ക് മാക്സ്വെല്ലിന്റെ അനുമാനങ്ങൾ ക്ലാസിക്കൽ ബലതന്ത്രവുമായി പുതിയ വൈരുദ്ധ്യങ്ങൾ സൃഷ്ടിക്കുന്നുണ്ടായിരുന്നു. യാന്ത്രികപദങ്ങളിൽ തന്റെ കണ്ടെത്തലുകളെ വിശദീകരിക്കാനുള്ള മാക്സ്വെല്ലിന്റെ ശ്രമം തന്നെ പരാജയപ്പെട്ടു. വിദ്യുത്കാന്തികതയെ കുറിച്ചുള്ള സങ്കല്പനങ്ങൾ സ്ഥാപിക്കപ്പെട്ടതോടെ പ്രകൃതിപ്രതിഭാസങ്ങളുടെ അടിസ്ഥാനസിദ്ധാന്തമായി ന്യൂട്ടോണിയൻ ബലതന്ത്രത്തെ കാണുന്ന സമീപനം അവരോഹണത്തിനു വിധേയമായി. ശാസ്ത്രത്തിന്റെ പില്ക്കാല മുന്നേറ്റങ്ങൾ ക്ലാസിക്കൽ ഭൗതികത്തിന്റെ പല സംവർഗ്ഗങ്ങളെയും അസാധുവാക്കുന്നതാണ് നാം പിന്നീടു കാണുന്നത്. കേവലസ്ഥലത്തെയും കേവലചലനത്തെയും കുറിച്ചുള്ള സങ്കല്പനങ്ങളെ ആപേക്ഷികതാസിദ്ധാന്തം അട്ടിമറിച്ചു. തന്മാത്രകളും അണുക്കളും മൗലികകണങ്ങളുമെല്ലാം ഉൾക്കൊള്ളുന്ന സൂക്ഷ്മലോകത്തിലെ പ്രതിഭാസങ്ങളെ വിശദീകരിക്കാൻ ക്ലാസിക്കൽ ബലതന്ത്രം അശക്തമാണെന്നു തെളിയുന്ന പ്രകരണങ്ങളും സൃഷ്ടിക്കപ്പെട്ടു.

ഭൗതികശാസ്ത്രത്തിൽ എന്തോ കുഴപ്പമുണ്ട്!

ചരിത്രത്തിന്റെ അനന്യമായ ഒരു സന്ദർഭത്തിലാണ് നാം ജീവിക്കുന്നത്. ഇത് ഒരു പ്രതിസന്ധിയുടെ സന്ദർഭമാണ്, അക്ഷരാർത്ഥത്തിൽ തന്നെ. ആത്മീയ – ഭൗതികസംസ്കാരത്തിന്റെ എല്ലാശാഖകളും നിർണ്ണായകമായ ഒരു വഴിത്തിരിവിലെത്തിയിരിക്കുന്നു. പൊതുകാര്യങ്ങളുടെ യഥാർത്ഥസ്ഥിതി കാണുമ്പോൾ മാത്രമല്ല ഇത് അനുഭവപ്പെടുന്നത്. വ്യക്തി-സാമൂഹികജീവിതത്തിലെ എല്ലാ അടിസ്ഥാനകാര്യങ്ങൾക്കും നേരെയുള്ള പൊതുസമീപനത്തിലും ഇത് അനുഭവപ്പെടുന്നു.

....മുമ്പ് അവിശ്വാസികളുടെ ആക്രമണത്തിന് പാത്രമായിരുന്നത് മതങ്ങൾ, പ്രത്യേകിച്ചും അവയുടെ അനുശാസനങ്ങളും ധാർമ്മികമൂല്യങ്ങളും, ആയിരുന്നു. പിന്നെ, ഈ വിഗ്രഹഭഞ്ജകർ നാളിതുവരെ കലയുടെ മേഖലയിൽ അംഗീകരിക്കപ്പെട്ടിരുന്ന തത്ത്വങ്ങളും ആദർശങ്ങളും തകർക്കാൻ തുടങ്ങി. ഇപ്പോൾ അവർ ശാസ്ത്രത്തിന്റെ ക്ഷേത്രവും ആക്രമിക്കാൻ തുടങ്ങിയിരിക്കുന്നു. ഒരാളെങ്കിലും ചോദ്യം ചെയ്യാത്ത ഒരു സങ്കല്പനം പോലും ശാസ്ത്രത്തിൽ ഇപ്പോഴില്ല. അതേസമയം ശാസ്ത്രത്തിന്റെ പേരിൽ ഉന്നയിക്കപ്പെടുന്ന ഏത് അബദ്ധസിദ്ധാന്തവും വിശ്വസിക്കുകയും അതിനു ശിഷ്യപ്പെടുകയും ചെയ്യുന്ന കുറച്ചു പേരെയെങ്കിലും എവിടെയും കണ്ടെത്താമെന്നതും ഉറപ്പാണ്.

1933 ൽ, പ്രശസ്ത ഭൗതികശാസ്ത്രജ്ഞനായ മാക്സ്പ്ലാങ്ക് എഴുതിയ *ശാസ്ത്രത്തിന്റെ പോക്ക് എങ്ങോട്ടാണ്?* എന്ന കൃതിയിൽനിന്നുമുള്ള വാക്യങ്ങളാണിത്. ക്രിസ്റ്റഫർ കോഡ്വെൽ എഴുതിയ *മൃതമായി*

ക്കൊണ്ടിരിക്കുന്ന സംസ്കാരത്തെക്കുറിച്ചുള്ള പഠനങ്ങൾ എന്ന പുസ്തകത്തിന്റെ ആമുഖത്തിലും *ഭൗതികത്തിലെ പ്രതിസന്ധി* എന്ന പുസ്തകത്തിന്റെ ഒരു അദ്ധ്യായത്തിലും ഈ വാക്കുകൾ ഉദ്ധരിച്ചു ചേർക്കുന്നുണ്ട്. രൂക്ഷമായ മുതലാളിത്തപ്രതിസന്ധിയുടെ കാലമായിരുന്നു, അത്. ആ കാലം അഭിമുഖീകരിച്ച പ്രതിസന്ധിയുടെ വ്യത്യസ്ത മുഖങ്ങളെക്കുറിച്ച്; പ്രകൃതിശാസ്ത്രം, ദർശനം, സാഹിത്യം, കല, ..തുടങ്ങി എല്ലാ മേഖലകളെയും ബാധിച്ചിരിക്കുന്ന രോഗങ്ങളെക്കുറിച്ച്, അദ്ദേഹം വിശദീകരിക്കുന്നു. ഈ രോഗങ്ങളെ ചികിത്സിക്കാൻ തുനിഞ്ഞിറങ്ങിയിരിക്കുന്ന മനഃശാസ്ത്ര വിശാരദന്മാർക്കും ബിഷപ്പുമാർക്കും എഡിങ്ടണും കെയിൻസിനും പ്രതിസന്ധിയുടെ ഉത്ഭവസ്ഥാനങ്ങളെ കണ്ടെത്താൻ കഴിയുന്നില്ലെന്ന് കോഡ്വെൽ എഴുതുന്നു. യൂറോപ്പിൽ ഫാസിസ്റ്റ് ഭരണകൂടങ്ങൾ സ്ഥാനമുറപ്പിക്കുന്ന കാലയളവിലാണ് ഈ വാക്കുകൾ എഴുതപ്പെടുന്നത്. ന്യൂട്ടോണിയൻ ബലതന്ത്രത്തിന്റെ വീക്ഷണങ്ങൾ ചോദ്യം ചെയ്യപ്പെടുന്ന കാലവുമാണത്. ആപേക്ഷികതാസിദ്ധാന്തവും ക്വാണ്ടം സിദ്ധാന്തവും ചുവടുറപ്പിക്കുന്നു. വിയന്ന സർക്കിളിന്റെ ലോജിക്കൽ പോസിറ്റിവിസ്റ്റ് നിലപാടുകൾ മുന്നോട്ടുവയ്ക്കപ്പെടുന്നു. എഡ്മണ്ട് ഹുസേൽ എന്ന ദാർശനികൻ മറ്റൊരു സമീപനത്തിൽ നിന്നുകൊണ്ട് യൂറോപ്യൻ ശാസ്ത്രങ്ങൾക്കു വിമർശമെഴുതുന്നു. ആധുനികശാസ്ത്രം അഭിമുഖീകരിച്ച പ്രതിസന്ധിയെ മുതലാളിത്തത്തിന്റെ പ്രതിസന്ധിയുടെ ഭാഗമായി കണ്ടെത്തുകയാണ് ക്രിസ്റ്റഫർ കോഡ്വെൽ ചെയ്തത്. ശാസ്ത്രത്തിന്റെ സാമൂഹികമായ വികലനവും വിമർശവും കോഡ്വെല്ലിൽ സംഭവിക്കുന്നു.

മുതലാളിത്ത ശാസ്ത്രസംസ്കാരം എത്തിപ്പെട്ടിരിക്കുന്ന പ്രതിസന്ധിയുടെ ആഴങ്ങളെ കോഡ്വെൽ വെളിവാക്കുന്നു. പ്ലാങ്കിനും മറ്റു പല ശാസ്ത്രജ്ഞന്മാർക്കും അറിയുന്ന കാര്യം എല്ലാം തകിടം മറിയുന്നുവെന്നതു മാത്രമാണ്. എല്ലാ മേഖലകളിലും സവിശേഷവല്ക്കരണത്തിന്റെയും സാങ്കേതികശേഷിയുടെയും വളർച്ചയുണ്ടായിട്ടുണ്ട്. പക്ഷേ, ഇത് കൂടുതൽ വൈരുദ്ധ്യങ്ങളെയും അരാജകാവസ്ഥയെയും സൃഷ്ടിച്ചിരിക്കുന്നു. മതത്തിന്റേയും ദൈവത്തിന്റെയും സാന്മാർഗ്ഗികതയുടെയും അതിഭൗതികത്തിന്റേയും മിഥ്യാബോധങ്ങളിൽനിന്നും മുക്തരായിരിക്കുന്നുവെന്നു ധരിച്ചിരിക്കുന്നവർ മുതലാളിത്തത്തിന്റെ മിഥ്യാബോധത്തിനുള്ളിൽ തന്നെ ജീവിക്കുന്നവരാണെന്ന് കോഡ്വെൽ നിരീക്ഷിക്കുന്നു.

യൂറോപ്പിലെ മുതലാളിത്ത ഉല്പാദനവ്യവസ്ഥയുടെ ഉദയവും വ്യാപാരിവർഗ്ഗത്തിന്റെ വളർച്ചയും ശാസ്ത്രത്തിന്റെ വളർച്ചയെ ത്വരിപ്പിച്ചതായി ശാസ്ത്രചരിത്രകാരന്മാർ ചൂണ്ടിക്കാണിക്കുന്നുണ്ട്. മുതലാളിത്ത ഉല്പാദനോപാധികളുടെ വികാസത്തിനും ഉയർന്ന സാങ്കേതിക വൈദഗ്ദ്ധ്യം കൈവരിക്കുന്നതിനും ശുദ്ധശാസ്ത്രത്തിന്റെ വളർച്ച അനിവാര്യമായിരുന്നു. ശാസ്ത്രത്തിന്റെ വളർച്ചയ്ക്ക് പ്രയോജകീഭവിക്കാത്ത മതവിശ്വാസങ്ങൾക്കെതിരെ കടന്നാക്രമണങ്ങൾ നടത്തുന്നതിന് മുതലാളിത്ത ജനാധിപത്യവിപ്ലവങ്ങൾക്ക് കഴിഞ്ഞിരുന്നു. ഒരു കാർഷിക, ഉദ്യോഗസ്ഥമേധാ

വിത്വ നാഗരികതയ്ക്ക് ചെയ്യാനാകാത്തത് വ്യാപാരസംസ്കാരത്തിന് ഒറ്റയ്ക്ക് ചെയ്യാൻ കഴിയുമായിരുന്നു. എന്നാൽ, ശാസ്ത്രത്തിന്റെ വളർച്ചയ്ക്ക് പ്രയോജനം ചെയ്യാത്ത നാടുവാഴിത്ത സംവർഗ്ഗങ്ങളെയെന്ന പോലെ ശാസ്ത്രവളർച്ചയ്ക്കു വൈകല്യങ്ങളുണ്ടാക്കുകയും അതിനെ അപഭ്രംശത്തിനു വിധേയമാക്കുകയും ചെയ്യുന്ന മുതലാളിത്തസംവർഗ്ഗങ്ങളെ കുറിച്ചുകൂടി പറയാൻ കഴിയുമല്ലോ? കേവലസ്ഥലം, കാര്യകാരണബന്ധം, നിശിതമായ നിശ്ചിതത്വം എന്നിങ്ങനെ ഭൗതികശാസ്ത്രത്തിന്റെ നിർമ്മിതിയിൽ ഉപയോഗിക്കപ്പെട്ട സംവർഗ്ഗങ്ങളെല്ലാം പ്രതിനിധാനം ചെയ്യുന്നത് ഏതെല്ലാം അർത്ഥങ്ങളെയാണ്? മുതലാളിത്തത്തിന്റെ ലോകവീക്ഷണം ശാസ്ത്രത്തെ എങ്ങനെയെല്ലാം സ്വാധീനിച്ചുവെന്നും പരിവർത്തിപ്പിച്ചുവെന്നും അറിയണം. സാമൂഹികശാസ്ത്രപരമായ വികലനത്തിലൂടെ കോഡ്വെൽ ഇതാണ് നിർവ്വഹിച്ചത്. കോഡ്വെല്ലിന്റെ വികലനത്തെക്കുറിച്ചു പറയുന്നതിനുമുന്നേ, ഈ കാലയളവിൽ ഭൗതികശാസ്ത്രത്തിൽ എന്താണ് സംഭവിച്ചതെന്നു സംഗ്രഹിച്ചു പറയാം.

ഡാർവിന്റെ പരിണാമസിദ്ധാന്തം ന്യൂട്ടോണിയൻ ഭൗതികത്തിന്റെ യന്ത്രസങ്കല്പനത്തിനു വെല്ലുവിളികൾ ഉയർത്തുകയും പരിണമിച്ചു കൊണ്ടിരിക്കുന്ന ലോകത്തെക്കുറിച്ചുള്ള ധാരണകൾ ഭൗതികത്തിലും പ്രയോഗക്ഷമമാകുന്നതിനു കാരണമാകുകയും ചെയ്തു. പരിണാമസിദ്ധാന്തം ജീവശാസ്ത്രത്തിൽ കൂടുതൽ ക്രമപൂർണ്ണമായ അവസ്ഥയിലേക്കുള്ള പരിണാമത്തെയാണ് ദർശിച്ചതെങ്കിൽ, ഭൗതികശാസ്ത്രത്തിലെ വ്യവസ്ഥകൾ കൂടുതൽ ക്രമരഹിതമായി മാറിത്തീരുന്നതായാണ് മനസ്സിലാക്കപ്പെട്ടത്. താപഗതികത്തിലെ നിയമങ്ങളുടെയും എൻട്രോപ്പി (Entropy) എന്ന സങ്കല്പനത്തിന്റെയും രൂപീകരണത്തിലേക്ക് ഇതു നീങ്ങുന്നു. എൻട്രോപ്പിയെ ക്രമരാഹിത്യത്തിന്റെ അളവായി കണക്കാക്കാം. പത്തൊമ്പതാം നൂറ്റാണ്ടിലെ ഭൗതികത്തിന്റെ ഏറ്റവും വലിയ കണ്ടെത്തലുകളായി ഇവയെ കാണാവുന്നതാണ്. കാലത്തിന്റെ ദിശ (Arrow of Time) യെ കാണിക്കുന്ന വിധത്തിൽ, ഭൗതികവ്യവസ്ഥകളിൽ എൻട്രോപ്പിക്കുണ്ടാകുന്ന വർദ്ധനവ് ന്യൂട്ടോണിയൻ ഭൗതികത്തിന്റെ യാന്ത്രികസങ്കല്പനങ്ങൾ കൊണ്ടു മാത്രം വിശദീകരിക്കാൻ പ്രയാസമായിരുന്നു. സംഭാവ്യത (Probability) യെ കുറിച്ച് ബോൾട്സ്മാൻ രൂപപ്പെടുത്തിയ സങ്കല്പനത്തെ ആധാരമാക്കിയാണ് ഇതു വിശദീകരിക്കുന്നത്. താപഗതിക (Thermodynamics) ത്തെ ന്യൂട്ടോണിയൻ അടിസ്ഥാനങ്ങളിൽ തന്നെ ഉറപ്പിക്കുന്നതിന് ബോൾട്സ്മാന്റെയും മറ്റും സാംഖ്യകബലതന്ത്ര (Statistical Mechanics) ത്തിനു കഴിയുന്നുണ്ട്. ഇതോടൊപ്പം, ക്ലാസിക്കൽ ഭൗതികത്തിന്റെ സിദ്ധാന്തങ്ങളിൽ ഇതര രീതികളിലൂടെ, ബഹുലമായ രീതികളിലൂടെ, എത്തിച്ചേരാൻ കഴിയുമെന്ന് തെളിയിക്കപ്പെടുന്നുമുണ്ട്. ന്യൂട്ടോണിയൻ ഭൗതികത്തിലെ ബലം എന്ന സങ്കല്പനത്തെക്കുറിച്ച് ചില ശാസ്ത്രജ്ഞന്മാർ അസംതൃപ്തി പ്രകടിപ്പിക്കുകയും ക്ലാസിക്കൽ ഭൗതികത്തിന് മറ്റു സങ്കല്പനങ്ങളിലൂടെ പ്രതിനിധാനം

സാദ്ധ്യമാണെന്നു മനസ്സിലാക്കുകയും ചെയ്യുന്നുണ്ട്.

പ്രശസ്തമായ മൂന്നു ശാസ്ത്രപ്രബന്ധങ്ങൾ പ്രസിദ്ധീകരിച്ചുകൊണ്ടാണ് 2005 ൽ ആൽബർട്ട് ഐൻസ്റ്റൈൻ ശാസ്ത്രമണ്ഡലത്തിലേക്കു കടന്നുവന്നത്. ക്ലാസിക്കൽ ഭൗതികശാസ്ത്രത്തിലെ സങ്കല്പനങ്ങളെ വലിയ നവീകരണങ്ങൾക്കു വിധേയമാക്കുന്ന വീക്ഷണങ്ങൾ ഈ മൂന്നു പ്രബന്ധത്തിലുമുണ്ടായിരുന്നു. സ്ഥല-കാലങ്ങളെക്കുറിച്ച് പുതിയ സങ്കല്പനം മുന്നോട്ടുവയ്ക്കുകയും വിദ്യുത്ഗതികത്തിനും ന്യൂട്ടോണിയൻ ബലതന്ത്രത്തിനും ഇടയിലുള്ള വൈരുദ്ധ്യങ്ങളെ പരിഹരിക്കുകയും ചെയ്ത സവിശേഷ ആപേക്ഷികതാസിദ്ധാന്തം, അണുക്കളുടെ അസ്തിത്വത്തെ ഉറപ്പിച്ച ബ്രൗണിയൻ ചലനത്തിനുള്ള വിശദീകരണം, മാക്സ്പ്ലാങ്കിന്റെ ക്വാണ്ടം സങ്കല്പനത്തെ വീണ്ടും പ്രയോഗക്ഷമമാക്കിയ പ്രകാശവിദ്യുത്പ്രഭാവത്തിനുള്ള വിശദീകരണം എന്നിവയായിരുന്നു അവ. പത്തുവർഷങ്ങൾക്കുശേഷം അദ്ദേഹം അവതരിപ്പിച്ച സാമാന്യ ആപേക്ഷികതാസിദ്ധാന്തം ദ്രവ്യത്തിന് സ്ഥല-കാലങ്ങളിലുള്ള സ്വാധീനത്തെകുറിച്ചു പറയുന്നതിലൂടെ കൂടുതൽ വിപ്ലവകരമായിരുന്നു. ഭൗതികശാസ്ത്രത്തിന് ഏകീകൃതമായ ഒരു അടിസ്ഥാനം നിർമ്മിക്കണമെന്ന ലക്ഷ്യത്തോടെയാണ് ഐൻസ്റ്റൈൻ എക്കാലവും പ്രവർത്തിച്ചത്. പ്രകൃതിയിലെ അടിസ്ഥാനബലങ്ങളെ ഏകീകരിക്കാൻ ശ്രമിക്കുന്നതും ക്വാണ്ടം ബലതന്ത്രത്തിന്റെ അടിസ്ഥാനസമീപനങ്ങളോടു തർക്കിക്കുന്നതുമെല്ലാം ഈ ലക്ഷ്യത്തിന്റെ ഭാഗമായിരുന്നു.

ക്ലാസിക്കൽ ബലതന്ത്രത്തിന്റെ പരിമിതികൾ ബോദ്ധ്യപ്പെട്ടു തുടങ്ങുന്ന ഒരു സന്ദർഭത്തിലാണ് ക്വാണ്ടം ബലതന്ത്രം രൂപം കൊള്ളുന്നത്. ഇരുപതാംനൂറ്റാണ്ടിലെ ഭൗതികശാസ്ത്രത്തിന്റെ ഏറ്റവും വലിയ നേട്ടമായി കരുതപ്പെടുന്ന ക്വാണ്ടം ബലതന്ത്രം പഴയ ബലതന്ത്രത്തിലെ ചിരസമ്മതി നേടിയ പല സങ്കല്പനങ്ങളെയും ചോദ്യം ചെയ്തുകൊണ്ടും അടിസ്ഥാനപരമായ പുതിയ ധാരണകളെ മുന്നോട്ടുവച്ചുകൊണ്ടുമാണ് രംഗപ്രവേശം ചെയ്തത്. ഐൻസ്റ്റൈനോടും മാക്സ്പ്ലാങ്കിനോടുമൊപ്പം നീൽസ് ബോർ, ഹൈസൺബർഗ്, മാക്സ് ബോൺ, ഇർവിൻ ഷ്റോഡിന്ഞ്ജർ, ലൂയി ഡി ബ്രയ്‌ലി, പോൾ ഡിറാക്, പോളി എന്നിങ്ങനെ ഒരുകൂട്ടം മഹാശാസ്ത്രജ്ഞന്മാരുടെ സംയുക്തപ്രവർത്തനത്തിന്റെ ഫലമായിരുന്നു അത്. പ്രകൃതി പ്രതിഭാസങ്ങൾ അനുസ്യൂതപ്രവാഹങ്ങളായിട്ടാണ് സംഭവിക്കുന്നതെന്നാണ് ക്ലാസിക്കൽ ഭൗതികം കരുതിയിരുന്നത്. പ്രപഞ്ചീകരണ പ്രക്രിയകളിലെ തുടർച്ച ന്യൂട്ടോണിയൻ ബലതന്ത്രത്തിന്റെ അടിസ്ഥാന സങ്കല്പം തന്നെയായിരുന്നു. ഈ നൈരന്തര്യ സങ്കല്പമാണ് സ്ഥൂലപ്രകൃതിയുടെ കൃത്യമായ ചിത്രം നല്കുന്നതിന് ന്യൂട്ടോണിയൻ ബലതന്ത്രത്തെ സഹായിച്ചത്. എന്നാൽ, ആണവലോകം തുടർച്ചാരാഹിത്യത്തിന്റേതായ മൗലികസ്വഭാവം പ്രകടിപ്പിക്കുന്നുവെന്നാണ് ക്വാണ്ടം ബലതന്ത്രം കണ്ടെത്തിയത്. സൂക്ഷ്മലോകത്തിന്റെ അനിശ്ചിതത്വസ്വഭാവം ഹൈസൻബർഗിന്റെ അനിശ്ചിതത്വനിയമത്തിലൂടെ രേഖപ്പെടുത്തപ്പെട്ടു.

പല ഭൗതികശാസ്ത്രജ്ഞന്മാരും അനിശ്ചിതത്വം പ്രകൃതിയുടെ നിയമമാണെന്ന വിധത്തിൽ ഇതിനെ വ്യാഖ്യാനിച്ചിട്ടുണ്ട്.

ആണവലോകത്തെ നിശ്ചിതത്വത്തോടെ വിശദീകരിക്കാൻ കഴിയില്ലെന്ന ക്വാണ്ടം ബലതന്ത്രത്തിന്റെ നിലപാടുമൂലം പല മഹാശാസ്ത്രജ്ഞന്മാരും ഇതിനെ സംശയത്തോടെ വീക്ഷിക്കാൻ തുടങ്ങി. ശാസ്ത്രത്തിലേക്ക് അരാജകവാദം കടന്നുവരുന്നതായി ആരോപിക്കപ്പെട്ടു. ഐൻസ്റ്റൈന് കാലിൻചുവട്ടിൽനിന്ന് മണ്ണ് ഒലിച്ചുപോകുന്നതായിട്ടാണ് തോന്നിയത്. ക്വാണ്ടം ഭൗതികത്തിൽ ഉൾച്ചേർന്നിരിക്കുന്ന അനിശ്ചിത പ്രകൃതിയെക്കുറിച്ചുള്ള സങ്കല്പനങ്ങളോട് ഐൻസ്റ്റൈന് പൊരുത്തപ്പെടാൻ കഴിഞ്ഞില്ല. യാഥാർത്ഥ്യം ഇതായിരിക്കില്ലെന്നു തനിക്കു തോന്നുന്നുവെന്നു വെളിപ്പെടുത്തിയ ഐൻസ്റ്റൈൻ, മാക്സ്ബോണിന് അയയ്ക്കുന്ന ഒരു കത്തിലൂടെ തന്റെ അഭിപ്രായഭേദം ഇങ്ങനെ രേഖപ്പെടുത്തി. "ദൈവം ലോകത്തോട് ഒരു പകിടകൊണ്ടു കളിക്കുകയല്ല." ഹൈസൺബർഗ് ആവിഷ്കരിച്ച അനിശ്ചിതത്വനിയമം തെറ്റാണെന്നു സൂചിപ്പിച്ചുകൊണ്ടും ക്വാണ്ടം ബലതന്ത്രത്തിന്റെ അപൂർണ്ണതയെക്കുറിച്ചു പറഞ്ഞുകൊണ്ടും സോൾവേ കോൺഫറൻസിൽ നീൽസ് ബോറുമായി ഐൻസ്റ്റൈൻ നടത്തുന്ന സംവാദങ്ങൾ ഭൗതികശാസ്ത്രത്തിന്റെ ചരിത്രത്തിലെ തന്നെ വളരെ പ്രധാനപ്പെട്ട സംഭവങ്ങളാണ്. ഐൻസ്റ്റൈന്റെ എതിർപ്പ് ശാസ്ത്രലോകത്തിനു ഒരു വലിയ പ്രശ്നമായിരുന്നു. ഭൗതികശാസ്ത്രം പ്രതിസന്ധിയിലാണെന്ന മുറവിളികൾ ശക്തമായി ഉയരുന്നത് ഈ ഘട്ടത്തിലാണ്. ക്വാണ്ടം ഭൗതികത്തിലെ സങ്കല്പനങ്ങൾ ശാസ്ത്രത്തിന്റെയും തത്ത്വചിന്തയുടെയും മേഖലകളിൽ വലിയ പരിവർത്തനങ്ങൾക്ക് നാന്ദിയായി. സൈദ്ധാന്തികരംഗത്തു മാത്രമല്ല, പ്രയോഗത്തിന്റെ മേഖലയിലും അത് വലിയ വിപ്ലവങ്ങൾക്കു തുടക്കം കുറിച്ചു. ക്രിസ്റ്റഫർ കോഡ്വെല്ലിന്റെ സാമൂഹികശാസ്ത്രപരമായ അപഗ്രഥനം ഈ പ്രകരണത്തിന്റെ സൃഷ്ടിയായിരുന്നു. ന്യൂട്ടോണിയൻ ഭൗതികത്തിന്റെ അവസാനത്തെ കോട്ടകാവൽക്കാരനായി ഐൻസ്റ്റൈനെ വിശേഷിപ്പിക്കുന്ന കോഡ്വെൽ ആന്തരികമായ ഒരു അനിശ്ചിതത്വത്തെ പ്രകൃതിനിയമമായി പ്രഖ്യാപിക്കുന്നതിലാണ് ഹൈസൺബർഗിന്റെ നിയമത്തിന്റെ പ്രാധാന്യമെന്നും ചൂണ്ടിക്കാണിക്കുന്നു. എന്നാൽ, പുതിയ സരണി ശരിയായ അർത്ഥത്തിൽ വിപ്ലവകരമായ ഒന്നല്ല. ഭൗതികത്തിന്റെ വിശാലമായ ഭൂമികയ്ക്കു യോജിക്കുന്ന വ്യക്തമായ ഒരു ദർശനമുള്ളതുകൊണ്ട് ഐൻസ്റ്റൈൻ അദ്ദേഹത്തിന്റെ പിൻഗാമികളെക്കാൾ ഉയർന്നു നില്ക്കുന്നു. വിശേഷവല്കൃതങ്ങളും വിരുദ്ധങ്ങളുമായ മേഖലകളെ ഉൾക്കൊള്ളാനും സമന്വയിപ്പിക്കാനും കഴിവുള്ള തത്ത്വചിന്ത ആധുനികഭൗതികത്തിന് ഉണ്ടാകേണ്ടിയിരിക്കുന്നുവെന്ന് കോഡ്വെൽ എഴുതിയിരിക്കുന്നു.

പ്രപഞ്ചത്തെ ഘടികാരമെന്ന രൂപകം കൊണ്ടു വിശേഷിപ്പിച്ച മുതലാളിത്തം പ്രകൃതിയെ മനസ്സിലാക്കിയത് യന്ത്രങ്ങളിലൂടെയാണ്. അവ പ്രകൃതിയുടെ നിയമങ്ങൾക്കനുസരിച്ചാണ് നിർമ്മിക്കപ്പെട്ടിട്ടുള്ളതെന്നതു

കൊണ്ട് യന്ത്രത്തിന്റെ സംവർഗങ്ങളെ പ്രകൃതിയുടെ മേൽ ആരോപിക്കുന്നതിൽ തെറ്റില്ലെന്നു പറയാം. പക്ഷേ, യന്ത്രത്തെ സംബന്ധിച്ച മുതലാളിത്തത്തിന്റെ വീക്ഷണം, സമൂഹത്തിലെ അതിന്റെ സ്ഥാനത്തിൽ നിന്ന് വിഭിന്നമായിട്ടല്ല നിലനില്ക്കുന്നത്. യന്ത്രം മുതലാളിക്കുവേണ്ടി ഉല്പാദിപ്പിക്കുന്ന ഉപകരണമാണെന്ന് മുതലാളിത്തം കരുതുന്നു. അഥവാ, മുതലാളിത്തത്തിന് യന്ത്രങ്ങളുമായുള്ള ബന്ധം ഉടമസ്ഥതയുടെതാണ്. ഉടമസ്ഥത എന്നത് ഏകപക്ഷീയമായ ഒരു ബന്ധമാണ്. വസ്തുക്കൾക്കിടയിൽ ഏകപക്ഷീയമായ ഒരു ബന്ധം അസാദ്ധ്യമാണ്. എല്ലാ ബന്ധങ്ങളും പരസ്പരം നിർണ്ണയിക്കുന്നവയാണ്. യന്ത്രത്തിന്റെ ഉടമയായി തിരിച്ചറിയുമ്പോഴും യന്ത്രത്തെ പ്രവർത്തിപ്പിക്കുകയോ അതിനോട് സാർത്ഥകമായി ഇടപെടുകയോ ചെയ്യാത്ത മുതലാളിക്ക് ഈ അറിവില്ല. അതുകൊണ്ട് മുതലാളിവർഗ്ഗത്തിന്റെ വീക്ഷണം യാന്ത്രികഭൗതികവാദത്തിന്റെ ഏകപക്ഷീയതയിൽ ഊന്നിനില്ക്കുന്നു. മുതലാളിത്ത ചിന്തകന്മാർക്ക് പ്രകൃതിയിൽ ഉപയോഗിക്കാൻ കഴിയുന്ന ഗണങ്ങൾ ഈ യാന്ത്രികതയുടെതാണ്. യന്ത്രത്തെ പ്രവർത്തിപ്പിക്കുകയും അതിനോട് നിരന്തരം ഇടപെടുകയും ചെയ്യുന്ന തൊഴിലാളിക്ക് യന്ത്രവുമായുള്ള ബന്ധം മുതലാളിക്ക് അന്യമാണ്. തൊഴിലാളിയുടെ യന്ത്രങ്ങളോടുള്ള ബന്ധം വൈരുദ്ധ്യാത്മകതയുടെതാണ്. കോഡ്‌വെൽ തന്റെ ചില പ്രബന്ധങ്ങളിൽ മുതലാളിത്തശാസ്ത്രം, തൊഴിലാളിവർഗ്ഗശാസ്ത്രം തുടങ്ങിയ പരികല്പനകൾ ഉപയോഗിക്കുന്നതു കാണാം.

എന്നാൽ, ന്യൂട്ടോണിയൻ ഭൗതികത്തെ മുതലാളിത്ത സമൂഹത്തിന്റെ കേവലപ്രതിഫലനമായി കോഡ് വെൽ കാണുന്നില്ല. അങ്ങനെയായിരുന്നുവെങ്കിൽ അതിനു യാഥാർത്ഥ്യത്തെ കുറിച്ചുള്ള ജ്ഞാനമാകാൻ കഴിയുമായിരുന്നില്ല. ന്യൂട്ടോണിയൻ ഭൗതികത്തിന്റെ പ്രായോഗികവിജയം അതിലടങ്ങിയിരിക്കുന്ന യഥാർത്ഥജ്ഞാനത്തെ കാണിക്കുന്നുണ്ടെന്ന് കോഡ്‌വെൽ എഴുതുന്നുണ്ട്. വിഷയവസ്തുവിനെ നൈസർഗ്ഗികപ്രജ്ഞയിൽ നിന്നും വിച്ഛേദിക്കുന്നതിലൂടെ ഭൗതികം പൂർണ്ണമായും വസ്തുനിഷ്ഠമാണ് എന്നു കരുതാൻ ദാർശനികരെ പ്രേരിപ്പിച്ചു. ഇതു വൈരുദ്ധ്യങ്ങളെ സൃഷ്ടിക്കുകയും അവ പരിഹരിക്കാൻ നടത്തിയ ശ്രമങ്ങൾ ഭൗതികത്തിന്റെ വളർച്ചയിലേക്കു നയിക്കുകയും ചെയ്തു. മുതലാളിത്തസംവർഗ്ഗങ്ങൾ ഭൗതികത്തിന്റെ വികാസത്തെ സഹായിച്ചതോടൊപ്പം അതിനു സവിശേഷമായ വൈകൃതം സമ്മാനിക്കുകയും ചെയ്തുവെന്ന് കോഡ് വെൽ എഴുതുന്നുണ്ട്.

ഭാവിയിലെ തത്ത്വചിന്തകന്മാർക്കുള്ള ആശയഖനിയാണെന്ന് ജെ ബി എസ് ഹാൽഡേൻ വിശേഷിപ്പിച്ച 'ഭൗതികത്തിലെ പ്രതിസന്ധി'യിൽ ഭൗതികശാസ്ത്രത്തിൽ ആധിപത്യം പുലർത്തുന്ന ബൂർഷ്വാ സംവർഗ്ഗങ്ങളെ കോഡ്‌വെൽ ആക്രമിക്കുന്നുണ്ട്. പ്രപഞ്ചം നിശിതമായും കൃത്യമായും നിർണ്ണയിക്കാൻ കഴിയുന്നതാണെന്ന സമീപനം ന്യൂട്ടോണിയൻ ബലതന്ത്രത്തിന്റെ ആധാരശിലയായിരുന്നല്ലോ? പ്രപഞ്ചം പ്രവചനീയവും

നിശിതമായ നിശ്ചിതത്വമുള്ളതുമാണെന്ന് സിദ്ധാന്തീകരിക്കപ്പെടുന്നുണ്ട്. നിശ്ചിതത്വം എന്നത് സംഭവങ്ങൾക്കിടയിലെ അനിവാര്യബന്ധമാണ്. ന്യൂട്ടോണിയൻ ബലതന്ത്രം ഉറപ്പോടെ സ്വീകരിക്കുന്ന നിശിതമായ നിശ്ചിതത്വം എല്ലായ്പോഴും സ്വീകരിക്കപ്പെടേണ്ട ഒരു അടിസ്ഥാനസംവർഗമല്ലെന്ന് കോഡ്വെൽ സ്ഥാപിക്കുന്നുണ്ട്. കാര്യകാരണബന്ധത്തെ നിശിതമായ നിശ്ചിതത്വത്തിനു സമാനമായി കാണുന്ന സമീപനത്തെയും ക്രിസ്റ്റഫർ കോഡ്വെൽ വിമർശിക്കുന്നു. നിർണ്ണയവാദപരമായ നിലപാടിനെതിരെ കോഡ്വെൽ സംസാരിക്കുന്നു. എല്ലാ സംഭവങ്ങളും പൂർവ്വനിശ്ചിതമാണെന്നോ അനിവാര്യമാണെന്നോ അംഗീകരിച്ചാൽ, എങ്ങനെയാണ് ഒരു സംഭവത്തെ കാരണമായി ഗണിക്കുകയെന്നു ചോദിക്കുന്നു. തുടക്കത്തിൽത്തന്നെ, അത് മറ്റു സംഭവങ്ങളാൽ നിശ്ചയിക്കപ്പെട്ടിട്ടുള്ളതായിരിക്കുമല്ലോ. ഈ മുമ്പുള്ള സംഭവങ്ങളുടെ കാരണം അതിനു മുമ്പുള്ള സംഭവങ്ങളായിരിക്കും. കാരണം തേടിയുള്ള പശ്ചാത്ഗമനം അനന്തമായി നീളും.

കാര്യകാരണബന്ധമാകട്ടെ, സംഭവങ്ങൾക്കിടയിൽ ഒന്നു മറ്റൊന്നിനോടു സ്വാധീനം കല്പിക്കുന്ന പരസ്പരബന്ധമാണ്. എനിക്ക് കാര്യകാരണബന്ധത്തിന്റെ സമൂർത്താനുഭവം ഉണ്ടാകണമെങ്കിൽ നിയതമായ ഒരു പ്രവർത്തനം ഞാൻ ആഗ്രഹിക്കണം. അതിന്നനുസൃതമായി ഞാൻ പ്രവർത്തിക്കുന്ന വസ്തുക്കളിൽ ചലനം സൃഷ്ടിക്കണം. കാര്യകാരണബന്ധത്തിനു പ്രയോഗം, സ്വാതന്ത്ര്യം എന്ന ആശയങ്ങളുമായി ബന്ധമുണ്ടെന്നു ക്രിസ്റ്റഫർ കോഡ്വെൽ പറയുന്നു. നമ്മുടെ സംവേദനത്തിന്റെ എല്ലാ മണ്ഡലങ്ങളും വസ്തുവിന്മേലുള്ള പ്രവർത്തനത്തിന്റെ ഫലമായി സൃഷ്ടിക്കപ്പെടുന്നതാണ്. നിശിതമായ നിശ്ചിതത്വം ഇങ്ങനെയൊരു ചലനത്തെ ആവശ്യപ്പെടുന്നില്ല. ബോധമണ്ഡലത്തിൽ സ്ഥിരമായവയെ സൂചിപ്പിക്കുന്ന യുക്തിപരമായ സവിശേഷതയാണ് നിശ്ചിതത്വം. ചില ഘട്ടങ്ങളിൽ സൈദ്ധാന്തികമായി അതിനു പ്രസക്തിയുണ്ടാകാം. കാര്യകാരണബന്ധത്തിന് സിദ്ധാന്തവും പ്രയോഗവും കൂടിച്ചേരുന്ന യഥാർത്ഥശാസ്ത്രത്തിന്റെ മണ്ഡലത്തിലാണ് പ്രസക്തി കൈവരുന്നത്. നിരന്തരമായി പ്രകൃതിയെ മാറ്റുന്നതിലൂടെ ദ്രവ്യത്തിന്റെ ഗുണധർമ്മങ്ങൾ നാം മനസ്സിലാക്കുന്നു. ശാസ്ത്രത്തിന്റെ രീതിശാസ്ത്രത്തിൽ വിഷയിക്കും വിഷയത്തിനും അവയ്ക്കിടയിലെ നൂറായിരം പരസ്പരബന്ധങ്ങൾക്കും സ്ഥാനമുണ്ടെന്നു സ്ഥാപിക്കാനാണ് കോഡ്വെൽ ശ്രമിച്ചത്. കാര്യകാരണബന്ധം വസ്തു–ബോധബന്ധത്തിന്റെ സംയുക്തസൃഷ്ടിയാണെന്ന്, അത് സിദ്ധാന്തത്തെയും പ്രയോഗത്തെയും ഐക്യപ്പെടുത്തുന്നുവെന്ന് കോഡ്വെൽ കരുതുന്നു. പ്രയോഗത്തെയും സിദ്ധാന്തത്തെയും വേർപെടുത്തുന്ന കാഴ്ചപ്പാടുകൾ ദ്രവ്യത്തിൽനിന്നും ആത്മാവിനെ അപഹരിക്കുന്നുവെന്ന് എഴുതുന്നു.

ദ്രവ്യം സംവേദനാത്മകമാണ്. എന്നാൽ, ദ്രവ്യത്തെക്കുറിച്ചു മനസ്സിലാക്കാൻ ഭൗതികശാസ്ത്രജ്ഞന്മാർ ഉപയോഗിക്കുന്ന ഗണിതശാസ്ത്ര

പരികല്പനകൾ അമൂർത്തവല്ക്കരിക്കപ്പെട്ട അനുഭവങ്ങളാണ്. ആനുഭവികലോകവും സൈദ്ധാന്തികലോകവും വേർതിരിഞ്ഞുനില്ക്കുന്നു. നമ്മുടെ ബോധമണ്ഡലത്തിൽ വസ്തുക്കളും ജ്യാമിതീയ ആകൃതികളും മാത്രമല്ല ഉള്ളത്. അഭിലാഷങ്ങളും സങ്കടങ്ങളും പ്രതീക്ഷകളും കൂടിയുണ്ട്. ഈ വൈകാരികഘടകങ്ങളൊന്നും ഭൗതികശാസ്ത്രത്തിന്റെ നിർമ്മിതിയിൽ അനുപേക്ഷണീയമായ പങ്കു വഹിക്കുന്നില്ല. നാം വസ്തുനിഷ്ഠഘടകങ്ങളെ മാത്രം പരിഗണിക്കുന്നു. അപ്പോൾ, നിറവും രുചിയും മണവും തുടങ്ങി ആത്മനിഷ്ഠമായതെല്ലാം ദ്വിതീയഗുണങ്ങളാണെന്നു പറഞ്ഞുകൊണ്ടാണ് നാം ആരംഭിക്കുന്നത്. അവയെ രണ്ടാം നിരയിലേക്ക് മാറ്റി നിർത്തുന്നു, ഈ വിചിന്തനരീതി ആപേക്ഷികസിദ്ധാന്തത്തിലേക്കെത്തുമ്പോഴേക്കും വസ്തുനിഷ്ഠഗുണങ്ങളെന്നു നാം നിശ്ചയിച്ചുറപ്പിച്ചവയെല്ലാം; നീളം, കാലം, ചലനം, ദ്രവ്യമാനം, ജ്യാമിതീയ ആകൃതികൾ ... ഇവയെല്ലാം, നിരീക്ഷകനെ ആശ്രയിച്ചു നില്ക്കുന്നതാണെന്ന ഫലത്തിലേക്കെത്തിച്ചേരുന്നു. ഒന്നും കേവലമല്ലെന്നു നമുക്കു പറയേണ്ടിവരുന്നു. അതാകട്ടെ, ഗണിതശാസ്ത്രസമീകരണങ്ങളിലൂടെയാണ് നാം കണ്ടെത്തുന്നത്. ഗണിതശാസ്ത്രസമീകരണങ്ങളാകട്ടെ, ചിന്തകളാണ്, സമൂർത്തമായ അസ്തിത്വമുള്ളവയല്ല. സ്വയം നിർണ്ണയിക്കുന്ന പൂർണ്ണമായ വസ്തുനിഷ്ഠലോകത്തെ തിരഞ്ഞ നമ്മൾ പൂർണ്ണമായും ആത്മനിഷ്ഠലോകത്തിലെത്തിച്ചേരുന്നു. ഭൗതികശാസ്ത്രത്തിൽ ഇതാണ് സംഭവിക്കുന്നത്. മറിച്ച്, പൂർണ്ണമായും ആത്മനിഷ്ഠമെന്നു ധരിച്ചിറങ്ങുകയാണെങ്കിൽ ലഭ്യമാകുന്നത് കേവലമായ വസ്തുനിഷ്ഠലോകമായിരിക്കും. തത്ത്വചിന്തയിൽ ഇതു കാണാം. സ്വയം നിർണ്ണയിക്കുന്ന പ്രതിഭാസങ്ങളെ കുറിച്ചുള്ള സങ്കല്പനങ്ങൾ നിയമരഹിതമായ, എന്തിനെയും എങ്ങനെയും കൂട്ടിച്ചേർക്കാൻ കഴിയുന്ന ഒരുകൂട്ടം പരസ്പരബന്ധങ്ങളെ മാത്രമായിരിക്കും നല്കുക. തഥ്യയുടെ ഏതെങ്കിലും മണ്ഡലം കേവലമായി സ്വയം നിർണ്ണയിക്കുന്നില്ലെന്ന നിഗമനത്തിലേ നമുക്ക് എത്തിച്ചേരാൻ കഴിയൂ.

ഏതൊരു മാർക്സിസ്റ്റിനെയുംപോലെ ശാസ്ത്രവും സമൂഹവും തമ്മിലുള്ള പരസ്പരപ്രതിപ്രവർത്തനം ക്രിസ്റ്റഫർ കോഡ്വെല്ലിന്റെയും പ്രധാനപ്പെട്ട അന്വേഷണവിഷയമായിരുന്നു. സാമൂഹികവ്യവസ്ഥ, സമൂഹത്തിന്റെ വിഭവശേഷി, സാങ്കേതികനിലവാരം, സാമൂഹികസംവർഗ്ഗങ്ങളുടെ പ്രയോജനക്ഷമത എന്നിവയെല്ലാം ശാസ്ത്രത്തിന്റെ വളർച്ചയിൽ സംഭാവന ചെയ്യുന്നുണ്ട്. ഏതൊരു ശാസ്ത്രീയസിദ്ധാന്തവും പൊതുവായ ഒരു സാമൂഹികവീക്ഷണത്തിന്റെ വിശേഷവല്കൃതമായ ഒരു വികാസരൂപം മാത്രമാണെന്ന കോഡ്വെല്ലിന്റെ സമീപനത്തെക്കുറിച്ച് പുസ്തകത്തിനെഴുതുന്ന അവതാരികയിൽ എച്ച് ലെവി പ്രഖ്യാപിക്കുന്നുണ്ട്. ഉത്തരാധുനികരെ ഏറെ പ്രചോദിപ്പിച്ചിട്ടുള്ള തോമസ്കൂണിന്റെ ശാസ്ത്രവിപ്ലവങ്ങളുടെ ഘടനയെക്കുറിച്ചുള്ള പുസ്തകം പ്രസിദ്ധീകരിക്കുന്നതിന് എത്രയോ വർഷം മുമ്പേതന്നെ ക്രിസ്റ്റഫർ കോഡ്വെൽ സാമാന്യതലത്തിൽ ഈ പ്രമേയം കൈകാര്യം ചെയ്യുകയുണ്ടായി! ശാസ്ത്രത്തിന്റെ സാങ്കേതിക

ഉള്ളടക്കം സമൂഹത്തിലെ സാംസ്കാരികമൂല്യങ്ങളാൽ നിർണ്ണയിക്കപ്പെടുന്നുവെന്നു പറയുന്ന സാമൂഹികനിർമ്മിതിവാദത്തിലേക്കുള്ള ചായ്വ് കോഡ്വെൽ പ്രകടിപ്പിക്കുന്നുണ്ടോയെന്നു സന്ദേഹിക്കാവുന്നതാണ്. ശാസ്ത്രത്തെ സുസാദ്ധ്യമാക്കുന്ന ഇടപെടൽ സമൂഹം നിർവ്വഹിക്കുന്നുവെന്നു പറയുന്ന കാൾ മാൻഹൈമിന്റെയും റോബർട്ട് മെർട്ടന്റെയും മറ്റും സമീപനങ്ങളിലല്ല കോഡ്വെൽ നിലയുറപ്പിക്കുന്നതെന്നു പറയണം.

നിർണ്ണയവാദം പ്രതിസന്ധികളെ ക്ഷണിച്ചുവരുത്തിയ നാളുകളിൽ തന്നെ അതിനെ ബൂർഷ്വാഗണമെന്ന് വർഗ്ഗീകരിക്കാൻ കരുത്തുകാട്ടിയ കോഡ്വെൽ തത്ത്വശാസ്ത്രപരവും പ്രത്യയശാസ്ത്രപരവുമായ അവബോധത്തിന്റെ അഗാധതയെ കാണിച്ചുതരുന്നുണ്ട്. ബൂർഷ്വാസംവർഗ്ഗം, മുതലാളിത്ത ശാസ്ത്രം, തൊഴിലാളിവർഗ്ഗ ശാസ്ത്രം എന്നീ പരികല്പനകളിലെല്ലാം ഭാവിയിലെ ധിഷണയ്ക്കു വാതിലുകൾ തുറന്നിടുന്ന ചിന്തകനെ കാണാം. ഫെമിനിസ്റ്റുശാസ്ത്രം എന്ന പരികല്പനയെക്കുറിച്ചു കേൾക്കുമ്പോൾ തൊഴിലാളിവർഗ്ഗശാസ്ത്രം എന്ന കോഡ്വെല്ലിന്റെ പരികല്പന ഓർമ്മയിൽ വരാതിരിക്കില്ല. തൊഴിലാളിവർഗ്ഗത്തിന്റെ സവിശേഷതയിൽ നിന്നുകൊണ്ട് മാർക്സിസത്തിന്റെ ഒരു നിലപാടുതറ സിദ്ധാന്തം (Marxist Standpoint Theory) ക്രിസ്റ്റഫർ കോഡ്വെൽ നിർമ്മിച്ചെടുത്തുവെന്നു പറയാവുന്നതാണ്. എന്നാൽ, ലൈസങ്കോ വിവാദത്തിലൂടെയും മറ്റും പിന്നീടു വെളിവാക്കപ്പെട്ട അതിവാദപരവും ഏകപക്ഷീയവുമായ ചില വീക്ഷണങ്ങൾ കോഡ്വെല്ലിൽ ഉണ്ടായിരുന്നതായി സന്ദേഹിക്കാവുന്നതാണ്.

ഐൻസ്റ്റൈൻ പുതുക്കി നിർമ്മിച്ച ലോകം

വിദ്യുത്കാന്തികതരംഗങ്ങൾ ഗലീലിയോയുടെ ആപേക്ഷികനിയമ (Galilean Principle of relativity) ത്തെ അനുസരിക്കുന്നുണ്ടായിരുന്നില്ല. ഈ തരംഗങ്ങളെക്കുറിച്ചുള്ള ജെയിംസ് ക്ലാർക്ക് മാക്സ്വെല്ലിന്റെ അനുമാനങ്ങൾ ന്യൂട്ടന്റെ ബലതന്ത്രവുമായി വലിയ വൈരുദ്ധ്യമാണ് സൃഷ്ടിച്ചത്. ഭൗതികലോകത്തെ പൂർണ്ണമായും വിശദീകരിക്കാൻ ന്യൂട്ടന്റെ ബലതന്ത്രത്തിനു കഴിയില്ലെന്ന പ്രതീതി പരക്കുന്നതിന് ഇതു കാരണമായി. ഈ പ്രശ്നത്തെ പരിഹരിക്കാനാണ് സവിശേഷ ആപേക്ഷികസിദ്ധാന്ത (Special Theory of Relativity) ത്തിലൂടെ ഐൻസ്റ്റൈൻ ശ്രമിച്ചത്. അദ്ദേഹം മാക്സ്വെല്ലിന്റെ അനുമാനത്തെ സ്വീകരിക്കുന്നു. ഇതിന്റെ അടിസ്ഥാനത്തിൽ രണ്ടു സങ്കല്പനങ്ങളെ രൂപീകരിക്കുന്നു. 1. വിദ്യുത്കാന്തികതരംഗങ്ങളുടെ ശൂന്യതയിലൂള്ള പ്രവേഗം തരംഗസ്രോതസിന്റെയും നിരീക്ഷകന്റെയും ആപേക്ഷികചലനങ്ങളിൽനിന്നു സ്വതന്ത്രമായി ഒരു സ്ഥിരാങ്കമായിരിക്കും 2. ഭൗതികശാസ്ത്രത്തിലെ നിയമങ്ങൾ ക്രമപ്രവേഗ (Uniform Velocity) ത്തോടുകൂടി സഞ്ചരിക്കുന്ന നിർദ്ദേശാങ്കവ്യവസ്ഥകളിൽ ഒരേപോലെയായിരിക്കും. ഈ അടിസ്ഥാനസങ്കല്പനങ്ങളോടൊപ്പം ലോറൻസിന്റെ പരിവർത്തനസമീകരണ (Transformation Equations) ങ്ങളെക്കൂടി സ്വീകരിക്കുന്ന ഐൻസ്റ്റൈൻ തന്റെ കലനങ്ങളിലൂടെ അത്ഭുതാവഹമായ ചില ഫലങ്ങളിലാണ് എത്തിച്ചേർന്നത്. കേവലമെന്നു കരുതിയിരുന്ന ഭൗതികരാശികൾ ആപേക്ഷികമെന്നു തെളിയിക്കപ്പെട്ടു. കേവലസ്ഥലത്തെയും കേവലകാലത്തെയും കുറിച്ചുള്ള ന്യൂട്ടോണിയൻ സങ്കല്പനങ്ങൾ മാറ്റി എഴുതപ്പെടുകയായിരുന്നു. കാലത്തിന്റെ കേവലമായ അസ്തിത്വം തകരുകയും നാലു മാനങ്ങളുള്ള സ്ഥല-കാലത്തുടർച്ച (Space-Time Continuum) യെന്ന സങ്കല്പനം പകരം സ്ഥാപി

ക്കപ്പെടുകയും ചെയ്തു. വസ്തുക്കളുടെ നീളം, ജ്യാമിതീയരൂപങ്ങൾ, ദ്രവ്യമാനം എന്നിവയെല്ലാം നിരീക്ഷകർക്കു പ്രവേഗാശ്രിതമാണെന്നുവന്നു. വിദ്യുത്കാന്തികതരംഗങ്ങളുടെ പ്രവേഗത്തേക്കാൾ ഉയർന്നപ്രവേഗം അസാദ്ധ്യമാണെന്നു കാണപ്പെട്ടു. പ്രവേഗത്തിനനുസരിച്ച് വസ്തുക്കളുടെ നീളത്തിന്റെ സങ്കോചന(Length Contraction)വും കാലദൈർഘ്യത്തിന്റെ വിപുലന(Time Dilation)വും പ്രവചിക്കപ്പെട്ടു. ഏറ്റവും പ്രധാനപ്പെട്ട കലനഫലം ഊർജ്ജത്തെ ദ്രവ്യമാനത്തിന്റെയും പ്രകാശപ്രവേഗത്തിന്റെ വർഗ്ഗത്തിന്റെയും ഗുണനഫലമായി എഴുതാൻ കഴിഞ്ഞുവെന്നതാണ്. ദ്രവ്യത്തെ ഊർജ്ജമായും ഊർജ്ജത്തെ ദ്രവ്യമായും മാറ്റാം. ഈ സൈദ്ധാന്തികപ്രവചനങ്ങൾ ആദ്യകാലത്തുണ്ടാക്കിയ സന്ദേഹങ്ങൾ പ്രായോഗികഫലങ്ങളിലൂടെ അത്ഭുതമായി മാറിത്തീർന്നു. പില്ക്കാലത്ത്, അണുകേന്ദ്രപ്രതിപ്രവർത്തനങ്ങളും അണുബോംബിന്റെ സ്ഫോടനവും ദ്രവ്യ-ഊർജ്ജ സമീകരണത്തെ സാധൂകരിച്ചു. നിരീക്ഷകനെ ശാസ്ത്രസിദ്ധാന്തത്തിലേക്കുകൊണ്ടുവന്ന സവിശേഷ ആപേക്ഷികതാസിദ്ധാന്തം മാനകപ്രക്രിയകളിൽ മനുഷ്യൻ കൂടി ഒരു ഭാഗമാണെന്നു സ്ഥാപിക്കുകയായിരുന്നു.

സവിശേഷ ആപേക്ഷികസിദ്ധാന്തം ക്രമപ്രവേഗത്തോടു കൂടി സഞ്ചരിക്കുന്ന വ്യവസ്ഥകളിൽ മാത്രമേ പ്രായോഗികമാകുമായിരുന്നുള്ളൂ. ത്വരണത്തോടുകൂടി സഞ്ചരിക്കുന്ന വ്യൂഹങ്ങൾ ഈ സിദ്ധാന്തത്തിനു പുറത്തായിരുന്നു. ഗുരുത്വാകർഷണം കൊണ്ട് ഭൂമിയിലേക്കു വീഴുന്ന ആപ്പിൾ ത്വരണത്തോടു കൂടി സഞ്ചരിക്കുന്ന ഒരു വ്യൂഹമാണ്. ഈ വ്യൂഹത്തിന്റെ ചലനത്തെ വിശദീകരിക്കാൻ സാമാന്യമായ ഒരു സിദ്ധാന്തം ആവശ്യമാണ്. ഒരു ദശകത്തിനു ശേഷം; 1915 ൽ, ഐൻസ്റ്റൈൻ സാമാന്യ ആപേക്ഷികതാസിദ്ധാന്തം പൂർത്തിയാക്കി. സവിശേഷ ആപേക്ഷികസിദ്ധാന്തത്തിൽ ഉപയോഗിക്കപ്പെട്ട സ്ഥല-കാലത്തുടർച്ചയെക്കുറിച്ചുള്ള സങ്കല്പനം യൂക്ലിഡിന്റെ ജ്യാമിതിയിലാണ് പ്രയോഗക്ഷമമാക്കിയത്. എന്നാൽ, 1854 ൽ തന്നെ ബേൺഹാർഡ് റീമാൻ എന്ന ഗണിതശാസ്ത്രജ്ഞൻ ഭൗതികസ്ഥലത്തിന്റെ ജ്യാമിതി യുക്ലിഡിന്റെ സ്വയംസിദ്ധപ്രമാണ(Axioms)ങ്ങളെ അംഗീകരിക്കുന്നതായിരിക്കില്ലെന്ന് സൂചിപ്പിച്ചിരുന്നു. പ്രപഞ്ചത്തിലെ ഭൗതികസ്ഥലം ദ്രവ്യസാന്നിദ്ധ്യംകൊണ്ട് വളഞ്ഞതായിരിക്കുമെന്നു റീമാൻ പറയുന്നുണ്ട്. അറുപത്തിയൊന്നുവർഷങ്ങൾക്കുശേഷം ഐൻസ്റ്റൈൻ ഈ ആശയത്തെ പ്രയോഗത്തിൽ കൊണ്ടുവരുന്നു. ഇതാണ് സാമാന്യ ആപേക്ഷികതാസിദ്ധാന്ത (General Theory of Relativity)മായി രൂപപ്പെട്ടത്. ഈ സിദ്ധാന്തത്തിൽ, നാലു മാനങ്ങളുള്ള സ്ഥല-കാലത്തുടർച്ചയുടെ ജ്യാമിതി വളവുള്ളതാണെന്നു സങ്കല്പിച്ചിരുന്നു. ഈ വളവിന്റെ അളവിനെ നിശ്ചയിക്കുന്നത് ആ സ്ഥല-കാലത്തിലുള്ള ദ്രവ്യത്തിന്റെ അളവാണ്, മറ്റു വാക്കുകളിൽ പറഞ്ഞാൽ അതിന്റെ ഗുരുത്വാകർഷണശക്തിയാണ്. സ്ഥല-കാലത്തുടർച്ച നിഷ്ക്രിയമല്ല. ദ്രവ്യത്തിന്റെ സ്വാധീനത്തിൽ വളയുന്ന സ്ഥല-കാലം ദ്രവ്യത്തെ

അതിന്റെ വളവിൽ ചലിപ്പിക്കുന്നു. ജോൺ വീലർ ഇങ്ങനെ പറയുന്നു. "ദ്രവ്യം സ്ഥല-കാലത്തുടർച്ചയോട് വളയേണ്ടതെങ്ങനെയെന്നു പറയുന്നു. സ്ഥല-കാലം ദ്രവ്യത്തോട് എങ്ങനെ സഞ്ചരിക്കണമെന്നു പറയുന്നു." ഗുരുത്വാകർഷണബലത്തെ വിദൂരപ്രവർത്തന(Action at a distance)ത്തിലൂടെ വിശദീകരിച്ച ന്യൂട്ടന്റെ ബലതന്ത്രത്തിലെ ദുർഗ്രഹതയെയാണ് ഐൻസ്റ്റൈൻ നീക്കിയത്. 147 ദശലക്ഷം കിലോമീറ്റർ അകലെ സ്ഥിതിചെയ്യുന്ന സൂര്യന്റെ ഭൂമിയുടെമേലുള്ള ആകർഷണം ഇപ്പോൾ ഒരു വിദൂരപ്രവർത്തനമല്ല, സൗരദ്രവ്യം സ്ഥല-കാലത്തു സൃഷ്ടിക്കുന്ന വളവിന്റെ ഫലമാണ്.

ലളിതമായ രണ്ടു നിരീക്ഷണങ്ങളാണത്രെ ഐൻസ്റ്റൈനെ പ്രചോദിപ്പിച്ചത്. പിസയിലെ ഗോപുരത്തിൽ നിന്നുകൊണ്ട് ഗലീലിയോ ചെയ്ത പരീക്ഷണമാണ് ആദ്യത്തേത്. എല്ലാ വസ്തുക്കളും ഒരേ തരത്തിലുള്ള പ്രഭാവത്തിനു വിധേയമാകുന്നതായി ഗലീലിയോ നിരീക്ഷിക്കുന്നുണ്ടല്ലോ. ഗുരുത്വബലത്തിന് ആകർഷണം മാത്രമേയുള്ളൂ എന്നതാണ് രണ്ടാമത്തെ നിരീക്ഷണം. വിദ്യുത്ബലത്തിന് ആകർഷണവും വികർഷണവുമുണ്ട്. പരസ്പരം റദ്ദാക്കിക്കൊണ്ട് വിദ്യുത്ബലമില്ലാത്ത പ്രദേശങ്ങൾ സൃഷ്ടിക്കാൻ കഴിയും. എന്നാൽ, ഗുരുത്വാകർഷണത്തിന് അത് സാദ്ധ്യമല്ല. ഗുരുത്വാകർഷണമില്ലാത്ത പ്രദേശം സൃഷ്ടിക്കാൻ കഴിയില്ല. അതിന് എല്ലായിടത്തും സാന്നിദ്ധ്യമുണ്ട്. ഈ രണ്ടു കാര്യങ്ങളും ഗുരുത്വാകർഷണത്തെ സാർവ്വലൗകികമാക്കുന്നു. അത് ആഴത്തിലുള്ള എന്തിന്റെയോ ആവിഷ്കരണമാണെന്ന ആശയത്തെ ജനിപ്പിക്കുന്നു. ദ്രവ്യം അതിന്റെ ചലനത്തിന് ഏറ്റവും ലളിതമായ സഞ്ചാരപാതകളാണ് സ്വീകരിക്കുന്നത്. രണ്ടു ബിന്ദുക്കൾ തമ്മിലുള്ള ഏറ്റവും ലളിതമായ പാത നേർരേഖയുടെതാണ്. പ്രകൃതിയുടെ യാഥാർത്ഥ്യം വളഞ്ഞ സ്ഥല-കാലമാണ്. ഈ പരിപ്രേക്ഷ്യത്തിൽ നിന്നു നോക്കുമ്പോൾ ഭൂമി സൂര്യനു ചുറ്റും സഞ്ചരിക്കുന്നത് നേർരേഖയിലാണ്. യൂക്ലിഡിയൻ ജ്യാമിതിയുടെ പരിപ്രേക്ഷ്യത്തിൽ നിന്നും നോക്കുന്ന ന്യൂട്ടൺ അതിനെ ദീർഘവൃത്തപഥമായി കാണുന്നു.

സംപ്രത്യയപരമായി ലളിതമായ ഈ ആശയങ്ങളെ അനുയോജ്യമായ ഗണിതശാസ്ത്രം ഉപയോഗിച്ച് സമൂർത്ത സമീകരണങ്ങളായി പരിവർത്തിപ്പിക്കുകയാണ് സാമാന്യ ആപേക്ഷികസിദ്ധാന്തം ചെയ്തത്. ഭൗതികയാഥാർത്ഥ്യത്തിന്റെ പ്രകൃതം പ്രവചിക്കുന്നതിനായി ഈ സമീകരണങ്ങളെ ഉപയോഗിക്കുന്നു. സാമാന്യ ആപേക്ഷികതാസിദ്ധാന്തത്തെ സാധൂകരിക്കുന്ന തെളിവുകൾ ഉടനെ തന്നെ ലഭ്യമായി. സൗരയൂഥത്തിലെ ബുധഗ്രഹത്തിന്റെ സഞ്ചാരപഥങ്ങൾ ന്യൂട്ടന്റെ ആകർഷണസിദ്ധാന്തം ഗണിതീയമായി പ്രവചിച്ചതിൽനിന്നും ചെറിയ വ്യത്യാസങ്ങൾ കാണിച്ചിരുന്നു. സാമാന്യ ആപേക്ഷികതാസിദ്ധാന്തം ഉപയോഗിച്ച് ഈ സഞ്ചാരപഥങ്ങളുടെ കലനങ്ങൾ നടത്തിയ ഐൻസ്റ്റൈന് കൃത്യമായ ഫലങ്ങൾ ലഭിച്ചു. തന്റെ ഹൃദയമിടിപ്പുകൾ വർദ്ധിപ്പിച്ച നിമിഷമായിരുന്നു അതെന്ന് സഹപ്രവർത്തകനായിരുന്ന ആഡ്രിയൻ ഫോക്കറിനോട് ഐൻസ്റ്റൈൻ പറ

യുന്നുണ്ട്. 1919 ലെ സൂര്യഗ്രഹണസമയത്ത് ആർതർ എഡിങ്ഡൻ നടത്തിയ വാനശാസ്ത്രപരീക്ഷണം സൗരദ്രവ്യത്തിനടുത്തുകൂടി കടന്നുപോകുന്ന പ്രകാശരശ്മി വ്യതിയാനത്തിനു വിധേയമാകുന്നതായി കണ്ടെത്തി. ഇത്, സാമാന്യ ആപേക്ഷികസിദ്ധാന്തത്തിനു ലഭിച്ച ആദ്യത്തെ പരീക്ഷണാത്മക തെളിവായി. 1970 ൽ ഹൈഡ്രജൻ മേസർ ഘടികാരങ്ങൾ ഉപയോഗിച്ചു നടത്തിയ പരീക്ഷണങ്ങളിലൂടെ ഭൂമിയുടെ സ്ഥല-കാല വളവിനെ കൃത്യമായി കണ്ടെത്തുകയുണ്ടായി. ഉപഗ്രഹങ്ങളുമായുള്ള വിനിമയങ്ങളിലൂടെ സ്മാർട്ട് ഫോണുകൾ വഴി നാം സ്വീകരിക്കുന്ന ആഗോള സ്ഥാനവ്യവസ്ഥ(Global Positioning System)യെ കൃത്യമാക്കുന്നതിന് ഉപഗ്രഹങ്ങളുടെ ആന്തരികസമയസംവിധാനങ്ങൾ സ്ഥല-കാലവളവിന്നനുസരിച്ച് സ്വയം നിരന്തരം ക്രമീകരിക്കുന്നുണ്ട്. സാമാന്യ ആപേക്ഷികസിദ്ധാന്തത്തിന്റെ ഏറ്റവും പ്രധാനപ്പെട്ട പ്രവചനങ്ങളിലൊന്നായ ഗുരുത്വാകർഷണതരംഗങ്ങളെ കണ്ടെത്തിയ വിജയകരമായ പരീക്ഷണങ്ങൾ അടുത്തകാലത്താണല്ലോ നടന്നത്.

പ്രപഞ്ചത്തെ വലിയ തോതിൽ പരിശോധിച്ചാൽ, അത് എല്ലായിടത്തും സമാനവും സദൃശവും ആയിരിക്കുമെന്ന് പ്രപഞ്ചഘടനാശാസ്ത്രതത്ത്വം (Cosmological Principle) പറയുന്നു. നമ്മുടെ പ്രപഞ്ചത്തിനു തെരഞ്ഞെടുക്കപ്പെട്ട സ്ഥലമോ ദിശയോ ഇല്ല. ഇങ്ങനെയൊരു പ്രപഞ്ചം സ്ഥിത(Static)മായിരിക്കില്ലെന്ന് ഐൻസ്റ്റൈന്റെ ഗണിതശാസ്ത്ര സമീകരണങ്ങൾ ഉപയോഗിച്ചുകൊണ്ട് റഷ്യൻ ഗണിതജ്ഞനായ അലക്സാണ്ടർ ഫ്രീഡ്മാൻ തെളിയിക്കുന്നു. അതു വികസിക്കുകയോ ചുരുങ്ങുകയോ ചെയ്യണം, സ്ഥിതപ്രപഞ്ചത്തെ ആഗ്രഹിക്കുകയും ഭാവനയിൽ കാണുകയും ചെയ്ത ശാസ്ത്രജ്ഞന്മാരെ നിരുത്സാഹപ്പെടുത്തിയ കണ്ടെത്തലായിരുന്നു ഇത്. സ്ഥിതപ്രപഞ്ചത്തെ ഗണിതീയമായി സൃഷ്ടിക്കുന്നതിനായി തന്റെ സമീകരണങ്ങളിൽ ഐൻസ്റ്റൈൻ ഒരു സ്ഥിരാങ്കത്തെ ഉൾപ്പെടുത്തി. പ്രപഞ്ചഘടനാസ്ഥിരാങ്കം (Cosmological Constant)എന്ന് ഇതറിയപ്പെട്ടു. ഈ പ്രവൃത്തി വലിയൊരു അബദ്ധമായിരുന്നുവെന്നു തെളിയാൻ അധികനാൾ വേണ്ടിവന്നില്ല. എഡ്വിൻ ഹബ്ൾ എന്ന വാനശാസ്ത്രജ്ഞൻ മൗണ്ട് വിൽസൺ നിരീക്ഷണാലയത്തിൽ സ്ഥാപിച്ചിരുന്ന ദൂരദർശിനിയിലൂടെ നടത്തിയ നിരീക്ഷണങ്ങളിൽ വിദൂരഗാലക്സികൾ നമ്മുടെ ഗാലക്സിയായ ആകാശഗംഗയിൽനിന്നും അകന്നു പൊയ്ക്കൊണ്ടിരിക്കുകയാണെന്നു കണ്ടെത്തി. പ്രപഞ്ചം വികസിച്ചുകൊണ്ടിരിക്കുകയാണെന്നു തെളിയുകയായിരുന്നു. പ്രപഞ്ചഘടനാസ്ഥിരാങ്കം അനാവശ്യമാണെന്നു ബോദ്ധ്യപ്പെട്ടു. തനിക്കു പറ്റിയ വലിയ അബദ്ധമായി ഐൻസ്റ്റൈൻ ഇതിനെ ഏറ്റുപറയുന്നുണ്ട്. ശൂന്യസ്ഥലം (Vaccum Space) വെറും ശൂന്യസ്ഥലമല്ലെന്ന് ആദ്യം നിരീക്ഷിക്കുന്നതും ആൽബർട്ട് ഐൻസ്റ്റൈനാണ്. പ്രപഞ്ചത്തിന്റെ വികാസത്തിനിടയിലും വ്യത്യാസപ്പെടാത്ത ഒരു പ്രപഞ്ചഘടനാ സ്ഥിരാങ്കത്തെ നിർദ്ദേശിക്കുന്ന ഗുരുത്വാകർഷണസിദ്ധാന്തത്തിന്റെ ഒരു സവിശേഷരൂപം അനുസരിച്ച് ശൂന്യസ്ഥലം

അതിന്റേതായ ഊർജ്ജത്തെ ഉൾക്കൊള്ളുന്നുണ്ട്. ശൂന്യസ്ഥലത്ത് പെട്ടെന്ന് രൂപം കൊള്ളുകയും അപ്രത്യക്ഷമാകുകയും ചെയ്യുന്ന പരോക്ഷകണങ്ങളെ(Virtual Particles) ഉപയോഗിച്ചാണ് ക്വാണ്ടം സിദ്ധാന്തം ഈ ഊർജ്ജത്തെ വിശദീകരിക്കുന്നത്. എന്നാൽ, ഈ നിർദ്ദേശത്തിന്റെ അടിസ്ഥാനത്തിലുള്ള കലനങ്ങൾ വളരെ ഉയർന്ന ഊർജ്ജത്തെ (10^{120} eV) യാണ് പ്രവചിക്കുന്നത്. ഇത്രയും ഉയർന്ന ഊർജ്ജം ശൂന്യസ്ഥലം ഉൾക്കൊള്ളുന്നുവെന്ന ഫലം സ്വീകാര്യമായ ഒന്നായി കരുതപ്പെടുന്നില്ല.

വികസിക്കുന്ന പ്രപഞ്ചം എന്ന നിരീക്ഷണം പ്രപഞ്ചത്തിനു ഒരു തുടക്കമുണ്ടെന്നുകൂടി സൂചിപ്പിക്കുന്നുണ്ട്. ഈ തുടക്കത്തിൽ സ്ഥല-കാലത്തിന്റെ വളവ് അനന്തവും ദ്രവ്യത്തിന്റെ സാന്ദ്രത ഏറ്റവും ഉയർന്നതുമായിരിക്കും. ലെമയ്ത്രെ എന്ന ശാസ്ത്രജ്ഞൻ മഹാസ്ഫോടന(Big Bang) മായി ഇതിനെ തിരിച്ചറിഞ്ഞു. ഈ സ്ഫോടനസമയത്തു സൃഷ്ടിക്കപ്പെട്ടതായി കരുതപ്പെടുന്നതും ശക്തി ക്ഷയിച്ച് പ്രപഞ്ചമെമ്പാടും ഇപ്പോഴും നിലനില്ക്കുന്നതുമായ 2.73 കെൽവിൻ പിന്നണി വികിരണങ്ങൾ (Background Radiations) കണ്ടെത്തപ്പെട്ടത് മഹാസ്ഫോടനത്തിനുള്ള തെളിവായി കണക്കാക്കപ്പെടുന്നു. ഇക്കഴിഞ്ഞ രണ്ടു ദശകങ്ങളിലായി നടന്ന ശ്രദ്ധാപൂർവ്വമായ നിരീക്ഷണങ്ങൾ 13.6 ബില്യൻ വർഷങ്ങൾക്കുമുന്നേ നടന്ന ഒരു മഹാസ്ഫോടനത്തെ സങ്കല്പിക്കുന്നു.

ലെമയ്ത്രെയും ഗാമോവും മറ്റും തുടങ്ങിവച്ച മഹാസ്ഫോടനമെന്ന ആശയത്തിന്റെ ഒരു നവീകരിക്കപ്പെട്ട രൂപം അലൻഗുത് എന്ന ശാസ്ത്രജ്ഞൻ അവതരിപ്പിക്കുകയുണ്ടായി. മഹാസ്ഫോടനത്തിന്റെ സമയത്ത്, പ്രപഞ്ചം ഒരു എക്സ്പൊനെൻഷ്യൽ വികാസത്തെയാണ് നേരിട്ടതെന്ന് ഈ സിദ്ധാന്തം നിർദ്ദേശിക്കുന്നു. ഓരോ 10^{-35} സെക്കന്റിലും പ്രപഞ്ചത്തിന്റെ വലിപ്പം ഇരട്ടിയായിക്കൊണ്ടിരുന്നു. സ്ഫോടനസമയത്ത് പ്രപഞ്ചാണ്ഡം ഹൈഡ്രജൻ അണുവിന്റെ ന്യൂക്ലിയസിനേക്കാൾ ബില്യൺ മടങ്ങു ചെറുതായിരുന്നു. സ്ഫോടനത്തിനു ശേഷം അത് അവിശ്വസനീയമായ വേഗത്തിൽ വികസിച്ചു. ആദ്യവ്യാപ്തത്തെക്കാൾ 10^{90} മടങ്ങ് വ്യാപ്തം ആകുന്നതുവരെ ഇത് തുടർന്നു. സമമിതിയുടെ തകർച്ചകളിലൂടെ ഏകീകൃതബലം നാല് അടിസ്ഥാനബലങ്ങളായി വിഭജിക്കപ്പെട്ടതിന്റെയും മൗലികകണങ്ങളും ദ്രവ്യത്തിന്റെ വിവിധരൂപങ്ങളും പ്രത്യക്ഷപ്പെട്ടതിന്റെയും ചരിത്രവും പറയാൻ കഴിയും.

മഹാസ്ഫോടനസിദ്ധാന്തം പ്രപഞ്ചത്തെ നമ്മുടെ നിരീക്ഷിതപ്രപഞ്ചമായി ചുരുക്കുന്നുവെന്ന് ആരോപിക്കപ്പെടുന്നുണ്ട്. പ്രപഞ്ചത്തിന്റെ മുഴുവൻ ചരിത്രത്തെയും ഒരു രേഖീയപ്രക്രിയയുടെ ഭാഗമായി പുനർനിർമ്മിക്കാൻ ഈ സിദ്ധാന്തം ശ്രമിക്കുന്നുവെന്ന വിമർശനവുമുണ്ട്. ഹബ്ൾ ചുവന്ന വ്യതിയാന(Hubble Red Shift)ത്തിന്റെയും മറ്റും അതിഭൗതികവാദപരമായ വ്യാഖ്യാനങ്ങളിലൂടെ സൃഷ്ടിയെക്കുറിച്ചുള്ള മതപരമായ ആശയങ്ങളെ പിൻവാതിലിലൂടെ ശാസ്ത്രത്തിലേക്ക് കടത്തിക്കൊണ്ടുവരാനുള്ള ശ്രമമാണ് നടക്കുന്നതെന്ന ആരോപണവും ഉണ്ടായിരുന്നു.

ഐൻസ്റ്റൈന്റെ സാമാന്യ ആപേക്ഷികസിദ്ധാന്തം നല്കുന്ന സമീകരണങ്ങൾ അനന്തം പ്രപഞ്ചങ്ങളെ അംഗീകരിക്കുന്നുവെന്ന് എറിക് ലെർനർ എഴുതുന്നുണ്ട്. ഫ്രീഡ്മാനും ലെമയ്ത്രെയും പ്രപഞ്ചത്തിന്റെ വികാസത്തെ പ്രവചിക്കുന്ന ധാരാളം·സമീകരണങ്ങൾ കണ്ടെത്തുകയുണ്ടായി. എന്നാൽ, ഇവയിൽ ചില സമീകരണങ്ങൾ മാത്രമാണ് മഹാസ്ഫോടനം പോലുള്ള ഒരു അതിവൈചിത്ര്യാവസ്ഥ (Singularity)യിലേക്ക് പ്രപഞ്ചത്തെ നയിക്കുന്നത്. അല്ലൻ ഗുത്തും മറ്റും ഉപയോഗിച്ചത് അതിവൈചിത്ര്യങ്ങളുടെ അവസ്ഥയിലേക്ക് നയിക്കപ്പെടുന്നവയെ മാത്രമാണെന്നുള്ള വിമർശനവും ശക്തമാണ്. പ്രപഞ്ചത്തിന്റെ വികാസത്തെ വിശദീകരിക്കുന്നതിന് ഒരു സ്ഫോടനത്തെ നിർമ്മിച്ചെടുക്കേണ്ടതില്ലെന്ന് ഹാൻസ് ആൾഫ്വനെന്ന ശാസ്ത്രജ്ഞൻ കരുതുന്നു. പ്രപഞ്ചത്തിന് ഒരു തുടക്കവും അന്ത്യവും ഉണ്ടെന്ന്, സാമാന്യ ആപേക്ഷികസിദ്ധാന്തത്തിന്റെ സമീകരണങ്ങളിൽ നിന്നും ഗണിതശാസ്ത്രപരമായി തെളിയിക്കാൻ കഴിയുമെന്ന റോജർ പെൻറോസിന്റെയും സ്റ്റീഫൻ ഹോക്കിങ്ങിന്റെയും കണ്ടെത്തൽ മഹാസ്ഫോടനസിദ്ധാന്തത്തിന് കരുത്തു നല്കുന്നതായിരുന്നു. ഈ ശാസ്ത്രജ്ഞന്മാരുടെ ഇടപെടലുകളാണ് ഈ സിദ്ധാന്തത്തിനുള്ള പ്രീതി വർദ്ധിച്ചതിനുള്ള കാരണമെന്നും കരുതണം.

നക്ഷത്രങ്ങളുടെ മരണത്തെയും തമോഗർത്തങ്ങളെയും കുറിച്ചുള്ള സൈദ്ധാന്തികസങ്കല്പനങ്ങൾ സാമാന്യ ആപേക്ഷികതാസിദ്ധാന്തത്തിന്റെ തുടർച്ചയിലാണ് സംഭവിക്കുന്നത്. സൗരദ്രവ്യമാനത്തിന്റെ 1.4 മടങ്ങിൽ താഴെവരെ ദ്രവ്യമാനമുള്ള നക്ഷത്രങ്ങൾ വെള്ളക്കുള്ളന്മാരായിട്ടാണ് മരണം വരിക്കുന്നതെന്നു സുബ്രഹ്മണ്യം ചന്ദ്രശേഖർ എന്ന ഇന്ത്യൻ ശാസ്ത്രജ്ഞൻ സിദ്ധാന്തീകരിക്കുന്നു. ഇതിനെ ചന്ദ്രശേഖർ പരിധി എന്നാണ് വിളിക്കുന്നത്. ഉയർന്ന ദ്രവ്യമാനമുള്ള, സൂപ്പർനോവ സ്ഫോടനത്തിനു വിധേയമാകുന്ന നക്ഷത്രങ്ങളിൽ, സൗരദ്രവ്യമാനത്തിന്റെ 1.4 മടങ്ങിനും 3 മടങ്ങിനും ഇടയിൽ ദ്രവ്യമാനമുള്ളവ ന്യൂട്രോൺ നക്ഷത്രങ്ങളായി മാറിത്തീരുന്നു. ഉയർന്ന നിരക്കിലുള്ള ഗുരുത്വാകർഷണച്ചുരുങ്ങലിന്റെ ഫലമെന്നോണം ഇലക്ട്രോണുകൾ അണുകേന്ദ്രങ്ങളിലേക്കു തുളച്ചു കയറുകയും അവ പ്രോട്ടോണുകളുമായി സംയോജിച്ച് ന്യൂട്രോണുകളായി മാറിത്തീരുകയും ചെയ്യുന്നു. ന്യൂട്രോണുകൾ മാത്രമുള്ള അതീവ സാന്ദ്രതയുള്ള ന്യൂട്രോൺ നക്ഷത്രങ്ങൾ രൂപം കൊള്ളുന്നത് ഇങ്ങനെയാണ്. ഉയർന്ന കാന്തികമേഖലയുള്ള ന്യൂട്രോൺ നക്ഷത്രങ്ങളിലെ ഒരു സ്പൂൺ ദ്രവ്യത്തിന് പത്തു ദശലക്ഷം ടൺ ദ്രവ്യമാനമുണ്ടായിരിക്കും. സൗരദ്രവ്യമാനത്തിന്റെ 3 മടങ്ങിനും മേലെ ദ്രവ്യമാനമുള്ള നക്ഷത്രങ്ങളിൽ, ഗുരുത്വാകർഷണത്തിന്റെ ചുരുങ്ങലിൽ ന്യൂട്രോണുകൾ തന്നെയും ഞെരിഞ്ഞു തകരുകയും മുഴുവൻ ദ്രവ്യമാനവും വളരെ ചെറിയ വ്യാപ്തത്തിലേക്കു ചുരുങ്ങിയൊടുങ്ങുകയും ചെയ്യും. തമോഗർത്തങ്ങൾ എന്നാണ് ഇവ അറിയപ്പെടുന്നത്. ഉയർന്ന സാന്ദ്രത സ്ഥല-കാലങ്ങളിൽ സൃഷ്ടിക്കുന്ന സങ്കോചം ഒരു പ്രകാശരശ്മിയെപ്പോലും

രക്ഷപ്പെടാൻ അനുവദിക്കാത്തതാണ്. എല്ലാറ്റിനെയും അത് ഉള്ളിലേക്കു വലിച്ചു വിഴുങ്ങുന്നു.

1916 ൽ തന്നെ കാൾ ഷ്വാർസ്ചൈൽഡ് എന്ന ശാസ്ത്രജ്ഞൻ തമോഗർത്തങ്ങളെക്കുറിച്ചുള്ള ഗണിതസമീകരണങ്ങളിലെത്തിയിരുന്നു. അവ വേണ്ടത്ര ശ്രദ്ധയോടെ വ്യാഖ്യാനിക്കപ്പെട്ടില്ല. ഒരു വിരോധാഭാസമെന്നോണം, ആൽബർട്ട് ഐൻസ്റ്റൈൻ തമോഗർത്തങ്ങളെക്കുറിച്ചുള്ള സിദ്ധാന്തീകരണങ്ങളെ സ്വീകരിക്കുന്ന സമീപനമല്ല സ്വീകരിച്ചത്. 1939 ൽ പ്രസിദ്ധീകരിച്ച ഒരു പ്രബന്ധത്തിൽ പോലും ഗുരുത്വാകർഷണം സൃഷ്ടിക്കുന്ന തകർച്ചയുടെ തുടർച്ചയിൽ തമോഗർത്തങ്ങൾ സൃഷ്ടിക്കപ്പെടുകയില്ലെന്ന് സിദ്ധാന്തവല്ക്കരിക്കാൻ അദ്ദേഹം ശ്രമിച്ചിരുന്നു. മാസങ്ങൾ കഴിയുമ്പോൾ റോബർട്ട് ഓപ്പൺഹീമർ തമോഗർത്തങ്ങളുടെ അസ്തിത്വം ഉറപ്പിക്കുന്ന പ്രബന്ധം പ്രസിദ്ധീകരിച്ചു. പ്രപഞ്ചത്തിൽ ധാരാളം ന്യൂട്രോൺ നക്ഷത്രങ്ങളുടെയും തമോഗർത്തങ്ങളുടെയും അസ്തിത്വം പരീക്ഷണനിരീക്ഷണങ്ങളിലൂടെ ഉറപ്പു വരുത്തിയിട്ടുണ്ട്. എല്ലാ ദീർഘവൃത്തഗാലക്സികളുടെയും കേന്ദ്രങ്ങളിൽ തമോഗർത്തങ്ങളുണ്ടെന്നു കരുതപ്പെടുന്നു. ആകാശഗംഗയുടെ കേന്ദ്രത്തിൽ സൂര്യദ്രവ്യമാനത്തിന്റെ 3.2 ദശലക്ഷം മടങ്ങ് ദ്രവ്യമാനമുള്ള തമോഗർത്തമുണ്ട്. ഈയടുത്ത നാളുകളിൽ തമോഗർത്തങ്ങളുടെ സാന്നിദ്ധ്യം ഉറപ്പിക്കുന്ന ചിത്രങ്ങളെടുക്കുന്നതിനു കഴിഞ്ഞിട്ടുണ്ട്.

ഐൻസ്റ്റൈനു നോബൽ സമ്മാനം ലഭിക്കുന്നത് പ്രകാശവിദ്യുത് പ്രഭാവത്തിന് അദ്ദേഹം നല്കിയ വിശദീകരണത്തിനാണ്. കാഠിന്യം കുറഞ്ഞ ലോഹപ്രതലങ്ങളിൽ വിദ്യുത്കാന്തികവികിരണങ്ങൾ വീഴുമ്പോൾ ഇലക്ട്രോണുകൾ ഉത്സർജ്ജിക്കപ്പെടുന്നതിനെയാണ് പ്രകാശവിദ്യുത്പ്രഭാവം എന്നു പറയുന്നത്. ദൃശ്യപ്രകാശവും വിദ്യുത്കാന്തികവികിരണമായതുകൊണ്ട് പ്രകാശത്തിന്റെ പ്രകൃതത്തെക്കുറിച്ചുള്ള സിദ്ധാന്തം കൊണ്ട് പ്രകാശവിദ്യുത്പ്രഭാവം വിശദീകരിക്കുവാൻ കഴിയണം. വ്യതികരണം (Interference), വിഭംഗനം (Diffraction), ധ്രുവണം (Polarization) തുടങ്ങിയ പ്രകാശപ്രതിഭാസങ്ങളെ വിശദീകരിക്കുന്നതിനുപയോഗിക്കുന്ന തരംഗസിദ്ധാന്തത്തിന് ഈ പ്രഭാവത്തെ സൈദ്ധാന്തികമായി വിശദീകരിക്കുവാൻ കഴിഞ്ഞില്ല. ഇതിനകം മാക്സ്പ്ലാങ്ക് മുന്നോട്ടുവച്ചിരുന്ന ക്വാണ്ടം സങ്കല്പനങ്ങളെ ഉപയോഗപ്പെടുത്തിക്കൊണ്ട് പ്രകാശവിദ്യുത്പ്രഭാവത്തെ വിശദീകരിക്കാൻ ഐൻസ്റ്റൈനു കഴിഞ്ഞു. ഐൻസ്റ്റൈനെ സംബന്ധിച്ചിടത്തോളം പ്രകാശം ഫോട്ടോണുകളെന്ന കണങ്ങളാണ്. ഈ കണങ്ങൾ ഊർജ്ജപ്പൊതികളാണ്. ഓരോ ഫോട്ടോണും നിശ്ചിത അളവിലുള്ള ഊർജ്ജത്തെ, ഒരു ക്വാണ്ടം ഊർജ്ജത്തെ, വഹിക്കുന്നു. ഫോട്ടോണുകളും ഇലക്ട്രോണുകളും തമ്മിലുള്ള പ്രതിപ്രവർത്തനമെന്ന നിലയ്ക്കാണ് പ്രകാശ വൈദ്യുതപ്രഭാവത്തെ വീക്ഷിക്കേണ്ടതെന്ന് ഐൻസ്റ്റൈൻ പറയുന്നു. ലോഹപ്രതലങ്ങളിൽ പതിക്കുന്ന ഫോട്ടോണുകളുടെ ഊർജ്ജം ഇലക്ട്രോണുകളിലേക്ക് പകരുന്നു.

ഇലക്ട്രോണുകളെ ലോഹപ്രതലങ്ങളിൽനിന്നും അടർത്തിമാറ്റുന്നതിനാവശ്യമായ ഊർജ്ജം ഫോട്ടോണുകൾക്കുണ്ടെങ്കിൽ ഇലക്ട്രോണുകൾ ഉത്സർജ്ജിക്കപ്പെടുന്നു. കൂടുതലായുള്ള ഊർജ്ജം ഇലക്ട്രോണുകൾക്ക് ഗതികോർജ്ജ(Kinetic Energy)മായി ലഭിക്കുന്നു. വിദ്യുത്കാന്തികോർജ്ജം കണികാസ്വഭാവം കാണിക്കുന്നുവെന്ന സങ്കല്പനത്തെ പുനരാനയിക്കുകയാണ് ഐൻസ്റ്റൈൻ ചെയ്തത്. പ്രകാശം തരംഗമായും കണികയായും വ്യത്യസ്ത പ്രതിഭാസങ്ങളിൽ പ്രത്യക്ഷപ്പെടുന്നതായി കരുതേണ്ടി വരുന്നു. പ്രകാശം തരംഗപ്രകൃതിയും കണികാപ്രകൃതിയും പ്രദർശിപ്പിക്കുന്നുവെന്ന നിഗമനത്തിലാണ് ശാസ്ത്രജ്ഞന്മാർ എത്തിച്ചേർന്നത്. അങ്ങനെ, ക്വാണ്ടം സിദ്ധാന്തത്തിന്റെ അടിസ്ഥാനത്തിലുള്ള ഐൻസ്റ്റൈന്റെ വിശദീകരണം പ്രകാശവികിരണങ്ങളുടെ ദ്വൈതസ്വഭാവ(Dual Nature)ത്തെ വെളിവാക്കുന്നതിന് കാരണമായിത്തീർന്നു.

സവിശേഷ ആപേക്ഷികതാ സിദ്ധാന്തം, പ്രകാശ വൈദ്യുതിപ്രഭാവം എന്നിവയോടൊപ്പം 1905 ൽ ഐൻസ്റ്റൈൻ പ്രസിദ്ധീകരിച്ച മൂന്നാമത്തെ പ്രബന്ധം ബ്രൗണിയൻ ചലനത്തെക്കുറിച്ചുള്ളതായിരുന്നു. അണുസങ്കല്പത്തിനു നല്കുന്ന വലിയ പിന്തുണയായി ഈ പ്രബന്ധം മാറിത്തീരുന്നു. ഇരുപതുകളിൽ ദ്രവ്യതരംഗങ്ങളെ കുറിച്ച് ഡി ബ്രയ്ലി എന്ന ശാസ്ത്രജ്ഞൻ പറയുമ്പോൾ ഐൻസ്റ്റൈൻ അതിനെ പിന്തുണയ്ക്കുന്നു. നിരീക്ഷിതമല്ലാത്ത ഭൗതികരാശികൾക്ക് ശാസ്ത്രത്തിൽ പ്രസക്തിയുണ്ടോയെന്ന ഹൈസൺബർഗിന്റെ ചോദ്യത്തിനു മറുപടി പറയുന്ന ഐൻസ്റ്റൈൻ അവയ്ക്കു സ്ഥാനമുണ്ടെന്നാണ് കാണുന്നത്. അനിശ്ചിതത്വനിയമത്തിന്റെ രൂപീകരണത്തിനു പ്രേരിപ്പിക്കുന്നതിൽ ഐൻസ്റ്റൈന്റെ മറുപടി വഹിച്ച പങ്കിനെക്കുറിച്ച് ഹൈസൺബർഗ് പറയുന്നുണ്ട്. പ്രകാശവിദ്യുത്പ്രഭാവത്തിന്റെ വിശദീകരണത്തിന് പ്ലാങ്കിന്റെ ക്വാണ്ടം സങ്കല്പനം ഉപയോഗിക്കുകയും ക്വാണ്ടം ബലതന്ത്രത്തിലേക്കു നയിക്കുന്ന കണ്ടെത്തലുകൾക്കു ബ്രയ്ലിയെയും ഹൈസൺബർഗിനേയും പോലുള്ള ശാസ്ത്രജ്ഞന്മാരെ പ്രോത്സാഹിപ്പിക്കുകയും ചെയ്ത ഐൻസ്റ്റൈൻ ക്വാണ്ടം ബലതന്ത്രത്തിന്റെ രൂപീകരണത്തിനുശേഷം അതിന്റെ വിമർശകനായി മാറുന്നു.

1926 ന്റെ അന്ത്യമാകുമ്പോഴേക്കും ക്വാണ്ടംബലതന്ത്രത്തിലെ മർമ്മപ്രധാനസിദ്ധാന്തങ്ങളെ സംബന്ധിച്ച ഗണിതശാസ്ത്രചട്ടക്കൂട് രൂപപ്പെട്ടുകഴിഞ്ഞിരുന്നു. എങ്കിലും, ഈ ഗണിതശാസ്ത്രസമീകരണങ്ങളുടെ ഭൗതികവ്യാഖ്യാനങ്ങളെക്കുറിച്ചുള്ള വിയോജിപ്പുകൾ ശക്തമായിരുന്നു. 1927 ലും 1930 ലും നടന്ന സോൾവേ കോൺഫറൻസുകളിൽ ഐൻസ്റ്റൈനും നീൽസ്ബോറും തമ്മിൽ നടന്ന സംവാദം, വ്യത്യസ്ത വ്യാഖ്യാനങ്ങളെ ആശ്രയിക്കുന്ന രണ്ടു വിരുദ്ധ സ്കൂളുകൾക്കു ജന്മം നല്കി. ക്വാണ്ടം ബലതന്ത്രനിയമങ്ങൾ സംഭാവ്യതകളെക്കുറിച്ചു മാത്രമേ പറയുന്നുള്ളൂവെന്നും അതിനാൽ ഇവ സംയോജിത വ്യവസ്ഥകൾക്കു വേണ്ടിയുള്ളതാണെന്നും ഐൻസ്റ്റൈൻ വാദിച്ചു. ഇത് സാംഖ്യകവ്യാഖ്യാനം

(Statistical Interpretation) എന്ന പേരിൽ അറിയപ്പെടുന്നു. അനിശ്ചിത നിയമത്തിന്റെ ശത്രുവിനെപ്പോലെ ഐൻസ്റ്റൈൻ പ്രത്യക്ഷപ്പെട്ടു. ഒറ്റയായ ഇലക്ട്രോൺ പോലുള്ള വ്യവസ്ഥകളെക്കുറിച്ച് സാദ്ധ്യമാകുന്ന പരമമായ അറിവു നല്കുന്ന ക്വാണ്ടം ബലതന്ത്രം ഭൗതിക യാഥാർത്ഥ്യത്തെ സംബന്ധിച്ച സാദ്ധ്യമായ വിശദീകരണങ്ങൾ നല്കുന്നുവെന്ന് വാദിക്കുന്ന നീൽസ്ബോറിന്റെ വീക്ഷണം കോപ്പൺഹെഗൻ വ്യാഖ്യാനം എന്ന പേരിൽ പ്രസിദ്ധി നേടി. 1930 ലെ ബോർ–ഐൻസ്റ്റൈൻ സംവാദത്തിന്റെ ഫലം 'ഐൻസ്റ്റൈൻ പരാജയപ്പെട്ടെങ്കിലും ബോദ്ധ്യപ്പെട്ടില്ല' എന്നതായിരുന്നു. ഹൈസൻബർഗ് സമീകരണങ്ങളുടെ സാധുതയെ അദ്ദേഹം സ്വീകരിച്ചുവെങ്കിലും ക്വാണ്ടം സിദ്ധാന്തം അപൂർണ്ണമാണെന്ന നിലപാട് തുടർന്നു. ഐൻസ്റ്റൈന്റെ യഥാതഥവാദപരമായ നിലപാട് സൃഷ്ടിച്ച ചിന്താപരീക്ഷണത്തെയും അനന്തരഫലങ്ങളെയും കുറിച്ച് അവസാനഭാഗത്ത് ചർച്ച ചെയ്യുന്നുണ്ട്.

മൈക്കിൾ ഫ്രെയാൻ നീൽസ് ബോറിനെക്കുറിച്ചു രചിച്ച നാടകത്തിലെ കഥാപാത്രമായ ഹൈസൺബർഗ് ഐൻസ്റ്റൈനെക്കുറിച്ചു ചില വാകൃങ്ങൾ പറയുന്നുണ്ട്. മനുഷ്യൻ ചരിത്രത്തിലുടനീളം ദൈവത്തിന്റെ അറിയപ്പെടാത്ത ഉദ്ദേശ്യത്തിന്റെ കരുക്കളായിരുന്നുവെന്നും ഇപ്പോൾ നാം നമ്മുടെ കാലുകളിൽ എഴുന്നേറ്റു നില്ക്കാൻ തുടങ്ങുന്നുവെന്നും അത് ഐൻസ്റ്റൈനിലാണ് ആരംഭിക്കുന്നതെന്നും ഹൈസൺബർഗ് പറയുന്നു. ആപേക്ഷികസിദ്ധാന്തമാണ് അത് ഉദ്ഘാടനം ചെയ്തത്. നാടകത്തിലെ നീൽസ് ബോർ ആ വാക്കുകൾ ആവർത്തിക്കുന്നു.

ബാഷ്‌ലാദിന്റെ ജ്ഞാനശാസ്ത്രപ്രമാണങ്ങൾ

എഡ്മണ്ട് ഹുസേലിന്റെ ഗലീലിയോ വിമർശത്തിന്റെയും ക്രിസ്റ്റഫർ കോഡ്‌വെല്ലിന്റെ 'മുതലാളിത്തശാസ്ത്രവിമർശ'ത്തിന്റെയും അലക്സാന്ദ്രെ കോയ്‌റെയുടെ ആന്തരികതാവാദത്തിന്റെയും വിശദീകരണങ്ങളിലൂടെ ആധുനികശാസ്ത്രത്തിന്റെ രൂപീകരണകാലം മുതൽ ഇരുപതാം നൂറ്റാണ്ടിലെ പ്രതിസന്ധിയുടെ കാലം വരെയുള്ള ശാസ്ത്രചരിത്രത്തെയും തത്ത്വചിന്തയെയും ഒരു വിഹഗവീക്ഷണത്തിനു നാം വിധേയമാക്കിയല്ലോ? ഇരുപതാം നൂറ്റാണ്ടിന്റെ ശാസ്ത്രദർശനത്തെ അടയാളപ്പെടുത്തുന്ന ചിന്തകനായി സ്വയം കണ്ടെത്തുന്ന ബാഷ്‌ലാദിനെക്കുറിച്ചാണ് ഇനി പറയേണ്ടിയിരിക്കുന്നത്. എഡ്മണ്ട് ഹുസേലിന്റെ വഴികളിലൂടെ മാർട്ടിൻ ഹൈഡഗറിലും മറ്റും എത്തുന്നവർ ശാസ്ത്രം ചിന്തിക്കുന്നില്ല എന്ന നിലപാടിനെ പിന്തുടരുകയാണല്ലോ ചെയ്തത്. ഫ്രഞ്ച് ജ്ഞാനശാസ്ത്രം ഇതിനെതിരായ സമീപനം സ്വീകരിക്കുന്നത് കാണാവുന്നതാണ്. ഫ്രഞ്ച് ജ്ഞാനശാസ്ത്രജ്ഞനായ ബാഷ്‌ലാദിനെ സംബന്ധിച്ചിടത്തോളം ശാസ്ത്രം നിർമ്മിച്ചെടുത്ത പ്രകൃതി മാത്രമേ നിലനില്ക്കുന്നുള്ളൂ. ഉണ്മയുടെ ഗണിതവല്ക്കരണത്തിലൂടെ ശാസ്ത്രത്തിന് ഉയർന്നപദവി ഉറപ്പിക്കുന്ന നിലപാടാണിത്. ശാസ്ത്രത്തിന്റെ തത്ത്വചിന്തയെക്കുറിച്ചെന്നപോലെ കാവ്യഭാവനയെക്കുറിച്ചും എഴുതിയ ദാർശനികനായിരുന്നു, ബാഷ്‌ലാദ്.

ബാഷ്‌ലാദിന്റെ ശാസ്ത്രദർശനത്തിന്റെ കേന്ദ്രപ്രമേയം ജ്ഞാനശാസ്ത്രപരമായ ഒരു വിച്ഛേദത്തെക്കുറിച്ചു പറയുന്നു. ശാസ്ത്രാനുഭവവും സാധാരണാനുഭവവും തമ്മിൽ അടിസ്ഥാനപരമായ ഒരു വ്യത്യാസമുണ്ട്. കാരണയുക്തിപരമായ ശേഷികളെ ആർജ്ജിക്കുന്നതിന് സാധാരണാനുഭവം സൃഷ്ടിക്കുന്ന തടസ്സങ്ങളെ തരണം ചെയ്യേണ്ടതുണ്ട്. പൊതുബോധം

ജ്ഞാനശാസ്ത്രപരമായ ശൈഥില്യത്തിനു കാരണമാകുന്നുണ്ടെന്ന് ബാഷ്ലാദ് പറയും. സംവേദനാത്മകജ്ഞാനത്തിനും ശാസ്ത്രജ്ഞാനത്തിനുമിടയിൽ ഒരു വിടവുണ്ട്. ഒരു തെർമ്മോമീറ്ററിൽ താപനിലയുടെ അളവ് കാണുന്നു. അത് ഒരു സ്പർശനാനുഭവമല്ല. ഒരു സിദ്ധാന്തത്തിന്റെ അഭാവത്തിൽ, തെർമ്മോമീറ്ററിൽ എന്താണു കാണുന്നതെന്ന് അറിയുക സാദ്ധ്യമല്ല. താപനിലയുടെ സങ്കീർണ്ണതകളെ അറിയുകയും നമ്മുടെ ദൈനംദിനാനുഭവങ്ങളിൽനിന്നും വിച്ഛേദിക്കുകയും ചെയ്തുകൊണ്ടേ ഊഷ്മാവിനെക്കുറിച്ചുള്ള ശാസ്ത്രജ്ഞാനത്തിലേക്കു പ്രവേശിക്കാൻ കഴിയൂ.

ബാഷ്ലാദിനെ സംബന്ധിച്ചിടത്തോളം, ശാസ്ത്രത്തെ സവിശേഷമാക്കുന്നത് അതിന് സവിശേഷമായ വസ്തുസങ്കല്പനമുണ്ടെന്ന കാര്യമാണ്. അത് പ്രത്യക്ഷവസ്തുവല്ല. ശാസ്ത്രവവ്യഹാരങ്ങൾക്കു പുറത്ത്, യാഥാർത്ഥ്യമെന്നോണം, ശാസ്ത്രത്തിനു കണ്ടുപിടിക്കാനും അന്വേഷിക്കാനുമുള്ള വസ്തുവായി അത് എവിടെയും നിലനില്ക്കുന്നില്ല. ശാസ്ത്രത്തിന് അതിന്റെ വസ്തുവിനെ നിർമ്മിച്ചെടുക്കേണ്ടതുണ്ട്, ശാസ്ത്രത്തിലെ വസ്തുക്കൾ അതിന്റെ ആന്തരികപ്രശ്നമാണ്, അത് ശാസ്ത്രത്തിലെ സൈദ്ധാന്തികനിർദ്ദേശങ്ങളുടെയും പരീക്ഷണനിലവാരങ്ങളുടെയും സംയുക്തമാണ്. ശാസ്ത്രത്തിന്റെ മുഹൂർത്തം പ്രത്യക്ഷത്തിലുള്ളത് നിർമ്മിതമായതിനു വഴിമാറുന്ന മുഹൂർത്തമാണ്. ശാസ്ത്രത്തിന്റെ വസ്തുനിഷ്ഠതയ്ക്ക് പ്രത്യക്ഷവസ്തുവിൽനിന്നും വിച്ഛേദിക്കുകയും പ്രാഥമികതെളിവുകളിൽനിന്നും ആദ്യകാഴ്ചയുടെ പ്രലോഭനങ്ങളിൽനിന്നും വിടുതൽ നേടുകയും ശാസ്ത്രത്തിലെ വസ്തുവിനെ നിർമ്മിച്ചെടുക്കുകയും വേണം. സാക്ഷാദ്‌വസ്തുവിന്റെ അതേപടിയുള്ള വെളിപ്പെടുത്തലല്ല ശാസ്ത്രം നിർവ്വഹിക്കുന്നത്. വസ്തുനിഷ്ഠസ്വഭാവത്തെ നിർണ്ണയിക്കുകയാണ് ശാസ്ത്രം ചെയ്യുന്നത്. ശാസ്ത്രം അന്വേഷിക്കുന്ന സാക്ഷാദ്‌വസ്തു സാക്ഷാൽക്കരണം തന്നെയാണ്. ശാസ്ത്രത്തിന്റെ ലക്ഷ്യമായ യാഥാർത്ഥ്യത്തെ അതു നിർമ്മിച്ചെടുക്കുന്നു. ശാസ്ത്രം അതിന്റെ വസ്തുവിനെ സ്വയം നിർമ്മിക്കുന്നുവെന്ന ജ്ഞാനശാസ്ത്രപരമായ ഈ നിലപാട് അപരിഷ്കൃതമായ പ്രത്യക്ഷവാദത്തിന്റെ നിഷേധവും നിരോധനവുമല്ലാതെ മറ്റൊന്നല്ല. യാഥാർത്ഥ്യത്തെ സന്ദേഹരഹിതമായ പ്രത്യക്ഷസൂചനയായി കാണുന്നതിനെ ഫലപ്രദമായി തടയുന്നുവെന്നതാണ് ശാസ്ത്രത്തെ സവിശേഷമായി ഒറ്റപ്പെടുത്തി നിർത്തുന്നത്.

ബാഷ്ലാദിന്റെ ജ്ഞാനശാസ്ത്രനിർവ്വചനപ്രകാരം ശാസ്ത്രം ഒരേ സമയം തന്നെ ചിന്തയും സാങ്കേതികവിദ്യയുമാണ്. സിദ്ധാന്തങ്ങളുടെയും പരീക്ഷണനടപടിക്രമങ്ങളുടെയും അടിസ്ഥാനത്തിൽ ശാസ്ത്രം നിർമ്മിക്കുന്ന യാഥാർത്ഥ്യമേ ആധുനികജ്ഞാനശാസ്ത്രത്തിനുള്ളു. ശാസ്ത്രത്തിന്റെ സൈദ്ധാന്തികജ്ഞാനം എപ്പോഴും ഒരു സാങ്കേതികജ്ഞാനവുമാകുന്നു. ഇതിനെ പ്രാതിഭാസികസങ്കേതം (Phenomeno technique) എന്നു ബാഷ്ലാദ് വിളിക്കുന്നു. പ്രകൃതിപഠനത്തിന്റെ പ്രാതിഭാസിക

ശാസ്ത്രത്തിൽനിന്നും പരീക്ഷണശാലയിലെ പ്രാതിഭാസികസങ്കേതങ്ങളിലേക്ക് ആധുനികശാസ്ത്രം പ്രവേശിച്ചിരിക്കുന്നുവെന്ന് ബാഷ്ലാദ് പറയുന്നു. ഇരുപതാംനൂറ്റാണ്ടിലെ ശാസ്ത്രം നിർമ്മിച്ച വസ്തുക്കൾ അതിന്റെ സാങ്കേതികവിദ്യയുമായി ബന്ധപ്പെട്ടു നില്ക്കുന്നതാണ്. ഇലക്ട്രോൺ എന്ന കണികയെ എടുക്കുക. ശാസ്ത്രം നിർമ്മിച്ച സങ്കേതങ്ങളിലൂടെയല്ലാതെ ഇലക്ട്രോണുകളെ കാണാനോ അനുഭവിക്കാനോ പരിശോധിക്കാനോ കഴിയില്ല. ഇലക്ട്രോണുകൾ പ്രാതിഭാസികസങ്കേതങ്ങളുടെ ഫലങ്ങളാണ്. അവയുടെ അസ്തിത്വം ഉറപ്പിക്കുന്നത് ശാസ്ത്രപരീക്ഷണങ്ങളിൽ ഉപയോഗിക്കപ്പെടുന്ന സാങ്കേതികവിദ്യകളിലൂടെയാണ്. ആധുനികശാസ്ത്രത്തിലെ ഒരു പരീക്ഷണസങ്കേതം കൂടുതൽ മൂർത്തമായ ഒരു തിയറം തന്നെയാണ്. ഉപകരണപരമായി തീരുന്നിടത്തോളം ജ്ഞാനം വസ്തുനിഷ്ഠമാകുന്നു.

ഇരുപതാം നൂറ്റാണ്ടിൽ ഭൗതികശാസ്ത്രം വളരെ വലിയ വികാസങ്ങൾക്കു വിധേയമായി. ആപേക്ഷികതാസിദ്ധാന്തവും ക്വാണ്ടം ബലതന്ത്രവും കൊണ്ടുവന്ന പുതിയ ഉൾക്കാഴ്ചകൾ അതിപ്രധാനമായിരുന്നു. അടിസ്ഥാനസങ്കല്പനങ്ങൾ പുതുക്കിപ്പണിയേണ്ടവയാണെന്ന് ആപേക്ഷികസിദ്ധാന്തം കാണിച്ചു തന്നു. ആധുനിക രസതന്ത്രം എടുക്കുക. രാസപദാർത്ഥങ്ങളുടെ ശുദ്ധമായ രൂപങ്ങൾക്ക് മനുഷ്യപ്രയത്നം കാരണമായിട്ടുണ്ട്. അത് പ്രകൃതിയിൽനിന്നും അതേപടി ലഭിക്കുന്നതല്ല. വസ്തുനിഷ്ഠജ്ഞാനം മനുഷ്യപ്രവർത്തനത്തിലുള്ള പങ്ക് തെളിയിക്കുന്ന ഉദാഹരണമാണിത്. ഇത് സാമൂഹികമാനങ്ങളുള്ളതാണ്. ശുദ്ധമായ സഹജാവബോധമല്ല. ശുദ്ധമായ പരീക്ഷണാത്മക ജ്ഞാനവുമല്ല. ഇത് പ്രതിഫലനാത്മകവും വ്യാവഹാരികവുമായ ജ്ഞാനമാണ്. കാർട്ടീഷ്യൻ ജ്ഞാനശാസ്ത്രത്തിന്റെ രീതിശാസ്ത്രനിർദ്ദേശങ്ങളിൽനിന്നും സമകാലശാസ്ത്രപ്രവർത്തനങ്ങൾ വിടുതൽ നേടുന്നതിന് ശാസ്ത്രത്തിന്റെ വികാസം തന്നെ കാരണമായി. കാർട്ടീഷ്യനല്ലാത്ത ജ്ഞാനശാസ്ത്രത്തിലേക്കുള്ള നീക്കം ശാസ്ത്രത്തിന്റെ ദർശനത്തെ ശാസ്ത്രത്തിൽനിന്നുതന്നെ കണ്ടെത്തണമെന്ന നിലപാടിനുള്ള ന്യായീകരണമായി. ഇത്, ശാസ്ത്രത്തിന്റെ വികാസത്തോടൊപ്പം ജ്ഞാനശാസ്ത്രത്തിലും അതിഭൗതികത്തിലും പ്രതിഫലിക്കുകയും ശാസ്ത്രത്തിന്റെ ദർശനത്തെ തന്നെ മാറ്റിത്തീർക്കുകയും ചെയ്യുന്നു. ശാസ്ത്രപഠനത്തിനായി എല്ലാക്കാലത്തേക്കും യോജിക്കുന്ന കേവലവും സുരക്ഷിതവുമായ അടിസ്ഥാനങ്ങളെ കണ്ടെത്താനുള്ള കേവലാടിസ്ഥാനവാദത്തിന്റെ ശ്രമങ്ങളെ ഇരുപതാംനൂറ്റാണ്ടിലെ ശാസ്ത്രം തള്ളിക്കളയുന്നുണ്ട്.

ജ്ഞാനശാസ്ത്രത്തിന്റെ ചരിത്രത്തെ കാരണയുക്തിവാദി (Rationalists)കളുടെയും യഥാതഥവാദി(Realists)കളുടെയും ഒരു സംവാദക്കളരിയായി ബാഷ്ലാദ് വ്യാഖ്യാനിക്കുന്നു. ശാസ്ത്രജ്ഞാനത്തെ മനുഷ്യമനസ്സിന്റെ നിർമ്മിതിയായി കാണുന്ന കാരണയുക്തിയുടെ പദങ്ങളിലോ, ബാഹ്യയാഥാർത്ഥ്യത്തിന്റെ ഘടനയുടെ ശരിയായ പ്രതിഫലന

മായി കാണുന്ന യഥാതഥവാദത്തിന്റെ പദങ്ങളിലോ, ഏതെങ്കിലും ഒന്നിൽ മാത്രമായി പൂർണ്ണമായും വിശദീകരിക്കണമെന്ന സമീപനത്തെ ബാഷ്ലാദ് നിഷേധിക്കുന്നു. ഇരുപതാം നൂറ്റാണ്ടിലെ ശാസ്ത്രത്തിന്റെ സങ്കീർണ്ണതകളോട് നീതി കാണിക്കാത്ത അനുവദനീയമല്ലാത്ത അമൂർത്തവല്ക്കരണമാണിത്. കാരണയുക്തിയും യഥാതഥവാദവും പരസ്പരം സംഘർഷത്തിലല്ല നിലനില്ക്കുന്നത്. ആധുനികശാസ്ത്രമനസ്സിൽ അവ സമാധാനത്തോടെ ഒരുമിച്ചു നിലനില്ക്കുന്നു. ശാസ്ത്രജ്ഞാനം അനുഭവത്തോടു യുക്തിപരമായി സംഘടിതമായതും അടിസ്ഥാനപ്പെട്ടതുമാണ്. ആധുനികശാസ്ത്രം നിരീക്ഷണപരീക്ഷണങ്ങളിലൂടെ ഭൗതികപ്രതിഭാസങ്ങളുടെ സാക്ഷാൽക്കാരമാകുന്നതുപോലെ തന്നെ അത് മനുഷ്യമനസ്സിന്റെ കാരണയുക്തിപ്രവർത്തനത്തിന്റെ കൂടി ഉല്പന്നവുമാണ്. ശാസ്ത്രത്തിന്റെ തത്ത്വചിന്ത ഈ രണ്ടു കാര്യത്തെയും ഉൾക്കൊള്ളണം, ഇരുപതാം നൂറ്റാണ്ടിനു മുമ്പുള്ള തത്ത്വചിന്താപരമായ ജ്ഞാനസിദ്ധാന്തങ്ങളോട് ആധുനികശാസ്ത്രം രണ്ടു കാര്യങ്ങളിൽ വിച്ഛേദം നേടുന്നു. 1. കാരണയുക്തിവാദത്തിന്റെയും യഥാതഥവാദത്തിന്റെയും സഹഅസ്തിത്വത്തെയാണ്, ഏതെങ്കിലും ഒന്നിലേക്കുള്ള ന്യൂനീകരണത്തെയല്ല ആധുനികശാസ്ത്രം അടിസ്ഥാനമാക്കുന്നത്. 2. ആധുനികശാസ്ത്രം ആധാരമാക്കുന്ന വസ്തുക്കൾ പ്രകൃതിയിൽനിന്നും കണ്ടെടുക്കുന്നവയല്ല, പ്രാതിഭാസികസങ്കേതങ്ങളിലൂടെ നിർമ്മിക്കപ്പെടുന്നവയാണ്. കാരണയുക്തിവാദത്തിന്റെയും യഥാതഥവാദത്തിന്റെയും മദ്ധ്യനിലയെയാണ് ബാഷ്ലാദ് സ്വീകരിക്കുന്നത്. ഗണിതശാസ്ത്രത്തിന്റെ കാരണയുക്തിക്കോ പ്രാതിഭാസികസങ്കേതങ്ങളിലൂടെ നിർമ്മിക്കപ്പെടുന്ന വസ്തുക്കളെ കുറിച്ചുള്ള അനുഭവത്തിനോ, ഏതെങ്കിലും ഒന്നിനു മാത്രമായി യാതൊരു മുൻഗണനയും നല്കപ്പെടുന്നില്ല.

ഇരുപതാം നൂറ്റാണ്ടിലെ ശാസ്ത്രചിന്തയുടെ യുക്തിപരമായ ചട്ടക്കൂട് ഗണിതശാസ്ത്രത്തിന്റേതാണ്. കാരണനിയമങ്ങളുടെ രൂപങ്ങൾ വിചിന്തനശാസ്ത്രപരമല്ല, ഗണിതശാസ്ത്രപരമാണ്. ഗണിതശാസ്ത്രം വികസിതമായ ശാസ്ത്രങ്ങൾക്ക് യുക്തിപരമായ ചട്ടക്കൂട് ഒരുക്കി നല്കുന്നു. ഈ രീതിശാസ്ത്രം കാന്റിയനല്ലെങ്കിലും കാന്റിന്റെ ആത്മാവിനെ ഉള്ളിൽ വഹിക്കുന്നതാണ്. ഇതിനെ കാന്റിയനിസം - രണ്ടാം ഏകദേശീകരണമെന്ന് ബാഷ്ലാദ് വിളിക്കുന്നു. യുക്തിചിന്തയിലെ നിയാമകവും ഗണിതശാസ്ത്രപരവുമായ രൂപങ്ങൾ അനുഭവയാഥാർത്ഥ്യവുമായി ബന്ധപ്പെടുമ്പോൾ രൂപീകരണപരമായ ഒരു പങ്കു വഹിക്കുന്നുണ്ട്. ആധുനികഭൗതികശാസ്ത്രസിദ്ധാന്തങ്ങൾ ഗണിതശാസ്ത്രത്തോടു കടപ്പെട്ടിരിക്കുന്നു; ശാസ്ത്രഭാഷയെന്ന നിലയ്ക്കു മാത്രമല്ല, അതിന്റെ നിലനില്പിനും സാദ്ധ്യതകൾക്കും നീതീകരണത്തിനുമെല്ലാം. ന്യൂട്ടോണിയൻ ബലതന്ത്രത്തിലെ സിദ്ധാന്തങ്ങൾ കാൾക്കുലസിന്റെ ആവിർഭാവത്തോടൊപ്പം മാത്രം സംഭവിക്കുന്നതാണ്. ആപേക്ഷികസിദ്ധാന്തം യൂക്ലിഡിയനല്ലാത്ത ജ്യാമിതികളുടെയും ടെൻസർ സിദ്ധാന്തങ്ങളുടെയും മാത്രം പശ്ചാത്തല

ത്തിൽ സാദ്ധ്യമാകുന്നതാണ്. ആപേക്ഷികസിദ്ധാന്തത്തിന്റെ മാനസിക ചട്ടക്കൂട് ടെൻസർ സിദ്ധാന്തങ്ങളിലാണെന്നു ബാഷ്‌ലാദ് പറയുന്നുണ്ട്. സൂക്ഷ്മദർശിനി സൂക്ഷ്മാണുജീവശാസ്ത്രത്തെ സൃഷ്ടിച്ചതുപോലെ, ആപേക്ഷികസിദ്ധാന്തത്തെ സൃഷ്ടിച്ച ഗണിതശാസ്ത്ര ഉപകരണമായിരുന്നു അത്. പുതിയ ഗണിതശാസ്ത്ര ഉപകരണങ്ങളുടെ പഠനങ്ങളിലൂടെയല്ലാതെ പുതിയ ശാസ്ത്രജ്ഞാനം കരഗതമാകുന്നില്ല.

ബാഷ്‌ലാദ് സൂചിപ്പിക്കുന്ന പ്രാതിഭാസികസങ്കേതത്തിലെ പ്രതിഭാസങ്ങളെ സാധാരണ അനുഭവത്തിലെ വസ്തുക്കളുമായി ബന്ധിപ്പിക്കാവുന്നതല്ല. ശാസ്ത്രവസ്തുക്കൾ ഇന്ദ്രിയാനുഭവത്തെ അടിസ്ഥാനപ്പെടുത്തുന്നതല്ല, അവ ഗണിതാത്മകചിന്തയുടെ ഉല്പന്നങ്ങളാണ്. കാന്റിന്റെ വീക്ഷണത്തിൽ പ്രതിഭാസേതര(Noumenon)മായത് അഗമ്യമാണ്. എന്നാൽ, ബാഷ്‌ലാദിനെ സംബന്ധിച്ചിടത്തോളം നേരിട്ടു സംവദിക്കാനാവാത്ത ശാസ്ത്രപ്രതിഭാസങ്ങൾ ജ്ഞാനശാസ്ത്രപരമായി അജ്ഞാതമായി തുടരുന്നില്ല. അവ ജ്ഞാതമാകുന്നതിൽനിന്നും തടയപ്പെടുന്നില്ല. പ്രാതിഭാസികേതരമായതിനെ; അജ്ഞാതത്തെ, ജ്ഞാതമാക്കുന്ന പ്രക്രിയ നിർവ്വഹിക്കുന്നത് ഗണിതശാസ്ത്രമാണ്. അത് ശാസ്ത്രവസ്തുക്കളെ നിർമ്മിക്കുന്നു. ശാസ്ത്രപ്രയോഗങ്ങളെ സാധാരണപ്രവർത്തനങ്ങളിൽ നിന്നും വ്യതിരിക്തമാക്കുന്നത് ഈ ഗണിതശാസ്ത്രപ്രയോഗമാണ്. കാരണയുക്തിചിന്തയുടെ അനുഭവപരമായ സാക്ഷാൽക്കാരം ഇരുപതാം നൂറ്റാണ്ടിലെ ശാസ്ത്രത്തിന്റെ പരീക്ഷണാത്മകസ്വഭാവത്തിന്റെ നിർമ്മിതിയാണ്.

ശാസ്ത്രം കേവലവ്യക്തിയായ ശാസ്ത്രജ്ഞന്റെ സൃഷ്ടിയല്ല, അത് ശാസ്ത്രജ്ഞസമൂഹത്തിന്റെ സൃഷ്ടിയാണെന്ന് പരോക്ഷമായി ബാഷ്‌ലാദ് പറഞ്ഞുവയ്ക്കുന്നുണ്ട്. ആധുനികശാസ്ത്രം കാരണയുക്തിയുടെ സാക്ഷാൽക്കാരമാണല്ലോ. ശാസ്ത്രം സംഭവിക്കുന്നത് ശാസ്ത്രജ്ഞന്മാർ വസിക്കുന്ന ഒരു ശാസ്ത്രനഗരത്തിലാണ്. ഇവർ ശാസ്ത്രത്തിന്റെ കാരണയുക്തിയിൽ ഏർപ്പെട്ടുകൊണ്ട് ശാസ്ത്രവസ്തുക്കളെ കുറിച്ച് കൂട്ടായ ഗ്രാഹ്യം നേടിയെടുക്കുന്നതിന് ലക്ഷ്യം വയ്ക്കുന്നു. ഈ ശാസ്ത്രനഗരത്തിലെ ശാസ്ത്രജ്ഞന്മാർക്കിടയിലെ സാമൂഹികമായ കൈമാറ്റങ്ങളിലൂടെയാണ് കാരണയുക്തി ഉയിർക്കൊള്ളുന്നത്. ശാസ്ത്രജ്ഞന്റെ വ്യക്തിപരമായ ഇഷ്ടാനിഷ്ടങ്ങളും താല്പര്യങ്ങളും ശാസ്ത്രത്തിൽനിന്നും ഒഴിവാക്കപ്പെടേണ്ട ജ്ഞാനശാസ്ത്രപരമായ തടസ്സങ്ങളാണ്. ശാസ്ത്രപ്രസിദ്ധീകരണങ്ങളിലൂടെ പുറത്തുവരുന്ന പ്രബന്ധങ്ങൾ പല ശാസ്ത്രജ്ഞന്മാർ ചേർന്നെഴുതുന്നതാണ്. ഇരുപതാം നൂറ്റാണ്ടിലെ ഭൗതികശാസ്ത്രത്തിൽ ഈ കൂട്ടായ പ്രയത്നവും പങ്കുവയ്ക്കലും പ്രധാനമായിരിക്കുന്നു. ഇപ്പോഴത്തെ ശാസ്ത്രപ്രവർത്തനത്തിൽ ഒരാൾക്കു മാത്രമായി കാരണയുക്തിവാദിയായി നില്ക്കാൻ കഴിയില്ല, കാരണയുക്തിയുടെ പ്രവർത്തകർ ഒരുമിച്ചു പ്രവർത്തിക്കേണ്ടതുണ്ട്. എന്നാൽ, വ്യക്തിയായ ശാസ്ത്രജ്ഞന്റെ ആഗ്രഹങ്ങളും സ്വയംബോധവും ശാസ്ത്രജ്ഞസമൂഹം

രൂപീകരിച്ചെടുത്ത ബോധത്തിന്നപ്പുറത്തേക്കു നയിക്കപ്പെടുന്ന സന്ദർഭങ്ങളുണ്ടാകാം. ഇത് പുതിയ ജ്ഞാനമായിത്തീരാം. ഈ ശാസ്ത്രജ്ഞൻ ആർജ്ജിച്ചെടുക്കുന്ന ജ്ഞാനം നിരീക്ഷണപരീക്ഷണങ്ങളിലൂടെ തിരുത്താനും നവീകരിക്കാനും ഉറപ്പിച്ചെടുക്കാനും കഴിയുന്നതാണ്.

ശാസ്ത്രസിദ്ധാന്തങ്ങളുടെ കണ്ടെത്തലിന്റെ സന്ദർഭങ്ങളെ അവയുടെ നീതീകരണസന്ദർഭങ്ങളോടു ചേർത്തുനിർത്തി കാണണമെന്നു ബാഷ്ലാദ് പറയുന്നു. ലോജിക്കൽ പോസിറ്റിവിസ്റ്റുകളുടെ നിലപാടുകളോട് നേരിട്ട് ഇടയുന്ന സന്ദർഭമാണിത്. ശാസ്ത്രചരിത്രത്തിന്റെ പ്രാധാന്യത്തെ കാണുന്ന സമീപനവുമാണിത്. ശാസ്ത്രസിദ്ധാന്തങ്ങളുടെ ചരിത്രമാനങ്ങളെ ഉപേക്ഷിക്കുന്ന ഇടപെടലുകൾ സിദ്ധാന്തവും അനുഭവവും തമ്മിലുള്ള യുക്തിപരമായ പരസ്പരബന്ധങ്ങളെ മനസ്സിലാക്കുന്നതിനെ തടയുകയായിരിക്കുമല്ലോ ചെയ്യുന്നത്. ശാസ്ത്രത്തിന്റെ ചരിത്രത്തിന് ശാസ്ത്രദർദശനത്തിൽ ഒരു പങ്കുവഹിക്കാനുണ്ട്. ശാസ്ത്രദാർശനികൻ ചരിത്രദർശനവുമായി ഒഴിവാക്കാനാവാത്തവണ്ണം ചേർന്നു നില്ക്കുകയും സംവാദങ്ങളിലേർപ്പെടുകയും വേണം. ശാസ്ത്രദർശനത്തിന് ആവശ്യമുള്ള ശാസ്ത്രചരിത്രം ഒരു സവിശേഷപ്രകൃതിയുള്ളതാണെന്ന് ബാഷ്ലാദ് കരുതുന്നു. ശാസ്ത്രത്തിന്റെ ചരിത്രം വിവരണാത്മകം മാത്രമല്ല, മൂല്യപരിശോധനാത്മകം കൂടിയാണ്. ഇരുപതാം നൂറ്റാണ്ടിലെ ശാസ്ത്രരംഗത്തുണ്ടായ മുന്നേറ്റങ്ങൾ ശാസ്ത്രത്തെക്കുറിച്ചുള്ള സങ്കല്പനങ്ങളെ തന്നെ മാറ്റിമറിച്ചുവെന്ന് ബാഷ്ലാദ് പറയുന്നു. ശാസ്ത്രം വികസിക്കുന്നതിന്നനുസരിച്ച് ശാസ്ത്രത്തിന്റെ ദർശനവും വികസിക്കുന്നു. അതുകൊണ്ട്, സാർവ്വകാലികമായി പ്രയോഗക്ഷമമാകുന്ന വളരെ സാമാന്യമായ ഒരു ശാസ്ത്രദർശനമില്ല. ശാസ്ത്രത്തിലെ മാറ്റം തത്ത്വചിന്തയിലും മാറ്റമുണ്ടാക്കും, തിരിച്ച്, തത്ത്വചിന്തയിലെ മാറ്റം ശാസ്ത്രത്തിലും. ശാസ്ത്രജ്ഞാനം ശുദ്ധമായ നിരീക്ഷണത്തിൽനിന്നും ഉണ്ടാകുന്നതല്ല. വ്യാഖ്യാനാത്മകവും പ്രതിഫലനാത്മകവുമായ വ്യവഹാരമെന്ന നിലയ്ക്കാണ് ശാസ്ത്രസിദ്ധാന്തങ്ങൾ ജ്ഞാനശാസ്ത്രപരമായി പ്രത്യക്ഷപ്പെടുന്നത്.

ഇരുപതാംനൂറ്റാണ്ടിലെ ശാസ്ത്രപ്രവർത്തനങ്ങൾ കാർട്ടീഷ്യൻ ജ്ഞാനശാസ്ത്രത്തിന്റെ രീതിശാസ്ത്രനിർദ്ദേശങ്ങളിൽ നിന്നും വിടുതൽ നേടിയിരിക്കുന്നുവെന്ന് ബാഷ്ലാദ് കരുതുന്നു. യൂക്ലീഡിയൻ ജ്യാമിതിയുടെ സ്വയം പ്രഖ്യാപിതസത്യത്തെ ആപേക്ഷികതാസിദ്ധാന്തം വെല്ലുവിളിക്കുകയുണ്ടായല്ലോ? ശാസ്ത്രത്തിന്റെ സൈദ്ധാന്തികവല്ക്കരണത്തിൽ വിശ്ലേഷണാത്മക ജ്യാമിതി വലിയ പങ്കുവഹിച്ചതുപോലെ ഗണിതശാസ്ത്രത്തിന്റെ മണ്ഡലത്തിലുണ്ടായ പുതിയ വികാസങ്ങൾ ശാസ്ത്രചിന്തയെ വലിയ തോതിൽ പരിവർത്തിപ്പിച്ചു. വ്യത്യസ്തജ്യാമിതികൾ തെരഞ്ഞെടുപ്പിനുള്ള സാദ്ധ്യതകൾ നല്കിയതോടെ, പരീക്ഷണശാലയിലെ നിരീക്ഷണങ്ങൾക്കനുസൃതവും ആനുഭവികവുമായി ഉറപ്പിക്കാവുന്നതുമായ ജ്യാമിതീയ ചട്ടക്കൂട് ഏതാണെന്ന പ്രശ്നം ഉയർന്നുവന്നു. സഹജാവബോധം നിർദ്ദേശിച്ച, ചോദ്യങ്ങളേതുമില്ലാതെ സ്വീകരിക്കപ്പെട്ടിരുന്ന

സ്വയംസിദ്ധപ്രമാണങ്ങൾ ചില ജ്യാമിതീയവ്യൂഹങ്ങളിൽ പ്രയോഗക്ഷമമല്ലെന്നു തെളിയിക്കാൻ കഴിഞ്ഞതോടെ കൂടുതൽ കൃത്യമായ സാമാന്യസിദ്ധാന്തങ്ങളും വ്യത്യസ്ത വ്യൂഹങ്ങൾക്കിടയിലെ പരസ്പരബന്ധസമവാക്യങ്ങളും സൃഷ്ടിക്കപ്പെട്ടു. തുടർച്ചകളില്ലാത്ത, ഇടർച്ചകളുള്ള വളരെ സങ്കീർണ്ണമായ ഘടനകളെക്കുറിച്ച് പുതിയ ധാരണകൾ ലഭ്യമായി. ഗണസിദ്ധാന്തം, ടോപ്പോളജി എന്നിവയെല്ലാം ചേർന്ന് ഇടർച്ചയുള്ള വ്യൂഹങ്ങൾക്കുവേണ്ടിയുള്ള ധാരാളം സങ്കേതങ്ങളെ നിർദ്ദേശിച്ചു. യുക്ത്യധിഷ്ഠിതമായ ധാരാളം ചട്ടക്കൂടുകൾ ലഭ്യമാണിപ്പോൾ, ശാസ്ത്രജ്ഞന്മാർക്കു സ്വപ്നം കാണാൻ. ബാഷ്ലാദിനെ സംബന്ധിച്ചിടത്തോളം ഇരുപതാം നൂറ്റാണ്ടിലെ ശാസ്ത്രം കാർട്ടീഷ്യനോ യൂക്ലിഡിയനോ ബേക്കോണിയനോ അല്ല. എന്നാൽ, ഈ ചിന്താപദ്ധതികളെയെല്ലാം പൂർണ്ണമായും തള്ളിക്കളഞ്ഞുകൊണ്ടല്ല തന്റെ സമീപനത്തിൽ ബാഷ്ലാദ് എത്തിച്ചേരുന്നത്.

ശാസ്ത്രത്തിൽ വസ്തുനിഷ്ഠതയുടെ സാദ്ധ്യതകളെ അഭിസംബോധന ചെയ്യാനുള്ള ഒരു ശ്രമം ബാഷ്ലാദിന്റെ സൈദ്ധാന്തികപരിശ്രമങ്ങളിലുണ്ട്. ഗണിതശാസ്ത്രം അതിനു വഴിതുറന്നു നല്കുന്നുണ്ടല്ലോ? സാമാന്യധാരണകളിൽ നിന്നും ശാസ്ത്രജ്ഞാനത്തിന്റെ വിച്ഛേദം അനിവാര്യമാണെന്നതിനാൽ, ശാസ്ത്രീയമായ വസ്തുനിഷ്ഠജ്ഞാനം ഒരിക്കലും 'പ്രാഥമികജ്ഞാനം' ആയിരിക്കില്ല. ബാഷ്ലാദിനെ സംബന്ധിച്ചിടത്തോളം ഒരു ശാസ്ത്രജ്ഞന്റെ ലക്ഷ്യം വസ്തുനിഷ്ഠജ്ഞാനമായിരിക്കണം. ശാസ്ത്രജ്ഞന്മാർ വസ്തുനിഷ്ഠജ്ഞാനത്തെ ആന്തരികവല്ക്കരിക്കണം. പരീക്ഷണനിരീക്ഷണങ്ങൾക്കുപയോഗിച്ച ഉപകരണങ്ങളും സങ്കേതങ്ങളും പുനർപരിശോധനകൾക്കും വിമർശാത്മകവികലനങ്ങൾക്കും വിധേയമാകണം. വിമർശാത്മകമായ സ്വയംബോധത്തിന്റെ പ്രതിഫലനം ശാസ്ത്രം ആവശ്യപ്പെടുന്നുണ്ട്. വസ്തുനിഷ്ഠതയുടെ സങ്കല്പനങ്ങളെ ആന്തരവല്ക്കരിച്ചവർക്കാണിത് സാദ്ധ്യമാകുന്നത്. ശാസ്ത്രജ്ഞന്മാർ വസ്തുനിഷ്ഠതയുടെ സങ്കല്പനങ്ങളെ ആന്തരികവല്ക്കരിക്കണമെന്നു പറയുന്നതുകൊണ്ടുമാത്രം പ്രശ്നങ്ങൾ പരിഹൃതമാകുന്നില്ല. വസ്തുനിഷ്ഠതയ്ക്ക് വ്യത്യസ്തമായ മാനദണ്ഡങ്ങൾ കല്പിക്കപ്പെടാം. ശാസ്ത്രജ്ഞന്റെ സ്വതന്ത്രമനസ്സും സ്വയം നിർണ്ണയശേഷിയും വസ്തുനിഷ്ഠതയുടെ സംപ്രത്യയവല്ക്കരണം സാദ്ധ്യമാക്കാൻ സഹായിക്കുന്നതാണ്. ശാസ്ത്രത്തിലെ വസ്തുനിഷ്ഠതയെ കുറിച്ചുള്ള സങ്കല്പനങ്ങളുടെ മാനദണ്ഡങ്ങൾ ചുമത്തപ്പെട്ട മാനദണ്ഡങ്ങളാ(imposed standards)ണെന്നു ചുരുക്കം. സ്വയം നിർണ്ണയശേഷിയുള്ള കവികർത്തൃത്വം സ്വകാര്യതയിൽ നിർമ്മിക്കുന്ന കാവ്യബിംബങ്ങൾ പുതിയ കാവ്യഭാഷയെ നിർമ്മിക്കുന്നതുപോലെ സ്വതന്ത്രമായ ശാസ്ത്രമനസ്സ് പഴയ ശാസ്ത്രസിദ്ധാന്തങ്ങളെ അട്ടിമറിക്കുന്ന പുതിയ ഉൾക്കാഴ്ചകളിലേക്കു നയിക്കപ്പെടുകയും പുതിയ ശാസ്ത്രസിദ്ധാന്തങ്ങൾക്കു രൂപം നല്കുകയും ചെയ്യുന്നു. സർഗ്ഗാത്മകശാസ്ത്രപ്രവർത്തനങ്ങൾക്കു സർഗ്ഗാത്മക

കലാപ്രവർത്തനങ്ങളോടു സാദൃശ്യം കല്പിക്കാൻ കഴിയും.

ഭൗതികശാസ്ത്രസിദ്ധാന്തങ്ങൾ അതിഭൗതികത്തിൽനിന്നും സ്വതന്ത്രമാണെന്ന അവകാശവാദത്തെ ബാഷ്‌ലാദ് നിരസിക്കുന്നു. അതുപോലെ, അറിയുന്ന വിഷയിയുടെ പങ്കിനെ ജ്ഞാനാർജ്ജനപ്രക്രിയയിൽ നിന്നും ഒഴിവാക്കുന്ന ദാർശനികരോടൊപ്പമല്ല ബാഷ്‌ലാദിന്റെ സ്ഥാനം. ഏതൊരു ജ്ഞാനശാസ്ത്രത്തിലും വിഷയിയുടെ പങ്കാളിത്തം ഉറപ്പുവരുത്തണമെന്ന് ബാഷ്‌ലാദ് നിർബ്ബന്ധിക്കുന്നു. എന്നാൽ, യുക്തിപരത ഒരിക്കലും വിഷയിയുടെ സാമ്രാജ്യത്വത്തിനു കീഴ്പ്പെട്ടുപോകരുതെന്ന്, അത് ഏതെങ്കിലും അടഞ്ഞബോധത്തിന്റെ സൃഷ്ടിയാകരുതെന്ന് നാം നിഷ്കർഷിക്കുകയും വേണം. നമുക്കും നമ്മുടെ ചിന്തയ്ക്കും പുറത്ത് സ്വതന്ത്രമായി നില്ക്കുന്ന ഭൗതികലോകമെന്ന സങ്കല്പനത്തെ വസ്തുനിഷ്ഠതയുടെ അവശ്യോപാധിയായി സ്വീകരിക്കുന്ന കാൾ പോപ്പറുടെ യഥാതഥവീക്ഷണത്തെ ബാഷ്‌ലാദ് നിരസിക്കുന്നു. നമ്മളിൽനിന്നും കേവലമായി സ്വതന്ത്രമായി നില്ക്കുന്ന ലോകമില്ല, നാം കൂടി ഉൾപ്പെട്ട ലോകമേയുള്ളൂ. വസ്തുനിഷ്ഠജ്ഞാനത്തിന്റെ സങ്കല്പനങ്ങൾക്കു വേണ്ടി വാദിക്കുന്ന ബാഷ്‌ലാദ്, ഈ ലക്ഷ്യത്തിനുവേണ്ടി വ്യത്യസ്ത ചരിത്രഘട്ടങ്ങളിലും വ്യത്യസ്ത സമൂഹങ്ങളിലും വ്യത്യസ്തങ്ങളായ വഴികളാണ് സ്വീകരിച്ചുപോന്നിട്ടുള്ളതെന്നു പറയുന്നു. എല്ലാ ശാസ്ത്രാന്വേഷണങ്ങളുടെയും ലക്ഷ്യവും അതിർത്തിയുമെന്ന നിലയ്ക്ക് വസ്തുനിഷ്ഠജ്ഞാനം ഔപചാരികവും നിർവ്വഹണപരവുമാണ്. ശാസ്ത്രത്തിലെ പുരോഗതി വസ്തുനിഷ്ഠതയിലേക്കുള്ള പുരോഗതിയാണ്. വസ്തുനിഷ്ഠജ്ഞാനം മനുഷ്യപ്രവർത്തനത്തിന്റെ അനിവാര്യമായ പങ്ക് ഉൾച്ചേർന്നതാണ്. ശാസ്ത്രഗവേഷണം വർദ്ധമാനമായ രീതിയിൽ സവിശേഷവല്ക്കരണങ്ങൾക്കും വിഭജനങ്ങൾക്കും വിധേയമായിക്കൊണ്ടിരിക്കുകയാണെന്ന് ബാഷ്‌ലാദ് ചൂണ്ടിക്കാണിക്കുന്നുണ്ട്. വിയന്ന സർക്കിളിലെയും മറ്റും ബുദ്ധിജീവികൾ ശാസ്ത്രത്തിന്റെ ഏകത്വത്തെക്കുറിച്ചും ഏകീകൃതമായ രീതിശാസ്ത്രത്തെക്കുറിച്ചും സംസാരിച്ചുകൊണ്ടിരുന്ന നാളുകളിലാണ് ബാഷ്‌ലാദ് ശാസ്ത്രത്തിലെ ബഹുലതകളെക്കുറിച്ച് സൂചിപ്പിക്കുന്നത്.

ശരിയായ സ്വയംസിദ്ധപ്രമാണങ്ങൾ തെരഞ്ഞെടുത്താൽ ഏതു ഗണിതജ്ഞാനസ്വരൂപത്തെയും ഒരു ഔപചാരികവ്യൂഹ (formal system) മാക്കി മാറ്റാൻ കഴിയുമെന്ന ആശയം ഡേവിഡ് ഹിൽബർട്ടും ബർട്രാന്റ് റസ്സലും പങ്കുവയ്ക്കുന്നുണ്ടല്ലോ? ഗണിതശാസ്ത്രത്തെ പോലെതന്നെ ഭൗതികശാസ്ത്രത്തെയും പ്രാമാണികവ്യൂഹങ്ങളുടെ ചട്ടക്കൂടിൽ കൊണ്ടുവരാൻ കഴിയുമെന്ന് ഇവർ വിശ്വസിച്ചിരുന്നു. ഇതിന്റെ ഭാഗമായി ഫ്രെജെയും ഹിൽബർട്ടും റസ്സലും മുന്നോട്ടുവച്ച അടിസ്ഥാനസമീപനങ്ങളിൽ ഗണിതശാസ്ത്രത്തിന്റെ കാരണയുക്തി വിചിന്തനശാസ്ത്ര(logic)ത്തിന്റെ കാരണയുക്തിയായി ചുരുക്കപ്പെടുന്നുണ്ട്. ഇതനുസരിച്ച്, ഗണിതശാസ്ത്രത്തിലൂടെ എത്തിച്ചേരുന്ന അനുമാനങ്ങൾ വിചിന്തനശാസ്ത്രത്തിന്റെ അനുമാനങ്ങളുടെ സംക്ഷിപ്തരൂപങ്ങൾ മാത്രമാണ്. ഫ്രെജെ

യുടെ ഈ മാനദണ്ഡങ്ങൾ സ്വീകരിച്ചാൽ, ഭൗതികശാസ്ത്രവും വിചിന്തനശാസ്ത്രത്തിന്റെ കാരണയുക്തിയെ തന്നെയാണ് സ്വീകരിക്കുന്നതെന്നു വരും. (അനുമാനങ്ങളിൽ എത്തിച്ചേരാനുള്ള മാർഗ്ഗമായി ഗണിതത്തെയാണല്ലോ ഭൗതികശാസ്ത്രം ഉപയോഗിക്കുന്നത്. ഗണിതത്തിന്റെ കാരണയുക്തി വിചിന്തനശാസ്ത്രത്തിന്റേതാണെന്നു സ്ഥാപിതമായാൽ ഭൗതികത്തിന്റെ അനുമാനയുക്തിയും വിചിന്തനശാസ്ത്രത്തിന്റേതാണെന്നു പറയേണ്ടി വരും.) ബാഷ്ലാദ് ഇതിനോടു യോജിക്കുന്നില്ല. ബാഷ്ലാദ് കാരണയുക്തിയെ ബന്ധപ്പെടുത്തുന്നത് വിചിന്തനശാസ്ത്രത്തോടല്ല. അദ്ദേഹം ചിന്തയെയും പരീക്ഷണപ്രയോഗങ്ങളെയും കൂട്ടിച്ചേർക്കുന്ന ഗണിതത്തോട് കാരണയുക്തിയെ സമീകരിക്കുന്നു. ഗണിതശാസ്ത്രത്തെക്കുറിച്ചുള്ള വിചിന്തനശാസ്ത്രപരവും(logicist)ഔപചാരിക(formalist)വുമായ വീക്ഷണങ്ങളെ ബാഷ്ലാദ് നിരസിക്കുന്നു. ഒരു രീതിയിൽ, ആധുനികശാസ്ത്രത്തെ പ്രായോഗിക ഗണിതമായി ബാഷ്ലാദ് കാണുന്നുണ്ടെന്നു പറയാം. ഫ്രെജെയുടെ സമീപനം സ്വീകരിച്ചാൽ ദാർശനികമായ ഒരു പരിപ്രേക്ഷ്യത്തിൽ ഗണിതശാസ്ത്രയുക്തിയെ സ്വീകരിക്കാത്ത ജീവശാസ്ത്രങ്ങളും ആധുനിക ഗണിതീയഭൗതികവും തമ്മിൽ ഭേദങ്ങളില്ലെന്നു കരുതേണ്ടിവരും. എല്ലാ സിദ്ധാന്തങ്ങളും വിചിന്തനശാസ്ത്രപരമായി ക്രമീകരിക്കപ്പെട്ട ഒരു ഗണം വാക്യങ്ങൾ മാത്രമായി ചുരുക്കപ്പെടും. ഗണിതശാസ്ത്രത്തിന്റെ പ്രത്യക്ഷംകൊണ്ട് ശാസ്ത്രത്തിലെ ജ്ഞാനശാസ്ത്രത്തിന്റെ അടിസ്ഥാനസാഹചര്യങ്ങൾക്ക് ഒരു മാറ്റവും ഉണ്ടായിട്ടില്ലെന്നു വരും. പതിനേഴാം നൂറ്റാണ്ടിലെയോ ഇരുപതാം നൂറ്റാണ്ടിലെയോ ശാസ്ത്രവിപ്ലവങ്ങളിൽ ഭൗതികശാസ്ത്രത്തിന്റെ ജ്ഞാനശാസ്ത്രത്തെ പരിവർത്തിപ്പിക്കാൻ ഗണിതശാസ്ത്രം തനതായ ഒരു പങ്കും വഹിച്ചിട്ടില്ലെന്നു വരും. ഗണിതശാസ്ത്രത്തിന് ഭൗതികശാസ്ത്രസിദ്ധാന്തങ്ങളുടെ രൂപം നിർണ്ണയിക്കുന്നതിൽ മാത്രമേ പങ്കുള്ളുവെന്നും അതിന്റെ ഉള്ളടക്കവുമായി ബന്ധമില്ലെന്നു കരുതേണ്ടി വരും. ബാഷ്ലാദിന്റെ സമീപനം ഈ പരിമിതികളെ തരണം ചെയ്യുന്നതാണ്.

ഹുസേലിന്റെ ഗലീലിയോ വിമർശത്തിലേക്കു വീണ്ടും വരട്ടെ! പ്രപഞ്ചത്തിന്റെ ഗണിതവല്ക്കരണം സൃഷ്ടിച്ച അർത്ഥനാശത്തെ കുറിച്ചാണ് ഹുസേൽ പറഞ്ഞത്. ശാസ്ത്രം അതിന്റെ വസ്തുക്കളെ നിർമ്മിക്കുന്നതിനിടയിൽ അർത്ഥത്തെ നശിപ്പിക്കുന്നു. എന്നാൽ, ശാസ്ത്രം പിറവികൊള്ളുന്നതു തന്നെ പ്രപഞ്ചത്തിന്റെ ഗണിതവല്ക്കരണത്തെ മുന്നുപാധിയാക്കിയാണെന്ന സമീപനത്തിലാണ് ബാഷ്ലാദിന്റെ ജ്ഞാനശാസ്ത്രപ്രമാണം നിലനില്ക്കുന്നത്. ശാസ്ത്രവസ്തുവിന്റെ രൂപീകരണവും നിർമ്മാണവും എല്ലാ അർത്ഥങ്ങളിൽനിന്നും അർത്ഥാന്വേഷണങ്ങളിൽനിന്നും വേർപെട്ടു നില്ക്കുന്നതാണ്. ഹുസേൽ നിർദ്ദേശിക്കുന്ന അർത്ഥങ്ങളുടെ സ്രോതസ്സായ ജീവലോകത്തിൽനിന്നും ശാസ്ത്രജ്ഞാനം പിൻവാങ്ങി നില്ക്കുന്നു. ശാസ്ത്രജ്ഞാനത്തിനുമുന്നേയുള്ള

എല്ലാ അർത്ഥങ്ങളെയും നശിപ്പിക്കുന്നില്ലെങ്കിൽത്തന്നെ ഈ അർത്ഥങ്ങളോടെല്ലാം ആധുനികശാസ്ത്രം താല്പര്യരാഹിത്യം പ്രകടിപ്പിക്കുന്നു. അർത്ഥങ്ങളോട് താല്പര്യരഹിതമായിരിക്കാനും അർത്ഥങ്ങളില്ലാതെ പ്രവർത്തിക്കാനും ശാസ്ത്രത്തിനു കഴിയുന്നുണ്ടെങ്കിൽ, ഗണിതശാസ്ത്ര പ്രതീകങ്ങളും സമീകരണങ്ങളും ഉപയോഗിച്ചുകൊണ്ട് ഇനിയും പൂർണ്ണമായിട്ടില്ലാത്ത യാഥാർത്ഥ്യത്തെ സമീപിക്കാൻ അതിനു കഴിയുകയും ചെയ്യുന്നു. ഗണിതശാസ്ത്രപ്രതീകങ്ങൾ അർത്ഥത്തെ സംവഹിക്കുന്നില്ല! ഹുസേലിനെയോ ബാഷ്ലാദിനെയോ നാം പിന്തുടരുക? ഇപ്പോൾ, അത് സന്ദേഹത്തിന്റെ കാര്യമാണ്. പ്രകൃതിയുടെ ഗണിതവല്ക്കരണം സൃഷ്ടിച്ച ഈ പ്രശ്നത്തെ ഗണിതശാസ്ത്രത്തെ കൂടുതലായി അറിഞ്ഞുകൊണ്ട് നമുക്കു പരിഹരിക്കാൻ കഴിയുമോ?

ശാസ്ത്രഭാഷയിലെ പ്രശ്നങ്ങൾ

ഗണിതശാസ്ത്രഭാഷയെക്കുറിച്ചുള്ള ഈ ഖണ്ഡം ക്വാണ്ടം ഭൗതികത്തിലെ ഒരു ഗണിതസമീകരണത്തെക്കുറിച്ചു പറഞ്ഞുകൊണ്ട് ആരംഭിക്കാം. സൈദ്ധാന്തിക ഭൗതികശാസ്ത്രജ്ഞനായ പോൾ ഡിറാക് ഇലക്ട്രോണിനുവേണ്ടി എഴുതിയ ഒരു തരംഗസമീകരണത്തിന്റെ നിർദ്ധാരണമൂല്യം ഇലക്ട്രോണിനോടൊപ്പം മറ്റൊരു കണികയുടെ അസ്തിത്വം കൂടി പ്രവചിക്കുകയുണ്ടായി. ഈ കണികയ്ക്ക് ഇലക്ട്രോണിനൊപ്പം ദ്രവ്യമാനവും അതിന്റെ വിപരീതചാർജും ഉണ്ടായിരിക്കാമെന്നും ആ ഗണിതശാസ്ത്രനിർദ്ധാരണം സൂചിപ്പിക്കുന്നുണ്ടായിരുന്നു. അങ്ങനെയൊരു കണികയെക്കുറിച്ച് യാതൊരു ധാരണകളും അന്നേവരെ ഇല്ലായിരുന്നെങ്കിലും കോസ്മിക് കിരണങ്ങളുടെ ഗവേഷണത്തിന്നിടയിൽ ഈ കണികയെ പിന്നീട് കണ്ടെത്തുകയുണ്ടായി, ഇലക്ട്രോണിന്റെ പ്രതികണ(Antiparticle)മായ പോസിട്രോൺ ആയിരുന്നു, ഇത്. പോസിട്രോണിനെ കണ്ടെത്തിയെന്നു മാത്രമല്ല, പ്രതികണം, പ്രതിദ്രവ്യം (Antimatter) എന്നീ പുതിയ ആശയപരികല്പനകൾ കൂടി ജനിക്കുകയായിരുന്നു! പോസിട്രോൺ എന്ന കണികയെ പ്രപഞ്ചത്തിൽ എവിടെയെങ്കിലും കണ്ടെത്തുന്നതിനുമുമ്പ് അത് ഗണിതശാസ്ത്രപരമായി പ്രവചിക്കപ്പെട്ടുവെന്നത് ഭൗതികശാസ്ത്രത്തിൽ ഗണിതത്തിന്റെ പ്രായോഗികക്ഷമതയെ വിളിച്ചറിയിക്കുന്നതായിരുന്നു. പിന്നീട്, ഇത്തരം ഗണിതശാസ്ത്രപ്രയോഗങ്ങൾ എത്രയോ മൗലികകണങ്ങളെ പ്രവചിക്കുകയും അവയെ പരീക്ഷണശാലകളിൽ കണ്ടെത്തുകയും ചെയ്തിരിക്കുന്നു. ഭൗതികശാസ്ത്രത്തിൽ ഗണിതത്തിന്റെ കാരണരഹിതമായ ക്ഷമതയെ കുറിച്ച് ഭൗതികശാസ്ത്രജ്ഞനായ യൂജീൻ വീഗ്നർ അത്ഭുതം കൂറുന്നുണ്ട്.

ഭൗതികശാസ്ത്രത്തിന്റെ വളർച്ചയുടെ ചരിത്രം ഗണിതശാസ്ത്ര

ത്തിന്റെ വളർച്ചയുടെ കൂടി ചരിത്രമാണ്. ദെക്കാർത്തെയുടെ വിശ്ലേഷാത്മകജ്യാമിതിയുടെ കടന്നുവരവ് ശാസ്ത്രത്തിന് യുക്തിപൂർവ്വകമായ ഒരു ചട്ടക്കൂടു നല്കി. ക്ലാസിക്കൽ ബലതന്ത്രത്തിലെ പ്രധാനപ്പെട്ട ചുവടുവയ്പുകൾ നടത്തിയ ഐസക് ന്യൂട്ടനാണ് യൂറോപ്പിൽ ഗണിതത്തിലെ കലന (Calculas) സമ്പ്രദായം ആവിഷ്കരിച്ചത്. കലനത്തിന്റെ അഭാവത്തിൽ ക്ലാസിക്കൽ ബലതന്ത്രത്തിന്റെ രൂപീകരണം അസാദ്ധ്യമാകുമായിരുന്നു. ഐൻസ്റ്റൈൻ രൂപപ്പെടുത്തിയ സാമാന്യ ആപേക്ഷികസിദ്ധാന്തം യൂക്ലീഡിയനല്ലാത്ത ജ്യാമിതികളുടെയും ടെൻസർ വിശ്ലേഷണസമ്പ്രദായത്തിന്റെയും മാത്രം പശ്ചാത്തലത്തിൽ സാദ്ധ്യമാകുന്നതാണ്. പല പ്രമുഖ ഭൗതികശാസ്ത്രജ്ഞന്മാരും ഗണിതശാസ്ത്രജ്ഞന്മാർ കൂടിയായിരുന്നുവെന്നതും ഓർക്കുക! ന്യൂട്ടനും കാൾ ഗോസും മുതൽ ഐൻസ്റ്റൈനും ഡിറാക്കും ഫെയ്ൻമാനും വരെ. ഗണിതത്തിലെ നോബൽ സമ്മാനം എന്നറിയപ്പെടുന്ന ഫീൾഡ്സ് മെഡൽ നേടിയ എഡ്വാർഡ് വിറ്റൺ ഇനിയും പരീക്ഷണങ്ങളിലൂടെ തെളിയിക്കേണ്ട എം – സിദ്ധാന്തത്തിന്റെ പ്രണേതാക്കളിൽ പ്രമുഖനാണ്.

ഗണിതശാസ്ത്രം ഭൗതികശാസ്ത്രത്തിന്റെ ഭാഷയാണ്; ഭൗതികശാസ്ത്രമാകട്ടെ, എപ്പോഴും ഗണിതശാസ്ത്രത്തിന്റെ പ്രചോദനകേന്ദ്രവും. ഇപ്പോൾ, ഗണിതവും ഭൗതികവും തമ്മിലുള്ള ബന്ധം കൂടുതൽ ഗാഢവും ആഴത്തിലുള്ളതുമായി മാറിത്തീരുകയാണ്. ഭൗതികശാസ്ത്രത്തിന് ഉപയോഗിക്കാൻ കഴിയുന്ന ഗണിതീയരൂപങ്ങളെ ഗണിതശാസ്ത്രം നിരന്തരം സംഭാവന ചെയ്തുകൊണ്ടിരിക്കുന്നു! ഗണിതശാസ്ത്രത്തിനാവശ്യമായ രീതിശാസ്ത്രങ്ങളെയും ഫലങ്ങളെയും ഭൗതികശാസ്ത്രം തിരിച്ചു നല്കിക്കൊണ്ടിരിക്കുന്നു! ന്യൂനീകരണചിന്തകർ ശാസ്ത്രത്തെ പൂർണ്ണമായും ഗണിതശാസ്ത്രത്തിലേക്കു ചുരുക്കിയെടുക്കാമെന്നു വാദിക്കുന്നുണ്ട്.

ഗണിതം സാർവ്വലൗകികമായി കണക്കാക്കപ്പെടുന്നു. അത് അമൂർത്തമാണ്. എന്നാൽ, യഥാതഥമാണ്. മനുഷ്യാസ്തിത്വത്തിനോ മറ്റു ജീവികളുടെ അസ്തിത്വത്തിനോ അതീതമായ വസ്തുനിഷ്ഠമായ ഒര് അസ്തിത്വം ഗണിതത്തിനുണ്ടെന്നു വിശ്വസിക്കപ്പെടുന്നു. പ്രപഞ്ചത്തിന് ഒരു ഘടനയെ സങ്കല്പിക്കാൻ ഗണിതത്തിനു കഴിയുമെന്നും കരുതപ്പെടുന്നു. മനുഷ്യർ രൂപീകരിക്കുന്ന ഗണിതം മറ്റൊര് അമൂർത്ത, അതീത ഗണിതത്തിന്റെ ഭാഗമാണെന്നു സങ്കല്പിക്കുന്നവരുമുണ്ട്. ലോകത്തിന്റെ സവിശേഷമായ വിവരണമാണ് ഗണിതം നിർവ്വഹിക്കുന്നത്. അതിന്റെ സംപ്രത്യയങ്ങൾ, വാഗ്ശേഖരം, പ്രതീകങ്ങൾ, വ്യാകരണഘടന എല്ലാം സവിശേഷമാണ്; ഓരോ ഭാഷയും അനന്യമാണ് എന്ന അർത്ഥത്തിൽ. കൂടുതൽ ബൃഹത്തും സങ്കീർണ്ണവുമായ ഒരു ഭാഷയാണ് ഗണിതത്തിന്റേത്. അത് മലയാളത്തെയോ ആംഗലത്തെയോ പോലെ ഒരു ഭാഷയല്ല. നിരവധി ഉപഭാഷകളുടെ ഒരു മിശ്രിതമാണ്. സംഖ്യാസിദ്ധാന്തം, ബീജഗണിതം, കലനം, ജ്യാമിതി, ത്രികോണമിതി, ടോപ്പോളജി എന്നിങ്ങനെ വേറിട്ട ഭാഷകളായി ചിലപ്പോൾ അതു പ്രവർത്തിക്കുന്നതു കാണാം. ഗണിതത്തിലെ

ആഖ്യാനഘടന രൂപം കൊള്ളുന്നത് അതിന്റെ ഉപഭാഷകളുടെ വ്യത്യസ്ത മൂലകങ്ങളിലൂടെയാണ്. ധാരാളം ഉപഭാഷകളുള്ള ഗണിതത്തിന്റെ ആഖ്യാനക്ഷമത വർദ്ധിതമാകുന്നുണ്ട്. ഗണിതഭാഷയെ ചിന്തയിൽ നിന്നും വേർതിരിക്കാനാവില്ലെന്ന് ബാഷ്ലാദ് പറയുന്നുണ്ട്. ഗണിതശാസ്ത്രപരമായി മനസ്സിലാക്കാതെ ഗണിതഭാഷ സംസാരിക്കാനാവില്ല.

ഗണിതശാസ്ത്രസമീകരണങ്ങളുടെ പ്രകൃതി മനസ്സിലാക്കിക്കൊണ്ട് നമുക്ക് പുതിയ വിവരങ്ങളിലേക്കു പ്രവേശിക്കാൻ കഴിയുമെന്നതും പ്രധാനമാണ്. ഒരു ഗണിതശാസ്ത്രാഖ്യാനത്തിനുള്ളിൽ ഒരു ഘടകമായി ചലനോർജ്ജത്തിന്റെ സമീകരണത്തിനു സദൃശമായ വാക്യം പ്രത്യക്ഷപ്പെടുന്നുണ്ടെന്നു കരുതുക. ആ ഘടകത്തിന്റെ വികലനത്തിലൂടെ ദ്രവ്യമാനത്തെയും പ്രവേഗത്തെയും കുറിച്ചുള്ള ധാരണകൾ സ്വരൂപിക്കാൻ കഴിയും. ഗണിതവാക്യങ്ങൾ വായിച്ചുകൊണ്ട് പുതിയ അറിവിലേക്കു നയിക്കപ്പെടാൻ കഴിയുമെന്നർത്ഥം. ഗണിതശാസ്ത്രപ്രതീകങ്ങൾ ചിത്രങ്ങളെ പോലെ പ്രവർത്തിക്കുന്നു. അവ നമുക്ക് യാഥാർത്ഥ്യങ്ങളെ ചിത്രരൂപത്തിൽ കാണിച്ചുതരുന്നു. എന്നാൽ, നിയമത്താൽ നയിക്കപ്പെടുന്നുവെന്നതാണ് ഗണിതഭാഷയുടെ സവിശേഷപ്രാധാന്യമെന്നു തിരിച്ചറിയേണ്ടതുമാണ്. മലയാളഭാഷയിലെ വിവരണവും ഗണിതശാസ്ത്രഭാഷയിലെ വിവരണവും തമ്മിലുള്ള പ്രധാനവ്യത്യാസം കൂടുതൽ ഖണ്ഡിതവും കൃത്യവുമായ വിവരണം നല്കാൻ ഗണിതത്തിനു കഴിയും എന്നതാണ്. എന്റെ പക്കൽ കുറേ മാങ്ങകളുണ്ട് എന്ന മലയാളഭാഷയിലെ വിവരണത്തെ എന്റെ പക്കൽ അഞ്ചു മാങ്ങകളുണ്ട് എന്ന ഗണിതശാസ്ത്രവിവരണമായി മാറ്റാം. അത് കൂടുതൽ കൃത്യമായ വിവരണമാണ്. ആകാശത്ത് പറന്നു നടക്കുന്ന ആനകളെ കണ്ടു എന്നെഴുതിയാൽ വിശ്വസിക്കാത്ത വായനക്കാർ ആകാശത്ത് നാനൂറ്റി എഴുപത്തഞ്ച് ആനകൾ പറന്നു നടക്കുന്നതു കണ്ടു എന്നെഴുതിയാൽ വിശ്വസിക്കുമെന്ന് പാരീസ് റിവ്യുവിന് നല്കിയ പഴയ ഒരു അഭിമുഖത്തിൽ മാർകേസ് പറയുന്നുണ്ട്. ഗണിതശാസ്ത്രം ഭൗതികപ്രതിഭാസങ്ങളിൽ നേരിട്ട് ഉപയോഗിക്കുകയല്ല, പ്രതിഭാസങ്ങളുടെ വിവരണങ്ങളിലാണ് ഉപയോഗിക്കുന്നത്. ഗണിതം പ്രയോഗിക്കപ്പെടുന്നത് ലോകത്തിനു മുകളിലല്ല, ലോകത്തെക്കുറിച്ചുള്ള വിവരണങ്ങളിലാണ്. പൂവുകളെ ഫിബോനാക്കി ശ്രേണി ഉപയോഗിച്ചു വിശദീകരിക്കാം. ഒച്ചുകളിൽ ലോഗരിതമിക് സർപ്പിളാകൃതി ദർശിക്കാം.

ഗണിതത്തെ സവിശേഷഭാഷയായി തിരിച്ചറിയാത്തവരുണ്ട്. ഗണിതശാസ്ത്രത്തെ പ്ലേറ്റോണിക്ചിന്ത(Platonism)യുടെയും നിയാമകവിചിന്തനവാദ(Logicism)ത്തിന്റെയും രൂപവാദ(Formalism)ത്തിന്റെയും സഹജാവബോധ(Intuition)ത്തിന്റെയും പരികല്പനകൾ കൊണ്ട് മാത്രം വിശദീകരിക്കാൻ ശ്രമിച്ചവർക്ക് അതിനെ ഭാഷയെന്ന നിലയ്ക്ക് തിരിച്ചറിയാൻ കഴിഞ്ഞിട്ടുണ്ടെന്നു പറയാൻ കഴിയില്ല. എന്നാൽ, ഗണിതത്തെ ഒരു ഭാഷയായി തിരിച്ചറിയുന്നതുകൊണ്ടു മാത്രം പ്രശ്നങ്ങൾ പരിഹൃതമാകുന്നില്ല.

ഗണിതശാസ്ത്രത്തിന്റെ നിയമനിഷ്ഠമായ ഭാഷയ്ക്കു മാത്രമേ വസ്തുനിഷ്ഠശാസ്ത്രത്തിന്റെ ഭാഷയാകാൻ കഴിയൂ എന്നു കരുതപ്പെടുന്നു. പ്രകൃതി എഴുതപ്പെട്ടിരിക്കുന്നതു ഗണിതഭാഷയിലാണെന്ന ഗലീലിയോയുടെ പ്രസ്താവവും പ്രപഞ്ചത്തിന്റെ ഗണിതവല്ക്കരണം സൃഷ്ടിക്കുന്ന പ്രശ്നങ്ങളും നാം ചർച്ച ചെയ്തുവല്ലോ? ഇപ്പോൾ, നിയമനിഷ്ഠമായ ഭാഷ (Algorithmic Language) / രൂപകാത്മക ഭാഷ (Metaphorical Language) എന്നൊരു വിഭജനം സൃഷ്ടിക്കപ്പെട്ടിട്ടുണ്ട്. ഭൗതികശാസ്ത്രത്തിലെ വിവരണങ്ങൾ പൂർണ്ണമായും നിയമനിഷ്ഠമായ ഭാഷയിലാണെന്നു പറയാൻ കഴിയില്ല. ശാസ്ത്രസിദ്ധാന്തങ്ങൾ ജനങ്ങൾക്കിടയിൽ വിനിമയം ചെയ്യുന്നതിനും സ്ഥാപിച്ചെടുക്കുന്നതിനും രൂപകാത്മകഭാഷ ഉപയോഗിക്കപ്പെടുന്നുണ്ടെന്നതു തർക്കമില്ലാത്ത കാര്യമാണ്. രൂപകാത്മകഭാഷ ശാസ്ത്രസിദ്ധാന്തരൂപീകരണത്തിലും പങ്കു വഹിക്കുന്നില്ലേ എന്ന പ്രശ്നം ഇപ്പോൾ സജീവമായി ഉയർന്നുവരുന്നു. ശാസ്ത്രസിദ്ധാന്തങ്ങൾ വിനിമയം ചെയ്യുന്ന രൂപകാത്മകഭാഷയിലെ വ്യവഹാരങ്ങളെ തത്ത്വചിന്തകന്മാർ വിമർശത്തിനു വിധേയമാക്കുന്ന പ്രകരണങ്ങൾ സൃഷ്ടിക്കപ്പെട്ടിട്ടുണ്ട്. പല തത്ത്വചിന്തകന്മാരും ഗണിതഭാഷയെയും രൂപകാത്മകഭാഷയെയും വ്യവച്ഛേദിക്കുന്നില്ല! ഗണിതശാസ്ത്രത്തിൽ രൂപകാത്മകഭാഷയുടെ മൂലകങ്ങളെ അവർ കണ്ടെത്തുന്നു. നിയമനിഷ്ഠഭാഷയെന്നു വിവക്ഷിക്കപ്പെടുന്ന ഗണിതശാസ്ത്രത്തിനുള്ളിൽത്തന്നെ രൂപകാത്മകഭാഷയുടെ ചില സവിശേഷതകൾ കണ്ടെത്താൻ കഴിയുമെന്നു ഡേവിഡ് ബ്ലൂർ പറയുന്നുണ്ട്.

ഇപ്പോൾ, രൂപകാത്മകഭാഷയെക്കുറിച്ച് ചില കാര്യങ്ങൾ വിശദമായി പറയേണ്ടതുണ്ട്. രൂപകാത്മകവ്യവഹാരങ്ങളിൽ, അറിയാത്ത കാര്യത്തെ അറിയുന്ന കാര്യത്തിന്റെ സാദൃശ്യംകൊണ്ടു നിർവ്വചിക്കുകയോ നേർവാക്കിനു പകരം മറ്റൊരു വാക്ക് ഉപയോഗിക്കുകയോ ചെയ്തുകൊണ്ട് ആശയവിനിമയം സാദ്ധ്യമാകുന്നു. രൂപകം(Metaphor) നേർവാക്ക് സാദ്ധ്യമാകാത്തിടത്തെ വാക്കുമാകാം. ഒരു വസ്തുവിന് മറ്റേതെങ്കിലും വസ്തുവിന്റെ സംജ്ഞ ആരോപിക്കുമ്പോൾ രൂപകം ജനിക്കുന്നുവെന്നായിരുന്നു അരിസ്റ്റോട്ടിലിന്റെ അഭിപ്രായം. മനുഷ്യന്റെ കൈകൾ മറ്റൊരു ജീവിയിൽ ആരോപിച്ച് നീരാളിക്കൈകൾ എന്നെഴുതുമ്പോൾ രൂപകം പിറക്കുന്നു. വാക്കിന്റെ സാധാരണ അർത്ഥവിവക്ഷകളിൽനിന്ന് മോചിപ്പിക്കുകയും അതിനെ പുതിയ ഉപയോഗങ്ങൾക്കായി പരിവർത്തിപ്പിക്കുകയുമാണ് രൂപകങ്ങൾ ചെയ്യുന്നതെന്ന് ഐ എ റിച്ചാർഡ്സ് പറയുന്നുണ്ട്. രൂപകങ്ങൾ കവിതയുടെയോ സാഹിത്യത്തിന്റെ തന്നെയോ വിഷയം മാത്രമല്ല.

രണ്ടോ അതിലധികമോ വസ്തുക്കൾ തമ്മിലുള്ള താരതമ്യത്തിന്റെയോ സാദൃശ്യത്തിന്റെയോ പകരംവയ്ക്കലിന്റെയോ അടിസ്ഥാനത്തിലാണ് രൂപകാത്മകതയിൽ വിനിമയങ്ങൾ നിർവ്വഹിക്കപ്പെടുന്നത്. താരതമ്യസിദ്ധാന്തങ്ങളുടെ രൂപകാത്മകതയെക്കുറിച്ചുള്ള സമീപനം ഇതാണ്. ഈ സിദ്ധാന്തങ്ങൾ സാദൃശ്യമെന്നതിന് വസ്തുക്കളുടെ സമാനാനുഭവ

ത്തിലാണ് ഊന്നുന്നത്. വഴിയിൽ കിടക്കുന്ന കയറിനെ പാമ്പായി സദൃശകല്പന ചെയ്യുമ്പോൾ കയർ പാമ്പിന്റെ രൂപകമാകുന്നു. സാദൃശ്യത്തിലെന്നപോലെ സാമീപ്യത്തിലും സഹചാരത്തിലും രൂപകാത്മകത ഉളവാകുന്നുണ്ട്. ഒരിക്കൽ ഒരുമിച്ചുണ്ടായിരുന്നവ വേർപിരിഞ്ഞ് അകലെയായി കഴിഞ്ഞാലും പരസ്പരബന്ധം നിലനിർത്തുന്നതിനെ സഹചാരബന്ധം എന്നുപറയാം. ഒരു വസ്ത്രം കാണുമ്പോൾ, മുന്നേ അതു ധരിച്ചിരുന്നയാളിനെ ഓർമ്മ വരുന്നത് സഹചാരബന്ധം മൂലമാണ്. പ്ലേറ്റോയും അരിസ്റ്റോട്ടിലും ഹ്യൂമും സഹചാരബന്ധത്തെക്കുറിച്ച് വിശദമായി പറഞ്ഞിട്ടുണ്ട്. ഒരു വസ്തുവിനുപകരം മറ്റൊന്നിനെക്കുറിച്ചു പറഞ്ഞ് സവിശേഷഗുണാനുഭവം സൃഷ്ടിക്കുന്നതും രൂപകാത്മകതയാണ്. പഴയ ജ്യോതിശാസ്ത്രം ആകാശത്തിലെ നക്ഷത്രക്കൂട്ടങ്ങൾക്ക് സാദൃശ്യത്തിന്റെ അടിസ്ഥാനത്തിൽ നാമകരണം ചെയ്യുന്നതു കാണാം. കാളയോടു സദൃശമായ താരാഗണങ്ങൾ ഇടവമെന്നും ത്രാസിനോടു സദൃശമായത് തുലാമെന്നും തേളിനോട് സദൃശമായത് വൃശ്ചികമെന്നും വിളിക്കപ്പെട്ടു. രണ്ടു ഭാഷാഘടകങ്ങളുടെ ക്രിയാപരമായ പരസ്പരപ്രതിപ്രവർത്തനത്തിന്റെയോ വൈരുദ്ധ്യത്തിന്റെയോ ഫലമായി വിനിമയങ്ങൾ നിർവ്വഹിക്കപ്പെടുന്നുവെന്നാണ് രൂപകാത്മകതയുടെ പ്രതിപ്രവർത്തനസിദ്ധാന്തം വാദിക്കുന്നത്. രണ്ട് ആശയങ്ങളുടെ പരസ്പരപ്രതിപ്രവർത്തനത്തിലൂടെ പുതിയ അർത്ഥങ്ങൾ സൃഷ്ടിക്കുന്നതെങ്ങനെയെന്നാണ് ഐ എ റിച്ചാർഡ്സ് പ്രതിപ്രവർത്തനസിദ്ധാന്തത്തിലൂടെ വിശദീകരിക്കാൻ ശ്രമിച്ചത്.

മനുഷ്യൻ സമാർജ്ജിച്ച അറിവുകളെല്ലാം രൂപക(Metaphor)ങ്ങളും ഉപാദാന(Metonymy) ങ്ങളുംകൊണ്ടു നിറഞ്ഞതാണെന്നതായിരുന്നു നീത്ഷെയുടെ മതം. സംപ്രത്യയപരമായ ഭാഷ(Conceptual Language) ലോകത്തിന്റെ സത്യത്തെ പ്രതിനിധീകരിക്കുന്നതിന് അനുയോജ്യമല്ലെന്ന ധാരണ നീത്ഷെ തന്റെ ആദ്യകാലപുസ്തകമായ 'ദുരന്തത്തിന്റെ ജനന'ത്തിൽ തന്നെ പറഞ്ഞുവയ്ക്കുന്നുണ്ട്. രൂപകാലങ്കാരങ്ങൾ കാവ്യങ്ങളുടെ മാത്രം സവിശേഷതയാണെന്ന ധാരണ തിരുത്തണമെന്നും ലോകത്തിൽ ഇന്നേവരെ നേടിയ എല്ലാ വിജ്ഞാനവും രൂപകങ്ങൾകൊണ്ടു നിറഞ്ഞതാണെന്നും നീത്ഷെ വാദിക്കുന്നു. മനുഷ്യർക്ക് രൂപകങ്ങൾ നിർമ്മിച്ചെടുക്കാനുള്ള അടങ്ങാത്ത ത്വരയുണ്ട്. സംപ്രത്യയങ്ങളുടെ തടങ്കലിൽനിന്നും വിടുതൽ നേടാനുള്ള ആഗ്രഹമാണിത്. ഘടനകളിൽ നിന്നും പദ്ധതികളിൽ നിന്നും വിമോചിക്കാനുള്ള ശ്രമങ്ങളിൽ മനുഷ്യനു സഹായകമാകുന്നത് കാരണയുക്തികൊണ്ടു നയിക്കപ്പെടുന്ന സംപ്രത്യയങ്ങളല്ല, സഹജാവബോധത്താൽ നയിക്കപ്പെടുന്ന രൂപകങ്ങളാണ്. ശാസ്ത്രത്തിലെ അമൂർത്തവല്ക്കരണം അനന്തം വിശദീകരണങ്ങളെ ഒഴിവാക്കുകയും കുറേ വസ്തുതകളിലേക്കു ചുരുങ്ങുകയും അതിനെ സത്യമെന്നു പറയുകയും ചെയ്യുന്നു. അമൂർത്തവല്ക്കരണത്തിൽ സംഭവിക്കുന്ന പിശകാണ് സത്യത്തെ നിർമ്മിക്കുന്നത്. സംപ്രത്യയങ്ങളോടൊപ്പം പ്രവൃ

ത്തിയെടുക്കുന്ന കാരണ യുക്തിക്കാരനായ മനുഷ്യനെ ഒഴിവാക്കി രൂപകങ്ങളോടൊപ്പം പ്രവർത്തിക്കുന്ന സഹജാവബോധമുള്ള മനുഷ്യനെ നീത്ഷെ സ്വീകരിക്കുന്നു.

എന്നാൽ, പ്ലേറ്റോ ഇതിന്റെ എതിർവഴികളിലൂടെയാണ് നീങ്ങിയതെന്നു നമുക്കറിയാം. കവികളെ തന്റെ ആദർശലോകത്തിൽനിന്നും പുറത്താക്കിയ യവനതത്ത്വചിന്തകൻ രൂപകാത്മകഭാഷയെ കൂടിയാണ് പുറത്താക്കിയതെന്നു പറയണം. കാവ്യഭാഷ സത്യത്തിൽ നിന്നും അകന്നു നില്ക്കുന്നതാണെന്ന വിശ്വാസമായിരുന്നല്ലോ പ്ലേറ്റോയെ അതിനു പ്രേരിപ്പിച്ചത്. ശുദ്ധചിന്തയിലൂടെ ഉരുവം കൊള്ളുന്ന ജ്യാമിതിയുടെ ഭാഷയെ സത്യമായി പ്ലേറ്റോ കണ്ടു. പ്ലേറ്റോയുടെ ആദർശം ഇതരരൂപങ്ങളിൽ പുതിയകാലത്തെ ചിന്തകരിലും കണ്ടെത്താവുന്നതാണ്. രൂപകാത്മകഭാഷയിലുള്ള തത്ത്വചിന്തകന്മാകരുടെ അവിശ്വാസം ലോക്ക് രേഖപ്പെടുത്തുന്നുണ്ട്. വാക്കുകളുടെ രൂപകാത്മകവും കൃത്രിമവുമായ പ്രയോഗങ്ങൾ തെറ്റായ ആശയങ്ങൾ നുഴഞ്ഞുകയറുന്നതിനും വിധിപ്രസ്താവങ്ങളെ തെറ്റായി നയിക്കുന്നതിലുമാണ് എത്തിച്ചതെന്ന് അദ്ദേഹം പറയുന്നു. ആധുനികശാസ്ത്രചിന്തകരിൽ ഈ അവിശ്വാസം കൂടുതൽ പ്രകടമായിരുന്നു. ഭൗതികയാഥാർത്ഥ്യത്തെ സ്പഷ്ടമായി അക്ഷരാർത്ഥത്തിൽ രേഖപ്പെടുത്താൻ കഴിയുമെന്ന ധാരണയുടെ രൂപത്തിലാണ് ഇവരിൽ ഇത് പ്രത്യക്ഷപ്പെടുന്നത്. ശാസ്ത്രത്തിലെ പ്രത്യക്ഷവസ്തുവാദപരമായ സമീപനങ്ങൾ ഈ ധാരണയെ ഉയർത്തിപ്പിടിക്കുന്നു. പോസിറ്റിവിസത്തിന്റെ നാളുകളിൽ അക്ഷരാർത്ഥത്തിലുള്ള ഭാഷ(Literal language)യ്ക്കു വലിയ പ്രാധാന്യം ലഭിച്ചിരുന്നു. ജ്ഞാനവും യാഥാർത്ഥ്യവും കൂടിച്ചേരുന്ന സന്ദർഭങ്ങളെ കാണുകയും ജ്ഞാനത്തിന്റെ ഗരിമ സ്ഥിരീകരിക്കപ്പെടുന്നത് യാഥാർത്ഥ്യത്തോടുള്ള തികഞ്ഞ യോജിപ്പിലൂടെയാണെന്ന് കരുതുകയുംചെയ്യുന്ന പാശ്ചാത്യബൗദ്ധികപാരമ്പര്യം; ആധുനികശാസ്ത്രം ശക്തമായി ഏറ്റെടുക്കുന്ന പാരമ്പര്യമാണത്, ഈ സമീപനത്തിനു കരുത്തുപകരുന്നുണ്ടായിരുന്നു. അനുഭവാധിഷ്ഠിതമായി ശരിയെന്ന് ഉറപ്പിക്കാവുന്ന വാക്യങ്ങൾ മാത്രമാണ് അർത്ഥപൂർണ്ണമായിട്ടുള്ളതെന്ന് അവർ കരുതി. പരിശോധനാത്മകമായി തെളിയിക്കാൻ കഴിയാത്ത കാര്യങ്ങൾ അർത്ഥരഹിതമെന്നു വിവക്ഷിക്കപ്പെട്ടു. പ്രത്യക്ഷാനുഭവാധിഷ്ഠിതമായ രീതിശാസ്ത്രത്തെ സംരക്ഷിക്കാത്ത രൂപകാത്മകഭാഷാവ്യവഹാരങ്ങൾ ഇക്കാലത്ത് ഇകഴ്ത്തപ്പെടുകയോ വിമർശിക്കപ്പെടുകയോ ചെയ്യുന്നത് സ്വാഭാവികമാണല്ലോ. ആധുനികശാസ്ത്രത്തിൽ രൂപകാത്മകഭാഷയ്ക്ക് പ്രാധാന്യമുണ്ടെന്ന് ശാസ്ത്രലോകത്തുള്ളവർ ഏറെയൊന്നും പ്രസ്താവിച്ചു കാണുന്നതേയില്ല. എന്നാൽ, ചില പുതിയ തത്ത്വചിന്തകന്മാരെങ്കിലും മറിച്ചാണു കാണുന്നത്.

ഗണിതശാസ്ത്രത്തിലെ അടിസ്ഥാന ആശയങ്ങളിൽ പലതും രൂപകാത്മകപ്രകൃതിയിലുള്ളതാണെന്നു ചൂണ്ടിക്കാണിക്കാവുന്നതാണ്. ജോർജ്ജ് ലാക്കോഫ് നല്കുന്ന ചില ഉദാഹരണങ്ങൾ ശ്രദ്ധിക്കുക. 1.

സംഖ്യാരേഖയിൽ, സംഖ്യകളെ രേഖയിലെ ബിന്ദുക്കളായി സങ്കല്പിക്കുന്നു. 2. ത്രികോണമിതിയിൽ കോണു (Angles) കളെ സംഖ്യകളോട് രൂപകാത്മകമായി കല്പന ചെയ്യുന്നു. 3. സങ്കീർണ്ണസംഖ്യ (Complex Number) കളുടെ ഗുണനത്തെ രൂപകാത്മകമായി ഒരു അക്ഷത്തെ ആസ്പദമാക്കിയുള്ള കറക്കമായി കല്പന ചെയ്യുന്നു. 4. പ്രതീകാത്മക വിചിന്തനശാസ്ത്ര (Symbolic logic) ത്തിൽ പ്രതീകങ്ങൾ ഉപയോഗിച്ചുള്ള ഗണിതശാസ്ത്രകലനമായി കാരണയുക്തിയെ രൂപകാത്മകമായി സങ്കല്പിക്കുന്നു. ഇവയിലെല്ലാം, അനിഷേധ്യമായി, സാദൃശ്യം വഴിയും മറ്റും അർത്ഥവിനിമയം നടക്കുന്നുണ്ടെന്നു കാണാം. ഗണിതശാസ്ത്രഭാഷ രൂപകാത്മകസങ്കേതങ്ങളെ ഉപയോഗിക്കുന്നുണ്ടെങ്കിൽ അതു കൃത്യമായും നിയമനിഷ്ഠഭാഷയല്ലെന്നു വരികയും രൂപകാത്മകഭാഷയുടെ പ്രശ്നങ്ങളിൽ ഗണിതശാസ്ത്രവും പെട്ടുപോകുകയും ചെയ്യും.

രൂപകാത്മകഭാഷയുടെ ഏതു പ്രശ്നങ്ങളെ കുറിച്ചാണ് ഇവിടെ നമുക്ക് ആലോചിക്കേണ്ടി വരുന്നത്? ഒരു സൂചകത്തിനു പകരം മറ്റൊരു സൂചകത്തെ വയ്ക്കുന്നതാണ് രൂപകമെന്ന് ലക്കാൻ പറയുന്നു. മാറ്റപ്പെട്ട സൂചകം സൂചിതമെന്ന നിലയിലേക്കു മാറുകയും ആ തലത്തിൽ ഒളിഞ്ഞിരിക്കുന്ന സൂചകമായി വർത്തിച്ചുകൊണ്ട് മറ്റൊരു സൂചകശൃംഖല ഒട്ടിച്ചു ചേർക്കപ്പെടുകയും ചെയ്യുന്നു. മമ്മൂട്ടി പുലിയാണ് എന്ന് താരാരാധകൻ പറയുമ്പോൾ പുലിയാൽ ആദേശം ചെയ്യപ്പെട്ട മമ്മൂട്ടി എന്ന സൂചകം മറഞ്ഞു പോകുന്നുണ്ട്. സംഖ്യകൾ രേഖയിലെ ബിന്ദുക്കളാണെന്നു പറയുമ്പോൾ സംഖ്യകൾ എന്ന സൂചകം മറഞ്ഞു പോകുന്നു. വർണ്യത്തിനും അവർണ്യത്തിനുമിടയിലെ ഇടത്തെ പൂരിപ്പിക്കാൻ പരസ്പരബദ്ധമായ സൂചകങ്ങൾ വിന്യസിക്കുമ്പോൾ അതുവരെ കാണാതിരുന്ന അർത്ഥങ്ങൾ പ്രത്യക്ഷമാകുന്നു. മമ്മൂട്ടി പുലിയാണ് എന്ന വാക്യം സൃഷ്ടിക്കുന്ന ചില അർത്ഥങ്ങൾ നോക്കുക! മമ്മൂട്ടി ക്രൂരമൃഗമാണ്. മമ്മൂട്ടി മാംസഭോജിയാണ്. മമ്മൂട്ടി ഒരു പുലിയുടെ പേരാണ്, മമ്മൂട്ടി ധീരനാണ്. ഇങ്ങനെ നിരവധി പുതുസൂചകങ്ങൾ വിന്യസിക്കാൻ കഴിയും. അനന്തം അർത്ഥങ്ങൾ ഒരു സൈദ്ധാന്തികസാദ്ധ്യതയാണ്. എന്നാൽ, വായനക്കാരും പ്രായോഗികവിമർശകരും ഏകാർത്ഥത്തെ നിർമ്മിക്കാനാണ് ശ്രമിക്കുന്നത്. വായനാരീതികൾ പല അർത്ഥങ്ങളെ നിർവീര്യമാക്കുകയോ ക്രമപ്പെടുത്തുകയോ ചെയ്യുന്നു. താരാരാധകൻ മമ്മൂട്ടിയുടെ അഭിനയം ഉഗ്രമായിരിക്കുന്നു എന്ന അർത്ഥത്തെ വായിച്ചെടുക്കുന്നു.

രൂപകങ്ങളുടെ തെരഞ്ഞെടുപ്പ് വളരെ ശുദ്ധമായ ഒരു പ്രക്രിയയല്ല. തെരഞ്ഞെടുക്കപ്പെടുന്ന വാക്കുകൾ മിക്കപ്പോഴും സമൂഹത്തിലെ വൈരുദ്ധ്യങ്ങളെയോ അധികാരബന്ധങ്ങളെയോ സവിശേഷരീതികളിൽ അബോധത്തിൽ വഹിക്കുന്നുണ്ടാകണം. സമൂഹത്തിലെ പൊതുബോധവും അധീശവ്യവസ്ഥയും മറ്റും രൂപകങ്ങളുടെ തെരഞ്ഞെടുപ്പിൽ വലിയ പങ്കു വഹിക്കുന്നുണ്ടെന്നു പറയണം. രൂപകങ്ങൾ പ്രത്യയശാസ്ത്രപരമായ ധർമ്മം നിർവ്വഹിക്കുന്നു. പ്രത്യയശാസ്ത്രം വൈരുദ്ധ്യാത്മകമായതുകൊണ്ട് അധീ

ശരുടേതെന്നപോലെ കീഴാളരുടെയും താല്പര്യങ്ങൾ പ്രവർത്തിക്കുന്ന രൂപകങ്ങളുമുണ്ടാകാം. അധീശത്വത്തിന്റെ പ്രത്യയശാസ്ത്രത്തിന് കൂടുതൽ സംഭാവ്യതയുണ്ടെന്നു പറയണം. പൊതുബോധം അധീശബോധമാണല്ലോ? രൂപകങ്ങൾ ഏറെ പ്രാധാന്യം നേടുന്നത് കാവ്യങ്ങളിലാണെന്നതു കൊണ്ട് വൈലോപ്പിള്ളിയുടെ ഒരു കാവ്യശകലം ഉപയോഗിച്ച് ഇതു വ്യക്തമാക്കാം. മഹാകവിയുടെ ജലസേചനം എന്ന കവിതയിൽ ഈ വരികൾ വായിക്കാം.

"വൻ കരിംകള്ളിയാം കാളിന്ദി, നിന്നെ ഞാ-
നെൻ കരികൊണ്ടു വലിച്ചിഴയ്ക്കും"

കാളിന്ദി എന്ന നദിയെ രൂപകങ്ങൾ കൊണ്ട് എഴുതുകയാണ്. കാളിന്ദി ഒരു സ്ത്രീയാണ്. കാളിന്ദി കറുത്തതാണ്. കള്ളിയാണ്. കറുത്ത സ്ത്രീ കള്ളിയാണെന്ന അബോധപാഠം കവിതയിൽ തെളിഞ്ഞുവരുന്നു. പുരുഷാധിപത്യപരമായ സമൂഹം, വെളുപ്പിനെ നന്മയുടെയും സൗന്ദര്യത്തിന്റെയും നിറമായി കാണുന്ന സമൂഹം, അധീശവർഗ്ഗസമൂഹം കവിതയുടെ അബോധത്തിലുണ്ട്. കാളിന്ദിയുടെ രൂപകങ്ങളെ സൃഷ്ടിക്കുന്നത് അധീശപ്രത്യയശാസ്ത്രമാണ്. എഴുത്തിലെന്നപോലെ രൂപകാത്മകചിന്തയിലും പ്രത്യയശാസ്ത്രം പ്രവർത്തിക്കുന്നു.

എന്താണ് പ്രത്യയശാസ്ത്രം? പ്രത്യയശാസ്ത്രം യഥാർത്ഥ അവസ്ഥകളോടു ചേർന്നു സൃഷ്ടിക്കുന്ന ഒരു സാങ്കല്പികബന്ധമാണ്. യഥാർത്ഥമെന്ന പ്രതീതി ജനിപ്പിക്കുന്ന സാങ്കല്പികബന്ധമാണ് പ്രത്യയശാസ്ത്രമെന്ന് അൽത്തൂസർ സൂചിപ്പിക്കുന്നുണ്ട്. പ്രത്യയശാസ്ത്രം സത്യസന്ധമായി നുണ പറയുന്ന കണ്ണാടിയാണ്. കണ്ണാടിയിലെ പ്രതിച്ഛായയുമായി താദാത്മ്യം പ്രാപിക്കുന്ന വ്യക്തി സ്വയം കർത്താവാണെന്ന വ്യാജബോധത്തിൽ വീഴുന്ന വ്യക്തിയാണ്. എല്ലാവരും പ്രത്യയശാസ്ത്രക്കണ്ണാടിയുടെ കെണിയിലാണ്. പ്രത്യയശാസ്ത്രത്തിന്റെ മണ്ഡലത്തിൽ പ്രത്യയശാസ്ത്രം യാഥാർത്ഥ്യമെന്ന പ്രതീതി ജനിപ്പിക്കുന്നതാണ്. അത് പ്രത്യയശാസ്ത്രമായി തിരിച്ചറിയപ്പെടുന്നത് അതിന്റെ പുറത്താണ്. ഈ മണ്ഡലം ശാസ്ത്രത്തിന്റേതാണ്. പ്രത്യയശാസ്ത്രം ശാസ്ത്രമല്ല. പ്രത്യയശാസ്ത്രത്തിന്റെ വിമർശമാണ് ശാസ്ത്രം. സ്വയം കർത്താവാണെന്ന വ്യാജബോധത്തിൽ വീഴുന്ന വ്യക്തി ഒരിക്കലും ശാസ്ത്രത്തിന്റെ ഭാഗമായിരിക്കില്ലല്ലോ? രൂപകാത്മകഭാഷ പ്രത്യയശാസ്ത്രത്തെ വഹിക്കുന്നുവെങ്കിൽ, അതിനെ സ്വീകരിക്കുന്ന ഗണിതത്തെയും ഭൗതികത്തെയും ശാസ്ത്രമെന്നു വിളിക്കുന്നതെങ്ങനെ? ഇവിടെ, വളരെ കുഴങ്ങിയ അവസ്ഥകൾ സൃഷ്ടിക്കപ്പെടുന്നു. ശാസ്ത്രവും പ്രത്യയശാസ്ത്രവും എന്ന വേർതിരിക്കലുകൾ അസംഗതമാണ് എന്ന നിലപാടിലേക്ക് ചിലർ നീങ്ങുന്നു. അല്ലെങ്കിൽ, ശാസ്ത്രം എന്നു നാം വ്യവഹരിക്കുന്നവ തന്നെ പ്രത്യയശാസ്ത്രത്തിനു പുറത്തല്ലെന്നു വരുന്നു. ശാസ്ത്രസിദ്ധാന്തങ്ങളും പ്രത്യയശാസ്ത്രവിമർശത്തിനു വിധേയമാകണമെന്നു വരുന്നു. ഈ ദിശയിലുള്ള ചർച്ചകളെ ഉത്തരാധുനികരും സാമൂഹികനിർമ്മിതിവാദികളും മറ്റുമാണ്

മുന്നോട്ടു കൊണ്ടുപോയത്. ശാസ്ത്രചരിത്രത്തിന്റെ മണ്ഡലത്തിൽ വലിയ കോളിളക്കങ്ങൾ സൃഷ്ടിച്ച തോമസ് കുണിന്റെ ചിന്തകളാണ് സാമൂഹികനിർമ്മിതിവാദികൾക്കും മറ്റും വലിയ സാദ്ധ്യതകൾ തുറന്നു നല്കിയത്. എന്നാൽ, ഭാഷയെ പ്രത്യയശാസ്ത്രവുമായി ബന്ധപ്പെടുത്തുന്ന ചില സമീപനങ്ങളെ ടെറി ഈഗിൾട്ടനും മറ്റും വിമർശിച്ചിട്ടുണ്ട്.

ഭാഷയ്ക്കും ചിന്തയ്ക്കും സവിശേഷവും പരസ്പരയോജിപ്പുകളുള്ളതുമായ ഘടനയാണുള്ളതെന്നു ചോംസ്കിയും മറ്റും ചൂണ്ടിക്കാണിക്കുന്നുണ്ട്. പ്രധാനപ്പെട്ട നിരീക്ഷണമാണിത്. എന്നാൽ, പരിമിതികളുണ്ടെങ്കിലും ഭാഷ ഉപയോഗിക്കാത്ത ബധിരരും മൂകരുമായിട്ടുള്ളവർക്കും ചിന്തിക്കാനുള്ള ശേഷിയുള്ളവരാണെന്ന കാര്യവും പരിഗണിക്കണം. തലച്ചോറിന് ക്ഷതമേറ്റ ചിലർക്ക് ഭാഷ ഉപയോഗിക്കാൻ കഴിയില്ലെങ്കിലും ചെസ് പോലുള്ള കളികളിൽ ഏർപ്പെടാൻ കഴിയുന്നുണ്ട്. ബധിരർക്കും മൂകർക്കും ചിഹ്നങ്ങൾ തിരിച്ചറിയാൻ കഴിയും. ഗണിതത്തിലും പ്രതീകാത്മകതർക്കശാസ്ത്രത്തിലും ചിഹ്നങ്ങൾ ഉപയോഗിക്കുന്നുണ്ട്. അവ രൂപകാത്മകമല്ല. പറയാൻ ഉദ്ദേശിച്ചത്, എല്ലാ ചിന്തകളും രൂപകാത്മകമല്ലെന്നും രൂപകാത്മകമല്ലാത്ത ചിന്ത സാദ്ധ്യമാണെന്നും കരുതേണ്ടിയിരിക്കുന്നുവെന്നാണ്. ഗണിതശാസ്ത്രത്തിലെ നിയമബദ്ധമായ ഭാഷയ്ക്ക് രൂപകാത്മകഭാഷയിൽ നിന്ന് വ്യത്യസ്തമായ ചില മൂല്യങ്ങളെങ്കിലും കല്പിക്കാൻ കഴിയും. ഉദാഹരണത്തിന്, പൂർണ്ണമായും നിയമബദ്ധമായ ഭാഷയിലെ ചിഹ്നങ്ങൾക്ക് നിശ്ചിതമായ ഉള്ളടക്കമില്ലെന്ന് കരുതപ്പെടുന്നുണ്ട്. അത് യന്ത്രചിന്തയ്ക്കു സമാനമാണത്രേ! എന്നാൽ, നിയമനിഷ്ഠമായ ഭാഷയ്ക്കും പരിമിതികളുണ്ട്. ഗോഡൽ തിയറത്തിലൂടെയും മറ്റും ആവിഷ്കരിക്കപ്പെട്ടത് നിയമനിഷ്ഠമായ ഭാഷയുടെ പരിമിതികളാണ്. മനുഷ്യരുടെ ചിന്തയിൽ രൂപകാത്മകതയുടെയും നിയമനിഷ്ഠതയുടെയും മൂലകങ്ങൾ പ്രവർത്തിക്കുന്നുണ്ടെന്നു കരുതുന്നതായിരിക്കും ഉചിതം. കേവലയന്ത്രഭാഷയ്ക്ക് മനുഷ്യന്റെ ഗണിതചിന്താശേഷി പൂർണ്ണമായും സ്വായത്തമാക്കാൻ കഴിയില്ലെന്നു സൈദ്ധാന്തികമായി തെളിയിക്കപ്പെട്ടതുപോലെ കേവലരൂപകാത്മകഭാഷ കൊണ്ട് മനുഷ്യചിന്തയുടെ മാധ്യമീകരണം പൂർണ്ണമായും സാദ്ധ്യമാകുമെന്നും കരുതാൻ കഴിയില്ല! ഗണിതശാസ്ത്രം കേവലമായി നിയമനിഷ്ഠഭാഷയിൽ മാത്രം ഉരുവപ്പെടുന്നതാകണമെന്നുമില്ല!

ഗണിതശാസ്ത്രപ്രവർത്തനങ്ങൾ പൂർണ്ണമായും മനുഷ്യരുടെ ഇതര രൂപത്തിലുള്ള പ്രവർത്തനങ്ങൾക്കു സദൃശമാണെന്നു പറയാൻ കഴിയില്ല. അങ്കഗണിത (Arithmetics) ത്തിന്റെ അടിസ്ഥാനങ്ങൾക്ക് സ്വതസിദ്ധവും നൈസർഗ്ഗികവുമായ ഉത്ഭവസ്ഥാനങ്ങൾ ഉണ്ടെന്നു കരുതുന്നവരുണ്ട്. എല്ലാ മാനുഷികാനുഭവങ്ങളുടെയും ഗണിതത്തിന്റെയും ഇടയിൽ ചില കണ്ണികൾ കണ്ടെത്താൻ നമുക്കു കഴിയുമെന്നു ചിന്തിക്കുന്നവരുമുണ്ട്. ലോകത്തിന്റെ ഘടനയുമായി ഗണിതത്തിനു ബന്ധമുണ്ടെന്നർത്ഥം. ഗണിതത്തിലെ എല്ലാ വസ്തുക്കളും നമ്മുടെ ചുറ്റുമുള്ള ലോകത്തിൽ നിന്നും നാം നേരിട്ടു പരിചയപ്പെടുന്നതല്ല. എന്നാൽ, ഗണിതശാസ്ത്രവസ്തു

ക്കളും സംപ്രത്യയങ്ങളും ലോകത്തിൽനിന്നും ഉയിർക്കൊള്ളുന്നതാണ്. മനുഷ്യൻ സ്വീകരിക്കുന്ന വ്യത്യസ്തമായ വ്യാവഹാരികതന്ത്രങ്ങൾ ഗണിതത്തിന്റെ രൂപീകരണത്തിൽ സഹായകമായിട്ടുണ്ട്. ഭൗതികലോകവും ഗണിതലോകവും തമ്മിലുള്ള ബന്ധത്തിന്റെ നിഗൂഢതയിലാണ് ഗണിതത്തിന്റെ മനസ്സിലാകാത്ത ക്ഷമതയെക്കുറിച്ചുള്ള കടംകഥ ജനിക്കുന്നത്. ഇവ വ്യത്യസ്തലോകങ്ങളല്ലെന്നും നാം പരിചയപ്പെടുന്ന ലോകത്തിൽ നിന്നാണ് ഗണിതവും ജനിക്കുന്നതെന്നും കരുതിയാൽ ഈ കടംകഥ നേർത്തു വരുമത്രേ! മനുഷ്യന്റെ സംജ്ഞാന (Cognition) പ്രവർത്തനങ്ങളുമായി ഇതിനെ ബന്ധിപ്പിച്ചു പഠനങ്ങൾ നടത്തിയവരുമുണ്ട്.

വിയന്ന സർക്കിളിനു ശേഷം

ശാസ്ത്രത്തിന്റെ രീതിശാസ്ത്രത്തെ ഔപചാരികവല്ക്കരിക്കാനുള്ള (Formalize) വിയന്ന സർക്കിളിലെ ബുദ്ധിജീവികളുടെ പരിശ്രമം അപൂർണ്ണമായ ചില ഫലങ്ങളാണ് സൃഷ്ടിച്ചത്. അവരുടെ വിചിന്തനാത്മക പ്രത്യക്ഷവസ്തുവാദ (Logical Positivism) ത്തിനെതിരെ വലിയ വിമർശങ്ങൾ പല കോണുകളിൽ നിന്നും ഉയർന്നു വന്നിരുന്നല്ലോ? ഹുസേലിന്റെയും വിറ്റ്ജെൻസ്റ്റൈന്റെയും കോഡ്വെല്ലിന്റെയും ഹൈഡഗറുടെയും മറ്റും വിമർശനങ്ങൾക്കൊപ്പം കാൾ പോപ്പറുടെയും വില്ലാർഡ് വാൻ ക്വിനിന്റെയും ഗഡമറുടെയും മറ്റും ഇടപെടലുകളുമുണ്ടായിരുന്നു. ശാസ്ത്രസിദ്ധാന്തങ്ങളുടെ തെളിയിക്കലിനെയും പരിശോധനീയതയേയുംക്കുറിച്ചുള്ള പോസിറ്റിവിസ്റ്റുകളുടെ സമീപനങ്ങൾക്കെതിരെ അസത്യവല്ക്കരണത്തിന്റെ വഴി നിർദ്ദേശിച്ച കാൾപോപ്പറുടെ രീതിശാസ്ത്രം നാം സങ്കല്പിക്കുന്നതിലും കൂടുതൽ പ്രശ്നസങ്കീർണ്ണമായിരുന്നു. ഏതെങ്കിലും ശാസ്ത്രസിദ്ധാന്തത്തെക്കുറിച്ച് ഉറപ്പോടെ പറയുന്നതിനു കഴിയാത്ത സ്ഥിതിയാണ് അതു സൃഷ്ടിച്ചത്. ഒരു സിദ്ധാന്തം അസത്യവല്ക്കരണത്തെ മറികടക്കുകയും സവിശേഷസന്ദർഭങ്ങളെ വിശദീകരിക്കുകയും ചെയ്താൽ ഭാഗികമായെങ്കിലും അത് ഉറപ്പുള്ള സിദ്ധാന്തമാണെന്ന് ശാസ്ത്രജ്ഞന്മാർ കരുതുന്നുണ്ടാകും. ഭാവിയിൽ ഇത്തരം സവിശേഷസന്ദർഭങ്ങളെയെങ്കിലും വിശദീകരിക്കുന്നതിനുള്ള ശേഷി അതിനുണ്ടെന്നും ശാസ്ത്രജ്ഞന്മാർ കരുതിയേക്കാം. അതിന്റെ സംഭാവ്യതയെ കുറിച്ച് അവർ ആലോചിച്ചേക്കാം. എന്നാൽ, കാൾ പോപ്പർ ഇങ്ങനെയൊരു ഉറപ്പിനെയോ സംഭാവ്യതയെയോ ഒരിക്കലും അംഗീകരിക്കുകയുണ്ടായില്ല. തന്റെ ജീവിതത്തിലുടനീളം ഈ നിർദ്ദേശത്തെ തീർത്തും എതിർക്കുന്ന സമീപനമാണ് കാൾ പോപ്പർ സ്വീകരിച്ചത്.

അഭ്യൂഹാത്മകരീതിശാസ്ത്രത്തിന് അങ്ങനെ ഒരു നിഗമനം സാദ്ധ്യമല്ലെന്നാണ് പോപ്പർ കരുതിയത്. ഇതുവരെയുള്ള അനുഭവങ്ങളുടെ അടിസ്ഥാനത്തിൽ നാളെ സൂര്യൻ ഉദിക്കില്ലെന്ന് ആരും പ്രതീക്ഷിക്കുന്നില്ലെങ്കിലും അഭ്യൂഹാത്മകരീതിശാസ്ത്രപ്രകാരം നാളെ സൂര്യൻ ഉദിക്കുമെന്നു പറയാൻ കഴിയില്ല.

അസത്യവല്ക്കരണത്തിലൂടെ ഹ്യൂമിന്റെ പ്രശ്നത്തെ പരിഹരിച്ചതായി കാൾ പോപ്പർ കാണുന്നുണ്ട്. ആ ആത്മവിശ്വാസം ശരിയായിരുന്നോ? അസത്യവല്ക്കരണത്തെ അക്ഷരാർത്ഥത്തിൽ സമീപിക്കുകയാണെങ്കിൽ, സൗരയൂഥഗ്രഹമായ ബുധന്റെ സഞ്ചാരപഥത്തിൽ കൃത്യത കാണാതിരുന്ന സന്ദർഭത്തിൽ തന്നെ ന്യൂട്ടോണിയൻ ഭൗതികം അസത്യവല്ക്കരിക്കപ്പെട്ടുവെന്നും അതു തള്ളിക്കളയേണ്ടതാണെന്നും പറയേണ്ടി വരും. ന്യൂട്ടോണിയൻ ഭൗതികം സൃഷ്ടിച്ച വിജയകരമായ അനേകം ശാസ്ത്രഫലങ്ങളെ നിഷേധിച്ചുകൊണ്ട് ഇത് സാദ്ധ്യമാകുമോ? ശാസ്ത്രജ്ഞന്മാർക്കു സ്വീകരിക്കാൻ കഴിയാതിരുന്ന ചില കാര്യങ്ങളെങ്കിലും കാൾ പോപ്പറുടെ അസത്യവല്ക്കരണത്തിൽ ഉണ്ടായിരുന്നു.

ന്യൂട്ടോണിയൻ ഭൗതികത്തെ ഐൻസ്റ്റൈനിയൻ ഭൗതികം കൊണ്ടു മാറ്റിസ്ഥാപിച്ച ഇരുപതാം നൂറ്റാണ്ടിന്റെ തുടക്കത്തിലെ വിപ്ലവം അനേകം ശാസ്ത്രദാർശനികന്മാരെ പെട്ടെന്നു സ്വാധീനിക്കുകയുണ്ടായി. മനുഷ്യന്റെ ജ്ഞാനാർജ്ജനത്തിന്റെ ചരിത്രത്തിൽ എത്രയും നന്നായി ഉറപ്പിക്കപ്പെട്ട ശാസ്ത്രസിദ്ധാന്തത്തിന്റെ; ന്യൂട്ടോണിയൻ ഭൗതികത്തിന്റെ, പ്രതിസ്ഥാപനം ശാസ്ത്രത്തെക്കുറിച്ചുള്ള ചിന്തയിൽ വളരെ വലിയ ആഘാതമാണേല്പിച്ചത്. ഇതിന്റെ പ്രാധാന്യമേറിയ ഒരു അനന്തരഫലം ശാസ്ത്രത്തിന്റെ തത്ത്വചിന്തയ്ക്കു പ്രാധാന്യം ലഭിക്കുന്നുവെന്നതാണ്. നിരീക്ഷണഫലങ്ങൾക്കനുസരിച്ച് ശാസ്ത്രസിദ്ധാന്തത്തെ കീഴ്നിർണ്ണയന(Under Determination)ത്തിനു വിധേയമാക്കുന്ന പിയറി ദുഹെമിന്റെയും വില്ലാർഡ് വാൻ ക്വിനിന്റെയും പ്രബന്ധങ്ങളെ ഈ പ്രകരണത്തിന്റെ പ്രത്യക്ഷഫലമായി കാണാൻ കഴിയും. ഒരു ശാസ്ത്രസിദ്ധാന്തത്തിനുള്ള തെളിവ് മറ്റ് അനേകം സിദ്ധാന്തങ്ങൾക്കുകൂടി യോജിച്ചതാകുകയും എന്നാൽ ഈ സിദ്ധാന്തങ്ങൾ പരസ്പരം ഒത്തുചേർക്കാൻ കഴിയാത്തതാകുകയും ചെയ്യുമ്പോഴാണ്, ആ സിദ്ധാന്തങ്ങൾ കീഴ്നിർണ്ണയനത്തിനു വിധേയമായെന്നു പറയുന്നത്. നമുക്ക് ഒരു ഗണം ഇന്ദ്രിയാനുഭവങ്ങളുണ്ടെന്നു കരുതുക. ഇവയെ ഉപയോഗിച്ച് നമ്മുടെ അനുഭവത്തെ വിശദീകരിക്കുന്ന സിദ്ധാന്തം നിർമ്മിക്കാൻ ശ്രമിക്കുന്നുവെന്നും കരുതുക. ലഭ്യമായ ഡാറ്റ ഉപയോഗിച്ച് ഒരു സിദ്ധാന്തമല്ല, അനേകം സിദ്ധാന്തങ്ങൾ നിർമ്മിക്കാൻ കഴിയും. ഈ സിദ്ധാന്തങ്ങൾ പരസ്പരം ഒത്തുചേരുന്നവയായിരിക്കണമെന്നില്ല. ഈ സന്ദർഭത്തിൽ, തെളിവുകളായി സ്വീകരിക്കപ്പെട്ട ഇന്ദ്രിയാനുഭവങ്ങൾ സിദ്ധാന്തങ്ങളെ

കീഴ്നിർണ്ണയനത്തിനു വിധേയമാക്കിയെന്നു പറയാവുന്നതാണ്. തെളിവിനെ ഉറപ്പിക്കുന്ന ഒരു സിദ്ധാന്തത്തെ മാത്രം കണ്ടെത്തുകയും ഒന്നൊഴികെ മറ്റെല്ലാ സിദ്ധാന്തങ്ങളെയും തള്ളിക്കളയുകയും ചെയ്യുന്ന നിർണ്ണായകമായ പരീക്ഷണം ഭൗതികശാസ്ത്രത്തിൽ അസാദ്ധ്യമാണെന്നു പിയറി ദുഹം തന്റെ പ്രബന്ധത്തിൽ പറയുന്നു.

ക്വിനിന്റെ കീഴ്നിർണ്ണയനവും പോപ്പറുടെ അസത്യവല്ക്കരണവും ഒത്തുചേർക്കാൻ കഴിയുന്നതല്ല. ഒരു ശാസ്ത്രസങ്കല്പനത്തെ മറ്റു വിശ്വാസങ്ങളിൽനിന്നും മാറ്റിനിർത്തി പരിശോധിക്കാവുന്നതാണെന്ന് പോപ്പർ കരുതുന്നുണ്ട്. ക്വിൻ ഈ വീക്ഷണത്തെ വെല്ലുവിളിക്കുന്നു. ദുഹെമിന്റെ കീഴ്നിർണ്ണയനത്തെക്കുറിച്ചുള്ള വീക്ഷണത്തെ അദ്ദേഹം എല്ലാ ശാസ്ത്രങ്ങളിലേക്കും വ്യാപിപ്പിക്കുകയും സാമാന്യവല്ക്കരിക്കുകയും ചെയ്യുന്നു. നിരീക്ഷണഫലങ്ങൾ കൊണ്ട് ഒരു സിദ്ധാന്തത്തെ കീഴ്നിർണ്ണയനം നടത്തുന്നത് ഭൗതികശാസ്ത്രത്തിനു മാത്രമുള്ള കാര്യമല്ലെന്ന്, എവിടെയും കണ്ടുവരുന്നതാണെന്ന് ക്വിൻ എഴുതുന്നു. ശാസ്ത്രത്തിലെ സങ്കല്പനങ്ങളും വിശ്വാസങ്ങളും പരസ്പരബന്ധമുള്ള ഒരു സങ്കീർണ്ണസംവിധാനത്തിന്റെ ഭാഗമാണെന്നും ഇവയിൽ ഏതെങ്കിലുമൊന്നിനെ ഒറ്റപ്പെടുത്തി കാണാൻ കഴിയില്ലെന്നും ക്വിനിന്റെ സാകല്യവാദം (Holism) പറയുന്നു. പരീക്ഷണത്തിന്റെ പരിശോധനയ്ക്കു വിധേയമാകുന്നത് കൂടിച്ചേർന്നു നില്ക്കുന്ന ധാരാളം സൈദ്ധാന്തികവിശ്വാസങ്ങളാണ്, ഒറ്റയ്ക്ക് ഒരു സങ്കല്പനവും പരീക്ഷണത്തിനു വിധേയമാകുന്നില്ല. ഗണിതപ്രസ്താവനകളെ വിശ്ലേഷണാത്മകനിർദ്ദേശങ്ങളായും ജ്യാമിതിയെ ഇതിൽനിന്നും വ്യത്യസ്തമായി അനുഭവൈകശാസ്ത്രപരമായും കാണുന്ന, അവയെ വിശ്ലേഷണാത്മകം(Analytic),സംശ്ലേഷണാത്മകം(Synthetic) എന്നിങ്ങനെ വേർതിരിക്കുന്ന ഡേവിഡ് ഹിൽബർട്ടിന്റെ സമീപനത്തെ ക്വിൻ തന്റെ സാകല്യവാദ നിലപാടിൽ നിന്നുകൊണ്ടു വിമർശിക്കുന്നുണ്ട്.

നമ്മുടെ പരീക്ഷണാത്മകതെളിവുകൾ പരിമിതമാണ്; എന്നാൽ, നമ്മുടെ സിദ്ധാന്തങ്ങളിൽനിന്നും അനന്തം ആനുഭവൈകപ്രവചനങ്ങൾ സാദ്ധ്യമാണ്. ഉദാഹരണത്തിന്, ന്യൂട്ടോണിയൻ ഭൗതികം എങ്ങനെയാണ് ഗ്രഹങ്ങൾ സഞ്ചരിക്കുന്നതെന്നു മാത്രമല്ല പ്രവചിക്കുന്നത്, ഇപ്പോൾ വിക്ഷേപിച്ചു കഴിഞ്ഞതും ഇനിയും വിക്ഷേപിക്കാനിരിക്കുന്നതുമായ എത്രയോ കൃത്രിമോപഗ്രഹങ്ങളുടെ പാതയെക്കുറിച്ചും അതു പ്രവചിക്കുന്നു. നമുക്കു പരിമിത എണ്ണം ബിന്ദുക്കളുണ്ട്. ഈ ബിന്ദുക്കളിലൂടെ അനന്യമായ ഒരു ഏകപാത വരയ്ക്കാൻ കഴിയുമോ? അനന്തം പാതകൾ വരയ്ക്കാൻ കഴിയുമെന്നതാണ് അനുഭവം. അതുപോലെ, പരിമിത എണ്ണം ഡാറ്റയിൽനിന്നും അനന്തം സിദ്ധാന്തങ്ങൾ നിർമ്മിക്കപ്പെടും. ലഭ്യമായ ഡാറ്റ ഉപയോഗിച്ച് ഒരു അനന്യപാത(Unique path) നാം നിർമ്മിച്ചുവെന്നു കരുതുക. പുതിയ അനുഭവത്തിൽനിന്നും കിട്ടുന്ന

ഡാറ്റ; പുതിയ ബിന്ദു, ആ പാതയിലെ ഒരു ബിന്ദുവായി മാറിത്തീരുന്നുവെങ്കിൽ നാം വരച്ചത് അനന്യപാതയാണെന്നു കരുതാം. നമ്മുടെ അനന്യപാതയിൽ ഉൾപ്പെടാതിരിക്കുന്ന ബിന്ദുവിനെ നിർമ്മിക്കുന്ന സ്വർഗ്ഗീയ ഗൂഢാലോചന നടക്കുന്നില്ല! ഐൻസ്റ്റൈൻ പറയുന്നു "ദൈവം നിഗൂഢമാണ്, പക്ഷേ, വിദ്വേഷം ജനിപ്പിക്കുന്നില്ല"

ഹുസേലിന്റെയും ഹൈഡഗറുടെയും തുടർച്ചയിൽ നിന്നുകൊണ്ടാണ് ഹാൻസ് ജോർജ് ഗഡമർ ശാസ്ത്രത്തെയും അതിന്റെ രീതിശാസ്ത്രത്തെയും നോക്കിക്കണ്ടത്. ഹൈഡഗറുടെ ഉണ്മയെക്കുറിച്ചുള്ള ചോദ്യത്തിൽ ഗഡമർ സ്വാധീനിക്കപ്പെട്ടിരുന്നു. മനുഷ്യാസ്തിത്വത്തിന്നടിയിൽ സ്ഥിതിചെയ്യുന്ന സർവ്വവ്യാപിയും അവർണ്ണനീയവുമായ പ്രകൃതത്തിലേക്ക് നമ്മുടെ ശ്രദ്ധയെ ക്ഷണിക്കുന്ന രീതിയിൽ, ഹൈഡഗറുടെ ഉണ്മയോടുള്ള പ്രതിജ്ഞാബദ്ധതയെ ഗഡമർ വികസിപ്പിച്ചു. മനുഷ്യജ്ഞാനത്തിന്റെ ചരിത്രപരവും ഭാഷാശാസ്ത്രപരവുമായ നില്പിനെ ഗഡമർ സ്പഷ്ടമാക്കി. മനുഷ്യചിന്തയ്ക്ക് ഭാഷയും പാരമ്പര്യവും എത്രമേൽ ആവശ്യമാണെന്ന് ഊന്നിപ്പറഞ്ഞു. ഉണ്മയുടെ അടിയിൽ ഭാഷയുണ്ട്. ഉണ്മയെ കവിഞ്ഞു നില്ക്കുന്ന ഭാഷയുണ്ട്. ഉണ്മ നിർമ്മിക്കുന്ന ഭാഷയുണ്ട്. ഗഡമർ പോസിറ്റിവിസത്തിന്റെ നിലപാടുകളെ വിമർശിച്ചു. ശാസ്ത്രത്തിന്റെ രീതിശാസ്ത്രത്തെക്കുറിച്ചുള്ള സമീപനങ്ങളെ ചോദ്യം ചെയ്തു. സത്യത്തെ ഏതെങ്കിലും ഒരുകൂട്ടം പ്രമാണങ്ങളിലേക്കോ അളവുകളിലേക്കോ സവിശേഷരീതികളിലേക്കോ ചുരുക്കാനാവില്ലെന്നു പറഞ്ഞു. ആധിപത്യപരമായ പ്രവണതകൾക്കെതിരെ നിന്ന ഗഡമർ ശാസ്ത്രത്തിനോ രീതിശാസ്ത്രത്തിനോ എതിരായിരുന്നില്ല. സത്യത്തിന്റെ മണ്ഡലത്തെ രീതിശാസ്ത്രത്തിനപ്പുറമെത്തിക്കാൻ സത്യത്തെ ഒരു അനുഭവമോ സംഭവമോ ആയി ഗഡമർ കണ്ടു. നാം ഇടപെടുകയും മാറ്റുകയും ചെയ്യുന്നതാണത്. ഗഡമറുടെ സത്യവും രീതിശാസ്ത്രവും (Truth and Method) എന്ന പുസ്തകം രീതിശാസ്ത്രവാദത്തിനും ശാസ്ത്രമാത്രവാദത്തിനും പ്രത്യക്ഷവസ്തുവാദത്തിനും വിമർശമായി എഴുതപ്പെട്ടതാണ്. മനുഷ്യൻ തിരയുന്ന അർത്ഥപൂർണ്ണമായ ജ്ഞാനം പ്രകൃതിശാസ്ത്രത്തിലേക്കു ചുരുക്കാവുന്നതല്ലെന്നും ശാസ്ത്രത്തിന്റെ രീതിശാസ്ത്രത്തിന്നപ്പുറത്തും ആഴത്തിലുള്ള ജ്ഞാനമുണ്ടെന്നും ഗഡമർ കാണുന്നു. ഗഡമർ രീതിശാസ്ത്രത്തിന്റെ പേരിൽ സത്യത്തെ എതിർക്കുന്നുവെന്ന് ഹേബർമാസ് വിമർശിക്കുന്നുണ്ട്.

ശാസ്ത്രജ്ഞന് വിഷയവസ്തുവുമായുള്ള ബന്ധം നിസംഗതയുടെയോ ഉദാസീനതയുടെയോ ആണ്. മാറ്റിനിർത്തപ്പെട്ട, അന്യമായ വസ്തുവാണത്. അത് വ്യാഖ്യാനശാസ്ത്രാത്മക(Hermeneutic)മായ വസ്തുവല്ല. സാമാന്യത്തിലേക്കു ചുരുക്കപ്പെടാനുള്ള വസ്തുവാണത്. ശാസ്ത്രത്തിന്റെ വസ്തുനിഷ്ഠത വിഷയവസ്തുവിന്റെ സവിശേഷ

തയെ, വ്യക്തിത്വത്തെ ഒഴിവാക്കുകയും എപ്പോഴും സാമാന്യത്തിലേക്കു നോക്കുകയും ചെയ്യുന്നു. കലാകാരന്റെ വിഷയവസ്തു അയാളുടെ അനുഭവത്തെ മാറ്റിത്തീർക്കുന്ന വസ്തുവാണ്, അവിടെ വിഷയവസ്തുവിനോടുള്ള ബന്ധത്തിൽ അടുപ്പവും ആസക്തിയുമുണ്ട്. പി എൻ ഗോപീകൃഷ്ണൻ തന്റെ കവിതയിൽ പിരിയൻ സ്ക്രൂവിനെ എത്ര സ്നേഹത്തോടെയാണ് നോക്കുന്നത്? പിരിയാണിയിൽ പ്രകൃതിയുടെ സർഗ്ഗാത്മകതയെ വായിച്ചെടുക്കുന്ന കവി മനുഷ്യന്റെ സംസ്കാരത്തെ കൂടി പ്രകൃതിയുടെ ഭാഗമായി വായിച്ചെടുക്കുന്നു. എഞ്ചിനീയർക്ക് പിരിയാണി ഒരു തുളയിൽ തിരുകിക്കയറ്റി മുറുക്കി ഉറപ്പിക്കുന്നതിനുള്ള വസ്തു മാത്രമാണ്. പിരിയാണിയുടെ പെട്ടെന്നുള്ള ധർമ്മത്തിലേക്ക് അതു ചുരുക്കപ്പെടുന്നു. പിരിയൻ സ്ക്രൂവിനെ കുറിച്ച് ഗോപീകൃഷ്ണൻ തന്റെ കവിതയിൽ സൃഷ്ടിക്കുന്ന അർത്ഥങ്ങൾപോലെ പുതിയ അർത്ഥങ്ങൾ എഞ്ചിനീയർ തന്റെ ശാസ്ത്രസങ്കേതത്തിൽ സൃഷ്ടിക്കുന്നില്ല. ശാസ്ത്രം അർത്ഥങ്ങളിൽ നിന്നും അകന്നുനില്ക്കുന്നുവെന്ന് ഗഡമർ പറയുന്നു. ശാസ്ത്രത്തിന്റെ വലിയ വിജയങ്ങൾ അതിന്റെ രീതിശാസ്ത്രത്തിന്റെ വിഗ്രഹവല്ക്കരണത്തിനു കാരണമായിരിക്കുന്നു. മാനവികശാസ്ത്രങ്ങളും പ്രകൃതിശാസ്ത്രങ്ങളെ മാതൃകയാക്കി അവയുടെ വഴിയിലാണ്. ഹുസേൽ സൂചിപ്പിക്കുന്നതുപോലെ ശാസ്ത്രം ജീവിതലോകത്തുനിന്നും മാറിപ്പോയിരിക്കുന്നു. ശാസ്ത്രത്തിന്റെ രീതിശാസ്ത്രത്തിനു വെളിപ്പെടുത്താനാകാത്ത സത്യങ്ങളുണ്ടെന്ന് ഹുസേലിനെപ്പോലെ ഗഡമറും കണ്ടെത്തുന്നു. ഭൂമി സൂര്യനെ ചുറ്റുകയാണെന്ന ശാസ്ത്രജ്ഞാനത്തിന്നപ്പുറത്ത് സൂര്യൻ കിഴക്ക് ഉദിക്കുകയും പടിഞ്ഞാറ് അസ്തമിക്കുകയും ചെയ്യുന്നുണ്ട്. ഒരു വസ്തുവിനെ അതിന്റെ മുഴുവൻ സവിശേഷതയിലും മനസ്സിലാക്കുന്ന സമീപനങ്ങൾ വേണമെന്ന് ഗഡമർ പറയുന്നു. ശാസ്ത്രം സ്വയം തന്നെ അതിന്റെ രീതിശാസ്ത്രത്തിന്റെ പരിമിതികൾ മനസ്സിലാക്കേണ്ടതുണ്ട്.

സത്യം ഗ്രഹിക്കാനുള്ള സുനിശ്ചിതമാർഗ്ഗമായി ശാസ്ത്രത്തെ സ്വീകരിക്കുകയും വസ്തുനിഷ്ഠജ്ഞാനത്തിന്റെ അലംഘനീയതയെ ഉറപ്പിക്കാൻ ശ്രമിക്കുകയും ചെയ്ത ലോജിക്കൽ പോസിറ്റിവിസ്റ്റുകളുടെ സമീപനങ്ങളോട് വിയോജിക്കുന്ന ശ്രമമെന്ന നിലയ്ക്കുതന്നെയാണ് തോമസ് കുണിന്റെ ശാസ്ത്രചരിത്രാന്വേഷണങ്ങളും ആദ്യമായി ശ്രദ്ധയിലേക്കു വരിക! ശാസ്ത്രത്തെയും സംസ്കാരത്തെയും കുറിച്ചുള്ള സംവാദങ്ങളിൽ തോമസ്കുണിന്റെ പ്രശസ്തമായ പുസ്തകം എത്രയോ പ്രകാശം ചൊരിഞ്ഞു കഴിഞ്ഞിരിക്കുന്നു! 1962 ൽ പ്രസിദ്ധീകൃതമായ ശാസ്ത്രവിപ്ലവങ്ങളുടെ ഘടന (The Structure of Scientific Revolutions) ദശലക്ഷത്തിലേറെ പകർപ്പുകൾ വിറ്റഴിക്കപ്പെട്ടു. ഈ പുസ്തകത്തിലൂടെ രൂപപ്പെട്ട ആശയമാതൃക (Paradigm), ആശയമാതൃകാവ്യതിയാ

നം(Paradigm Shift) തുടങ്ങിയ പരികല്പനകൾ ഇപ്പോൾ ലോകമെമ്പാടും ശാസ്ത്രവ്യവഹാരങ്ങൾക്കപ്പുറം മറ്റു വ്യവഹാരങ്ങളിൽ പോലും വ്യാപകമായി ഉപയോഗിക്കപ്പെടുന്നു. തത്ത്വചിന്തകന്മാരും ചരിത്രകാരന്മാരും മുതൽ വ്യാപാരികൾവരെ അതിന്റെ ഉപഭോക്താക്കളാണ്.

വിചിന്തനാത്മക പ്രത്യക്ഷവസ്തുവാദം (Logical Positivism) ലോകമെമ്പാടുമുള്ള ബുദ്ധിജീവികളെ കീഴ്പ്പെടുത്തിയിരുന്ന ഒരു സന്ദർഭത്തിലാണ് തോമസ് കുൺ ഈ പുസ്തകം എഴുതുന്നത്. റുഡോൾഫ് കർനാപും ഹാൻസ് റീഷൺബാഹും കാൾ പോപ്പറും മറ്റും രംഗം കീഴടക്കിയിരുന്ന കാലമായിരുന്നു അത്. ജ്ഞാനശാസ്ത്രത്തിന്റെ ആശയമാതൃകയായി പ്രകൃതിശാസ്ത്രം സ്ഥാപിക്കപ്പെട്ടിരുന്ന സ്ഥിതിയുണ്ടായിരുന്നു. എന്നാൽ, പോസിറ്റിവിസത്തിനോടുള്ള വിമർശനങ്ങളും വളരെ ശക്തമായി ഉയർന്നു കഴിഞ്ഞിരുന്നു. ഹൈഡഗറുടെയും മെഡവറുടെയും മറ്റും രചനകളിൽ പുതിയ പ്രത്യക്ഷവാദം വിമർശിക്കപ്പെടുകയും ബദൽ അന്വേഷണങ്ങൾക്കു തുടക്കമിടുകയും ചെയ്തിരുന്നുവല്ലോ? ഈ സന്ദർഭത്തിൽ, ശാസ്ത്രത്തെക്കുറിച്ച് വളരെ വ്യത്യസ്തമായ ഒരു ചിത്രം നല്കിക്കൊണ്ടാണ് തോമസ്കുണിന്റെ പുസ്തകം പ്രസിദ്ധീകൃതമാകുന്നത്. ആ പുസ്തകം ഏറിയകൂറും ഒരു ചരിത്രാഖ്യാനമായിരുന്നു. ശാസ്ത്രജ്ഞാനത്തിന്റെ സാമാന്യപ്രകൃതത്തെക്കുറിച്ചു പറയാൻ ചരിത്രഗവേഷണത്തിൽ നിന്നും കിട്ടിയ സാമഗ്രികളെ തോമസ് കുൺ ഉപയോഗിച്ചു. അതേസമയം, തത്ത്വചിന്താപരമായി അതിനു വളരെ പ്രാധാന്യമുണ്ടായിരുന്നു. തോമസ് കുൺ യുക്തിപരതയുടെയും വസ്തുനിഷ്ഠതയുടെയും സങ്കല്പനങ്ങളിൽ പുരാവൃത്തത്തിന്റെ പ്രഭാവങ്ങൾ കണ്ടു.

ശാസ്ത്രചരിത്രത്തെ സാധാരണശാസ്ത്രം (Normal Science), വിപ്ലവകരമായ ശാസ്ത്രം (Revolutionary Science) എന്നീ പരികല്പനകൾ കൊണ്ട് തോമസ്കുൺ സമീപിക്കുന്നു. സാധാരണ ശാസ്ത്രത്തിന്റെ ഘട്ടത്തിൽ എല്ലാ ശാസ്ത്രജ്ഞൻമാരും അവർക്കിടയിൽ ആധിപത്യത്തിലുള്ള ആശയമാതൃക(Paradigm)യെ സ്വീകരിക്കുകയും പ്രശ്നങ്ങളെ നിർദ്ധാരണം ചെയ്യുന്നതിന് ഉപയോഗിക്കുകയും ചെയ്തുകൊണ്ടിരിക്കും. ഈ ആശയമാതൃകയെ വ്യാപകമാക്കാനും ഉറപ്പിക്കാനുമാണ് സാധാരണശാസ്ത്രം ശ്രമിക്കുന്നത്. അനുകരണീയമായ ഈ മാതൃകയുടെ കീഴിലാണ് എല്ലാ ശാസ്ത്രപ്രശ്നങ്ങളും നിർദ്ധാരണം ചെയ്യുന്നത്. ശാസ്ത്രഗവേഷണത്തിനുള്ള ഉത്തമമാതൃകയായി അതു നിലനില്ക്കുന്നു. പരമ്പരാഗതവും യാഥാസ്ഥിതികവുമായ സാധാരണശാസ്ത്ര(Normal Science)ത്തിന്റെ ദീർഘനാളത്തെ പ്രവർത്തനത്തെ തുടർന്ന് ആശയമാതൃകയ്ക്കു യോജിക്കാത്ത വിധത്തിൽ അപവാദങ്ങളും (Anomalies) അപാകതകളും കുമിഞ്ഞുകൂടുന്നു, പുതിയ കണ്ടെ

ത്തലുകളെ വിശദീകരിക്കാൻ ആശയമാതൃകയ്ക്കു കഴിയാതാകുന്നു. പ്രതിസന്ധികൾ രൂപം കൊള്ളുന്നു, അതു പതുക്കെ വിപ്ലവകരമായ മാറ്റത്തിലേക്കു നീങ്ങുന്നു. സാധാരണശാസ്ത്രം പ്രവർത്തിക്കുന്നത് ഒരു സവിശേഷ ആശയമാതൃകയുടെ കീഴിൽ ഉയർന്ന ചിട്ടയോടെയാണ്. സാധാരണശാസ്ത്രത്തിന്റെ ആവർത്തിച്ചുള്ള പരാജയങ്ങളും പുതിയ സമീപനങ്ങളുടെ ഉദയവുമാണ് മാറ്റത്തിനും വിപ്ലവത്തിനും പ്രേരകമാകുന്നത്. പ്രതിസന്ധി പരിഹരിക്കുന്നതിനുള്ള ശ്രമങ്ങളിലൂടെ പ്രയോഗതന്ത്രങ്ങളും ബദൽ നിർദ്ദേശങ്ങളുമായി പുതിയ സങ്കല്പനങ്ങളും ആശയങ്ങളും രൂപം കൊള്ളുന്നു. വിപ്ലവത്തിന്റെ അവസാനഘട്ടത്തിൽ യുവശാസ്ത്രജ്ഞന്മാർ സ്വീകരിക്കുന്ന പുത്തൻ ആശയമാതൃക പ്രശ്നങ്ങളെ പരിഹരിക്കുന്നതിന് ഉതകുന്നതായി സ്വീകരിക്കപ്പെടുന്നു. ഇതാണ് വിപ്ലവത്തിന്റെ സന്ദർഭം.

ആശയമാതൃകയിൽ സംഭവിക്കുന്ന ഈ വ്യതിയാനം യുക്തിപരമായ ഒരു പ്രക്രിയയുടെ ഭാഗമാണെന്നു പറയാൻ കഴിയില്ലെന്നു കുൺ ചൂണ്ടിക്കാണിക്കുന്നുണ്ട്. പുതുതായി രൂപംകൊണ്ട വിപ്ലവകരമായ ശാസ്ത്രത്തിന് സാധാരണശാസ്ത്രത്തിന്റെ പ്രവർത്തനപദ്ധതികളോട് ഒരു യോജിപ്പും ഉണ്ടായിരിക്കില്ല. അതിന്റെ ആശയമാതൃക വ്യത്യസ്തമാണെന്നു മാത്രമല്ല, ഒരേ നിലവാരത്തിൽ അളക്കാൻ കഴിയാത്തവ(Incommensurable)യുമാണ്. ആശയമാതൃകാവ്യതിയാനങ്ങളെ മതപരിവർത്തനത്തോടും രാഷ്ട്രീയവിപ്ലവങ്ങളോടുമൊക്കെ കുൺ ആദ്യകാലത്തു സമീകരിച്ചു പറഞ്ഞിരുന്നുവെങ്കിലും പിന്നീട് അത് ഉപേക്ഷിക്കുന്നുണ്ട്. വ്യത്യസ്ത ആശയമാതൃകകളിൽ പണിയെടുക്കുന്ന ശാസ്ത്രജ്ഞന്മാർ വ്യത്യസ്തലോകങ്ങളിൽ ജീവിക്കുന്നവരാണെന്നു കുൺ പറയും. ആശയമാതൃകാവ്യതിയാനത്തിലൂടെ നിർമ്മിക്കപ്പെടുന്ന ശാസ്ത്രം നമ്മെ കൂടുതൽ സത്യത്തിലേക്കു നയിക്കുകയാണെന്ന സങ്കല്പനത്തെ കുൺ സ്വീകരിക്കുന്നില്ല. ശാസ്ത്രത്തിന്, അതിന്റെ നിയമങ്ങൾക്കും സിദ്ധാന്തങ്ങൾക്കും സഞ്ചിതസ്വഭാവ(Cumulative Nature)മുണ്ടെന്ന വാദവും കുണിനു സ്വീകാര്യമല്ല. ശാസ്ത്രജ്ഞാനം ശാസ്ത്രസമൂഹത്തിന്റെ നിർമ്മിതിയാണ്. ശാസ്ത്രജ്ഞന്റെ വ്യക്തിപരമായ നിലപാടുകൾ അയുക്തികമാകുന്നതു ശാസ്ത്രസിദ്ധാന്തങ്ങളെ ബാധിക്കുമെന്ന സാമാന്യവിശ്വാസം അപ്രസക്തമാകുന്ന സന്ദർഭമാണിത്. വ്യക്തിയായ ശാസ്ത്രജ്ഞൻ അഭിമുഖീകരിക്കുന്ന സാമൂഹികസമ്മർദ്ദങ്ങളും രാഷ്ട്രീയമായ ചേരിതിരിവുകളും സാമ്പത്തികതാല്പര്യങ്ങളും ശാസ്ത്രസിദ്ധാന്തത്തിന്റെ രൂപീകരണത്തിൽ പങ്കുവഹിക്കാമെന്ന ആരോപണത്തെ ഗൗരവമായി എടുക്കേണ്ടതില്ല. ശാസ്ത്രഗവേഷണത്തിന്റെ ആശയമാതൃക ഏതെങ്കിലും വ്യക്തിയുടെതല്ല. ശാസ്ത്രജ്ഞസമൂഹത്തിന്റെയാണ്. വ്യക്തിയായ ശാസ്ത്രജ്ഞന്റെ യുക്തിയിലുപരി ശാസ്ത്രജ്ഞസ

മുഹമെത്തുന്ന സമവായത്തിലാണ് ആശയമാതൃക വ്യാപകമായി സ്വീകാര്യമാകുന്നതും ശാസ്ത്രഗവേഷണത്തെ നയിക്കുന്നതും. സാധാരണശാസ്ത്രത്തിന്റെ ആശയമാതൃക വിചിന്തനശാസ്ത്രപരമായ പരിഗണനകളുടെ ഫലമാണെന്ന സമീപനം കുണിന് അസ്വീകാര്യമാണ്. കാൾ പോപ്പറുടെ അസത്യവല്ക്കരണത്തെക്കുറിച്ചുള്ള സമീപനങ്ങൾ വിപ്ലവാത്മക ശാസ്ത്രത്തെമാത്രമേ പരിഗണിക്കുന്നുള്ളുവെന്നും സാധാരണശാസ്ത്രത്തിന്റെ പ്രവർത്തനങ്ങളെ ഉൾക്കൊള്ളുന്നില്ലെന്നും വിമർശിക്കാവുന്നതാണ്.

തോമസ് കുണിനെ ദാർശനികന്മാരുടെ ഏതു പട്ടികയിൽ ഉൾപ്പെടുത്തും? പെട്ടെന്നുള്ള വർഗ്ഗീകരണത്തിന് കുൺ വഴങ്ങുന്നില്ല. നിയോ കാന്റിയനായി അദ്ദേഹത്തെ കാണുന്നവരുണ്ട്. ഉത്തരാധുനികരുടെയും സാമൂഹികനിർമ്മിതിവാദികളുടെയും വരവിനു വഴിയൊരുക്കിക്കൊടുത്ത ഉത്തരാധുനികനായും അദ്ദേഹത്തെ ചിലർ വിലയിരുത്തുന്നു. ല്യോത്താറിന്റെ നിർവ്വചനപ്രകാരം ഉത്തരാധുനികത ബൃഹദാഖ്യാനങ്ങളോടുള്ള സന്ദേഹമാണെന്നതിനാൽ, ജ്ഞാനോദയപദ്ധതിയെ ഉറപ്പിച്ച ആധുനികശാസ്ത്രം എന്ന ബൃഹദാഖ്യാനത്തെ സന്ദേഹത്തോടെ കാണുന്ന ഉത്തരാധുനികനായി തോമസ്കുണിനെ കാണാമെന്നു വാദിക്കാവുന്നതാണ്. അജ്ഞതയിൽനിന്നും അതു സൃഷ്ടിക്കുന്ന സാമൂഹികവിപത്തുകളിൽ നിന്നും ലോകത്തെ രക്ഷിക്കുന്ന വിമോചനശക്തിയാണെന്ന, ലോകത്തെ കുറിച്ചുള്ള ആത്യന്തികസത്യത്തിലേക്കു മനുഷ്യനെ നയിക്കുന്ന പുരോഗമനശക്തിയാണെന്ന അവകാശവാദവുമായി ശാസ്ത്രത്തിന്റെ ബൃഹദ്പദ്ധതി പ്രത്യക്ഷപ്പെടുന്നുവെന്ന് ഉത്തരാധുനികത വിലയിരുത്തുന്നുണ്ട്. വിവിധ രാഷ്ട്രങ്ങളിലെ ഏറ്റവും മിടുക്കരായ പൗരന്മാർ പ്രകൃതിലോകത്തെ നിശിതമായി പഠിച്ച് ഈ പുരോഗതിയെ നേടിയെടുക്കുന്നു. ശാസ്ത്രത്തിന്റെ വമ്പൻപദ്ധതിയുടെ സങ്കല്പനങ്ങളെ കുൺ പങ്കു വയ്ക്കുന്നില്ലെന്നതു തീർച്ചയുള്ള കാര്യമാണ്. രേഖീയവും തുടർച്ചയുള്ളതും സഞ്ചിതവും ഏകാത്മകവുമായ കഥയാണ് ശാസ്ത്രത്തിന്റെ ചരിത്രം പറയുന്നതെന്ന ധാരണയെ തോമസ് കുൺ നിഷേധിക്കുന്നു. മാനുഷികമായ മറ്റു സാംസ്കാരികസംരംഭങ്ങളെയെന്ന പോലെ തുടർച്ചയില്ലായ്മകളുടെയും അനൈക്യത്തിന്റെയും വ്യത്യസ്ത മാനദണ്ഡങ്ങളുടെയും ഒത്തുചേരായ്മകളുടെയും കഥയാണ് ശാസ്ത്രത്തിനും പറയാനുള്ളത്. അത് കണ്ടെത്തലുകളുടേതെന്നതിലുപരി ഏറിയപങ്കും നിർമ്മിതികളുടേതാണെന്നു പറയുന്ന കുൺ ശാസ്ത്രത്തെക്കുറിച്ചുള്ള ജ്ഞാനോദയപദ്ധതിയുടെ വിവരണങ്ങളെ നിർകേന്ദ്രീകരിക്കുന്നു. പ്രകൃതിക്ക് ഏതെങ്കിലും സവിശേഷമായ ഭാഷയുണ്ടെന്ന വിശ്വാസത്തെയും ശാസ്ത്രചരിത്രം ഒരു മഹദ്പുസ്തകമാണെന്ന ധാരണയെയും കുൺ കൈയൊഴിയുന്നു. വ്യത്യസ്തവും വൈവിധ്യമേറിയതുമായ നിരവധി

രൂപങ്ങളുടെ സമാഹാരമായി പ്രത്യക്ഷപ്പെടുന്ന ശാസ്ത്രം സ്വയം നീതീകരിക്കാവുന്ന സ്ഥിതിയിലല്ല.

തോമസ്കുൺ പരമ്പരാഗത ജ്ഞാനശാസ്ത്രസങ്കല്പനങ്ങളെ പല രീതിയിൽ വെല്ലുവിളിക്കുന്നുണ്ട്. യഥാതഥവാദത്തെയും കാരണയുക്തിയെയും വസ്തുനിഷ്ഠതയെയും നീതീകരണത്തെയും കുറിച്ചുള്ള പരമ്പരാഗതസങ്കല്പനങ്ങളെ അദ്ദേഹം നിരസിക്കുന്നു. ജ്ഞാനത്തെ സ്ഥിരമായ അടിത്തറയിൽ പണിതെടുക്കാമെന്ന സങ്കല്പനം കുണിനു സ്വീകാര്യമല്ല. നിരീക്ഷണഭാഷയേയും സൈദ്ധാന്തികഭാഷയേയും കുറിച്ചുള്ള പരമ്പരാഗത അനുഭവൈകവാദത്തിന്റെ കൃത്യമായ വിഭജനങ്ങളെ നിരസിക്കുന്നു. ശാസ്ത്രത്തിന്റെ ഏക രീതിശാസ്ത്രത്തെക്കുറിച്ചുള്ള അവകാശവാദങ്ങളെയും ഒഴിവാക്കുന്നു. ശാസ്ത്രജ്ഞന്മാർ പിന്നിലേക്കു നോക്കി നീതീകരണം ചമയ്ക്കുന്നവരല്ല, മുന്നിലേക്കു നോക്കുന്ന പ്രശ്ന പരിഹാരകരാണ് എന്ന സമീപനമാണ് തോമസ് കുൺ കൈക്കൊള്ളുന്നത്. ജ്ഞാനോദയചിന്തയുടെ മുഖ്യപ്രവണതകൾക്കെതിരെ നടക്കുന്ന ഒരു പ്രവർത്തനം കുണിൽ സംഭവിക്കുന്നുണ്ട്. സവിശേഷവിഷയങ്ങളുടെ ഉള്ളടക്കത്തിൽനിന്നും വ്യത്യസ്തമായി സാർവ്വലൗകികമായ ഒരു കാരണയുക്തിയുള്ളതായി അദ്ദേഹം കരുതുന്നില്ല. വിശ്ലേഷണാത്മകം (Analytic), സംശ്ലേഷണാത്മകം (Synthetic) എന്നിങ്ങനെയുള്ള വേർതിരിക്കലിനെ വിമർശിക്കുന്ന അമേരിക്കൻ വിചിന്തനശാസ്ത്രജ്ഞനായ ക്വിനി(Quine)നോട് ഇക്കാര്യങ്ങളിൽ കുൺ കടപ്പെട്ടിട്ടുണ്ടാകാമെങ്കിലും ക്വിനിന്റെ പോസിറ്റിവിസ്റ്റ് നിലപാടുകളോട് അദ്ദേഹം വിയോജിക്കുന്നു. സത്യത്തിലേക്കും കൃത്യതയിലേക്കും വ്യക്തതയിലേക്കും നയിക്കുകയും ലോകത്തെയും അതിന്റെ അനുഭവത്തെയും അതേപടി പിടിച്ചെടുക്കുകയും ചെയ്യുന്ന ഒരു സവിശേഷഭാഷയോ വിചിന്തനശാസ്ത്രമോ ഇല്ല. വിചിന്തനശാസ്ത്രത്തിന്റെ നിയാമകബന്ധങ്ങൾക്കപ്പുറത്ത് രൂപകവും ഉപമയും സാദൃശ്യവും ഒക്കെ കടന്നുവരുന്ന സാഹിത്യവിഷയമായ അലങ്കാരശാസ്ത്രത്തിന്റെയും വാചാടോപ (Rhetoric) ത്തിന്റെയും ബന്ധങ്ങളോടാണ് കുൺ ചേർന്നുനില്ക്കുന്നത്. ശാസ്ത്രചിന്ത ശുദ്ധമായ വിചിന്തനശാസ്ത്രനിയമങ്ങളുടെ പ്രയോഗമാണെന്ന വിശ്വാസത്തെ അദ്ദേഹം നിരാകരിക്കുന്നു.

കുണിന്റെ വിമർശം ശീതസമരകാലഘട്ടത്തിന്റെ രേഖയാണെന്ന് സ്റ്റീവ് ഫുള്ളർ ചൂണ്ടിക്കാണിക്കുന്നു. ഫ്രാൻസിസ് ഫുക്കുയാമയുടെയും ഡാനിയൽ ബെല്ലിന്റെയും മറ്റും ആഗോളമൂലധനത്തിനു സഹായകമായ നിലപാടുകളെ തോമസ് കുണും പിൻപറ്റുന്നതായി ഫുള്ളർ ആരോപിക്കുന്നുണ്ട്. തോമസ് കൂണിന്റെ നിലപാടുകൾ ഉത്തരാധുനികരുടെയും സാമൂഹികനിർമ്മിതിവാദികളുടെയും കൈകളിൽ ചില ഏറിയ വാദങ്ങൾക്ക് കീഴ്പ്പെടുന്നത് പെട്ടെന്നു ബോദ്ധ്യപ്പെടാവുന്ന ഒരു കാര്യമാണ്.

ഒരു സവിശേഷ ആശയമാതൃകയെ പിന്തുടരുന്നവരാകാൻ ശാസ്ത്രജ്ഞന്മാരെ പ്രചോദിപ്പിച്ചുകൊണ്ട് ശാസ്ത്രത്തിന്റെ ആധിപത്യപ്രവണതകളെ ഉറപ്പിക്കുകയാണ് കുൺ ചെയ്തതെന്ന് പോൾ ഫയറബെന്റ് വിമർശിക്കുന്നു.

ജ്ഞാനോദയചിന്ത ശാസ്ത്രത്തിന്റെ സാർവ്വജനീനമായ ബന്ധങ്ങളിലാണ് ഊന്നിനിന്നത്. എന്നാൽ, തോമസ് കുൺ പ്രാദേശികവും സവിശേഷവിഷയകേന്ദ്രീകൃതവുമായ ചരിത്രപാരമ്പര്യങ്ങളെ ശുദ്ധയുക്തിയുടെ അവകാശവാദങ്ങൾക്കുമേലെ പ്രതിഷ്ഠിക്കുന്നു. ശുദ്ധയുക്തിക്കുപരിയായി പാരമ്പര്യസാമൂഹികപ്രയോഗങ്ങൾ ധൈഷണികമായ സ്പഷ്ടതയെ രൂപീകരിക്കുന്നു. കുണിന്റെ പുസ്തകത്തിൽ പ്രത്യക്ഷപ്പെടുന്ന മതാത്മകവും രാഷ്ട്രീയവുമായ രൂപകങ്ങൾ മൂല്യവും വസ്തുതയും തമ്മിലുള്ള കർശനമായ വിഭജനത്തെ സന്ദിഗ്ദ്ധതയിലാക്കുകയും വെല്ലുവിളിക്കുകയും ചെയ്യുന്നു. ഇവിടെ, കുണിന്റെ ശാസ്ത്രസങ്കല്പനത്തിൽ യാഥാസ്ഥിതികമായ പ്രവണതകൾ ഉണ്ടെന്നു തോന്നാവുന്നതാണ്. കുൺ ശാസ്ത്രവിരുദ്ധനല്ല. ആധുനികശാസ്ത്രത്തെ നല്ലതെന്നു തന്നെ അദ്ദേഹം കരുതി. അതിന്റെ മഹത്തായ ധൈഷണിക, സാമൂഹികമൂല്യങ്ങളിൽ വിശ്വസിച്ചു. അദ്ദേഹത്തിന്റെ പഠനങ്ങളിൽനിന്നും ഊർജ്ജം നേടിക്കൊണ്ടു രൂപീകരിക്കപ്പെട്ട സാമൂഹികശാസ്ത്രത്തിലെ ശക്തമായ പദ്ധതി (Strong Programme)യെ അദ്ദേഹം നിരസിക്കുകയും അതിനെ ഭ്രാന്തമായ അപനിർമ്മാണം എന്നു വിളിക്കുകയും ചെയ്തു. സന്ദേഹിയായ ഒരു നിരീക്ഷകനെപ്പോലെ കുൺ ശാസ്ത്രത്തിനു പുറത്തു നിന്നു.

ഉത്തരാധുനികത കടന്നുകയറുന്നു

ആയിരത്തി എഴുന്നൂറ്റി എൺപത്തി മൂന്നിലാണ്; ബർലിനിലെ ബുധനാഴ്ച ക്ലബ്ബിൽ കൂടിച്ചേർന്നവരോട് എന്താണ് ജ്ഞാനോദയ (What is Enlightenment?) മെന്ന് ഇമ്മാനുവൽ കാന്റ് സംസാരിക്കുന്നുണ്ട്. മനുഷ്യൻ തന്റെ മേൽ സ്വയം ചുമത്തിയ പക്വതയില്ലായ്മയിൽനിന്നുള്ള വിമോചനമായി ജ്ഞാനോദയപ്രബുദ്ധതയെ കാന്റ് കാണുന്നു. ഈ പക്വതയില്ലായ്മ ഗ്രാഹ്യശേഷിയുടെ അഭാവമോ അജ്ഞതയോ ആയിരുന്നില്ല. ബാഹ്യാധികാരങ്ങളിൽനിന്ന് വിമോചനം നേടുന്നതിനുള്ള കെല്പില്ലായ്മയായിരുന്നു. നമുക്കറിയാവുന്ന ജ്ഞാനത്തെ ഉപയോഗിക്കാനുള്ള ധൈര്യമുണ്ടാകുകയെന്നതായിരുന്നു പ്രബുദ്ധതയുടെ മുദ്രാവാക്യം. പ്രബുദ്ധതയുടെ യുഗം ആഗതമായെന്ന് കാന്റ് അവകാശപ്പെട്ടില്ല. എന്നാൽ, ജ്ഞാനോദയപ്രബുദ്ധതയിലേക്ക് നയിക്കുന്ന പ്രക്രിയകളുടെ തുടക്കമാണിതെന്ന് അദ്ദേഹം കരുതി. മനുഷ്യചരിത്രത്തിലെ ഒരു പുതിയ പ്രഭാതത്തിന് തങ്ങൾ സാക്ഷിയാകുകയാണെന്ന് പ്രബുദ്ധതയുടെ മൂല്യങ്ങളെക്കുറിച്ച് ചിന്തിച്ചിരുന്നവർ എല്ലാവരും വിശ്വസിച്ചിരുന്നു. വിമർശാത്മകയുക്തിയുടെ പ്രാമുഖ്യത്തിലാണ് അത് ഊന്നിനിന്നത്. എല്ലാവിധികളും വിമർശാത്മകമാണെന്ന് അതു പറഞ്ഞുവെച്ചു. സ്വാശ്രയമായ വളർച്ചയ്ക്ക് സ്വയം വിമർശിക്കാൻ കഴിവുള്ള സ്വന്തം യുക്തിയെ ആശ്രയിച്ചു ജീവിക്കണമെന്ന് പ്രേരിപ്പിക്കപ്പെടുകയായിരുന്നു. സ്വതന്ത്രമനുഷ്യൻ സ്വതന്ത്രമായി ചിന്തിക്കുന്നവനും സ്വന്തം ചിന്തയ്ക്കനുസരിച്ചു പ്രവർത്തിക്കുന്നവനുമാണെന്ന് തീരുമാനിക്കപ്പെട്ടു. യുക്തിബോധത്തിന്റെ പരിമിതികളെക്കുറിച്ച് ബോദ്ധ്യപ്പെടുമ്പോൾ തന്നെ ഓരോവിധ യുക്തിയുടെയും നിയമങ്ങൾക്കനുസരിച്ചു പെരുമാറിക്കൊണ്ട് പരിമിതികളെ കുറയ്ക്കുകയോ ഇല്ലാതാക്കുകയോ ചെയ്യാമെന്ന് കരുതപ്പെട്ടു. കാന്റ് യുക്തിബോ

ധത്തെ വർഗ്ഗീകരിക്കുകയും ഓരോ ഗണത്തിന്റെയും പ്രവർത്തനങ്ങൾ വിശദീകരിക്കുകയും ചെയ്യുന്നുണ്ട്.

യുക്തിബോധത്തിന്റെ പുതിയചിന്ത പുതിയ ജ്ഞാനോല്പാദനരീതിയെയും പുതിയ സാമൂഹികക്രമത്തെയും ആവശ്യപ്പെടുന്നതായിരുന്നു. വ്യക്തിസ്വാതന്ത്ര്യം, ശാസ്ത്രീയത, ഐഹികത, ജനാധിപത്യം, മനുഷ്യാവകാശങ്ങൾ, നിയമവാഴ്ച, ബഹുസ്വരത, സാർവ്വലൗകികത എന്നിങ്ങനെയുള്ള സങ്കല്പനങ്ങളെല്ലാം പാശ്ചാത്യ ജ്ഞാനോദയപ്രബുദ്ധതയുടെ കാരണയുക്തിയോടൊപ്പമാണ് വളർന്നുവന്നത്. വ്യക്തിവാദം, കാരണയുക്തി, ശാസ്ത്രീയത, ഐഹികത എന്നീ ജ്ഞാനോദയമൂല്യങ്ങളെയാണ് ആധുനികതയെ താങ്ങിനിർത്തുന്ന മഹാസ്തംഭങ്ങളായി കണക്കാക്കപ്പെടുന്നത്. പാശ്ചാത്യരാഷ്ട്രങ്ങളുടെയും അവയുടെ കോളനികളായിരുന്ന രാജ്യങ്ങളുടെയും ചരിത്രത്തെ രൂപപ്പെടുത്തുന്നതിൽ ജ്ഞാനോദയത്തിന്റെയും ആധുനികതയുടെയും മൂല്യങ്ങൾ നിർണ്ണായകമായ പങ്കു വഹിക്കുന്നു. പത്തൊമ്പതാംനൂറ്റാണ്ടു മുതലെങ്കിലും, നമ്മുടെ ഭരണസ്ഥാപനങ്ങളും നീതിന്യായവ്യവസ്ഥയും വൈദ്യസംസ്കാരവും വിദ്യാഭ്യാസസമ്പ്രദായവും തത്ത്വചിന്തയും കലയും സാഹിത്യവും ശാസ്ത്രവുമെല്ലാം വികസിച്ചുവന്നത് ആധുനികതയുടെ മൂല്യങ്ങളിൽ നിന്നുകൊണ്ടാണ്. ഇപ്പോൾ, ഉത്തരാധുനികതയുടെ ഘട്ടത്തിൽ, പാശ്ചാത്യപ്രബുദ്ധതയുടെ മൂല്യങ്ങൾ വെല്ലുവിളിക്കപ്പെടുകയും നിഷേധിക്കപ്പെടുകയും ചെയ്യുന്നു. സത്താവാദത്തിലും അടിസ്ഥാനവാദത്തിലും നില്ക്കുന്ന അതിന്റെ പ്രമാണങ്ങൾക്ക് ദാർശനികമായി യാതൊരു ന്യായീകരണവുമില്ലെന്നു പ്രഖ്യാപിക്കപ്പെടുന്നു. അതു മിഥ്യയായ സമഗ്രതയെയാണ് പേറുന്നതെന്നു ആരോപിക്കപ്പെടുന്നു.

അടിസ്ഥാനങ്ങളെ അന്വേഷിക്കുന്ന പ്രവർത്തനങ്ങളെ ഉത്തരാധുനികത വിമർശിക്കുന്നു. അടിസ്ഥാനനിഷേധത്തിന്റെ ഭാഷയെ വിശദീകരിച്ച് ഉറപ്പിക്കുന്നു. അസ്തിത്വത്തിന്റെ ആഖ്യാനത്തിനും സാർവ്വലൗകികജ്ഞാനത്തെ കുറിച്ചുള്ള സങ്കല്പനങ്ങളെ വിശദീകരിക്കുന്നതിനും വേണ്ടി കേവലവും ഉപാധിരഹിതവുമായ അടിസ്ഥാനത്തെ തിരയുന്ന ശ്രമമായിട്ടാണ് ഉത്തരാധുനികർ അടിസ്ഥാനവാദത്തെ മനസ്സിലാക്കുന്നത്. പരമ്പരാഗത അതിഭൗതികവും ജ്ഞാനശാസ്ത്രവും ഇതിന്റെ ദൃഷ്ടാന്തങ്ങളാണ്. ആദ്യത്തേത്, അസ്തിത്വത്തിന്റെ അടിത്തറയായി ദൈവത്തെ സങ്കല്പിക്കുന്നു. ഈ അടിസ്ഥാന ഉണ്മയെ എല്ലാറ്റിലും ദർശിക്കുന്നു. ഉണ്മയെ സാന്നിദ്ധ്യമായി നിർണ്ണയിക്കുന്നതിലാണ് പരമ്പരാഗത അതിഭൗതികം മുഴുകിയിരിക്കുന്നത്. സത്ത, കർത്താവ്, അതീതം, പദാർത്ഥം, ബോധം, മനഃസാക്ഷി എന്നിങ്ങനെ അടിസ്ഥാനവുമായി ബന്ധപ്പെട്ട എല്ലാ നാമങ്ങളിലും സാന്നിദ്ധ്യത്തിന്റെ സ്ഥിതമൂലകത്തെ കാണാൻ കഴിയുമെന്ന് ദറിദ പറയുന്നുണ്ട്. അതിഭൗതികത്തിന്റെ അതേ ഉൽക്കണ്ഠ ഇതരരൂപങ്ങളിൽ ജ്ഞാനശാസ്ത്രവും പ്രകടിപ്പിക്കുന്നു. കേവലസത്യത്തെ കുറിച്ചുള്ള സങ്കല്പനങ്ങളെയാണ് അത് ഉയർത്തിപ്പിടിക്കുന്നത്. പരമ്പ

രാഗതമായ അതിഭൗതികത്തിന്റെയും ജ്ഞാനശാസ്ത്രത്തിന്റെയും ഈ അടിസ്ഥാനവാദപദ്ധതികളെ തത്ത്വചിന്ത പൊതുവിൽ പങ്കുവയ്ക്കുന്നുണ്ടെന്ന് ഉത്തരാധുനികർ കരുതുന്നു.

ഉത്തരാധുനികരുടെ പരിപ്രേക്ഷ്യത്തിൽ ശാസ്ത്രവും തത്ത്വചിന്തയോടൊപ്പം അടിസ്ഥാനവാദത്തിലും സത്താവാദത്തിലും നിലയുറച്ചു നില്ക്കുന്ന ഒരു സംരംഭമാണ്. ദൈവത്തെക്കുറിച്ചുള്ള വിഭാവനങ്ങളെ ശാസ്ത്രം ചോദ്യം ചെയ്യുന്നുണ്ടെങ്കിലും അതിന്റെ ഐഹികതയുടെ ലോകത്ത് യുക്തിപദ്ധതികളുടെയും നിയമങ്ങളുടെയും ചരിത്രത്തിന്റെയും ഒക്കെ രൂപത്തിൽ അതീതത്തെക്കുറിച്ചുള്ള ചിന്തകൾ പ്രത്യക്ഷപ്പെടുന്നു. ദൈവചിന്തയെ മറ്റു രൂപങ്ങളിൽ അവതരിപ്പിക്കുന്ന രീതിയാണിത്. സത്യത്തെയും യാഥാർത്ഥ്യത്തിന്റെ സത്തയെയും കണ്ടെത്തിയതായി തത്ത്വചിന്ത അവകാശപ്പെടുന്നതുപോലെ ശാസ്ത്രസിദ്ധാന്തങ്ങൾ ബാഹ്യയാഥാർത്ഥ്യത്തിന്റെ 'കണ്ണാടി പ്രതിബിംബ'ങ്ങളെ നിർമ്മിക്കുന്നതിനു ശ്രമിക്കുന്നു. തത്ത്വചിന്തയുടെ രീതിശാസ്ത്രത്തിൽ കാരണയുക്തിക്കു വലിയ പങ്കുണ്ട്. ശാസ്ത്രം പരീക്ഷണനിരീക്ഷണങ്ങളുടെയും സാമാന്യവല്ക്കരണങ്ങളുടെയും രീതിശാസ്ത്രത്തെ സ്വീകരിക്കുന്നുവെന്ന വ്യത്യാസമേയുള്ളൂ. ഈ രീതിശാസ്ത്രങ്ങളിലൂടെ പ്രപഞ്ചത്തിന്റെ യാഥാർത്ഥ്യത്തെ കണ്ടെത്താൻ കഴിയുമെന്ന ധാരണയ്ക്കു പിന്നിൽ പ്രവർത്തിക്കുന്നത് പ്രപഞ്ചം ഉണ്മയുടെ സാന്നിദ്ധ്യമാണെന്ന സങ്കല്പനമാണ്. വസ്തുനിഷ്ഠയാഥാർത്ഥ്യത്തെയും കൃത്യമായ പ്രതിനിധാനത്തെയും കുറിച്ചുള്ള ശാസ്ത്രത്തിന്റെ സങ്കല്പനങ്ങളിൽ കൈവല്യത്തെയോ അതീതത്തെയോ കുറിച്ചുള്ള ധാരണകളാണ് കാണാൻ കഴിയുക! ശാസ്ത്രവും തത്ത്വചിന്തയും സത്തയെയാണ്; അനിവാര്യഗുണങ്ങളെയാണ്, തേടുന്നത്. അന്വേഷിക്കുന്ന വസ്തുവിന്; അത് പ്രകൃതിയോ സമൂഹമോ ചരിത്രമോ മനുഷ്യന്റെ അഹംബോധമോ എന്തുമാകട്ടെ, ഒരു ആന്തരപ്രകൃതിയുണ്ടെന്നും അതു വിശ്ലേഷണത്തിലൂടെ കണ്ടെത്താൻ കഴിയുമെന്നും കരുതുന്നു. സത്താവാദത്തിന്റെയും അടിസ്ഥാനവാദത്തിന്റെയും പാരമ്പര്യങ്ങളെയാണ് ശാസ്ത്രവും തത്ത്വചിന്തയും പിന്തുടരുന്നത്.

ഭാഷയുടെ മണ്ഡലം പ്രശ്നസങ്കീർണ്ണമാണെന്ന സമീപനം സ്വീകരിക്കാൻ ശാസ്ത്രത്തിനോ തത്ത്വചിന്തയ്ക്കോ കഴിഞ്ഞിട്ടില്ല. വാക്ക് സുതാര്യമായി ഏകാർത്ഥത്തെ വിനിമയം ചെയ്യുന്നതായി അതു സങ്കല്പിച്ചിരിക്കുന്നു. സൂചകവും സൂചിതവും തമ്മിൽ ഒന്നിനൊന്നു പരസ്പരബന്ധം കല്പിക്കുന്നു. സിദ്ധാന്തത്തിൽനിന്ന് തീർത്തും സ്വതന്ത്രവും നിഷ്പക്ഷവുമായ ഒരു നിരീക്ഷണഭാഷയെ ശാസ്ത്രം സങ്കല്പിക്കുന്നു. വാക്കുകൾക്ക് എല്ലാറ്റിന്റെയും സത്തയെ പ്രതിനിധീകരിക്കാൻ കഴിയുമെന്ന വിശ്വാസത്തിൽ വാക്കുകളുടെ ഒരു ബൃഹത്ശേഖരത്തെ യാതൊരു വിവേചനവുമില്ലാതെ സ്വീകരിക്കുന്നു. ഭാഷയ്ക്കു പുറത്തു നില്ക്കുന്ന സത്തയും അർത്ഥവും ഉണ്ടെന്നും ഭാഷയിലൂടെ ഇവ കൃത്യമായി പ്രതിനിധീകരിക്കാൻ കഴിയുമെന്നും കരുതുന്നതിനെ ഉത്തരാധുനികർ വിമർശി

ക്കുന്നു. ഇതിനെ ഭാഷയെക്കുറിച്ചുള്ള വളരെ അപരിഷ്കൃതമായ വീക്ഷണം എന്ന് ആരോപിക്കുകയും ആഴത്തിലുള്ള സന്ദേഹങ്ങൾ ഉന്നയിക്കുകയും ചെയ്യുന്നു. നാം ഉപയോഗിക്കുന്നത് 'ശരിയായ' ഭാഷയാണോ എന്ന ചോദ്യം ഉന്നയിക്കണമെന്നു നിർദ്ദേശിക്കുന്നു.

ഭാഷയെ പ്രതിനിധീകരണത്തിന്റെ വ്യവസ്ഥയായി കരുതാൻ പാടില്ലെന്നു ഉത്തരാധുനികർ നിർബ്ബന്ധിക്കുന്നുണ്ട്. ഭാഷ ലോകത്തെ കുറിച്ചുള്ള നമ്മുടെ വിവരണങ്ങളുടെ മാദ്ധ്യമമാണ്. നാം സ്വരൂപിക്കുന്ന ജ്ഞാനം മാദ്ധ്യമീകരണത്തിനു വിധേയമാകുന്നുവെന്നർത്ഥം. ഭാഷയിലൂടെ സാദ്ധ്യമാകുന്നത് വിവരണങ്ങൾ മാത്രമാണ്. അത് ലോകത്തിന്റെ കണ്ണാടിപ്രതിബിംബങ്ങളോ കൃത്യമായ പ്രതിനിധാനങ്ങളോ അല്ല. ഈ വിവരണങ്ങൾ ശരിയാണെന്നോ തെറ്റാണെന്നോ പറയാൻ മാത്രമേ നമുക്കു കഴിയൂ. സത്യമെന്നത് ഭാഷയാൽ നിയന്ത്രിക്കപ്പെടുന്ന ഒരു ഗുണം മാത്രമാണ്.

പ്രപഞ്ചത്തിന് അതിന്റേതായ ഒരു ഭാഷയില്ല. അത് നമുക്കുവേണ്ടി ഒരു സവിശേഷഭാഷയെയും നിർദ്ദേശിക്കുന്നില്ല. ഏതു ഭാഷാലീലയിലാണ് ഏർപ്പെടേണ്ടതെന്ന് പ്രപഞ്ചം നമ്മോടു നിർദ്ദേശിക്കുന്നില്ല. ഒരു വാക്കിനും ആന്തരികപ്രകൃതിയോ ശുദ്ധസത്തയോ നിശ്ചിത അർത്ഥമോ ഇല്ല. ഭാഷകളെല്ലാം മനുഷ്യന്റെ നിർമ്മിതികളാണ്. ഭാഷയിലെ വാക്കുകളുടെ അർത്ഥം നാം സൃഷ്ടിക്കുന്നതാണ്. അഥവാ വാക്കിന്റെ അർത്ഥം നാം സൃഷ്ടിക്കേണ്ടതാണ്; അത് നിർമ്മിക്കപ്പെടേണ്ടതാണ്. കണ്ടുപിടിക്കപ്പെടേണ്ടതല്ല. വാക്കിന് കേവലമോ പൂർവ്വനിശ്ചിതമോ ആയ അർത്ഥമില്ലെങ്കിൽ സൂചകവും സൂചിതവും വേർതിരിക്കപ്പെടണം. സൂചകത്തിനും സൂചിതത്തിനുമിടയിൽ ഒരു അകലമുണ്ട്. സൂചകങ്ങൾ സൂചിതത്തിന്റെ പ്രതിനിധാനങ്ങളോ പകർപ്പുകളോ അല്ല. ഒരു ചിഹ്നത്തെയും കേവലമായി ഏകാർത്ഥത്തിലേക്കു ചുരുക്കാൻ കഴിയില്ല. അതിനെ ഏക വസ്തുവിന്റെ പ്രതിനിധാനമാണെന്നും കരുതാൻ കഴിയില്ല. ചിഹ്നങ്ങൾ, അതിന്റെ കർത്താവിനോ ഉത്ഭവകേന്ദ്രങ്ങൾക്കോ അതീതമാണ്. കർത്താവ് ഉദ്ദേശിച്ച അർത്ഥത്തിനുപരിയായി ചിഹ്നങ്ങളോരോന്നും പല അർത്ഥങ്ങൾ കൊണ്ട് അനുനാദം ചെയ്യുകയാണ്. ഇത്, വാക്കിനെ, വിവരണത്തെ വിഭിന്ന രീതികളിൽ വായിക്കാൻ കഴിയുമെന്ന സ്ഥിതി സൃഷ്ടിക്കുന്നു. വ്യത്യസ്ത പരിപ്രേക്ഷ്യങ്ങളിലെ നോട്ടങ്ങൾ കൊണ്ട് വായനയിലൂടെ വ്യത്യസ്ത അർത്ഥങ്ങൾ ഉല്പാദിപ്പിക്കാൻ കഴിയും. വായനക്കാരന്റെ സംസ്കാരവും ബോധവും ജ്ഞാനവുമെല്ലാം വായനയെ സ്വാധീനിക്കുന്നുണ്ട്. ഇക്കാര്യങ്ങളെക്കുറിച്ച് വിശദീകരിക്കുമ്പോൾ വായ്മൊഴിക്ക് ഉപരിയായി എഴുത്തിലെ ചിഹ്നങ്ങളുടെ മെച്ചത്തെക്കുറിച്ച് ഉത്തരാധുനികതയുടെ ദാർശനികന്മാർ പറയുന്നുണ്ട്. എഴുത്ത് എല്ലാവർക്കും ലഭ്യമാണ്. ഭാഷ അറിയാവുന്നവർക്ക് അതു വായിക്കാം. അത് വ്യത്യസ്ത അർത്ഥോല്പാദനത്തിന് കാരണമാകുന്നു.

നമ്മുടെ ജ്ഞാനം ഭാഷയുടെ മാദ്ധ്യമീകരണത്തിന് മാത്രമല്ല വിധേ

യമാകുന്നത്. നാം സ്വീകരിക്കുന്ന സൈദ്ധാന്തിക ആശയപ്രരൂപ (Theoretical paradigm)വും നമ്മുടെ ജ്ഞാനത്തെ രൂപപ്പെടുത്തുന്നതിൽ പങ്കുവഹിക്കുന്നുണ്ട്. നാം ലോകത്തെ കാണുന്നതും മനസ്സിലാക്കുന്നതും സൈദ്ധാന്തിക ആശയപ്രരൂപത്തിലൂടെയാണ്. അതുകൊണ്ട്, പ്രപഞ്ചത്തെ കുറിച്ചുള്ള നമ്മുടെ വിവരണങ്ങൾ ബാഹ്യലോകത്തിന്റെ കണ്ണാടി പ്രതി ബിംബങ്ങളല്ല. മറിച്ച്, ചില കാര്യങ്ങൾ ചെയ്യുന്നതിനുള്ള കഴിവിന്റെ അടി സ്ഥാനത്തിൽ നിർമ്മിക്കുകയും ഉപയോഗിക്കുകയും നീതീകരിക്കുകയും ചെയ്യുന്ന മാനവികനിർമ്മിതികളാണ്. വാക്യങ്ങളും വിവരണങ്ങളും രൂപീ കരിക്കപ്പെടുന്ന ഭാഷാലീലകൾ അതുകൊണ്ട് പ്രധാനമായിരിക്കുന്നുവെന്ന് ഉത്തരാധുനികർ പറയുന്നു.

ശാസ്ത്രം ആഖ്യാനങ്ങളുമായി എപ്പോഴും സംഘർഷത്തിലാണെന്ന് ല്യോത്താർ (J F Lyotard) എഴുതുന്നുണ്ട്. ശാസ്ത്രത്തിന്റെ മാനദണ്ഡ മനുസരിച്ച് അവ കെട്ടുകഥകളാണ്. ശാസ്ത്രം അതിന്റെ ഇടപെടലുകളെ ന്യായീകരിക്കാൻ കടപ്പെട്ടിരിക്കുന്നു. തത്ത്വചിന്തയോട് ചേർന്ന് അത് നീതീകരണത്തിന്റെ വ്യവഹാരങ്ങളെ ഉല്പാദിപ്പിക്കുന്നു. ശാസ്ത്രം ഒരു ബൃഹത് ആഖ്യാനമാണ്. വിജ്ഞാനത്തിന്റെ സമകാലാവസ്ഥയെ കുറിച്ചുള്ള റിപ്പോർട്ടിൽ ല്യോത്താർ ബൃഹത് ആഖ്യാനങ്ങളോടുള്ള അവി ശ്വാസമായി ഉത്തരാധുനികതയെ നിർവ്വചിക്കുന്നു. ഈ അവിശ്വാസം ശാസ്ത്രവികാസത്തിന്റെ തുടർച്ചയും അതിന്റെ ഫലവുമാണ്. കഴിഞ്ഞ കുറേ ദശാബ്ദങ്ങളായി ശാസ്ത്രവും സാങ്കേതികവിദ്യയും ഭാഷയുമായി ചേർന്നു ചെയ്യുന്ന കാര്യങ്ങളെ ല്യോത്താർ വിശദീകരിച്ചെഴുതുന്നു. ഭാഷാ ശാസ്ത്രം, കമ്പ്യൂട്ടറുകളും അവയുടെ ഭാഷകളും, വിവരസാങ്കേതികവിദ്യ, വിവരസംഭരണം, വിവർത്തനത്തിന്റെ പ്രശ്നങ്ങളും കമ്പ്യൂട്ടർ ഭാഷകൾ അതിനു സമർത്ഥമാണോയെന്ന അന്വേഷണവും, വിനിമയ സാങ്കേതിക വിദ്യ എന്നിവയെ എല്ലാം അദ്ദേഹം എടുത്തെഴുതുന്നു. വിജ്ഞാനം ചര ക്കായി മാറിത്തീർന്നിരിക്കുന്നു. വിജ്ഞാനം ഉല്പാദിപ്പിക്കുന്നത് വില്ക്കു ന്നതിനു വേണ്ടിയായിരിക്കുന്നു! വിവരച്ചരക്കായിത്തീർന്ന വിജ്ഞാനം അധികാരത്തിന്റെ വലിയ കൂട്ടാളി ആയിരിക്കുന്നു. വിജ്ഞാനത്തിന്റെ പ്രകൃതത്തിലുണ്ടായിട്ടുള്ള പരിവർത്തനം പൗരസമൂഹവും ബഹുരാഷ്ട്ര കോർപ്പറേഷനുകളും തമ്മിലുള്ള ബന്ധത്തെ പുതുക്കി നിർവ്വചിക്കാൻ നിർബ്ബന്ധിക്കുന്നു.

ജ്ഞാനോദയയുക്തിയുടേത്, അടിസ്ഥാനവാദത്തിൽ നില്ക്കുന്ന പരി പ്രേക്ഷ്യത്തിന്റെ പ്രകാശനമായിരുന്നു. ചരിത്രത്തിലെ അനിവാര്യനിയമ ങ്ങളെക്കുറിച്ച് അന്വേഷിക്കാൻ അതു പ്രേരിപ്പിച്ചു. കേവലാശയത്തെയും വിമോചകവർഗ്ഗത്തെയും കുറിച്ചുള്ള ആശയങ്ങൾ അടിസ്ഥാനവാദത്തിൽ നിന്നും പ്രചോദനം നേടി സൃഷ്ടിക്കപ്പെട്ടവയാണ്. ഉത്തരാധുനികതയുടെ അടിസ്ഥാനവാദനിഷേധത്തിന്റെ സമീപനത്തിൽ ജ്ഞാനോദയപ്രബുദ്ധ തയും അതിന്റെ പദ്ധതികളും വൈകല്യങ്ങൾ നിറഞ്ഞതാണ്. കേവലാ ത്മാവിനെയും ചരിത്രത്തെയും തൊഴിലാളിവർഗ്ഗത്തെയും കുറിച്ചെല്ലാം

പറയുന്ന ബൃഹദാഖ്യാനങ്ങളെല്ലാം രീതിശാസ്ത്രപരമായ പിളർപ്പുകളിൽ പതിച്ചിരിക്കുന്നുവെന്ന് ഉത്തരാധുനികത പറയുന്നു. ഈ ബൃഹദാഖ്യാനങ്ങൾ അസത്യവല്ക്കരിക്കപ്പെട്ടിരിക്കുന്നു. സത്തയും ഉണ്മയും വസ്തുവുമെല്ലാം കണ്ടെത്തപ്പെടേണ്ടതാണെന്നു കരുതുന്ന; അവ മനുഷ്യർ നിർമ്മിക്കുന്നതാണെന്നു മനസ്സിലാക്കാത്ത ബൃഹദാഖ്യാനങ്ങൾ ഘടനയിലാണ് ഫോക്കസ് ചെയ്യുന്നത്. ജ്ഞാനോദയത്തിന്റെ ബൃഹദാഖ്യാനങ്ങൾ ചരിത്രത്തിലെ സവിശേഷങ്ങളെ മറയ്ക്കുകയും സാമാന്യങ്ങളിലെത്തിച്ചേരുകയും ചെയ്യുന്നു. ല്യോത്താറിന്റെ വാക്കുകളിൽ പറഞ്ഞാൽ സൂക്ഷ്മാഖ്യാനങ്ങൾ സവിശേഷങ്ങളെ സ്വീകരിക്കുമ്പോൾ, ബൃഹദാഖ്യാനങ്ങൾ അവയിൽ നിന്നും അകലെയാണ്. ചരിത്രത്തിന്റെ മഹാകഥ സവിശേഷങ്ങളെ നിഹനിക്കുന്നതിൽ എത്തിച്ചേരുന്നു. ചരിത്രത്തിന്റെ അന്ത്യത്തിൽ മനുഷ്യൻ മാത്രം അവശേഷിക്കുന്നു. മനുഷ്യരാശിയിലെ തന്നെ സൂക്ഷ്മങ്ങളും സവിശേഷങ്ങളും വ്യർത്ഥമായി തീരുന്നു. ബൃഹദാഖ്യാനങ്ങൾ സാമൂഹ്യപ്രക്രിയകളിലെ ബഹുസ്വരതയെ അധീശഘടനയിലേക്കോ സ്വത്വത്തിലേക്കോ ന്യൂനീകരിക്കുന്നു. നിർണ്ണായകഘടകം പ്രാഥമികഘടനയാണെന്നു വാദിക്കുന്ന; മാർക്സിസത്തിൽ അത് മുഖ്യവൈരുദ്ധ്യമാണ്, ഇത്തരം വിശ്ലേഷണങ്ങൾ ചരിത്രപ്രക്രിയകളെ അടഞ്ഞവ്യവസ്ഥകളാക്കുകയും സ്വാതന്ത്ര്യത്തെ മാരകമായി നിയന്ത്രിക്കുകയും ചെയ്യുന്നു.

സവിശേഷഗണങ്ങളിൽ നിന്നും സ്വതന്ത്രമായി ചരിത്രത്തിന്റെ സാർവ്വലൗകികനിയമങ്ങൾ പ്രവർത്തിക്കുന്നില്ലെന്ന് ഉത്തരാധുനികർ കരുതുന്നു. മനുഷ്യമനസ്സിൽനിന്നും സ്വതന്ത്രമായി; മനുഷ്യമനസ്സിനു പുറത്ത്, നമുക്കു കണ്ടെത്തിപ്പിടിക്കാനുള്ള സത്യം നിലനില്ക്കുന്നില്ല. ജ്ഞാനോദയത്തിന്റെ ശാസ്ത്രത്തിലും സാങ്കേതികവിദ്യയിലുമുള്ള വിജയവിശ്വാസത്തിന്റെ സ്ഥാനത്ത്, സാഹിത്യത്തോടും രാഷ്ട്രീയത്തോടും താരതമ്യം ചെയ്യാവുന്ന മറ്റൊരു മാനവികപ്രവർത്തനം മാത്രമായിട്ടാണ് ശാസ്ത്രത്തെ ഉത്തരാധുനികർ മനസ്സിലാക്കുന്നത്. എന്താണു സംഭവിക്കുന്നതെന്നു പ്രവചിക്കുന്നതിനും നിയന്ത്രിക്കുന്നതിനും കഴിയുന്ന രീതിയിൽ പ്രയോജനക്ഷമമായ വിവരണങ്ങൾ മഹാശാസ്ത്രജ്ഞന്മാർ നിർമ്മിച്ചെടുക്കുന്നു. ഇത് രാഷ്ട്രീയസൈദ്ധാന്തികരും കവികളും അവരുടെ ഉദ്ദേശ്യലക്ഷ്യങ്ങൾക്കുവേണ്ടി വിവരണങ്ങൾ നിർമ്മിക്കുന്നതിനു സമാനവും സദൃശവുമാണെന്ന് റിച്ചാർഡ് റോർട്ടി എഴുതുന്നുണ്ട്. ശാസ്ത്രപരീക്ഷണനിരീക്ഷണങ്ങളിലുടെയും ദാർശനികയുക്തിയിലൂടെയും സത്യത്തെ കണ്ടെത്താൻ കഴിയുമെന്ന ആശയം പ്രപഞ്ചം ഒരു ഉണ്മയുടെ സൃഷ്ടിയാണെന്നും അതിന് അതിന്റേതായ ഒരു ഭാഷയുണ്ടെന്നുമുള്ള പാരമ്പര്യവിശ്വാസത്തിൽനിന്നും ജനിക്കുന്നതാണ്. കവികളെയും സാഹിത്യകാരന്മാരെയും പോലെ ലോകത്തെക്കുറിച്ചുള്ള ചില വിവർത്തനങ്ങൾ നല്കാൻ ശാസ്ത്രജ്ഞന്മാർക്കും കഴിയുന്നുണ്ടെന്നതിനപ്പുറത്ത് ശാസ്ത്രത്തിനു സവിശേഷമായ മെച്ചങ്ങളൊന്നുമില്ലെന്ന് നെൽസൺ ഗുഡ്മാൻ പറയുന്നു. ടി എസ് എലി

യറ്റും ഗബ്രിയേൽ ഗാർസ്യ മാർകേസും കോവിലനും നിർമ്മിക്കുന്ന ലോകവിവർത്തനങ്ങളെക്കാൾ കൂടുതൽ മെച്ചപ്പെട്ടതല്ല ഐൻസ്റ്റൈനും ഫെയ്ൻമാനും മേഘനാദ്സാഹയും നിർമ്മിക്കുന്ന ലോകവിവർത്തനങ്ങളെന്നു സാരം.

ശാസ്ത്രജ്ഞാനം വിജ്ഞാനത്തിന്റെ സാകല്യത്തെ പ്രതിനിധീകരിക്കുന്നില്ല. ആഖ്യാനാത്മകജ്ഞാനം (Narrative Knowledge)എന്നു വിളിക്കാവുന്ന മറ്റൊരു വിഭാഗത്തോടൊപ്പം മത്സരത്തിലും സംഘർഷത്തിലുമാണ് അതു നിലനിന്നിട്ടുള്ളത്. ആഖ്യാനാത്മകജ്ഞാനം സൗഹൃദപരവും ആന്തരികമായി സമതുലിതവുമായിരുന്നു. ശാസ്ത്രജ്ഞാനത്തിന്റെ നൈതികവും രാഷ്ട്രീയവുമായ നിലയെ ല്യോത്താർ വിശകലനം ചെയ്യുന്നുണ്ട്. ശാസ്ത്രത്തിന്റെ വിശ്വാസ്യത ചോദ്യം ചെയ്യപ്പെട്ടു കഴിഞ്ഞിരിക്കുന്നുവെന്നും യഥാർത്ഥജ്ഞാനത്തിലേക്കുള്ള പാത എന്നതിലുപരിയായി അധികാരത്തിന്റെ ഒരു വ്യവഹാരമെന്ന നിലയ്ക്ക് അത് വെളിവാക്കപ്പെട്ടിരിക്കുന്നുവെന്നും വിമർശിക്കുന്ന ഉത്തരാധുനികരുമുണ്ട്. അധികാരവും ശാസ്ത്രവിജ്ഞാനവും തമ്മിലുള്ള ബന്ധത്തെക്കുറിച്ചുള്ള വിശ്ലേഷണങ്ങൾ അവർ മുന്നോട്ടുവയ്ക്കുന്നു. ശാസ്ത്രം ഉറപ്പില്ലാത്ത ഒരു വ്യവസ്ഥയാണ്. അതിന്റെ വിവിധ കാലങ്ങളിലെ വ്യത്യസ്തപ്രവർത്തനങ്ങളെ സ്വയം വ്യാഖ്യാനിക്കാനും നീതീകരിക്കാനും ശ്രമിച്ചുകൊണ്ടിരിക്കുന്ന ഒരു ബൃഹത്ആഖ്യാനമാണ്. ശാസ്ത്രത്തിന് പ്രാപഞ്ചികമായ ഒരു രീതിശാസ്ത്രമുണ്ടെന്ന അവകാശവാദവും അതിന്റെ പ്രവർത്തനങ്ങളെയും പ്രശ്നങ്ങളെയും ആ രീതിശാസ്ത്രം കൊണ്ടുതന്നെ വിശദീകരിക്കുകയും പരിഹരിക്കുകയും ചെയ്യാമെന്നുള്ള വിശ്വാസവും ഉത്തരാധുനികർക്ക് അസ്വീകാര്യമാണ്. ശാസ്ത്രത്തിന്റെ വികാസത്തെ തുടർച്ചാരഹിതവും വൈരുദ്ധ്യങ്ങൾക്കു കീഴ്പ്പെട്ടതുമായിട്ടാണ് ഉത്തരാധുനികത കാണുന്നത്.

ശാസ്ത്രത്തിലെ വസ്തു പ്രകൃത്യയുള്ള വസ്തുവല്ല. ശാസ്ത്രം അതിന്റെ വസ്തുവിനെ നിർമ്മിച്ചെടുക്കുകയാണ്. അതിന്റെ വ്യവഹാരത്തിനു യോജിച്ച ഭാഷയെയും ശാസ്ത്രം നിർമ്മിക്കുന്നു. ലോകവും അതിലെ വസ്തുക്കളും പ്രകൃത്യായുള്ള രൂപങ്ങളിൽ ശാസ്ത്രനിരീക്ഷണത്തിനുപയോഗിക്കുന്നില്ല. നിർവ്വചനങ്ങളിലൂടെ, പരീക്ഷണങ്ങളിലൂടെ, പരിവർത്തനങ്ങളിലൂടെ തയ്യാറാക്കിയ വസ്തുക്കളാണ് ശാസ്ത്രത്തിന്റെ പ്രയോഗങ്ങൾക്കു വിധേയമാക്കപ്പെടുന്നത്. അതുകൊണ്ട് ശാസ്ത്രത്തിന്റെ രീതിശാസ്ത്രത്താൽ നിർവ്വചിക്കപ്പെടുന്ന പ്രതീകങ്ങളുടെ കൃത്യത മാത്രമേ ശാസ്ത്രഭാഷയ്ക്ക് ലഭ്യമാകുകയുള്ളു. ശാസ്ത്രം സ്വയം ന്യായീകരിക്കുന്നത് അതിന്റെ സത്യത്തെയും യാഥാർത്ഥ്യത്തെയും കുറിച്ചുള്ള വിഭാവനങ്ങളിലൂടെയാണ്. ഈ സത്യസങ്കല്പനങ്ങൾ ചോദ്യം ചെയ്യപ്പെടാവുന്നവയാണെന്ന് ഉത്തരാധുനികത വിലയിരുത്തുന്നു. ബാഹ്യലോകം കണ്ണാടി പ്രതിബിംബങ്ങളെപ്പോലെ ശാസ്ത്രത്തിലൂടെ പ്രതിനിധീകരിക്കാൻ കഴിയുന്നതാണെങ്കിൽ, ഇവയെ നിർവ്വഹിക്കുന്ന പ്രവർത്തനക്രമങ്ങളായി ശാസ്ത്രം ചുരുങ്ങുന്നു. ഈ രീതിശാസ്ത്രം സത്യം ഉല്പാ

ദിപ്പിക്കാൻ കഴിവുള്ളതിന്റെ പേരിൽ സംരക്ഷിക്കപ്പെടുന്നു. ഉല്പാദിപ്പിക്കപ്പെടുന്ന സത്യമാകട്ടെ, രീതിശാസ്ത്രത്തിന്റെ പേരിൽ പ്രതിരോധിക്കപ്പെടുന്നു. വർത്തുളമായ വാദഗതിയാണത്. സ്വയം നിർമ്മിച്ചെടുത്ത അടിസ്ഥാനങ്ങളിലല്ല ശാസ്ത്രം പ്രവർത്തിക്കുന്നത്. ഇത്തരം അടിസ്ഥാനങ്ങൾ സജ്ജീകരിച്ചെടുക്കാൻ ശാസ്ത്രത്തിന് കഴിവില്ല. ശാസ്ത്രസിദ്ധാന്തങ്ങൾ സവിശേഷമായ ചില ആശയപ്രരൂപങ്ങളുടെ അടിസ്ഥാനങ്ങളിലാണ് നിർമ്മിക്കപ്പെടുന്നത്.

ലോകത്തെ അതേപടി അറിയുന്നതിനുള്ള സാദ്ധ്യതയെ ചോദ്യം ചെയ്യുമ്പോഴും ഉത്തരാധുനികതയുടെ വക്താക്കൾ സത്യത്തെക്കുറിച്ചുള്ള സങ്കല്പനങ്ങളെ പുനർനിർവ്വചിക്കുകയോ ചരിത്രവല്ക്കരിക്കുകയോ ചെയ്യുന്നില്ല. ആന്തരികപ്രകൃതി, ശുദ്ധസത്ത എന്നിങ്ങനെയുള്ള കേവലാടിസ്ഥാനങ്ങളെ അവർ തള്ളിക്കളയുകയും നമുക്കു സഞ്ചരിക്കാനുള്ള ദിശ നിർദ്ദേശിക്കുന്ന പാവനമായ അർത്ഥം ഇല്ലെന്നു പറയുകയും ചെയ്യുന്നു. അർത്ഥം സ്വയം നിർമ്മിക്കപ്പെടേണ്ടതാണ്, കണ്ടെത്തപ്പെടുന്നതല്ല. ശാസ്ത്രത്തിന്റെ അനുഭവൈകസംപ്രത്യയവല്ക്കരണത്തിനും ജ്ഞാനോദയത്തിന്റെ ശാസ്ത്രീയതയോടുള്ള ആശ്രിതത്വത്തിനുമെതിരായ ഖണ്ഡനമായിട്ടാണ് ഉത്തരാധുനികതയുടെ വീക്ഷണം മുന്നോട്ടുവയ്ക്കപ്പെടുന്നത്. അറിയുന്ന വിഷയിക്കു പുറത്ത്, വിഷയിയിൽ നിന്നും സ്വതന്ത്രമായി നില്ക്കുന്ന ഒരു ലോകമുണ്ടെന്നും ഇന്ദ്രിയസംവേദനങ്ങളിലൂടെ അതിനെ അറിയാൻ കഴിയുമെന്നും ശാസ്ത്രം ഇതാണു ചെയ്യുന്നതെന്നുമുള്ള വിശ്വാസത്തെ ഉത്തരാധുനികതയുടെ വക്താക്കൾ ചോദ്യം ചെയ്യുന്നു. മറ്റു വാക്കുകളിൽ പറഞ്ഞാൽ, സത്യത്തിന്റെ അനുരൂപതാസിദ്ധാന്തത്തിൽ ഉള്ളടങ്ങിയിരിക്കുന്ന പ്രതിനിധാനത്തെക്കുറിച്ചുള്ള ആശയത്തെ ഉത്തരാധുനികർ വെല്ലുവിളിക്കുന്നു. സംഭവങ്ങളെ ഒരു സാമാന്യനിയമത്തിലേക്കു കീഴ്പ്പെടുത്തിക്കൊണ്ട് വിശദീകരിക്കുന്നത് ന്യൂനീകൃതവും അസമർത്ഥവുമാണെന്ന് വാദിക്കുന്നു. എന്നാൽ, അത് കാരണങ്ങളെയോ ബാഹ്യതാല്പര്യങ്ങളെയോ ചരിത്രസന്ദർഭങ്ങളെയോ പഠിക്കുന്നതിനെ നിർദ്ദേശിക്കുന്നുമില്ല. അർത്ഥങ്ങളെ പുനഃസൃഷ്ടിക്കുന്ന ആഖ്യാനാത്മകനിർമ്മിതികളെ അത് വിമർശാത്മകമായി കാണുന്നു. ഈ രീതിയിലുള്ള എല്ലാ ധാരണകൾക്കുമെതിരെ അത് വ്യത്യസ്തതകളെയും വ്യതിരിക്തതകളെയും ആഘോഷിക്കുകയും അപനിർമ്മിക്കുന്നതിൽ ഊന്നുകയും ചെയ്യുന്നു. ഉത്തരാധുനികതയുടെ ധൈഷണിക അജണ്ടയുടെ ഉള്ളടക്കം ഇതാണ്.

എല്ലാ പൊതുപദ്ധതികളിലും പൊതുകരാറുകളിലും സമവായങ്ങളിലും അധികാരത്തിന്റെ പ്രയോഗവും പീഡനവും ഉള്ളടങ്ങിയിട്ടുണ്ടെന്ന് ഉത്തരാധുനികർ പറയുന്നു. കേവലമായി നീതീകരിക്കാവുന്ന പദ്ധതികളില്ല. അതുകൊണ്ട്, ഉത്തരാധുനികത വിമോചനത്തിന്റെ വിവിധ പദ്ധതികളെ ഉയർത്തിപ്പിടിക്കുന്നു. സമഗ്രതയെയും സാകല്യത്തെയും കുറിച്ച് അവകാശവാദങ്ങൾ ഉന്നയിക്കുന്ന പദ്ധതികളെ നിരാകരിക്കുന്നു. അത്

ബൃഹത്‌രാഷ്ട്രീയത്തെ ശിഥിലീകരിക്കുന്നു. സൂക്ഷ്മരാഷ്ട്രീയങ്ങളെ സ്വീകരിക്കുകയും അവയുടെ വ്യത്യസ്ത യുക്തികളെ സാധൂകരിക്കുകയും ചെയ്യുന്നു. ഇതിനകം വ്യക്തമായതുപോലെ ഉത്തരാധുനികതയുടെ നിലപാടുകൾ ആപേക്ഷികതാവാദത്തിൽ നില്ക്കുന്നതാണ്. അന്തമില്ലാത്ത അനിശ്ചിതത്വങ്ങളുടെയും ആകസ്മികതകളുടെയും ബഹുസ്വരങ്ങളുടെയും പൊരുത്തക്കേടുകളുടെയും പദങ്ങളിൽ സങ്കല്പിക്കപ്പെട്ടിരിക്കുന്ന ഉത്തരാധുനികതയുടെ അടിസ്ഥാന നിഷേധഅജണ്ട സാമൂഹികഅസ്തിത്വത്തെയും പരസ്പരധാരണകളെയും വിനിമയത്തെയും ദുഷിപ്പിക്കുന്ന മുറകളെ ഉല്പാദിപ്പിക്കുന്നുണ്ട്. നിശ്ചിതത്വത്തിനും ഉറപ്പിനും ചെറിയ ഒരു ഇടംപോലും നല്കാത്ത സമീപനം പ്രയോഗത്തിനും പ്രവർത്തനത്തിനുമുള്ള സാദ്ധ്യതകളെ നിഹനിക്കുന്നു. വ്യക്തികളെ ശാക്തീകരിക്കാനുള്ള ഉത്തരാധുനികപരിശ്രമങ്ങൾ സംഘടിതപ്രക്ഷോഭങ്ങളെ ദുർബ്ബലപ്പെടുത്തുന്നതാണ്. എല്ലാ പദ്ധതികളുടെയും ഘടനകളുടെയും അസ്പഷ്ടമായ സ്ഥിതിയെക്കുറിച്ച് അവബോധമുള്ള ഉത്തരാധുനികർ രാഷ്ട്രീയപ്രക്ഷോഭങ്ങൾക്കു സന്നദ്ധരാകാൻ സാദ്ധ്യതയില്ല. ചർച്ചകളിലൂടെയും സംവാദങ്ങളിലൂടെയും എത്തിച്ചേരുന്ന സമവായങ്ങളെ അധികാരപ്രയോഗമായി മനസ്സിലാക്കുന്ന ഉത്തരാധുനികത രാഷ്ട്രീയപ്രക്ഷോഭങ്ങളുടെ തുടർച്ചയിൽ ഒത്തുതീർപ്പുകളും സമവായങ്ങളും ഉണ്ടാകുന്നതിനെയും സമാനമായി വീക്ഷിച്ചേക്കാം. ഉണ്മയുടെ അതിഭൗതികത്തിനും അനുരൂപതാസിദ്ധാന്തങ്ങൾക്കുമെതിരായ വിമർശമുയർത്തിയ ഉത്തരാധുനികത ചില പരിപ്രേക്ഷ്യപരമായ ഉൾക്കാഴ്ചകൾ നല്കിയെങ്കിലും അതിന്റെ ആപേക്ഷികവാദപരമായ നിലപാടുകൾ ഉയർത്തുന്ന സൈദ്ധാന്തികപ്രശ്നങ്ങൾ അത്യധികം സങ്കീർണ്ണമാണ്. ഉത്തരാധുനികതയുടെ ആശയങ്ങൾ ഊർജ്ജം നല്കി വളർത്തിയ സാമൂഹികനിർമ്മിതിവാദത്തിന്റെ ചില സമീപനങ്ങൾ സമൂഹത്തിലെ പ്രതിലോമശക്തികളെ പിന്തുണയ്ക്കുന്നതും അതിവാദങ്ങളിലേക്കു നീങ്ങുന്നതും കാണാവുന്നതാണ്. ഇരുപതാം നൂറ്റാണ്ടിന്റെ അവസാനദശകങ്ങളിൽ നടന്ന 'ശാസ്ത്രയുദ്ധങ്ങൾ' ഉത്തരാധുനികതയുടെ ശാസ്ത്രവിമർശത്തിന്റെ തുടർച്ചയിലാണ് സംഭവിക്കുന്നത്.

രീതിശാസ്ത്രത്തിനെതിരെ

രീ*തിശാസ്ത്രത്തിനെതിരെ* (Against Method) എന്ന ശീർഷകത്തിൽ പോൾ ഫയറബെന്റ് ഒരു പുസ്തകം രചിച്ചിട്ടുണ്ട്. ശാസ്ത്രത്തിന് നിശിതവും നിശ്ചിതവുമായ രീതിശാസ്ത്രത്തെ നിർദ്ദേശിക്കുന്ന ഇടപെടലുകൾക്കെതിരെയാണ് ഫയറബന്റ് ഈ പുസ്തകത്തിൽ എഴുതുന്നത്. പുസ്തകത്തിന്റെ ആദ്യ അദ്ധ്യായത്തിൽ ലെനിനെയും ഐൻസ്റ്റൈനെയും അദ്ദേഹം ഉദ്ധരിക്കുന്നു. വ്യവസ്ഥാനുസൃതമായി പ്രവർത്തിക്കുന്ന ഒരു ജ്ഞാനശാസ്ത്രകാരനെ സംബന്ധിച്ചിടത്തോളം, ഒരു പ്രകൃതി ശാസ്ത്രജ്ഞൻ ആദർശരഹിതനായ അവസരവാദിയായി പ്രത്യക്ഷപ്പെടുന്നുവെന്ന ഐൻസ്റ്റൈന്റെ വാക്കുകൾ അദ്ദേഹം എടുത്തെഴുതുന്നു. പ്രകൃതി ശാസ്ത്രജ്ഞന്മാർ സ്വീകരിക്കുന്ന വളരെ വ്യത്യസ്തങ്ങളും വിരുദ്ധങ്ങളുമായ രീതിശാസ്ത്രങ്ങളെ ചൂണ്ടിയാണ് ഐൻസ്റ്റൈൻ ഇങ്ങനെ പറഞ്ഞത്. ശാസ്ത്രസംപ്രത്യയങ്ങളുടെ നിർമ്മാണത്തിനായി ഏതെങ്കിലും ഒരു ജ്ഞാനശാസ്ത്രവ്യവസ്ഥയിലേക്കു മാത്രമായി ചുരുങ്ങിനില്ക്കാൻ, അനുഭവയാഥാർത്ഥ്യത്താൽ നിർമ്മിക്കപ്പെടുന്ന ബാഹ്യാവസ്ഥകൾ ശാസ്ത്രജ്ഞന്മാരെ അനുവദിക്കുന്നില്ലെന്ന് ഐൻസ്റ്റൈൻ കൂട്ടിച്ചേർക്കുന്നുണ്ട്.

ലെനിന്റെ '*ഇടതുപക്ഷകമ്യൂണിസം ഒരു ബാലാരിഷ്ടത*' എന്ന പുസ്തകത്തിൽ നിന്നും പോൾ ഫയറബന്റ് ദീർഘമായിട്ടാണ് ഉദ്ധരിക്കുന്നത്. "ചരിത്രം പൊതുവിലും വിപ്ലവങ്ങളുടെ ചരിത്രം പ്രത്യേകിച്ചും ...എപ്പോഴും വളരെയധികം സാരസമ്പുഷ്ടവും വൈവിദ്ധ്യപൂർണ്ണവും നാനാമുഖവും സജീവവും പ്രതിഭാസമ്പന്നവുമാണ്....അതിപ്രധാനമായ രണ്ടു പ്രായോഗികനിഗമനങ്ങൾ ഇതിൽനിന്നും ഉളവാകുന്നുണ്ട്. ഒന്നാമത്, സ്വന്തം കടമ നിറവേറ്റണമെങ്കിൽ, വിപ്ലവവർഗ്ഗത്തിന്

സാമൂഹികപ്രവർത്തനത്തിന്റെ ഒന്നൊഴിയാതുള്ള എല്ലാ രൂപങ്ങളും സ്വായത്തമാക്കാൻ കഴിയണം. രണ്ടാമത്, ഒരു രൂപത്തിൽനിന്നും മറ്റൊന്നിലേക്ക് അതിവേഗത്തിലും പൊടുന്നനെയും മാറാൻ വിപ്ലവവർഗ്ഗം തയ്യാറായിരിക്കണം." ലെനിൻ വിപ്ലവകാരികൾക്കു നല്കിയ നിർദ്ദേശങ്ങൾ ശാസ്ത്രജ്ഞന്മാരോട് പോൾ ഫയറബന്റ് ആവർത്തിക്കുന്നു. ഒന്നൊഴിയാതെ എല്ലാ സമരമാർഗ്ഗങ്ങളും സ്വീകരിക്കാനുള്ള ലെനിന്റെ ആഹ്വാനത്തെ ഫയറബന്റ് മറ്റൊരു രീതിയിൽ ശാസ്ത്രജ്ഞന്മാരോടു പറയുന്നു. വിപ്ലവരാഷ്ട്രീയപ്രവർത്തനമാകട്ടെ, ശാസ്ത്രപ്രവർത്തനമാകട്ടെ അവയെ ഏതെങ്കിലും സവിശേഷമായ രീതിശാസ്ത്രത്തിലേക്കു ന്യൂനീകരിക്കുന്നവർക്ക് ചരിത്രം നിരന്തരം ഉല്പാദിപ്പിച്ചുകൊണ്ടിരിക്കുന്ന പുതിയ ധാരണകളെ അറിയാൻ കഴിയില്ല. പരമ്പരാഗതമായ ധാരണകളിൽ തളച്ചിടപ്പെടാതിരിക്കാൻ, ചരിത്രം വച്ചു നീട്ടുന്ന പുതിയ സാദ്ധ്യതകളെ സ്വീകരിക്കാൻ എല്ലാ വ്യവഹാരങ്ങളും തുറന്ന സമീപനങ്ങളെ സ്വീകരിക്കണം. സൈദ്ധാന്തികമായ അരാജകത്വം, എല്ലാ ചിന്തകളെയും കടന്നുകയറാനും കൂടിക്കുഴയാനും പരസ്പരം പ്രതിപ്രവർത്തിക്കാനും അവസരമൊരുക്കുന്നുവെന്ന്, സർഗ്ഗാത്മകതയെ ത്വരിപ്പിക്കുന്നുവെന്ന് പോൾ ഫയറബന്റ് എഴുതുന്നു.

ശാസ്ത്രം അവശ്യമായും ഒരു അരാജകവാദസംരംഭമാണെന്നു ഫയറബന്റ് പറയുന്നു. അരാജകവാദം കൂടുതൽ മാനുഷികമാണ്. നിയമങ്ങളും നിയന്ത്രണങ്ങളുമല്ല, അരാജകത്വമാണ് പുരോഗതിയെ കൊണ്ടുവരുന്നത്. സുസ്ഥാപിതമായ പരീക്ഷണഫലങ്ങളെ വൈരുദ്ധ്യങ്ങളിലേക്കു നയിക്കുന്ന സങ്കല്പനങ്ങൾ ആവിഷ്കരിക്കുന്നതിനെക്കുറിച്ചും എതിർപ്രേരണാത്മകത(Counter Inductivity)യെ സ്വീകരിക്കുന്നതിനെക്കുറിച്ചും ഫെയറബന്റ് എഴുതുന്നുണ്ട്. ശാസ്ത്രത്തിന്റെ രീതിശാസ്ത്രമായി എന്തുമാകാമെന്നും എന്തും അനുവദനീയമാണെന്നും (anything goes) പറയുന്നതിലേക്ക് ഇത് എത്തിപ്പെടുന്നു. പുരോയാനത്തെ തടസ്സപ്പെടുത്താത്ത തത്ത്വം ഇതു മാത്രമാണ്. നിശ്ചിതമായ രീതിശാസ്ത്രത്തെക്കുറിച്ചുള്ള ആശയവും കാരണയുക്തിയെ കുറിച്ചുള്ള കൃത്യമായ സിദ്ധാന്തവും വളരെ പ്രാകൃതമായ വീക്ഷണങ്ങളാണ്. എന്തുമാകാം എന്ന ഫയറബന്റിന്റെ നിലപാട് വലിയ വിമർശങ്ങളെയും ശാപങ്ങളെയും ഏറ്റുവാങ്ങിയിട്ടുണ്ട്. അതിനെ ശാസ്ത്രവിരുദ്ധമായി വിലയിരുത്തിയവരുണ്ട്. ഫയറബന്റ് തന്റെ നിലപാടിന് വ്യാഖ്യാനങ്ങൾ നൽകുന്നതിനു തയ്യാറാകുന്നുമുണ്ട്. തന്റെ ചില വാദങ്ങളെ അക്ഷരാർത്ഥത്തിൽ വ്യാഖ്യാനിക്കാൻ ശ്രമിച്ചതുകൊണ്ട് ഉണ്ടായ കുഴങ്ങിയ അവസ്ഥകളെ കുറിച്ച് അദ്ദേഹത്തിനു പറയേണ്ടി വന്നിട്ടുണ്ട്. എന്നാൽ, ആധുനിക ശാസ്ത്രം അരാജകവാദപരമായ ഒരു സംരംഭമാണെന്നാണ് ഫയറബന്റ് ഉറപ്പിക്കാൻ ശ്രമിച്ചത്.

ശാസ്ത്രം വിമോചനാത്മകമായ ഒരു പ്രസ്ഥാനമായിട്ടാണ് ആരം

ഭിക്കുന്നതെങ്കിലും പിന്നീട് കൂടുതൽ കൂടുതലായി വരട്ടുതത്ത്വവാദപരവും കർക്കശവുമായി മാറിത്തീർന്നു. ഇതോടുകൂടി വർദ്ധമാനമായതോതിൽ ഒരു പ്രത്യയശാസ്ത്രമായി അതു പരിണമിച്ചിരിക്കുന്നു. ശാസ്ത്രത്തിനു പുറത്തുള്ള ജ്ഞാനമണ്ഡലങ്ങളെ അവഗണിക്കാൻ പ്രേരിപ്പിക്കുന്ന തരത്തിലുള്ള വരട്ടുതത്ത്വവാദം ശാസ്ത്രത്തിന്റെ മേഖലയിൽ പ്രവർത്തിക്കുന്ന പലരെയും പിടികൂടിയിരിക്കുന്നു. പാശ്ചാത്യമായ ഒരു വീക്ഷണത്തിനുവേണ്ടി മറ്റു പരിപ്രേക്ഷ്യങ്ങളെയും ലോകവീക്ഷണങ്ങളെയും തള്ളിക്കളയുന്നതിൽ യുക്തിപരമായ നീതികരണങ്ങളില്ല. വളരെ വലിയ വിജയങ്ങൾക്കിടയിലും, സ്പഷ്ടമായ രീതിയിൽ ശാസ്ത്രത്തെ മതത്തിൽ നിന്നോ മാന്ത്രികവിദ്യയിൽനിന്നോ ഐതിഹ്യങ്ങളിൽ നിന്നോ തിരിച്ചറിയാൻ കഴിയാതായിരിക്കുന്നു. ശാസ്ത്രവും യുക്തിപരതയും മഹിമയുടെ സാർവ്വലൗകികമായ മാനദണ്ഡങ്ങളല്ല. സ്വന്തം ചരിത്രപരമായ വേരുകളെ കുറിച്ച് അറിയാത്ത സവിശേഷമായ ചില പാരമ്പര്യങ്ങളാണത്.

ശാസ്ത്രത്തിന് അതിന്റെ സ്വന്തം കാലിൽ നില്ക്കാൻ കഴിയും. കാരണയുക്തിവാദികളുടെയോ ഐഹികതാവാദികളുടെയോ മാനവികതാവാദികളുടെയോ മാർക്സിസ്റ്റുകളുടെയോ മതപ്രസ്ഥാനങ്ങളുടെയോ സഹായം അതിനാവശ്യമില്ലെന്ന് ഫയറബന്റ് എഴുതുന്നുണ്ട്. ശാസ്ത്രത്തെ പ്രത്യയശാസ്ത്രങ്ങളിൽനിന്നും രക്ഷിക്കണം. എന്നാൽ, ജനാധിപത്യസമൂഹങ്ങളെ ശാസ്ത്രത്തിൽനിന്നും സംരക്ഷിക്കേണ്ടതുണ്ട്. ജനാധിപത്യസമൂഹങ്ങളിലെ ശാസ്ത്രസ്ഥാപനങ്ങളും ഗവേഷണപദ്ധതികളും പൊതുനിയന്ത്രണത്തിലായിരിക്കണം. ഭരണകൂടത്തെ മതസ്ഥാപനങ്ങളിൽ നിന്നും മാറ്റി നിർത്തേണ്ടതുപോലെ ശാസ്ത്രസ്ഥാപനങ്ങളിൽ നിന്നുകൂടി മാറ്റി നിർത്തണം. സത്യത്തിലേക്കും യാഥാർത്ഥ്യത്തിലേക്കുമുള്ള ഏകപാത എന്നതിനു പകരം പല പാതകളിൽ ഒരെണ്ണമെന്ന നിലയ്ക്ക് ശാസ്ത്രത്തെ മനസ്സിലാക്കണമെന്നും അങ്ങനെ പഠിപ്പിക്കണമെന്നും ഫയറബന്റ് പറയുന്നു. തന്റെ വാദങ്ങളിലെ ആശയങ്ങൾ ഒട്ടും പുതിയതല്ലെന്ന് അദ്ദേഹം എഴുതുന്നു. ശാസ്ത്രജ്ഞാനത്തെ കുറിച്ചുള്ള തന്റെ വ്യാഖ്യാനം മാഹിനെയും ബോൾട്സ്മാനെയും ഐൻസ്റ്റൈനെയും ബോറിനേയും പോലുള്ള ഭൗതികശാസ്ത്രജ്ഞന്മാർക്ക് സുവ്യക്തമായിരുന്നു. എന്നാൽ, ഈ മഹാചിന്തകരുടെ ആശയങ്ങളെ തിരിച്ചറിയാൻ കഴിയാത്തവണ്ണം വികൃതമാക്കിയത് നിയോപോസിറ്റിവിസത്തിന്റെയും വിമർശാത്മകയുക്തിവാദത്തിന്റെയും മൂഷികവർഗ്ഗത്തിൽപെട്ട കരണ്ടുതീനികളാണ്.

ശാസ്ത്രസിദ്ധാന്തങ്ങളെ രൂപീകരിക്കുന്ന സംഭവങ്ങൾക്കും നടപടിക്രമങ്ങൾക്കും ഫലങ്ങൾക്കും പൊതുവായ ഒരു ഘടനയില്ല. എല്ലാ ശാസ്ത്രാന്വേഷണങ്ങളിലും സാമാന്യമായി പ്രവർത്തിക്കുന്ന പൊതുമൂലകങ്ങളില്ല. പ്രപഞ്ചഘടനാശാസ്ത്രത്തിലെ സ്ഥിതാവസ്ഥസിദ്ധാന്ത

(Steady State Theories)ങ്ങളെ തള്ളിക്കളഞ്ഞതും ഡി എൻ എയുടെ ഘടന കണ്ടെത്തിയതും വ്യത്യസ്ത സവിശേഷകാര്യകാരണങ്ങൾ കൊണ്ടാണ്. വിജയകരമായ ഇത്തരം ഗവേഷണങ്ങൾക്ക് പൊതുവായ മാനദണ്ഡങ്ങൾ കണ്ടെത്താൻ കഴിയില്ല. ശാസ്ത്രഗവേഷണങ്ങളിലെ വിജയങ്ങളെ ലളിതമായ മാർഗ്ഗങ്ങൾകൊണ്ട് വിശദീകരിക്കാനും കഴിയില്ല. സാമൂഹികസാഹചര്യങ്ങളുടെയും മറ്റും ചരിത്രപരമായ ഒരു വിവരണം നല്കാനേ കഴിയൂ. ഒരു പ്രശ്നത്തെ കൈകാര്യം ചെയ്യുന്നതിൽ ശാസ്ത്രത്തിനുണ്ടാകുന്ന വിജയം നിർദ്ധാരണം ചെയ്യപ്പെടാത്ത മറ്റൊരു പ്രശ്നത്തിനുള്ള മാർഗ്ഗം നിർദ്ദേശിക്കുന്ന മാനദണ്ഡമാകുന്നില്ല. ശാസ്ത്രത്തിലെ വിജയം പൊതുമാനദണ്ഡങ്ങളെ നല്കുന്നുവെന്ന വാദം തീർത്തും അപ്രസക്തമായ ഒന്നാണെന്ന് ഫയറബന്റ് നിരീക്ഷിക്കുന്നു. പാശ്ചാത്യശാസ്ത്രം ഭൂഗോളത്തെ മുഴുവൻ കീഴ്പ്പെടുത്തിയിരിക്കുന്നുവെന്നത് ശരിയാണ്. അതിന്റെ ആന്തരികമായ യുക്തിഭദ്രതയാണ് ഇതിനു കാരണമെന്നു പറയരുതെന്ന് ഫയറബന്റ് നിഷ്കർഷിക്കുന്നു. അധികാരമാണ് ഇതിനടിയിൽ പ്രവർത്തിക്കുന്നത്. ആധുനികശാസ്ത്രവും അധികാരവും തമ്മിലുള്ള ബന്ധം സുവിദിതമാണ്. മരണത്തിനുള്ള ഫലപ്രദമായ ഉപകരണങ്ങളെ നിർമ്മിച്ചെടുത്തത് പാശ്ചാത്യശാസ്ത്രമാണ്. പാശ്ചാത്യശാസ്ത്രമില്ലാതിരുന്നെങ്കിൽ മൂന്നാം ലോകത്തിലെ കൂടുതൽ മനുഷ്യർ പട്ടിണിമൂലം മരിക്കുമായിരുന്നുവെന്നത് ശരിയാണ്. പാശ്ചാത്യശാസ്ത്രം പല പകർച്ചവ്യാധികളെയും ഉന്മൂലനം ചെയ്തുവെന്നതും ശരിയാണ്. എന്നാൽ, വികസനത്തിന്റെപേരിൽ സൃഷ്ടിക്കപ്പെട്ട ദുരിതങ്ങൾക്കും കഷ്ടപ്പാടുകൾക്കും ശാസ്ത്രം വഹിച്ച പങ്ക് വിസ്മരിച്ചുകൊണ്ടാണോ ഈ ശരികളെക്കുറിച്ചു നാം സംസാരിക്കുക! താൻ ശാസ്ത്രത്തിനെതിരല്ലെന്നു ഫെയറബെന്റ് പറയുന്നു. സംസ്കാരങ്ങളുടെ കൊലകൾക്കു വേണ്ടി ശാസ്ത്രത്തിനെ ഉപയോഗിക്കുന്ന പ്രത്യയശാസ്ത്രങ്ങളോട് താൻ എതിരാണെന്ന് അദ്ദേഹം എഴുതുന്നു.

ആധുനികഭൗതികശാസ്ത്രത്തിലും മറ്റും പ്രകടമാകുന്ന ചില പ്രവണതകൾ ഏകാത്മകതയിലേക്കു നീങ്ങാൻ പ്രേരിപ്പിക്കുന്നതാണെന്ന് ഫയറബന്റ് പറയുന്നു. ഏകീകൃതസിദ്ധാന്തങ്ങൾ രൂപീകരിക്കാനും പ്രപഞ്ചത്തെ ഒറ്റ സിദ്ധാന്തത്തിലേക്കോ ഒറ്റ സമീകരണത്തിലേക്കോ ചുരുക്കാനുമുള്ള സമീപനങ്ങൾ സൈദ്ധാന്തികഭൗതികത്തിലും മറ്റും നമുക്കു കാണാവുന്നതേയുള്ളൂ. ഇത്തരം പ്രവണതകൾക്കെതിരായ നിലപാടാണ് ഫയറബന്റ് സ്വീകരിക്കുന്നത്. ജ്ഞാനശാസ്ത്രപരമായ ബഹുലതയ്ക്ക് വലിയ സാദ്ധ്യതകളുണ്ടെന്ന് അദ്ദേഹം നിരീക്ഷിക്കുന്നു. ഒരു കാര്യത്തെ വിശദീകരിക്കാൻ കഴിവുള്ള പല സിദ്ധാന്തങ്ങൾക്കു സാദ്ധ്യതയില്ലേ? പ്രപഞ്ചം ഏകാത്മകമാണെന്ന ചിന്തയിൽ പ്രവർത്തിക്കുന്ന മൂലകങ്ങൾ ജനാധിപത്യപരമായതാണോ? സിദ്ധാന്തങ്ങളിലെ വ്യത്യസ്തതകളും പൊട്ടിപ്പിരിയലുകളും ശാസ്ത്രത്തിനു ഗുണകരമായി ഭവിക്കുമെന്ന് ഫയ

റബന്റ് ദീർഘദർശനം നടത്തുന്നു. ശാസ്ത്രത്തിന്റെ വിവിധ മേഖലകളുടെ അസമമായ വികാസം പലപ്പോഴും യുക്തിരഹിതമായ രീതിശാസ്ത്രങ്ങളെപ്പോലും സ്വീകരിക്കാൻ പ്രേരിപ്പിച്ചേക്കുമത്രേ! ചിന്തയുടെ മുഴുവൻ ചരിത്രവും ശാസ്ത്രങ്ങളിലേക്കു സ്വാംശീകരിക്കാൻ ഇതൊക്കെ സഹായകമാകുമെന്ന് ഫയറബന്റ് കരുതുന്നുണ്ട്.

തോമസ്കുണിന്റെയും പോൾ ഫയറബന്റിന്റെയും മറ്റും നിലപാടുകളും സമീപനങ്ങളും ഉത്തരാധുനികരെയും സാമൂഹികനിർമ്മിതിവാദികളെയും ഏറെ ആകർഷിക്കുന്നതായിരുന്നു. ശാസ്ത്രത്തിൽ വ്യത്യസ്ത ആശയമാതൃകകൾ സാദ്ധ്യമാണെന്നും ആശയമാതൃകകളുടെ കവചങ്ങളിലൂടെയാണ് നാം ലോകത്തെ കാണുന്നതും മനസ്സിലാക്കുന്നതും സിദ്ധാന്തങ്ങൾ സ്വരൂപിക്കുന്നതെന്നുമുള്ള തോമസ് കുണിന്റെ സമീപനം വ്യത്യസ്ത ആശയമാതൃകകൾ വ്യത്യസ്തശാസ്ത്രങ്ങളെ നിർമ്മിക്കാൻ പര്യാപ്തമാണെന്ന സൂചനകൾ ഉൾക്കൊള്ളുന്നുണ്ട്. സൈദ്ധാന്തികമായി അനേകം ശാസ്ത്രങ്ങൾ സാദ്ധ്യമാണെന്ന നിലപാടിലേക്കു നയിക്കുന്നതായിരുന്നു, ഇത്. നാം വസ്തുതകൾ നിർമ്മിക്കുകയും പ്രകൃതിയിലേക്കു പ്രക്ഷേപിക്കുകയും ചെയ്യുന്നു. പ്രകൃതി മഹാമനസ്കതയുള്ളതാണ്. വൈരുദ്ധ്യങ്ങൾ നിറഞ്ഞ എത്രയോ വിശദീകരണങ്ങൾക്കൊപ്പം അതു നിലനില്ക്കുന്നു. ഇത് മറ്റൊരു രീതിയിലാകാൻ കാരണമില്ല. വിശുദ്ധമായ സിദ്ധാന്തങ്ങളില്ല. നമ്മുടെ സിദ്ധാന്തങ്ങളെ വിധിക്കുന്നതിനു കെല്പുള്ള സിദ്ധാന്തമുക്തമായ ഡാറ്റ ഇല്ല. ജ്ഞാനം ഒരു നിർമ്മിതിയാണ്. വ്യത്യസ്ത ജനവിഭാഗങ്ങൾ വ്യത്യസ്ത കാലങ്ങളിൽ, വിവിധ സ്ഥലങ്ങളിൽ ലോകത്തെ വ്യത്യസ്തമായ രീതികളിൽ തെളിയിച്ചു കാണിക്കുകയും അതിന്റെ വിവിധ കാഴ്ചകളെയും ഭാവങ്ങളെയും യഥാതഥമെന്ന് ആവിഷ്കരിച്ചു കൊണ്ടിരിക്കുകയും ചെയ്യുന്നു. ഈ അന്വേഷണങ്ങൾക്ക് പൊതുവായ സത്യത്തിന്റെ രീതിശാസ്ത്രമില്ല. യുക്തിപരതയെ സാമൂഹികബന്ധങ്ങളിലേക്കു ന്യൂനീകരിച്ചുകൊണ്ട് ശാസ്ത്രത്തെ ആക്രമിക്കുകയാണ് സാമൂഹികനിർമ്മിതിവാദികൾ ചെയ്യുന്നതെന്നുള്ള ആക്ഷേപത്തിന് അവർക്കുള്ള മറുപടി ഇതൊക്കെയാണ്.

സാമൂഹികനിർമ്മിതിവാദത്തിന്റെ നിലപാടുകൾ ശക്തമായി ഉയർത്തിയത് പെൺശാസ്ത്രവാദികളാണ്. ശാസ്ത്രത്തിന്റെ വളർച്ചയിൽ പുരുഷാധിപത്യസമൂഹം എങ്ങനെ പ്രവർത്തിച്ചുവെന്നും സ്ത്രീയെ സൂചിപ്പിക്കുന്ന രൂപകങ്ങൾ ശാസ്ത്രഭാഷയ്ക്കും സൈദ്ധാന്തീകരണങ്ങൾക്കും എങ്ങനെയെല്ലാം സഹായകമായിയെന്നുമുള്ള അന്വേഷണങ്ങൾ മുതൽ ശാസ്ത്രം ഒരു പുരുഷാധിപത്യവ്യവഹാരമാണെന്നും നിലവിലുള്ള ആധുനികശാസ്ത്രസിദ്ധാന്തങ്ങൾ പുരുഷാധിപത്യത്തെ ഉറപ്പിക്കുന്ന ഇതര പ്രസ്താവനകൾ മാത്രമാണെന്നും വിമോചനാത്മകമായ ആശയമാതൃകയുള്ള ഫെമിനിസ്റ്റുകൾക്ക് കൂടുതൽ മെച്ചപ്പെട്ട

ശാസ്ത്രത്തെ നിർമ്മിക്കാൻ കഴിയുമെന്നും മറ്റും പറയുന്ന സൈദ്ധാന്തീകരണങ്ങൾവരെ പെൺശാസ്ത്രവാദികളിൽനിന്നും ഉയർന്നുവന്നിട്ടുണ്ട്. ഈവ്‌ലിൻ ഫോക്സ് കെല്ലർ, ഹെലൻ ലോഞ്ജിനോ, ഡോണ ഹാരാവേ, സാന്ദ്ര ഹാർഡിങ്, എൽ ജെ ജോർദനോവ, കരോലിൻ മർച്ചന്റ് എന്നിവരുടെയെല്ലാം എഴുത്തുകളിലൂടെ പെൺശാസ്ത്രവാദത്തിന്റെ നിലപാടുകളും സമീപനങ്ങളും പ്രചരിതമായിരിക്കുന്നു. ശാസ്ത്രത്തിന്റെ ഉള്ളടക്കം ഒരു സാമൂഹികവിശദീകരണം ആവശ്യപ്പെടുന്നുണ്ട് എന്ന ആശയത്തെ എല്ലാ ഫെമിനിസ്റ്റ് ശാസ്ത്രവാദികളും പിൻപറ്റുന്നുണ്ട്.

പുരുഷാധിപത്യസമൂഹം ശാസ്ത്രത്തിൽ ചെലുത്തിയ സ്വാധീനങ്ങളെക്കുറിച്ച് പെൺശാസ്ത്രവാദികൾ നടത്തിയ ഉൾക്കാഴ്ചയുള്ള അന്വേഷണങ്ങൾ പുതിയ ധാരണകൾ സ്വരൂപിക്കാൻ സഹായകമായിട്ടുണ്ട്. ശാസ്ത്രസിദ്ധാന്തങ്ങളുടെ രൂപീകരണത്തിൽ സംജ്ഞാനപരമല്ലാത്ത മൂലകങ്ങളും പങ്കെടുക്കുന്നുണ്ടെന്ന ധാരണയെ ഉറപ്പിക്കാൻ ഇവർക്കു കഴിയുന്നു. സാമൂഹികവും സാംസ്കാരികവുമായ മൂല്യങ്ങൾ ശാസ്ത്രസിദ്ധാന്തങ്ങളുടെ രൂപീകരണത്തിൽ പങ്കെടുത്തതിന്റെ നിരവധി സംഭവങ്ങളെ; ചരിത്രത്തെ, ഇവർ അനാവരണം ചെയ്യുന്നു. ശാസ്ത്രപഠനത്തിൽ ഉപയോഗിക്കപ്പെട്ട ലൈംഗികതയുടെ രൂപകങ്ങളെക്കുറിച്ചുള്ള അന്വേഷണങ്ങൾ ഭാഷയിലെ രൂപകങ്ങൾ ശാസ്ത്രസിദ്ധാന്തത്തിന്റെ രൂപീകരണത്തിൽ പങ്കെടുക്കുന്നതിനെക്കുറിച്ചുള്ള അനിഷേധ്യമായ തെളിവുകളാണ് നല്കിയത്. ആധുനികശാസ്ത്രം ഉയർത്തിപ്പിടിക്കുന്ന വസ്തുനിഷ്ഠത എന്ന സങ്കല്പനത്തെ വലിയ അളവിൽ പ്രശ്നീകരണത്തിനു വിധേയമാക്കാൻ പെൺശാസ്ത്രവാദികൾക്കു കഴിഞ്ഞു. വസ്തുനിഷ്ഠത ശാസ്ത്രത്തിന് ഒരു വരമല്ലെന്ന് അവർ വാദിക്കുന്നു. പ്രകൃതിയെ സംസ്കാരത്തിനു വിരുദ്ധമായി കാണുന്ന പുരുഷാധിപത്യസമൂഹമാണ് വസ്തുനിഷ്ഠതയും ആത്മനിഷ്ഠതയും തമ്മിലുള്ള വിഭജനം സൃഷ്ടിച്ചതെന്ന് ഇവർ കരുതുന്നു. ശാസ്ത്രത്തെ വസ്തുനിഷ്ഠമായി കാണുകയും ആത്മനിഷ്ഠതയുടെ മൂലകങ്ങളെ അതിൽനിന്നും ഒഴിവാക്കുകയും ചെയ്യുന്ന സമീപനം നൈതികമൂല്യങ്ങളെ ശാസ്ത്രത്തിൽനിന്നും ഒഴിവാക്കുകയായിരുന്നുവെന്ന് ഫെമിനിസ്റ്റ് ശാസ്ത്രവാദികൾ ആരോപിക്കുന്നു. ശാസ്ത്രത്തിന് രാഷ്ട്രീയാധികാരവുമായുള്ള ബന്ധത്തെ മറയ്ക്കുന്നതിന് ഇതു സഹായിച്ചു.

വ്യത്യസ്ത ആശയമാതൃകകൾക്കനുസരിച്ച് വ്യത്യസ്ത ശാസ്ത്രങ്ങൾ സാദ്ധ്യമാണെന്ന ഉത്തരാധുനികരുടെയും സാമൂഹികനിർമ്മിതിവാദികളുടെയും നിലപാട് ഇരുതല മൂർച്ചയുള്ള ഒരു വാളിനെപ്പോലെയാണ് പ്രവർത്തിക്കുന്നത്! ഈ നിലപാടിനെ ആശ്രയിച്ചു വാദഗതികൾ രൂപപ്പെടുത്തുന്ന പെൺശാസ്ത്രവാദികളുടെ ഇടപെടലുകൾ ചില അതിവാദങ്ങൾക്കപ്പുറത്ത് ധനാത്മകമായ ചില സംഭാവനകൾക്കു കാരണമായെങ്കിലും ഇതേ വാദഗതിയെ ആശ്രയിക്കുന്ന മതമൗലികവാദികളുടെ

ഇടപെടലുകൾ പലപ്പോഴും പ്രതിലോമഫലങ്ങൾ നല്കുന്നതായിരുന്നു. ആധുനികശാസ്ത്രത്തിന്റെ നേട്ടങ്ങൾ പ്രത്യക്ഷത്തിൽ തന്നെ വലിയ തോതിൽ ബോദ്ധ്യപ്പെടുകയും അത് ജനങ്ങൾക്കിടയിൽ വലിയ വിശ്വാസ്യത നേടുകയും ചെയ്യുന്നതോടെ തങ്ങളുടെ മതം ശാസ്ത്രീയമാണെന്നു വാദിക്കുന്നതിനും തെളിയിക്കുന്നതിനുമുള്ള ശ്രമങ്ങൾ മതമൗലികവാദികൾ ആരംഭിക്കുന്നുണ്ടല്ലോ? ശാസ്ത്രസിദ്ധാന്തങ്ങൾ തങ്ങളുടെ വേദപുസ്തകത്തിലുണ്ടെന്ന വാദവുമായി ഇവർ രംഗത്തെത്തുന്നു. ആധുനിക ഭൗതികശാസ്ത്രത്തിലെ കണ്ടെത്തലുകൾ കോഡുകളുടെ രൂപത്തിൽ വേദാന്തത്തിൽ ദർശിക്കാമെന്നു പറയുന്ന സുഭാഷ് കാക്കിനെ സംബന്ധിച്ചിടത്തോളം വേദങ്ങൾ ഭൗതികശാസ്ത്ര പുസ്തകങ്ങളാണ്. വേദശാസ്ത്രം വൈദിക ആശയമാതൃകയ്ക്കുള്ളിൽ പൂർണ്ണമായും ശാസ്ത്രമാണെന്ന് സുഭാഷ് കാക്ക് പറയുന്നു. വ്യത്യസ്ത ആശയമാതൃകകൾക്കനുസരിച്ച് ഹൈന്ദവശാസ്ത്രവും ക്രൈസ്തവശാസ്ത്രവും ഖുറാൻശാസ്ത്രവും ...എല്ലാം സാദ്ധ്യമാണെന്ന വാദം ഉയിർക്കൊള്ളുന്നു.

ചാൾസ് ഡാർവിന്റെ പരിണാമസിദ്ധാന്തത്തിനെതിരെ സൃഷ്ടിവാദത്തെ ഉയർത്തിപ്പിടിച്ചുകൊണ്ട് പ്രചണ്ഡമായ പ്രചാരണങ്ങൾ നടത്തുന്ന അമേരിക്കയിലെ ഇവാഞ്ചലിക്കൽസിന്റെ ഇടപെടലുകൾ ആശയമാതൃകാവാദത്തിന്റെ ചുവടുകൾ പിൻപറ്റുന്നതായിരുന്നു. പരിണാമസിദ്ധാന്തം മതേതരമാനവികവാദം (Secular humanism) എന്ന മതത്തിന്റെ വിശ്വാസപ്രമാണമാണെന്നും അതിന് സൃഷ്ടിവാദത്തിന്റെ അന്തസ്സിൽ കൂടുതൽ എന്തെങ്കിലും അവകാശപ്പെടാനില്ലെന്നും സത്യവേദപുസ്തകത്തിലെ ഉല്പത്തി വിചാരങ്ങൾക്ക് പരിണാമവാദത്തോടൊപ്പം തുല്യപ്രാധാന്യം നല്കണമെന്നും ഇവർ കോടതികളിൽ വാദിക്കാൻ തുടങ്ങി! ജീവശാസ്ത്രകാരന്മാരെ സംബന്ധിച്ചിടത്തോളം ഫോസിലുകൾ പരിണാമവാദത്തിനുള്ള തെളിവുകളാണ്. എന്നാൽ, ശാസ്ത്രീയ സൃഷ്ടിവാദികൾക്ക് ഇത് സൃഷ്ടികർത്താവായ ദൈവം പൂർണ്ണതയുള്ള ജീവജാതികളെ സൃഷ്ടിച്ചുവെന്നതിന്റെ തെളിവുകളാണ്. ഫോസിലുകളെക്കുറിച്ചുള്ള നിരീക്ഷണപഠനങ്ങൾ പ്രകൃതിനിർദ്ധാരണനിയമങ്ങളെ സാധൂകരിക്കുന്നതിനു വേണ്ടി പ്രത്യേകിച്ച് ഒന്നും സംഭാവന ചെയ്യുന്നില്ലെന്നാണ് അവരുടെ വാദം. ദൈവശാസ്ത്രകാരൻമാരുടെ ആശയമാതൃകയനുസരിച്ച് സൃഷ്ടിവാദം ശാസ്ത്രീയമാണെന്ന് പറയുന്നു.

അമേരിക്കയിലെ ഇവാഞ്ചലിക്കൽസിനെപ്പോലെ ഇന്ത്യയിലെ ഹിന്ദുത്വവാദികളുടെ നിലപാടുകളിലും സമീപനങ്ങളിലും സാമൂഹികനിർമ്മിതിവാദത്തിന്റെ ആശയങ്ങൾ പ്രകടമാണ്. സാംസ്കാരികമായ ആധികാരികതയെക്കുറിച്ച് നിരർത്ഥകമായി പുലമ്പിക്കൊണ്ട് ശാസ്ത്രത്തെ ഐതിഹ്യകഥകളാക്കി പരിവർത്തിപ്പിക്കുകയും തങ്ങളുടേതാക്കി അവ

തരിപ്പിക്കുകയും ചെയ്യുന്ന പ്രവർത്തനമാണ് സാംസ്കാരികദേശീയതയിലൂന്നുന്ന ഹിന്ദുത്വശക്തികൾ ചെയ്തു കൊണ്ടിരിക്കുന്നത്. സാംസ്കാരികമായ ആധികാരികതയും അധീശത്വവും സ്ഥാപിച്ചെടുക്കാനുള്ള അതിന്റെ ശ്രമങ്ങളിൽ ആധുനികശാസ്ത്രത്തെ ഒരു ഉപകരണമാക്കി മാറ്റിത്തീർക്കുന്നു. വേദാന്തത്തിന്റെ അതിഭൗതികം സഹസ്രാബ്ദങ്ങൾക്കു മുന്നേ ഗ്രഹിച്ചു കഴിഞ്ഞിരുന്ന കാര്യങ്ങളെ പാശ്ചാത്യവല്ക്കരിച്ചു വികൃതമാക്കി അവതരിപ്പിക്കുകയാണ് ആധുനികശാസ്ത്രം ചെയ്യുന്നതെന്ന് ഇത് ആരോപിക്കുന്നു. ഈ ആരോപണത്തിന്റെ രാഷ്ട്രീയമായ നീതീകരണത്തിന് ഉത്തരാധുനികതയും അധിനിവേശാനന്തരതയും മറ്റും മുന്നോട്ടുവയ്ക്കുന്ന ആശയങ്ങളിൽനിന്നും പകുതിവെന്ത ചില കാര്യങ്ങളെ ഇവർ സ്വീകരിക്കുന്നു. പ്രാന്തവല്ക്കരിക്കപ്പെട്ടവരുടെ രാഷ്ട്രീയത്തെ കുറിച്ചോ നാനാത്വങ്ങളെ കുറിച്ചോ ഉത്തരാധുനികത മുന്നോട്ടു വയ്ക്കുന്ന പുരോഗാമിയും അനുലോമവുമായ കാര്യങ്ങളെ തള്ളിക്കളയുകയും ആപേക്ഷികതാവാദത്തിന്റെയും ഐകരൂപ്യവാദത്തിന്റെയും അയുക്തികതയെയും പ്രതിലോമപരതയെയും ഹർഷാരവങ്ങളോടെ പുല്കുകയും ചെയ്യുന്ന സാംസ്കാരികദേശീയതയുടെ വക്താക്കൾ ആധുനികശാസ്ത്രത്തെ തങ്ങളുടെ പഴഞ്ചൻകഥ തന്നെയെന്ന് ഉറപ്പിക്കാൻ ശ്രമിക്കുന്നു. ഉത്തരാധുനികതയുടെ പക്ഷത്തു നില്ക്കുന്നവർ തന്നെ ഹിന്ദുത്വത്തിന്റെ ശക്തികൾക്കെതിരെ നിലപാടുകൾ സ്വീകരിക്കാൻ സന്നദ്ധരാകുന്നുണ്ടെങ്കിലും ഉത്തരാധുനികതയുടെ ചില നിലപാടുകൾ (പല ഉത്തരാധുനികതകൾ ഉണ്ടല്ലോ!) ഹിന്ദുത്വത്തിന്റെ വക്താക്കളെ ത്വരിപ്പിക്കുന്നുണ്ട്.

ഹിന്ദുത്വത്തിന്റെ പ്രതിലോമപരമായ ആശയലോകത്തെ വിവൃതമാക്കുന്നതിൽ ബദ്ധശ്രദ്ധയായ മീരാ നന്ദ എന്ന ശാസ്ത്രജ്ഞ സമകാലത്തെ ഹൈന്ദവവല്ക്കരണപ്രക്രിയയിൽ പുത്തൻ ബുദ്ധിജീവിതം വഹിക്കുന്ന പങ്കിനെക്കുറിച്ചു സൂചിപ്പിക്കുന്നുണ്ട്. ഐഹികീകരണത്തെ എതിർക്കുകയും ശാസ്ത്രത്തിന്റെ ഉപകരണവാദപരമായ സമീപനങ്ങളെ സ്വീകരിക്കുകയും ചെയ്യുന്ന ഒരു പ്രതിലോമപ്രസ്ഥാനമായി മീരാ നന്ദ ഹിന്ദുത്വത്തെ നിർവ്വചിക്കുന്നു. വലതുപക്ഷപിന്തിരിപ്പത്തത്തെ പോഷിപ്പിക്കുന്നതിൽ ഉത്തരാധുനികതയുടെയും അധിനിവേശാനന്തരതയുടെയും ബുദ്ധിജീവികൾ വഹിച്ച പങ്കിനെ അവർ എടുത്തുപറയുകയും വിമർശിക്കുകയും ചെയ്യുന്നു. അശീഷ് നന്ദിയും വന്ദനാശിവയും ക്ലോഡ് അൽവാരസും ഗായത്രിചക്രവർത്തി സ്പിവാക്കും ഉൾപ്പെടെയുള്ള ഇന്ത്യയിലെ ഉത്തരാധുനികബുദ്ധിജീവികൾ വിതച്ച ജ്ഞാനോദയപ്രബുദ്ധതാവിരുദ്ധതയുടെ വിത്തുകൾ വളർന്നു കൊയ്യാൻ പാകമായിരിക്കുന്നുവെന്ന് മീര പറയുന്നു. ഈ ബുദ്ധിജീവികൾ ലക്ഷ്യമാക്കിയ പാശ്ചാത്യവിരുദ്ധഅപരം ഇന്ത്യയിലെ ഹിന്ദുമതമൗലികവാദികളുടെ ഔദ്യോഗികപ്രത്യയശാസ്ത്രമായി മാറിയിരിക്കുന്നു. ഇന്ത്യയിൽ ഒരു അപരശാസ്

ത്രത്തെ കണ്ടെത്താനുള്ള ഹിന്ദുത്വവാദികളുടെ അന്വേഷണങ്ങൾക്ക് ഈ ഉത്തരാധുനിക സമീപനം ത്വരകമായി തീർന്നു. വേദങ്ങളിലും ഉപനിഷത്തുകളിലുംനിന്ന് ആധുനികശാസ്ത്രത്തെ കണ്ടെത്തുന്ന പ്രവർത്തനങ്ങൾ വ്യാപകമാകുന്നു. ആധുനികശാസ്ത്രഗവേഷണഫലങ്ങൾ പൗരസ്ത്യ മിസ്റ്റിസിസത്തിന്റെ വെളിപാടുകളെ സാധൂകരിക്കുന്നുവെന്ന് വിശദീകരിക്കുന്ന ഫ്രിറ്റ്ജോഫ് കാപ്രയുടെ *ഭൗതികത്തിന്റെ താവോ* (The Tao of Physics) പോലെയുള്ള പുസ്തകങ്ങളെ ഇന്ത്യയിലെ ഹിന്ദുമതമൗലികവാദികൾ ഹർഷാരവങ്ങളോടെയാണ് സ്വീകരിച്ചത്. ഇന്ത്യയിലെ ഹിന്ദുത്വ ശക്തികൾക്ക് വൻ പ്രാതിനിധ്യമുള്ള ഭരണകൂടം സ്ഥാപിതമായപ്പോൾ ജ്യോതിഷവും ഹസ്തരേഖാശാസ്ത്രവും മറ്റും ശാസ്ത്രത്തിന്റെ അന്തസ്സു നല്കി സർവ്വകലാശാലകളിൽ പഠിപ്പിക്കാനാരംഭിക്കുന്നു. ഉപഗ്രഹങ്ങളുടെ വിക്ഷേപണസമയത്ത് ഔദ്യോഗികമായ സമ്മതത്തോടെ ഗണപതിപൂജ നടത്തുന്ന ശാസ്ത്രജ്ഞന്മാരെ ഇവിടെ കാണാൻ കഴിയും. ആണവബോംബിന്റെ നിർമ്മാണത്തിലൂടെ ഒരു ജനതയെ മുഴുവൻ ഹിസ്റ്റീരിയ ബാധിച്ചവരെപ്പോലെ തിമിർത്താടാൻ പ്രേരിപ്പിക്കുന്നവരും ഹിന്ദുത്വശക്തികളുടെ അയൽരാജ്യങ്ങളോടുള്ള അസഹിഷ്ണുതയുടെ പ്രത്യയശാസ്ത്രത്തെയും യുദ്ധക്കൊതിയെയും പ്രോത്സാഹിപ്പിക്കുന്നവരും നമ്മുടെ ശാസ്ത്രലോകത്തുണ്ട്. ചാണകത്തിന് ആണവവികിരണങ്ങളെ തടയാൻ കഴിവുണ്ടെന്നും നമ്മുടെ പുരാതനസംസ്കാരം ഭൂമിക്കുപുറത്തുള്ള ഒരു ഉയർന്ന നാഗരികതയുമായി ബന്ധപ്പെട്ടിരുന്നുവെന്നും ശ്രീകൃഷ്ണൻ ഒരു അന്യഗ്രഹനാഗരികതയിൽനിന്നും വന്നതാണെന്നും മറ്റും പ്രസംഗിക്കുന്ന ശാസ്ത്രജ്ഞന്മാർ മനുജോസഫിന്റെ നോവലിലെ കഥാപാത്രങ്ങൾ മാത്രമല്ല, ഇന്ത്യയിലെ ശാസ്ത്രസ്ഥാപനങ്ങളിൽ അവരുണ്ട്. ഈയിടെ ഒരു മലയാളസാഹിത്യകാരനും മകനും ചേർന്ന് ഒരു ഭഗവത്ഗീതാശ്ലോകത്തിൽനിന്നും ഇരുപതാംനൂറ്റാണ്ടിലെ ഭൗതികശാസ്ത്രത്തെ മുഴുവൻ വ്യാഖ്യാനിച്ചെടുത്ത ദയനീയമായ കാഴ്ചയും നാം കാണുകയുണ്ടായി. ഹിന്ദുത്വവാദത്തിന്റെ സമീപനങ്ങൾ ശാസ്ത്രകോൺഗ്രസുകളിലും ശാസ്ത്രപ്രസിദ്ധീകരണങ്ങളിലും എത്തിച്ചേരുന്നിടത്തോളം വ്യാപകമായിട്ടുണ്ട്. ശാസ്ത്രപ്രവർത്തനങ്ങൾക്കല്ല, മറിച്ച് ഐതിഹ്യനിർമ്മാണങ്ങൾക്കും പ്രചാരണത്തിനുമാണ് സർക്കാർ ഫണ്ടുകൾ മാറ്റിവയ്ക്കപ്പെടുന്നതും വിനിയോഗിക്കപ്പെടുന്നതും എന്ന സ്ഥിതി സൃഷ്ടിക്കപ്പെട്ടിരിക്കുന്നു. ആര്യശാസ്ത്രത്തിനുവേണ്ടിയുള്ള ഹിറ്റ്ലറുടെ വാദങ്ങൾപോലെ ഹിന്ദുശാസ്ത്രത്തിനുവേണ്ടിയുള്ള മുറവിളികൾ ഉയരുന്നു.

പാശ്ചാത്യശാസ്ത്രത്തിലെ അപകടകരമായ പ്രവണതകൾക്കും തെറ്റുകൾക്കും കാരണം ദ്വൈതചിന്തയാണെന്നും പ്രകൃതിയെ ബോധത്തിൽനിന്നും വിഷയത്തെ വിഷയിയിൽനിന്നും വേർപെടുത്തുന്ന ഈ ചിന്തയ്ക്കു പകരം ഹിന്ദുമതത്തിലെ ഏകാത്മചിന്തയെ പ്രതിസ്ഥാപി

ക്കണമെന്നും ഇവർ വാദിക്കുന്നു. പദാർത്ഥത്തെ ആത്മാവിൽനിന്നും വേർതിരിക്കാത്ത, ഭൗതികപ്രകൃതിയെ ധാർമ്മികയാഥാർത്ഥ്യത്തിൽനിന്നും വേർതിരിക്കാത്ത ഹിന്ദുത്വവാദം, ധാർമ്മികപിഴവുകൾ ഭൗതികയാഥാർത്ഥ്യത്തിൽ പ്രതികരണങ്ങൾ സൃഷ്ടിക്കുമെന്നു വാദിക്കുകയും കർമ്മത്തിലേയും ധർമ്മത്തിലേയും പിഴവുകളാണ് പ്രകൃതിദുരന്തങ്ങൾക്കും അസ്പൃശ്യതയ്ക്കും മറ്റും കാരണമെന്നു ഉറപ്പിക്കുകയും ചെയ്യുന്നുണ്ട്. അത് ജാതിവ്യവസ്ഥയുടെ ന്യായീകരണങ്ങൾക്കു സഹായകമാകുന്നു. പ്രകൃതിയെ ധർമ്മമൂല്യചിന്തകളിൽനിന്നും വിടർത്തുന്ന ആധുനികശാസ്ത്രചിന്തയുടെ രീതിശാസ്ത്രവും ദർശനവും ഇന്ത്യയിലെ അസ്പർശ്യരും നിന്ദിതരുമായ ജനകോടികൾക്ക് ആശ്രയമാണെന്ന് മീരാനന്ദ എഴുതുന്നു. അംബേദ്ക്കറെ പോലുള്ള ദളിത് ചിന്തകർ ഇതു തിരിച്ചറിഞ്ഞിരുന്നതായും മീര കൂട്ടിച്ചേർക്കുന്നു.

ഹിന്ദുത്വശക്തികളുടെ ഈ പ്രവർത്തനങ്ങളെ ന്യായീകരിക്കാൻ പോലും ഉത്തരാധുനികതയുടെയും സാമൂഹികനിർമ്മിതിവാദത്തിന്റെയും വീക്ഷണം ഉപയോഗിക്കപ്പെടുന്നതിനെ കുറിച്ചാണ് നാം പറഞ്ഞുവന്നത്. ഉത്തരാധുനികതയുടെ ഇരുതല മൂർച്ചയുള്ള വാളിനെ നന്നായി പരിചയപ്പെടാനുള്ള സന്ദർഭമാണിത്. സാമൂഹികനിർമ്മിതിവാദത്തിന്റെ സമീപനങ്ങൾ ഡേവിഡ് ബ്ലൂറിന്റെ ശക്തമായ വസ്തുനിഷ്ഠത (Strong Objectivity)യെക്കുറിച്ചുള്ള സങ്കല്പനങ്ങളിലും മറ്റും കൂടുതൽ നന്നായി പ്രകടമാകുന്നു. കൂടുതൽ വിശദമായി പറയേണ്ട കാര്യമാണിത്.

നിർമ്മിതിവാദത്തെക്കുറിച്ചു വീണ്ടും

വിവിധ ശാസ്ത്രസിദ്ധാന്തങ്ങളെ സാമൂഹികനിർമ്മിതിവാദം എങ്ങനെയാണ് സമീപിക്കുന്നത്? ഒരു ഉദാഹരണത്തിലൂടെ ഈ കാര്യം പറയാനാണ് ഇവിടെ ആദ്യം ശ്രമിക്കുന്നത്. കണികാഭൗതികത്തിലെ പ്രമാണമാതൃക (Standard Model) സാമൂഹികനിർമ്മിതിവാദത്തിന്റെ വീക്ഷണത്തിൽ എങ്ങനെ പ്രത്യക്ഷപ്പെടുന്നുവെന്നാണ് പരിശോധിക്കുന്നത്. ശാസ്ത്രചരിത്രകാരനും സാമൂഹികശാസ്ത്രജ്ഞനുമായ ആൻഡ്രൂ പിക്കറിങ് ഇതിനെ നോക്കിക്കാണുന്ന രീതിയാണ് ആധാരമാക്കുന്നത്. അദ്ദേഹം രചിച്ച *ക്വാർക്കുകളെ നിർമ്മിക്കുന്നു* (*Constructing Quarks*) എന്ന പുസ്തകം സാമൂഹികനിർമ്മിതിവാദത്തിന്റെ സമീപനങ്ങളെ ശക്തമായി പിന്തുടരുന്നതാണ്.

അണുകേന്ദ്രത്തിൽ പ്രവർത്തിക്കുന്ന ശക്തബല (Strong Force) ത്തിനുവിധേയമാകുന്ന കണങ്ങളെ ഹാഡ്രോണു (Hadrons) കളെന്നാണ് കണികാഭൗതികത്തിൽ വിളിക്കുന്നത്. പ്രോട്ടോണും ന്യൂട്രോണും ഉൾപ്പെടെ എല്ലാ ബാരിയോണുകളും ഇവയോടൊപ്പം മിസോണുകളും ഹാഡ്രോണുകളുടെ ഗണത്തിൽ പെടുന്നു. ഹാഡ്രോണുകൾ അടിസ്ഥാന കണങ്ങളല്ല. ഇവ ക്വാർക്കുകൾ എന്നു വിളിക്കപ്പെടുന്ന മൗലികകണങ്ങൾ കൊണ്ടു നിർമ്മിതമാണെന്നു സിദ്ധാന്തിക്കപ്പെട്ടിരിക്കുന്നു. മൗലിക കണങ്ങളാണെന്നു കരുതപ്പെടുന്ന ലെപ്ടോണുകൾ ശക്തബലത്തിനു വിധേയമാകുന്നില്ല. ഇലക്ട്രോണുകളും മ്യുവോണുകളും ടൗണുകളും അവയുടെ ന്യൂട്രിനോകളും അടങ്ങുന്ന ലെപ്ടോൺ കണങ്ങൾ വിദ്യുത്-ക്ഷീണബലത്തിനു വിധേയമാകുന്നവയാണ്. ഈ മൗലികകണങ്ങളുടെയെല്ലാം സമമിതി (Symmetry) യെ കുറിച്ചു പറയുന്ന ഒരു പ്രമാണമാതൃകയെ (Standard Model) ഭൗതികശാസ്ത്രജ്ഞന്മാർ മുന്നോട്ടുവച്ചിട്ടുണ്ട്.

പ്രപഞ്ചത്തിലെ ദ്രവ്യം ആറു ക്വാർക്കു കണികകളും ആറു ലെപ്ടോൺ കണികകളുംകൊണ്ടു നിർമ്മിക്കപ്പെട്ടതാണെന്ന് ഈ പ്രമാണമാതൃക നിർദ്ദേശിക്കുന്നു. ഇവയോടൊപ്പം അടിസ്ഥാനബലങ്ങളുടെ വിശദീകര ണത്തിനു സഹായിക്കുന്ന ബോസോണുകളെക്കൂടി ഉൾപ്പെടുത്തിയാൽ പ്രപഞ്ചത്തിന്റെ അടിസ്ഥാനങ്ങളെ നിർവ്വചിക്കുന്ന കണികകളുടെ ഒരു സമ്പൂർണ്ണചിത്രമാകും. ഇതാണ് പ്രമാണമാതൃക. ക്വാർക്ക് മാതൃകയനു സരിച്ച് ബാരിയോണുകൾ മൂന്നു ക്വാർക്കുകൾ ചേർന്നാണ് നിർമ്മിതമാ യിരിക്കുന്നത്, മിസോണുകൾ ഒരു ക്വാർക്കും ആന്റിക്വാർക്കും ചേർന്നു നിർമ്മിക്കപ്പെടുന്നു. പ്രോട്ടോണിന്റെ ഘടന രണ്ട് അപ് (up) ക്വാർക്കു കളും ഒരു ഡൗൺ (down)ക്വാർക്കും ചേർന്നതാണ്, ന്യൂട്രോണിന്റേതാ കട്ടെ രണ്ട് ഡൗൺ ക്വാർക്കുകളും ഒരു അപ് ക്വാർക്കും ചേർന്നതും.

മുറെ ജെൽമാനും ജോർജ് സ്വീഗുമാണ് ക്വാർക്കുകളെക്കുറിച്ചുള്ള നിർദ്ദേശം ആദ്യമായി മുന്നോട്ടുവച്ചത്. കണികാഭൗതികത്തിലെ മിക്ക വാറും എല്ലാ പ്രശ്നങ്ങളെയും നന്നായി നിർദ്ധാരണം ചെയ്യുന്നതിന് ക്വാർക്ക് മാതൃകയ്ക്ക് കഴിഞ്ഞിട്ടുണ്ട്. ആദ്യകാലത്ത് ജെഫ്രി ച്യൂ എന്ന ശാസ്ത്രജ്ഞൻ മുന്നോട്ടുവച്ച ബൂട്ട്സ്ട്രാപ്പ് സിദ്ധാന്തത്തെ (Bootstrap Theory) തള്ളിക്കളഞ്ഞു കൊണ്ടാണ് ക്വാർക്ക് മാതൃക സ്വീകരിക്കപ്പെടു ന്നത്. എന്നാൽ, സാമൂഹികനിർമ്മിതിവാദത്തിൽ ഉറച്ചുനിന്നുകൊണ്ട് എഴു തുന്ന ആൻഡ്രൂ പിക്കറിങ് പറയുന്നത്, ക്വാർക്കുകളുടെ സൃഷ്ടി കണികാഭൗതികശാസ്ത്രജ്ഞന്മാരുടെ പരീക്ഷണശാലകളിലെ പ്രയോ ഗത്തിന്റെ പരിണിതഫലം മാത്രമാണെന്നാണ്. ശാസ്ത്രജ്ഞന്മാരുടെ ഗവേ ഷണഫലങ്ങൾ ക്വാർക്കുകളുടെ യാഥാർത്ഥ്യത്തെ തെളിയിക്കുന്നില്ല. അത് സവിശേഷ പരീക്ഷണസങ്കേതങ്ങളുടെ സൃഷ്ടിയാണ്. പ്രമാണമാതൃക യിലേക്കുള്ള മാർഗ്ഗം അനിവാര്യമായ ഒന്നായിരുന്നുവോയെന്ന് പിക്കറിങ് സന്ദേഹിക്കുന്നു. പ്രപഞ്ചം പ്രവർത്തിക്കുന്ന മാർഗ്ഗങ്ങളെക്കുറിച്ചുള്ള ആത്യന്തിക സത്യം ഇതാണോ? പിക്കറിങ് ക്വാർക്കിനെ നിഷേധിക്കുക യല്ല ചെയ്യുന്നത്. ഭൗതികശാസ്ത്രം ക്വാർക്കിന്റെ പാത തന്നെ പിന്തുടര ണമെന്നില്ലെന്നാണ് അദ്ദേഹം പറയുന്നത്. പ്രപഞ്ചത്തെ ഇതരരീതിക ളിലും വിശദീകരിക്കാം. റുഥർഫോർഡ് ഉദ്ഘാടനം ചെയ്ത അണു വിഘ ടനത്തിന്റെ വഴികളാണ് ക്വാർക്കിലും ഹിഗ്സ് ബോസോണിലും മറ്റും എത്തിനില്ക്കുന്നത്. ഒരു വിജയകരമായ ശാസ്ത്രം ഈ വഴി തന്നെ പിന്തു ടരണമെന്നില്ല.

ക്വാർക്കുകൾ ദ്രവ്യത്തിന്റെ അടിസ്ഥാന മൂലകങ്ങളാണെങ്കിൽ മൗലി കകണങ്ങളെ വിശദീകരിക്കുന്നതിന് മറ്റു സിദ്ധാന്തങ്ങളെ തിരയേണ്ടതില്ല. എന്നാൽ, ചില ശാസ്ത്രജ്ഞന്മാർ ബദൽ വിശദീകരണ മാതൃകകളെ തിരയുന്നുണ്ട്. ചില ബദൽ മാതൃകകൾക്ക് പ്രമാണമാതൃക(Standard model)യുടെ സമാന വിശദീകരണങ്ങൾ നല്കാൻ കഴിഞ്ഞേക്കുമെന്ന് പിക്കറിങ് പറയുന്നു. രണ്ടു അപ് (up)ക്വാർക്കും ഒരു ഡൗൺ (down) ക്വാർക്കും ഒത്തുചേർന്ന കണത്തെപ്പോലെ പ്രോട്ടോൺ പെരുമാറുന്നു

വെന്നത്, ക്വാർക്കുകൾ യഥാർത്ഥ്യത്തിൽ നിലനില്ക്കുന്നുണ്ടെന്നു തെളിയിക്കുന്നില്ല. പ്രോട്ടോൺ വ്യവസ്ഥയിൽനിന്നും മറ്റും ക്വാർക്കുകളെ വേർതിരിച്ചെടുക്കുക അസാദ്ധ്യമാണെന്നാണ് ഇപ്പോൾ നിഗമിക്കുന്നത്. ചാർജുകളുടെ ക്വാണ്ടീകരണത്തെയും മൗലികചാർജിന്റെ മൂല്യത്തെയും കുറിച്ച് നിലനിന്നിരുന്ന ധാരണകളെ നിഷേധിക്കുന്നതിനാൽ ജോർജ് സ്വീഗിന്റെയും മറ്റും നിർദ്ദേശങ്ങൾ ആദ്യകാലങ്ങളിൽ വലിയ വിമർശനങ്ങളെ നേരിട്ടിരുന്നു. തന്റെ നിർദ്ദേശങ്ങൾ വളരെ ആശങ്കയോടെയാണ് ജെൽമാൻ ആദ്യം പ്രസിദ്ധീകരണത്തിന് നല്കിയത്. 1964 ൽ അസാദ്ധ്യമാണെന്ന് കരുതിയ ഇക്കാര്യത്തെച്ചൊല്ലി ഇപ്പോൾ ഒരു ഭൗതികശാസ്ത്രജ്ഞനും ആശങ്കാകുലനല്ലെന്ന് പിക്കറിങ് പറയുന്നു. ഭൗതികശാസ്ത്രജ്ഞന്മാർ ഒരു സാർവ്വത്രികസിദ്ധാന്ത (TOE: Theory of Everything) ത്തിനുവേണ്ടി ശ്രമിക്കുകയാണ്. ഒരു ഏകസിദ്ധാന്തത്തിന് എല്ലാ വസ്തുതകളെയും കൃത്യമായി വിശദീകരിക്കുന്നതിനു കഴിയില്ലെന്നതുകൊണ്ട് ഇതു വിജയത്തിലെത്തുകയില്ലെന്നാണ് പിക്കറിങ് നിഗമിക്കുന്നത്. ആധുനിക ഭൗതികശാസ്ത്രം യാഥാർത്ഥ്യത്തെക്കുറിച്ച് വിശദീകരണങ്ങൾ നല്കാൻ ശ്രമിക്കുന്ന വളരെ ക്ലേശകരമായ ഒരു മാർഗ്ഗമാണെന്ന അഭിപ്രായവും പിക്കറിങ്ങിനുണ്ട്. പ്രമുഖ ഭൗതികശാസ്ത്രജ്ഞനായ വീൻബർഗിന് പിക്കറിങ്ങിന്റെ വാദം അസ്വീകാര്യമാണ്.

സാമൂഹികനിർമ്മിതിവാദത്തിൽ നില്ക്കുന്ന ഒരു ശാസ്ത്രചരിത്രകാരൻ കാര്യങ്ങളെ വിവരിക്കുന്നരീതി ആൻഡ്രൂ പിക്കറിങ്ങിൽ കാണാം. സാമൂഹികനിർമ്മിതിവാദിയായ ഒരു തത്ത്വചിന്തകൻ കാര്യങ്ങളെ എങ്ങനെയാണ് വിവരിക്കുന്നത്? നെൽസൺ ഗുഡ്മാൻ സാമൂഹികനിർമ്മിതിവാദത്തിന്റെ തലത്തിൽ നിന്നുകൊണ്ട് പ്രശ്നങ്ങളെ സമീപിക്കുന്ന ഒരു തത്ത്വചിന്തകനാണ്. അദ്ദേഹം ഒരു സാർവ്വലോകവാദിയല്ല. ജ്ഞാനശാസ്ത്രപരമായ ആപേക്ഷികവാദം ഗുഡ്മാനിലുണ്ട്. ഭൂമി സൂര്യനെ ചുറ്റുകയാണെന്നോ സൂര്യൻ ഭൂമിയെ ചുറ്റുകയാണെന്നോ പറയുന്ന പ്രസ്താവനകളിൽ വലിയ വൈരുദ്ധ്യമില്ലെന്ന സമീപനം സ്വീകരിക്കാൻ ഗുഡ്മാനു കഴിയുന്നു. വ്യത്യസ്ത പരിപ്രേക്ഷ്യങ്ങളിൽ ഈ പ്രസ്താവനകൾ ശരിയാണെന്നു ഗുഡ്മാൻ പറയും. ഭൗതികശാസ്ത്രം, ജീവശാസ്ത്രം, സാഹിത്യം, കല എന്നിങ്ങനെ പല വ്യവസ്ഥകളുണ്ടെന്നും ഏതെങ്കിലുമൊന്നിനെ മറ്റൊന്നിലേക്കു ചുരുക്കാൻ കഴിയില്ലെന്നും ഗുഡ്മാൻ ഉറപ്പിക്കുന്നുണ്ട്. ഏതെങ്കിലും ജ്ഞാനത്തിനു സവിശേഷപദവി നല്കുന്നതിനോടു ഗുഡ്മാൻ യോജിക്കുന്നില്ല. അദ്ദേഹത്തിന്റെ ജ്ഞാനശാസ്ത്രപരമായ ആപേക്ഷികവാദം ബഹുലതാവാദ(Pluralism)ത്തിലേക്കു നയിക്കുന്നതാണ്. സാമൂഹികനിർമ്മിതിവാദത്തിന്റെയും പരിപ്രേക്ഷ്യവാദത്തിന്റെയും താല്പര്യങ്ങളെ ബഹുലതയുടെ സങ്കല്പനങ്ങളുമായി ഗുഡ്മാൻ ബന്ധിപ്പിക്കുന്നു. ബഹുത്വത്തിനും ബഹുലതകൾക്കും വേണ്ടി വാദിക്കുന്നവർ ശാസ്ത്രവിരുദ്ധരോ ശാസ്ത്രത്തിന്റെ ശത്രുക്കളോ അല്ലെന്നും പൂർണ്ണമൂല്യത്തോടെ ശാസ്ത്രത്തെ ഉൾക്കൊള്ളുന്നവരാണെന്നും

ഗുഡ്മാൻ പറയുന്നു. വ്യത്യസ്ത ലോകവീക്ഷണങ്ങൾ സാദ്ധ്യമാണെന്നും അവയ്ക്ക് നിലനില്ക്കാൻ അർഹതയുണ്ടെന്നും പറയുകയാണ് ബഹുലതാവാദികൾ ചെയ്യുന്നത്. ഭൗതികശാസ്ത്രം എല്ലാറ്റിനെയും ഉൾക്കൊള്ളുന്നുവെന്നും എല്ലാ വ്യാഖ്യാനങ്ങളും അതിലേക്കു സങ്കോചിപ്പിക്കപ്പെടേണ്ടതാണെന്നും കരുതുന്നത് ഏകത്വത്തെക്കുറിച്ചുള്ള, ഏകസത്യത്തെ കുറിച്ചുള്ള കാഴ്ചപ്പാടാണ്. പരസ്പരം കൂട്ടിച്ചേർക്കാനോ യോജിപ്പിക്കാനോ കഴിയാത്തവ കൂടി യാഥാർത്ഥ്യത്തിന്റെ ഭാഗമാകാം. ഒത്തുചേരാൻ കഴിയാത്തവയെ ഭൗതികശാസ്ത്രം തന്നെ സ്വീകരിക്കുന്നുണ്ട്. ദ്രവ്യത്തിന്റെയും വികിരണങ്ങളുടെയും ദ്വൈതസ്വഭാവം – കണികാസ്വഭാവവും തരംഗസ്വഭാവവും – സിദ്ധാന്തീകരിക്കുമ്പോൾ ഇതാണ് സംഭവിക്കുന്നത്. ഇലക്ട്രോണിന് കണികകളുടെ സ്വഭാവമായ ദ്രവ്യമാനവും തരംഗങ്ങളുടെ സ്വഭാവമായ തരംഗദൈർഘ്യവും ഭൗതികശാസ്ത്രം നിർദ്ദേശിക്കുന്നു. വിഭംഗനപരീക്ഷണങ്ങളെ വിശദീകരിക്കാൻ ഇലക്ട്രോണിനെ തരംഗമായി വീക്ഷിക്കുന്നവർ പ്രകാശവിദ്യുത്പ്രഭാവത്തിന്റെ വിശദീകരണത്തിൽ അതിനെ കണികയായി വീക്ഷിക്കുന്നു. ഇലക്ട്രോണിന്റെ ബഹുലയാഥാർത്ഥ്യമാണ് ഇവിടെ വെളിപ്പെടുന്നത്. സംഖ്യകളെ ഗണസിദ്ധാന്തത്തിന്റെ ഭാഗമാക്കുന്ന ഗണിതശാസ്ത്രജ്ഞന്മാർ ജ്യാമിതീയബിന്ദുക്കളെ സ്ഥലരാശിയിലെ ഘടകങ്ങളായി കാണുന്നതുപോലെ പരിധി(limit point)കളായും കാണുന്നു.

ഒരു നോവലിലെ ആശയങ്ങളെയും സംഘർഷങ്ങളെയും കഥാകാരന്റെ ലോകവീക്ഷണത്തെയും ഭൗതികശാസ്ത്രത്തിലേക്കു ചുരുക്കുന്നതെങ്ങനെയാണ്? നോവൽ പ്രത്യക്ഷയാഥാർത്ഥ്യമായിരിക്കണമെന്നില്ല, അതു ഭാവനാസൃഷ്ടിയാണ്. എന്നാൽ ലോകത്തെ മനസ്സിലാക്കുന്നതിന് അതും നമ്മെ സഹായിക്കുന്നുണ്ട്. കലയിലെ ശരികൾ ശാസ്ത്രത്തിലെ ശരികളെക്കാൾ കൂടുതൽ അളവിലോ കുറഞ്ഞ അളവിലോ ആത്മനിഷ്ഠമാണെന്നോ വസ്തുനിഷ്ഠമാണെന്നോ പറയുകയല്ലെന്നും ശാസ്ത്രത്തിന്റെയും കലയുടെയും നീതീകരണത്തിന്റെ രേഖകൾ വസ്തുനിഷ്ഠതയ്ക്കും ആത്മനിഷ്ഠതയ്ക്കുമിടയിലുള്ള രേഖയുമായി കൂടിച്ചേരുന്നതല്ലെന്നു പറയുക മാത്രമാണ് താൻ ചെയ്യുന്നതെന്നും ഗുഡ്മാൻ കൂട്ടിച്ചേർക്കുന്നു. ഗണിതശാസ്ത്രജ്ഞന്മാർ എത്രയോ അമൂർത്തവസ്തുക്കളെ തങ്ങളുടെ സിദ്ധാന്തങ്ങളിലേക്കു സ്വീകരിക്കുന്നു. ഭൗതികശാസ്ത്രജ്ഞന്മാർ തങ്ങളുടെ ശാസ്ത്രപ്രയോഗങ്ങൾക്ക് ഒഴിച്ചുകൂടാനാവാത്തവയെന്ന നിലയ്ക്ക് സൂക്ഷ്മകണങ്ങൾ, സ്ഥല–കാല നൈരന്തര്യം... എന്നിങ്ങനെയുള്ള സങ്കല്പനങ്ങളെ സ്വീകരിക്കുന്നു. ഇലക്ട്രോണുകളെയും പ്രോട്ടോണുകളെയും ആരും നഗ്നനേത്രങ്ങൾ കൊണ്ടു കണ്ടിട്ടില്ല. ന്യൂട്രിനോകളുടെ ദ്രവ്യമായുള്ള പ്രതിപ്രവർത്തനം വളരെ വളരെ ദുർബ്ബലമാണെന്നാണ് സിദ്ധാന്തീകരിക്കുന്നത്. അവയുടെ നിലനില്പിന് പരോക്ഷമായ തെളിവുകളെയാണ് ആശ്രയിക്കുന്നത്. പ്രകാശവർഷം നീളമുള്ള ഒരു ഉരുക്കുദണ്ഡിലൂടെ കടന്നുപോകുന്ന ഒരു ന്യൂട്രിനോ യാതൊരു പ്രതി

പ്രവർത്തനത്തിനും വിധേയമാകാതെ പുറത്തു വരുമത്രേ! അത്രമാത്രം ദുർബ്ബലമായിട്ടാണ് അത് ദ്രവ്യത്തോടു പ്രതിപ്രവർത്തിക്കുന്നത്. ഹാഡ്രോണുകളിൽനിന്നും ക്വാർക്കുകളെ സ്വതന്ത്രമാക്കി വേർതിരിക്കാൻ കഴിയുമെന്നു കരുതപ്പെടുന്നില്ല. എന്നാൽ, ഇലക്ട്രോണുകളുടെയും ന്യൂട്രിനോകളുടെയും ക്വാർക്കുകളുടെയും അസ്തിത്വത്തിൽ ഭൗതികശാസ്ത്രം ഉറച്ചു വിശ്വസിക്കുന്നുണ്ട്. നമ്മുടെ അനുഭവത്തെ ഗ്രഹിക്കുന്നതിനുള്ള ഒഴിച്ചുകൂടാനാവാത്ത മാർഗ്ഗമെന്ന നിലയ്ക്ക് തങ്ങളുടെ ലോകത്തെ പുനഃസൃഷ്ടിക്കുന്നതിന് രൂപകങ്ങളെ ഉപയോഗിക്കുന്നു. ഇവയെ ധാർമ്മികചിന്തയിലേക്കു വ്യാപിപ്പിക്കാൻ ഭൗതികശാസ്ത്രജ്ഞന്മാർ മടിക്കുന്നതെന്തിനാണ്? എല്ലായിടത്തും പ്രയോജനത്തിനനുസരിച്ച് കാര്യങ്ങളെ സ്വീകരിക്കുകയും തെരഞ്ഞെടുക്കുകയും ചെയ്തവർ, ഈ പ്രയോജനവാദചിന്തയെ മനുഷ്യജീവിതത്തിന് ഒഴിവാക്കാൻ കഴിയാത്ത ധർമ്മചിന്തയിലേക്കു വ്യാപിപ്പിക്കുന്നില്ലെങ്കിൽ, തത്ത്വചിന്തയിൽ നാം എന്താണ് ചെയ്യുന്നത്? നെൽസൻ ഗുഡ്മാൻ ഇങ്ങനെയെല്ലാം ചിന്തിക്കുകയും ഗൗരവതരമായ ചോദ്യങ്ങൾ ഉന്നയിക്കുകയും ചെയ്യുന്നു.

മറ്റേതൊരു ജ്ഞാനാർജ്ജനമാർഗ്ഗത്തെയും പോലെ ശാസ്ത്രത്തിന്റെ രീതിശാസ്ത്രവും സൈദ്ധാന്തികചട്ടക്കൂടിനും ലോകവീക്ഷണത്തിനും ആപേക്ഷികമായിരിക്കുന്നതിനാൽ, ശാസ്ത്രജ്ഞാനവും ഒരു മാനവികനിർമ്മിതി മാത്രമാണ്, അത് യാഥാർത്ഥ്യത്തിന്റെ കണ്ടെത്തലല്ല. സാമൂഹികനിർമ്മിതിവാദത്തിന്റെ ഉറച്ച നിലപാട് ഇതാണ്. ഇതനുസരിച്ച്, സാമൂഹികമായി നിർമ്മിക്കപ്പെടുന്ന ഔപചാരികമായ യോജിപ്പിന്റെയോ ഒത്തുതീർപ്പിന്റേയോ ഫലമെന്ന നിലയ്ക്കു മാത്രമേ ശാസ്ത്രസിദ്ധാന്തങ്ങളെ മനസ്സിലാക്കാൻ നമുക്കു കഴിയൂ! പ്രകൃതിപ്രപഞ്ചം, അതിനെ അറിയാൻ ശ്രമിക്കുന്ന വിഷയി, സാമൂഹികവും സാംസ്കാരികവുമായ പ്രയോഗങ്ങൾ എന്നിങ്ങനെ ജ്ഞാനാർജ്ജനപ്രക്രിയയിൽ പങ്കെടുക്കുന്ന മൂന്നു ഘടകങ്ങളിൽ ആദ്യം പറഞ്ഞ രണ്ടെണ്ണത്തെ സാമൂഹികനിർമ്മിതിവാദികൾ നിരുപാധികം ഉപേക്ഷിക്കുന്നു. ജ്ഞാനാർജ്ജനപ്രക്രിയ സാമൂഹികവും സാംസ്കാരികവുമായ പ്രയോഗങ്ങളിലേക്ക് ന്യൂനീകരിക്കപ്പെടുന്നു. നമ്മുടെ സംവേദനങ്ങളും സംപ്രത്യയപരമായ സംവർഗ്ഗങ്ങളും കാരണയുക്തിയുടെ വിശദീകരണങ്ങളും സാമൂഹികജീവിതത്തിൽ മുങ്ങിത്താഴ്ന്നിരിക്കുന്നുവെന്നു കൃത്യമായി പറയുമ്പോൾത്തന്നെ, സാമൂഹികനിർമ്മിതിവാദം സാംസ്കാരികപ്രയോഗങ്ങളുടെ അത്യധികമായ വലിച്ചുനീട്ടലിലൂടെ പ്രകൃതിലോകത്തെയും വിഷയിയെയും അപ്രസക്തമാക്കുകയും ജ്ഞാനചിത്രത്തിൽനിന്നും അപ്രത്യക്ഷമാക്കുകയും ചെയ്യുന്നു. റോബർട്ട് മെർട്ടന്റെയും കാൾ മാൻഹൈമിന്റെയും മറ്റും സൈദ്ധാന്തിക ഇടപെടലുകളിൽ ശാസ്ത്രത്തിന്റെ സാമൂഹികനിബന്ധനകളെയും ഉപാധികളെയും പഠനത്തിനു വിധേയമാക്കിയിരുന്നു. എന്നാൽ, സാമൂഹികനിർമ്മിതിവാദികളിലെത്തുമ്പോൾ ശാസ്ത്രത്തിന്റെ സാങ്കേതികമായ ഉള്ളടക്കത്തെ തന്നെ സാമൂഹികസംവർഗ്ഗങ്ങൾ നിർണ്ണയിക്കുന്ന

തായി വാദിക്കപ്പെടുന്നു. ശാസ്ത്രത്തിന്റെ ജ്ഞാനാർജ്ജനരീതിയെ സാമൂഹിക, സാംസ്കാരികപ്രയോഗങ്ങളിലേക്കു ചുരുക്കുന്നതോടെ ശാസ്ത്രജ്ഞാനമെന്നത് ഒരു സമൂഹത്തിലെ ആധികാരിക ജ്ഞാനാന്വേഷകരുടെ വിശ്വാസമായി മാറിത്തീരുന്നു. ശാസ്ത്രമെന്നത് ശാസ്ത്രജ്ഞസമൂഹത്തിന്റെ വിശ്വാസമാണെന്ന ഉത്തരാധുനികതയുടെയും സാമൂഹികനിർമ്മിതിവാദത്തിന്റെയും നിലപാടിന്റെ അർത്ഥം ഇതാണ്.

1970 ൽ ഡേവിഡ് ബ്ലൂറിന്റെയും ബാരി ബേൺസിന്റെയും മറ്റും നേതൃത്വത്തിൽ രൂപംകൊണ്ട ശക്തമായ പദ്ധതി (Strong Programme) ശാസ്ത്രസിദ്ധാന്തങ്ങളുടെ ഉള്ളടക്കത്തെ സാമൂഹികമായി വിശദീകരിക്കുന്നതിനു ലക്ഷ്യം വയ്ക്കുന്നതാണ്. പ്രകൃതിശാസ്ത്രത്തിന്റെ വിശദീകരണത്തിൽ പ്രകൃതിതന്നെ വിട്ടുപോകുന്ന സമീപനമാണിതെന്നു വിമർശിക്കപ്പെടുന്നതു സ്വാഭാവികം മാത്രം. ശാസ്ത്രീയയുക്തിയെയും വസ്തുനിഷ്ഠതയെയും കേവലവും അതീതവുമായി സങ്കല്പിച്ചുകൊണ്ട് ശാസ്ത്രത്തിന് സവിശേഷപദവി നല്കുന്ന പ്രവർത്തനങ്ങളെ ഡേവിഡ് ബ്ലൂർ കുറ്റപ്പെടുത്തുന്നു. എല്ലാ വിജ്ഞാനത്തെയും അവയുടെ സാധുതയ്ക്കോ വസ്തുനിഷ്ഠതയ്ക്കോ ഉപരിയായി പ്രകൃതി പ്രതിഭാസത്തിന്റെ വിശദീകരണമായി കണക്കാക്കണമെന്ന് ബ്ലൂർ ആവശ്യപ്പെടുന്നു. എല്ലാ വിശ്വാസങ്ങളും ഒരേവിധത്തിലുള്ള പരിചരണത്തിനും വിശദീകരണത്തിനും വിധേയമാകണം. യുക്തിപരമല്ലാത്ത വിശ്വാസങ്ങളെ വിശദീകരിക്കാൻ സാമൂഹിക ഘടകങ്ങൾക്കു സാദ്ധ്യമാകുന്നുണ്ടെങ്കിൽ, യുക്തിപരമായ വിശ്വാസങ്ങൾ കൂടി സാമൂഹികഘടകങ്ങൾ കൊണ്ടും വിശദീകരിക്കണം. യുക്തിപരമാണോ അയുക്തികമാണോ എന്നതിനെ സംബന്ധിച്ച് മുന്നേകൂട്ടിയുള്ള വിധി നീതീകരിക്കാവുന്നതല്ല. കാരണയുക്തിയുടെ ആധികാരികതയെ ഇല്ലാതാക്കാനായി ശക്തമായ പദ്ധതിയുടെ വക്താക്കൾ കാരണയുക്തിയുടെ കളികളിലേർപ്പെടുകയാണെന്ന് റോയ് ഭാസ്കർ ഇതിനെ വിമർശിക്കുന്നുണ്ട്.

ശരിയോടും തെറ്റിനോടും യുക്തിയോടും യുക്തിരാഹിത്യത്തോടും വിജയത്തോടും പരാജയത്തോടും പക്ഷപാതരഹിതമായി പെരുമാറണമെന്നും അവയെ തുല്യതയോടെ പരിചരിക്കണമെന്നും ഡേവിഡ് ബ്ലൂർ ആവശ്യപ്പെടുന്നു. ശാസ്ത്രജ്ഞാനം ശാസ്ത്രജ്ഞസമൂഹത്തിന്റെ വിശ്വാസമാണെന്നും ഇതര വിശ്വാസങ്ങൾക്ക് വ്യവഹാരത്തിൽ നല്കുന്ന പ്രാധാന്യം മാത്രമേ ശാസ്ത്രവിശ്വാസത്തിനും നല്കേണ്ടതുള്ളൂവെന്നും പറയുന്ന സമീപനമാണിത്. ഒരേ വിധത്തിലുള്ള കാരണങ്ങളാണ് വിശ്വാസങ്ങളിലെ ശരിയെയും തെറ്റിനെയും വിശദീകരിക്കുന്നത്. വിശദീകരണത്തിന്റെ രീതിയിൽ സമമിതി (Symmetry) പാലിക്കപ്പെടണം. വിശദീകരണങ്ങൾ പ്രത്യാവർത്തിത(Reflexive)ക്ഷമമായിരിക്കണം. തത്ത്വത്തിൽ, ഈ വിശദീകരണത്തിന്റെ പാറ്റേണുകൾ സാമൂഹികശാസ്ത്രത്തിൽ തന്നെ പ്രയോഗക്ഷമമായിരിക്കണം. ശാസ്ത്രജ്ഞാനത്തെ മനസ്സിലാക്കുന്നതിന് ആപേക്ഷികവാദപരമായ രീതി ആവശ്യമാണെന്ന് ഇവർ

പറയുന്നു. ചില ജ്ഞാനരൂപങ്ങൾക്കു സവിശേഷപദവി നല്കുകയും ആപേക്ഷികവാദത്തെ എതിർക്കുകയും ചെയ്യുന്നവരാണ് ശാസ്ത്രീയ ജ്ഞാനത്തെ ഗ്രഹിക്കുന്നതിന് ഭീഷണിയായി നില്ക്കുന്നതത്രെ!

ശാസ്ത്രത്തിന്റെ പ്രയോഗത്തിൽ സാമൂഹികവും സാംസ്കാരികവുമായ ഘടകങ്ങൾ പങ്കെടുക്കുന്നു എന്ന വിഷയത്തിലല്ല യഥാതഥവാദികളും നിർമ്മിതിവാദികളും വിയോജിക്കുന്നത്. ശാസ്ത്രപ്രതിഭാസത്തിന്റെ കാരണഘടനയെ സാമൂഹിക, സാംസ്കാരികഘടകങ്ങൾ നിർണ്ണയിക്കുന്നുണ്ടോയെന്ന പ്രശ്നത്തിലാണ് അവർ തെറ്റിപ്പിരിയുന്നത്. സാമൂഹിക, സാംസ്കാരികഘടകങ്ങളെ ഭവശാസ്ത്രപരമായി ഉദാസീനമായി യഥാതഥവാദികൾ കാണുമ്പോൾ പ്രതിഭാസരൂപീകരണത്തിനും ലോകസംഘാടനത്തിനും ഉതകുന്നതായിട്ടാണ് നിർമ്മിതിവാദികൾ മനസ്സിലാക്കുന്നത്. ജ്ഞാനം സാമൂഹികമായി നിർമ്മിക്കപ്പെടുന്നതാണെന്ന് നിർമ്മിതിവാദികൾ ഉറപ്പിക്കുന്നു, യാഥാർത്ഥ്യത്തെ നമുക്ക് അറിയാൻ കഴിയുന്നത് സാമൂഹികമായി നിർമ്മിക്കപ്പെട്ട ജ്ഞാനത്തിന്റെ അടിസ്ഥാനത്തിൽ മാത്രമാണ്. നമുക്ക് ലോകത്തെ അതേപടി അറിയാൻ കഴിയില്ല. നമുക്ക് അറിയാൻ കഴിയുന്ന ലോകം സാമൂഹികമായ സമ്പ്രദായങ്ങളിലൂടെ നാം നിർമ്മിച്ചെടുക്കുന്ന ലോകം തന്നെയാണ്. നോർ സെറ്റിന(Knorr Cetina)യുടെ അഭിപ്രായത്തിൽ, നാം അറിയുന്ന ലോകം ഒരു സാംസ്കാരിക വസ്തുവാണ്. നമ്മുടെ ഭാഷയിലൂടെയും പ്രയോഗങ്ങളിലൂടെയും തിരിച്ചറിയപ്പെടുന്ന ലോകമാണത്. നമ്മുടെ സംപ്രത്യയങ്ങളും സമ്പ്രദായങ്ങളും ഭവശാസ്ത്രപരമായി നിഷ്കളങ്കമല്ല, അത് ലോകത്തെ നിർമ്മിക്കുന്നതിനു കെല്പുള്ളതാണ്.

ഏതൊന്നിനെക്കുറിച്ചും ശാസ്ത്രീയമായ ഗ്രാഹ്യം ഉണ്ടാകണമെങ്കിൽ ശരിയും തെറ്റും വേർതിരിക്കപ്പെടണം. അനിഷ സ്കൂളിൽ പോയി എന്ന പ്രസ്താവന അനുഭവാധിഷ്ഠിതമായും യുക്തിപരമായും ശരിയാണെങ്കിൽ, അനിഷ സ്കൂളിൽ പോയില്ല എന്ന പ്രസ്താവന ശരിയാകുന്നതെങ്ങനെയാണ്? ഈ രണ്ടു പ്രസ്താവനകളും തുല്യനിലയിൽ ജ്ഞാനത്തെ രേഖപ്പെടുത്തുന്നതായി പരിഗണിക്കുന്നത് എങ്ങനെയാണ്? ശരിയും തെറ്റും തുല്യരീതിയിൽ പരിചരിക്കപ്പെടുകയും സമമിതി പാലിക്കുകയും ചെയ്യുന്നത് എങ്ങനെയാണ്? ഇങ്ങനെയുള്ള ചോദ്യങ്ങൾ അല്ലൻ സോക്കലും ഴാങ് ബ്രിക്മോന്റും ഉയർത്തുന്നുണ്ട്. ബ്ലൂറിന്റെ ശക്തമായ പദ്ധതിയെ അവർ വിമർശിക്കുന്നു. പെൺശാസ്ത്രവാദികൾ; ഈവ്ലിൻ ഫോക്സ്കെല്ലറും സാന്ദ്ര ഹാർഡിങ്ങും ഹെലൻ ലോഞ്ജിനോയും മറ്റും, ശക്തമായ പദ്ധതിയെ പിൻപറ്റുന്നതായി മീരാ നന്ദ ചൂണ്ടിക്കാണിക്കുന്നു. എല്ലാ ഫെമിനിസ്റ്റ് ശാസ്ത്രവാദികളും ശാസ്ത്രത്തിന്റെ ഉള്ളടക്കം ഒരു സാമൂഹിക വിശദീകരണം ആവശ്യപ്പെടുന്നുണ്ടെന്ന ആശയത്തെ സ്വീകരിക്കുന്നുവെന്നാണ് മീര പറയുന്നത്. ഡേവിഡ് ബ്ലൂറിന്റെ സമമിതി വിശദീകരണം സ്വീകരിക്കുന്ന ആർക്കും അതിന്റെ ജ്ഞാനശാസ്ത്രപരമായ ആപേക്ഷികവാദത്തിൽനിന്നും രക്ഷപ്പെടാൻ കഴിയില്ലെന്ന്

മീര കൂട്ടിച്ചേർക്കുന്നു.

നാം അറിയുന്ന ലോകം ഒരു സാംസ്കാരികവസ്തുവാണെന്ന നോർസെറ്റിനയുടെ അഭിപ്രായം ഏറിയും കുറഞ്ഞും മിക്കവാറും എല്ലാ ശാസ്ത്രവിമർശകരും പങ്കുവയ്ക്കുന്നതാണെന്ന് മീരാ നന്ദ എഴുതുന്നുണ്ട്. ഇവർ എല്ലാവരും പറയുന്നത് ഒരേ സൈദ്ധാന്തികപദങ്ങളിലായിരിക്കണമെന്നില്ല. മാനുഷികജ്ഞാനത്തിന്റെ വിഷയമെന്ന നിലയ്ക്ക് പ്രകൃതി അതിന്റെ നഗ്നമായ രൂപത്തിൽ നമ്മുടെ മുന്നിൽ പ്രത്യക്ഷപ്പെടുന്നില്ലെന്ന്, ചിന്തയിൽ രൂപപ്പെട്ട പ്രകൃതിയാണ് നമ്മുടെ മുന്നിലെത്തുന്നതെന്ന് ഡോണ ഹാരാവേയും സാന്ദ്ര ഹാർഡിങ്ങും പറയുന്നതിനെ മീര ഉദ്ധരിക്കുന്നു. അധിനിവേശാനന്തര എഴുത്തുകൾ സവിശേഷമായ സാംസ്കാരിക, സാമ്പത്തിക, രാഷ്ട്രീയ ചട്ടക്കൂടുകളിലുള്ള 'സവിശേഷമായ നമ്മളെ' നിർവ്വചിക്കുകയും വംശീയശാസ്ത്രങ്ങളുടെ വഴികൾ തുറക്കുകയും ചെയ്യുന്നു. ഈ സിദ്ധാന്തങ്ങളിലെല്ലാം അടിയുറച്ച മനുഷ്യകേന്ദ്രവാദം പ്രവർത്തിക്കുന്നുണ്ട്. നിർണ്ണയനത്തിന്റെ ദിശ മനുഷ്യന്റെ ആത്മനിഷ്ഠതയിൽ ആരംഭിക്കുന്നതാണ്. സാംസ്കാരികമായി നാം തളയ്ക്കപ്പെട്ടിരിക്കുന്ന വിശ്വാസങ്ങളുടെ പരിധികളാണ് അറിയേണ്ട ലോകത്തിന്റെ പരിധികളെ നിശ്ചയിക്കുന്നത്. പ്രകൃതിയെ ചിന്തയിൽ രൂപീകരിക്കപ്പെട്ടതായി കാണുന്ന പ്രവണത ഇവിടെ കാണാം. ഭാഷ ഉപയോഗിക്കുന്ന മൃഗങ്ങളെന്ന നിലയ്ക്ക് നാം ലോകത്തെ ഗ്രഹിക്കുന്നത് ഭാഷയിലൂടെയാണെന്നതു ശരിയാണെങ്കിലും നാം മിക്കപ്പോഴും പറയുന്നത് ഭാഷയിൽനിന്നും സ്വതന്ത്രമായി നില്ക്കുന്ന അവസ്ഥയിലുള്ള കാര്യങ്ങളെ കുറിച്ചാണെന്നു മീരാ നന്ദ പറയുന്നു.

പ്രകൃതി മൂകമാണെന്നും നമ്മളോട് ഒന്നും അനുശാസിക്കുന്നില്ലെന്നും നിർമ്മിതിവാദികൾ കരുതുന്നു. ഒരു ശാസ്ത്രജ്ഞയെന്ന നിലയ്ക്ക് മറിച്ചുള്ള അഭിപ്രായമാണ് മീരാനന്ദയ്ക്കുള്ളത്. പ്രകൃതി ഊമയല്ല. നാം തെറ്റി നടക്കുമ്പോൾ അതു നമ്മളോടു സംസാരിക്കുന്നുണ്ട്. തെറ്റായ രോഗനിർണ്ണയംമൂലം ഒരു കുട്ടി മരിക്കുമ്പോൾ, പ്രാർത്ഥനകൾക്കു ശേഷവും മഴ പെയ്യാതിരിക്കുമ്പോൾ, ഒരു പാലം ഉറപ്പില്ലാതെ തകരുമ്പോൾ... ഇവയെല്ലാം പ്രകൃതി നമ്മളോടു സംസാരിക്കുന്ന മാർഗ്ഗങ്ങളാണ്. നമ്മുടെ നിയമങ്ങളെ പരിശോധിക്കാൻ, നമ്മുടെ വർഗ്ഗീകരണങ്ങളുടെ തെറ്റുകൾ തിരുത്തി നവീകരിക്കാൻ പ്രകൃതി പറയുന്നു. അനുഭവങ്ങളിൽ നിന്നും കൂടുതൽ ക്ഷമതയോടെ നമ്മുടെ മാർഗ്ഗങ്ങളെക്കുറിച്ചു പഠിക്കാൻ നമ്മുടെ സംപ്രത്യയപരമായ ചട്ടക്കൂട് നിരന്തരം നവീകരിക്കാൻ, സാമൂഹികമായ ഗണത്തിൽപെട്ടവയിൽനിന്നും പ്രകൃതിപരമായ ഗണത്തിൽ പെട്ടവയെ വേർതിരിക്കുന്നതിനു പഠിക്കാൻ തന്നിലുള്ള പ്രകൃതി ശാസ്ത്രജ്ഞ ഉറപ്പോടെ ആവശ്യപ്പെടുന്നതായി മീരാനന്ദ എഴുതുന്നു. നമ്മുടെ വ്യവഹാരങ്ങളിൽ സാമൂഹികം / പ്രകൃതിപരം (Social / Natural) എന്ന വിഭജനം അനിവാര്യമാണെന്ന സമീപനം മീര സ്വീകരിക്കുന്നു. പ്രകൃതിപരമായ വസ്തുക്കൾ പരീക്ഷണശാലയിലെ പരിവർത്തനങ്ങൾക്കു വിധേ

യമാകുന്നവയാണ്, ശാസ്ത്രം നിർമ്മിച്ചെടുക്കുന്ന ഈ വസ്തുക്കളെ സകർമ്മക(transitive)ങ്ങളായി മീര കാണുന്നു. പ്രകൃതിശാസ്ത്രത്തിന്റെ വിഷയവസ്തു സകർമ്മകങ്ങളാണ്. പരീക്ഷണശാലയ്ക്കു പുറത്തുള്ള വസ്തുക്കൾ അകർമ്മക(intransitive)ങ്ങളാണ്, സാമൂഹികശാസ്ത്ര ത്തിന്റെ വ്യവഹാരങ്ങളിൽ ഇവയാണ് കടന്നുവരുന്നത്. ഈ വ്യത്യാസം പ്രധാനമാണെന്ന നിലപാടാണ് മീരാനന്ദ സ്വീകരിക്കുന്നത്. പ്രകൃതിയുടെ സന്ദേശങ്ങളെ ശ്രവിക്കാനുള്ള നമ്മുടെ കഴിവുകളെ ശാസ്ത്രം മെച്ചപ്പെ ടുത്തുകയും നന്നാക്കുകയും ചെയ്യുന്നുവെന്നുള്ള വിശ്വാസത്തെയാണ്; പ്രകൃതിശാസ്ത്രത്തിൽ പ്രവൃത്തിയെടുക്കുന്നവരുടെ വിശ്വാസത്തെയാണ്, നിർമ്മിതിവാദികൾ നിരസിക്കുന്നത്. എന്നാൽ, ഇത്തരം വിവരണങ്ങൾക്ക പ്പുറം വിശദീകരണങ്ങൾ നല്കാൻ ശാസ്ത്രത്തിനു കഴിയുന്ന സ്ഥിതി ഇപ്പോൾ; കഴിഞ്ഞ നൂറ്റാണ്ടുകളിലെ പ്രവർത്തനങ്ങൾക്കുശേഷം, സംജാ തമായിരിക്കുന്നു. പ്രകൃതിയിലെ പല കറുത്തപെട്ടികളെയും തുറക്കാനും അവയിലെ യാഥാർത്ഥ്യത്തെ വെളിപ്പെടുത്താനും ശാസ്ത്രത്തിനു കഴി ഞ്ഞിരിക്കുന്നു. ആവർത്തനപ്പട്ടികയിൽ രാസമൂലകങ്ങളുടെ വർഗ്ഗീക രണത്തെ അണുഘടനയിലൂടെ വിശദീകരിക്കാൻ, ഒരു നിറത്തിന്റെ സംവേ ദനം എങ്ങനെയാണു സാദ്ധ്യമാകുന്നതെന്നു പറയാൻ ... ഒക്കെ ഇപ്പോൾ അതിനു കഴിഞ്ഞിരിക്കുന്നു.

ശാസ്ത്രം അതിന്റെ വസ്തുവിനെ നിർമ്മിച്ചെടുക്കുന്നുവെന്ന ബാഷ്ലാദിന്റെ വാക്കുകളെ ചൂണ്ടി പരീക്ഷണശാലയെന്നത് പ്രകൃതിയെ ഉൾക്കൊള്ളുന്ന ഇടമല്ല, പ്രകൃതിയെ ബഹിഷ്കരിക്കുന്ന ഇടമാണെന്ന് നോർ സെറ്റിന പറയുന്നുണ്ട്. പരീക്ഷണശാലയുടെ നിർമ്മിതിയെയും കൃത്രിമത്വത്തെയും സെറ്റിന അപനിർമ്മിക്കുന്നു. പരീക്ഷണശാലയ്ക്ക് പ്രകൃതിവസ്തുക്കളെ സാംസ്കാരികവസ്തുക്കളായി മാറ്റാൻ കഴിവുണ്ട്. അത് പ്രകൃതി അവസ്ഥകളെ സാമൂഹികമായ അറ്റകുറ്റപ്പണിക്കു വിധേ യമാക്കുന്നു. എന്നാൽ, പരീക്ഷണഫലങ്ങൾ പുനരുല്പാദനക്ഷമമാണെന്ന കാര്യം അത് ഏതെങ്കിലും പ്രാദേശികമായ സവിശേഷ പരീക്ഷണസ ജ്ജീകരണത്തിലുള്ള പ്രവർത്തനഫലമല്ലെന്നു സൂചിപ്പിക്കുന്നുണ്ട്. ഒരു പരീക്ഷണത്തിൽ വിനിയോഗിക്കപ്പെടുന്ന മനുഷ്യശേഷി പ്രകൃതിയിൽ നിലനില്ക്കുന്ന കഴിവുകളെയും ഘടനകളെയും സാക്ഷാത്കരിക്കുന്ന തേയുള്ളുവെന്ന് റോയ് ഭാസ്കർ പറയുന്നു. പരീക്ഷണശാലയ്ക്കു പുറ ത്തുള്ള പഠനവസ്തുക്കളിൽ കൂടി സജീവമായിരിക്കുന്ന ബന്ധവ്യവസ്ഥക ളെയും ഘടനകളെയും കുറിച്ച് ഈ പരീക്ഷണങ്ങൾ നമ്മളോടു പറയുന്നു. നമ്മുടെ സകർമ്മകജ്ഞാന(Transitive Knowledge)വും പ്രയോഗവും അകർമ്മകമാന(Intransitive Dimension)ത്തിനു സമാനമാണെന്ന് ബാഷ്ലാദ് സങ്കല്പിക്കുന്നുണ്ട്. ഇതു ശരിയായ നിരീക്ഷണമായി മീരാ നന്ദ പരിഗണിക്കുന്നില്ല. അകർമ്മകവസ്തു(Intransitive Objects)ക്കളെ കൂടി തിരിച്ചറിയാൻ ശേഷിയുള്ള വ്യവസ്ഥകളെക്കൂടി പരീക്ഷണശാല യിലെ പരീക്ഷണങ്ങൾ ഉല്പാദിപ്പിക്കുന്നുണ്ടാകും. എന്നാൽ, സാമൂഹി

കശാസ്ത്രത്തിന്റെ അന്വേഷണവിഷയമാകുന്ന അകർമ്മകവസ്തുക്കളെ പരീക്ഷണങ്ങൾ ഉല്പാദിപ്പിക്കുന്നില്ലെന്ന് റോയ് ഭാസ്കർ ശരിയായി ചൂണ്ടിക്കാട്ടുന്നതായി മീരാനന്ദ എഴുതുന്നു.

ഉത്തരാധുനികതയുടെയും സാമൂഹികനിർമ്മിതിവാദത്തിന്റെയും നിലപാടുകളും സമീപനങ്ങളും വലിയ ശാസ്ത്രയുദ്ധങ്ങളിലേക്കു നയിക്കപ്പെടുന്നതാണ്, ഇരുപതാം നൂറ്റാണ്ടിന്റെ അവസാനദശകങ്ങളിൽ നാം കാണുന്നത്.

പരീക്ഷണശാലയിലെ ജീവിതം

ലോജിക്കൽ പോസിറ്റിവിസത്തിന്റെ സമീപനങ്ങൾ ആന്തരികപ്രശ്നങ്ങളിൽ പെട്ട് പ്രതിസന്ധിയെ അഭിമുഖീകരിക്കുന്നതിനെക്കുറിച്ച് പറഞ്ഞിരുന്നുവല്ലോ? ഒരു പ്രസ്താവനയുടെ അർത്ഥം അനുഭവൈകഘടകങ്ങൾകൊണ്ടും സൈദ്ധാന്തികഘടകങ്ങൾകൊണ്ടും വിചിന്തനാത്മകമായി വിശ്ലേഷണം ചെയ്യാൻ കഴിയുമെന്ന സമീപനം അനുഭവവാദപരമായ വരട്ടുതത്ത്വവാദമാണെന്ന് ക്വിൻ സുവ്യക്തമാക്കുന്നുണ്ട്. ഇതിനു ശേഷമാണ് വിറ്റ്ഗൺസ്റ്റൈന്റെ ഒരു നിർദ്ദേശത്തിന്റെ പ്രാധാന്യം ശ്രദ്ധിക്കപ്പെടുന്നത്. വിചിന്തനാത്മകവിശ്ലേഷണത്തിനു പകരം സാധാരണഭാഷാപ്രയോഗങ്ങളുടെ വിശ്ലേഷണത്തെ സ്വീകരിക്കണമെന്ന വിറ്റ്ഗൺസ്റ്റൈന്റെ നിർദ്ദേശം വ്യത്യസ്തമായ വഴിയെ കാണിക്കുന്നതായിരുന്നു. ശാസ്ത്രസിദ്ധാന്തങ്ങളോ ശാസ്ത്രപാഠപുസ്തകങ്ങളിലെ പ്രസ്താവനകളോമാത്രം തത്ത്വചിന്തകന്മാർ വികലനത്തിനു വിധേയമാക്കിയാൽ പോര. പാഠപുസ്തകജ്ഞാനമാകുന്നതിനുമുമ്പുള്ള പരീക്ഷണശാലയിലെ കുറിപ്പുകളും ചർച്ചകളും ശാസ്ത്രജ്ഞന്മാർക്കിടയിലെ കത്തിടപാടുകളും മറ്റു വിനിമയങ്ങളുമെല്ലാം വിശകലനത്തിനു വിധേയമാകണം. ശുദ്ധസൈദ്ധാന്തികവിശ്ലേഷണത്തിന്റെ മേഖലയിൽനിന്നും പ്രയോഗത്തിന്റെ മേഖലയിലേക്കു തിരിയാനുള്ള ശ്രമമായി ഇതിനെ കാണണം. ശാസ്ത്രം താരതമ്യത്തിലൂടെ പഠിക്കണമെന്ന ആശയം ഇതിന്നടിയിൽ പ്രവർത്തിക്കുന്നുണ്ട്. ശാസ്ത്രത്തിന് അനന്യമായ രീതിശാസ്ത്രമുണ്ടെന്ന വിശ്വാസത്തെ സ്വീകരിക്കാത്ത സമീപനമാണിത്. ഒരുപക്ഷേ, തോമസ്കുണിനും പോൾ ഫയറബന്റിനും ഡേവിഡ് ബ്ലൂറിനുമൊക്കെ ഊർജ്ജം നല്കിയ സമീപനമാണിതെന്നും പറയാവുന്നതാണ്. ഡേവിഡ് ബ്ലൂറിന്റെ 'ശക്തമായ പദ്ധതി'യാകട്ടെ, ശാസ്ത്രജ്ഞാനത്തിൽ രാഷ്ട്രീയവും പ്രത്യയ

ശാസ്ത്രങ്ങളും മറ്റും നടത്തുന്ന ഇടപെടലുകളെയാണ് പ്രധാനമായും കേന്ദ്രീകരിച്ചത്.

ശാസ്ത്രസമൂഹങ്ങളിലെ സാമൂഹികപ്രക്രിയകളെ പഠിക്കുന്ന സാമൂഹികശാസ്ത്രജ്ഞന്മാരുമുണ്ടായിരുന്നു. ശാസ്ത്രവിജ്ഞാനത്തിന്റെ സാമൂഹികശാസ്ത്രം എന്നാണ് ഇത് അറിയപ്പെട്ടത്. ജ്ഞാനശാസ്ത്രപരമായ പ്രശ്നങ്ങൾ സാമൂഹികശാസ്ത്രപരമായ ഒരു തലത്തിലേക്കു മാറ്റപ്പെടുന്നതും വിവർത്തനം ചെയ്യപ്പെടുന്നതും എങ്ങനെയാണ്? എങ്ങനെയാണ് അർത്ഥം നിർമ്മിക്കപ്പെടുന്നത്? കൊള്ളിൻസ് (Harry Collins) എന്ന സാമൂഹികശാസ്ത്രജ്ഞൻ ഇങ്ങനെയുള്ള ചില പ്രശ്നങ്ങളെ സംബോധന ചെയ്യാൻ ശ്രമിക്കുന്നുണ്ട്. കൊള്ളിൻസ് പറയുന്നു: ശാസ്ത്രത്തിലെ ഭാഷാപ്രയോഗങ്ങളും ജ്ഞാനോല്പാദനവും സാമൂഹികവല്ക്കരിക്കപ്പെട്ടിരിക്കുന്നു. ശാസ്ത്രത്തിൽ പ്രവൃത്തിയെടുക്കുന്നവരുടെ പരസ്പരസമ്മതത്തിലാണ് ശാസ്ത്രം പ്രവർത്തിക്കുന്നത്. ഈ പൊതുസമ്മതം കേവലം പൊതുസമ്മതമല്ല, സാമൂഹികവല്ക്കരണമാണ്. ശാസ്ത്രത്തിന്റെ രീതിശാസ്ത്രം സാമൂഹികവല്ക്കരണത്തിന്റെ പ്രശ്നമാണെന്നു പറയാൻ പ്രേരിപ്പിക്കുന്നതാണിത്. കൊള്ളിൻസ് പറയുന്നത് ശരിയെങ്കിൽ, ശാസ്ത്രജ്ഞാനത്തെ കുറിച്ചുള്ള സാധാരണ ധാരണകളെ തകർക്കുന്നതാണത്.

ശാസ്ത്രജ്ഞന്മാർ അവകാശപ്പെടുന്ന ശാസ്ത്രസിദ്ധാന്തത്തിന്റെ പുനരുല്പാദനക്ഷമത(Reproducibility)യെ കൊള്ളിൻസ് വിശദമായി പഠിക്കുന്നുണ്ട്. ഗുരുത്വാകർഷണതരംഗങ്ങളെ കണ്ടെത്താനുള്ള വെബറുടെ പരീക്ഷണമാണ് അദ്ദേഹം പഠിക്കുന്നത്. വെബർ സവിശേഷമായ ആന്റിനകൾ നിർമ്മിക്കുന്നു. വ്യത്യസ്ത സ്ഥലങ്ങളിൽ സ്ഥാപിച്ച ആന്റിനകളിൽ ഒരേ സമയത്ത് തരംഗങ്ങളെ രേഖപ്പെടുത്തിയതായി വെബർ അവകാശപ്പെട്ടു. ആന്റിനയിൽ എത്തിച്ചേരാൻ സാദ്ധ്യതയുള്ള എല്ലാവിധത്തിലുള്ള മറ്റു അലോസരങ്ങളെയും ഒച്ചയേയും ഒഴിവാക്കുന്നതിനു തനിക്കു കഴിഞ്ഞിട്ടുണ്ടെന്ന് അദ്ദേഹം പറയുന്നുണ്ട്. എന്നാൽ, ഐൻസ്റ്റൈന്റെ സിദ്ധാന്തം പ്രവചിച്ച അളവിനെക്കാൾ ഏറിയ തോതിൽ ഊർജ്ജമുള്ള തരംഗങ്ങളാണ് വെബർക്കു ലഭിച്ചത്.

ത്വരിതഗതിയിൽ സഞ്ചരിക്കുന്ന ദ്രവ്യം സ്ഥല-കാലവളവുകളിൽ തീർക്കുന്ന അലോസരങ്ങൾ പ്രകാശപ്രവേഗത്തിൽ തരംഗങ്ങളായി സഞ്ചരിക്കുന്നു. ഇതിനെയാണ് ഗുരുത്വാകർഷണതരംഗങ്ങൾ എന്നുവിളിക്കുന്നത്. 1905 ൽ പൊങ്കാറെ ഇവയെ നിർദ്ദേശിക്കുന്നുണ്ട്. സാമാന്യ ആപേക്ഷികതാസിദ്ധാന്തത്തിന്റെ രൂപീകരണത്തോടെ ആൽബർട്ട് ഐൻസ്റ്റൈൻ ഈ തരംഗങ്ങളുടെ അസ്തിത്വം പ്രവചിക്കുകയും ചെയ്തു. ഗുരുത്വതരംഗങ്ങൾ ഊർജ്ജത്തെ വഹിക്കുന്നുണ്ട്. വളരെ ചെറിയ അളവിലാണെന്നു മാത്രം. ഹുൾസ്-ടെയ്ലർ യുഗ്മനക്ഷത്രത്തിന്റെ (ഒരു ന്യൂട്രോൺ നക്ഷത്രവും ഒരു പൾസാറും (Pulsar - Rapidly rotating neutron star that emits energy in the form of pulses) ചേർന്ന ദ്വന്ദ്വമാണത്) സഞ്ചാരപഥ

ത്തിനുണ്ടാകുന്ന നാശത്തിന്റെ നിരീക്ഷണത്തിലൂടെയാണ് ഗുരുത്വതരംഗങ്ങളെ കുറിച്ചുള്ള ആദ്യത്തെ പരോക്ഷതെളിവ് ലഭ്യമാകുന്നത്. ഈ യുഗ്മനക്ഷത്രത്തിന്റെ ഭ്രമണകാലത്തിനുണ്ടാകുന്ന കുറവ് സാമാന്യ ആപേക്ഷികതാസിദ്ധാന്തം പ്രവചിക്കുന്ന ഗുരുത്വതരംഗങ്ങളിലൂടെയുള്ള ഊർജ്ജനഷ്ടത്തിനു തുല്യമാണെന്നു കണ്ടെത്തുന്നു. ഈ കണ്ടെത്തലിന് ഹുൾസും ടെയ്‌ലറും 1993 ലെ നോബൽ സമ്മാനം നേടുന്നുണ്ട്. 2015 ൽ രണ്ടു തമോഗർത്തങ്ങൾ കൂടിച്ചേർന്നപ്പോളുണ്ടായ ഗുരുത്വാകർഷണതരംഗങ്ങളെ ലിഗോ നിരീക്ഷണശാലയിലെ പരീക്ഷണസംവിധാനങ്ങൾ വെളിപ്പെടുത്തുകയുണ്ടായി. നേരിട്ടുള്ള ആദ്യത്തെ കണ്ടെത്തലായിരുന്നു ഇത്. 2017 ലെ നോബൽ സമ്മാനം ഇതിനാണ് ലഭിച്ചത്. ഗുരുത്വാകർഷണതരംഗങ്ങളുടെ കണ്ടെത്തലിനായി ജോസഫ് വെബർ എന്ന ശാസ്ത്രജ്ഞൻ നടത്തിയ പരീക്ഷണങ്ങളെയാണ് ഇവിടെ പരാമർശിക്കുന്നത്. അദ്ദേഹം തന്റെ സംരംഭത്തിൽ വിജയിക്കുകയുണ്ടായില്ല.

പല പരീക്ഷണശാലകളും വെബറിന്റെ പരീക്ഷണം ആവർത്തിച്ചുവെങ്കിലും അവയിലൊന്നും വെബർക്കു കിട്ടിയ പരീക്ഷണഫലം ലഭ്യമായില്ല. വെബറിന്റെ പരീക്ഷണങ്ങളെക്കുറിച്ച് സന്ദേഹങ്ങൾ ഉണ്ടാകുന്ന സന്ദർഭമാണിത്. മറ്റുള്ളവർ ഉപയോഗിച്ചത് ശരിയായ ഉപകരണമായിരിക്കില്ലെന്നും അവരുടെ നടപടിക്രമങ്ങൾ ശരിയായിരിക്കാൻ സാദ്ധ്യതയില്ലെന്നും വെബർ പറയുന്നുണ്ട്. ശാസ്ത്രസിദ്ധാന്തങ്ങളുടെയും ഗവേഷണഫലങ്ങളുടെയും പുനരുല്പാദനക്ഷമതയെക്കുറിച്ച് കൊള്ളിൻസ് പഠനം ആരംഭിക്കുന്നത് ഈ സന്ദർഭത്തിലാണ്. പരീക്ഷണപ്രവർത്തനങ്ങളിൽ ഏർപ്പെട്ടിരിക്കുന്നവരുമായി അദ്ദേഹം അഭിമുഖചർച്ചകൾ നടത്തുന്നു. വെബറിന് ഗുരുത്വാകർഷണതരംഗങ്ങൾ കണ്ടെത്താൻ കഴിഞ്ഞിട്ടില്ലെന്ന് പലരും അഭിപ്രായപ്പെടുന്നുണ്ട്. എന്നാൽ, ഇങ്ങനെ അഭിപ്രായപ്പെട്ടവർതന്നെ അതിന്നായി പറഞ്ഞ കാരണങ്ങൾ വളരെ വ്യത്യസ്തങ്ങളായിരുന്നു. ശാസ്ത്രസിദ്ധാന്തങ്ങൾ സ്വീകരിക്കപ്പെടുന്നത് ശാസ്ത്രജ്ഞസമൂഹത്തിലെ വിശദമായ ചർച്ചകൾക്കു ശേഷമാണ്. എപ്പോഴെല്ലാം ശാസ്ത്രജ്ഞന്മാർ വിസമ്മതങ്ങൾ തുടരുന്നുവോ അപ്പോഴെല്ലാം പരീക്ഷണങ്ങൾ നടത്തുന്ന ശാസ്ത്രജ്ഞൻ ആ സവിശേഷസമൂഹത്തെ തൃപ്തിപ്പെടുത്തുന്നുണ്ടോയെന്ന കാര്യം പരിശോധിക്കപ്പെടുന്നു. ഇത് നിരന്തരം നടക്കുന്ന കാര്യമാണ്.

പരീക്ഷണശാലയിൽനിന്നും ശാസ്ത്രപാഠപുസ്തകങ്ങളിലേക്ക് എത്തിപ്പെടുന്നത് ഈ സവിശേഷസമൂഹത്തിന്റെ അംഗീകാരം ലഭിച്ച, 'സ്ഥാപനവല്കൃതമായ വസ്തുത' കളാണ്. ശാസ്ത്രവസ്തുതകൾ സാമൂഹികമായി നിർമ്മിക്കപ്പെട്ടതാണെന്നു നിഗമിക്കാവുന്നതാണെന്നു ചുരുക്കം. കൊള്ളിൻസ് പറയുന്നത്, ലോകത്തിന്റെ ക്രമത്തെ നമ്മുടെ ഇന്ദ്രിയങ്ങളിൽ ലോകം ചുമത്തുന്നതല്ലെന്നും സ്ഥാപനവല്കൃതമായ വിശ്വാസങ്ങളുടെ ക്രമത്തെ ലോകത്തിനു മേൽ ശാസ്ത്രജ്ഞസമൂഹം

ചുമത്തുന്നതാണെന്നുമത്രെ! മനുഷ്യർക്ക് വസ്തുക്കളെ 'അതേപടി' ('things in itself') ഗ്രഹിക്കാൻ കഴിയില്ലെന്ന് കാന്റ് പറയുന്നതിനോടു സദൃശമായ അനുഭവമാണ് കൊള്ളിൻസിന്റെ വാദങ്ങളിലുള്ളത്. കാന്റിന്റെ അതീത അഹംബോധ (Transcendental Ego)ത്തെ സ്ഥാപനവല്കൃത വിശ്വാസങ്ങൾ കൊണ്ട് കൊള്ളിൻസ് പകരം വയ്ക്കുന്നു. വളരെ ന്യൂനീകൃതമായ, സങ്കോചിപ്പിക്കപ്പെട്ട ജ്ഞാനശാസ്ത്രത്തെയാണ് കൊള്ളിൻസ് സ്വീകരിക്കുന്നത്. ശാസ്ത്രത്തിന്റെ പ്രേരണാത്മകയുക്തിയെ സാമൂഹികവല്ക്കരണത്തിന്റെ പ്രശ്നമായി കൊള്ളിൻസ് മാറ്റിയെഴുതുന്നു.

ശാസ്ത്രം ഒരു സാമൂഹികനിർമ്മിതി മാത്രമാണെങ്കിൽ, അലുമിനിയം ആന്റിനകളെയും കമ്പ്യൂട്ടർ പ്രോഗ്രാമുകളെയും തന്റെ പരീക്ഷണശാലയിലേക്കു വെബർ കൊണ്ടുവരുന്നത് എന്തിനാണ്? ശാസ്ത്രം എങ്ങനെയാണ് പ്രവർത്തിക്കുന്നതെന്നു മനസ്സിലാക്കുന്നതിന്, അത് ഒരു സാമൂഹികനിർമ്മിതി മാത്രമാണോയെന്നു തിരിച്ചറിയുന്നതിന് ഒരു പരീക്ഷണശാല സന്ദർശിക്കുന്നത് ഉചിതമായിരിക്കും. ബ്രൂണോ ലാത്വ (Bruno Latour) എന്ന ചിന്തകൻ ഇതാണ് ചെയ്തത്. ശാസ്ത്രവസ്തുതകൾ ഉരുത്തിരിയുന്നത് എങ്ങനെയാണെന്ന് മനസ്സിലാക്കുന്നതിന് ബ്രൂണോ ലാത്വ സാന്റിയാഗോ സാൾക്ക് ഇൻസ്റ്റിറ്റ്യൂട്ട് സന്ദർശിക്കുന്നു. അവിടെ താമസിക്കുന്നു. പഠിക്കുന്നു. ലോകത്തെ യുക്തിപരമായി പഠിക്കേണ്ടതാണെന്ന ദർശനത്തെ കൈയൊഴിയുന്നതിന്റെ പേരിൽ ബ്രൂണോ ലാത്വയെ വീൺബർഗ് വിമർശിക്കുന്നുണ്ട്. ലാത്വയുടെ സന്ദർശനസമയത്ത് ഇൻസ്റ്റിറ്റ്യൂട്ടിൽ നടക്കുന്ന ഗവേഷണം തലച്ചോറിലെ ഹൈപ്പോതലാമസിലെ ചില ഹോർമോൺപ്രക്രിയകളെ നിയന്ത്രിക്കുന്ന വസ്തുക്കളുടെ രാസഘടന കണ്ടെത്തുന്നതിനായിരുന്നു. ഈ ഗവേഷണത്തിന്റെ കേന്ദ്രപ്രശ്നം സാങ്കേതികമായിരുന്നു, സംപ്രത്യയപരമായിരുന്നില്ല. ഗവേഷകർ തിരയുന്ന വസ്തുക്കൾ വളരെ കുറഞ്ഞ അളവിൽ മാത്രമേ തലച്ചോറിൽ കാണുന്നുള്ളു. കൃത്രിമമായി നിർമ്മിച്ച വസ്തുക്കൾ ഉപയോഗിച്ച് സമാനമായ ജീവശാസ്ത്രപ്രഭാവങ്ങൾ ഉണ്ടാക്കാൻ കഴിയുമോയെന്ന അന്വേഷണവും ഗവേഷണവും ഇതോടൊപ്പം നടക്കുന്നുണ്ടായിരുന്നു.

സാൾക്ക് ഇൻസ്റ്റിറ്റ്യൂട്ടിലെ ബ്രൂണോ ലാത്വയുടെ സന്ദർശനവും പഠനവും പൂർത്തിയാക്കിയതിനുശേഷം ഉടനെ തന്നെ ഷാലി എന്ന ശാസ്ത്രജ്ഞനോടൊപ്പം ഇൻസ്റ്റിറ്റ്യൂട്ടിന്റെ ഡയറക്ടർ ഗില്ലെമിനിന് 1977 ലെ വൈദ്യശാസ്ത്രത്തിനുള്ള നോബൽ സമ്മാനം ലഭിക്കുന്നുണ്ട്. തലച്ചോറിലെ പെപ്റ്റൈഡ് ഹോർമോണിന്റെ ഉല്പാദനത്തിനാണ് സമ്മാനം ലഭിക്കുന്നത്. സാൾക്ക് ഇൻസ്റ്റിറ്റ്യൂട്ടിൽ ശാസ്ത്രം കൈകാര്യം ചെയ്യുന്ന രീതിയെ കുറിച്ച് മതിപ്പുണ്ടാക്കുന്ന കാര്യമാണല്ലോ ഇത്. എന്നാൽ, വളരെ സാമാന്യമായി പ്രകൃതി ശാസ്ത്രജ്ഞന്മാർ എന്നു വിളിക്കാവുന്ന ഇവരുടെ പരീക്ഷണശാലകളിൽ 'പ്രകൃതി'യെ കാണാനുണ്ടായിരുന്നില്ല. കൂട്ടിലടച്ചിരുന്ന കുറേ ഗിനിപ്പന്നികളും എലികളും ഒഴിച്ചാൽ വിവിധ യാന്ത്രികോപകരണങ്ങൾ, ഫ്ളാസ്കുകൾ, പരീക്ഷണലായനികൾ, കമ്പ്യൂട്ടർ, പ്രിന്റർ,

സ്കാനർ... ഇവയെല്ലാമാണ് പരീക്ഷണശാലയിൽ കാണുന്നത്. പരീക്ഷണശാലയിലെ ഒരുവിഭാഗം ജോലിക്കാർ ലായനികൾ തയ്യാറാക്കുന്നതിലും പരിശോധിക്കുന്നതിലും ചാർട്ടുകളും ഗ്രാഫുകളും വരയ്ക്കുന്നതിലും മുഴുകിയിരിക്കുമ്പോൾ ശാസ്ത്രജ്ഞവിഭാഗം മിക്കവാറും സമയം സംഭാഷണങ്ങളിലും വായനയിലും എഴുത്തിലും മാത്രം സമയം ചെലവഴിക്കുന്നു. ശാസ്ത്രജ്ഞന്മാരുടെ മുറികളിൽ ധാരാളം പുസ്തകങ്ങളും പ്രിന്റൗട്ടുകളും കുറിപ്പുകളും ഗ്രാഫുകളും കാണാം. ഈ അന്തരീക്ഷത്തിൽ എങ്ങനെയാണ് പ്രകൃതിയെ പഠിക്കുകയും മനസ്സിലാക്കുകയും ചെയ്യുന്നതെന്ന അന്വേഷണമാണ് ലാത്വ നിർവ്വഹിക്കുന്നത്. പരീക്ഷണശാലയ്ക്കുള്ളിലും ശാസ്ത്രജ്ഞസമൂഹത്തിൽ പൊതുവിൽ തന്നെയും എങ്ങനെയാണ് വിവരണങ്ങളും പാഠങ്ങളും വിതരണം ചെയ്യപ്പെടുന്നതെന്നും അവ പരിവർത്തനങ്ങൾക്കു വിധേയമാകുന്നതെന്നും ലാത്വ പരിശോധിക്കുന്നു. ഇവയുടെ അടിസ്ഥാനത്തിൽ വസ്തുതകളും ജ്ഞാനവും നിർമ്മിക്കപ്പെടുന്നതെങ്ങനെയാണെന്നു പഠിക്കാനാണ് അദ്ദേഹം ശ്രമിച്ചത്.

രാസവസ്തുക്കളും പരീക്ഷണമൃഗങ്ങളും മറ്റും ഉൾപ്പെടുന്ന വസ്തുക്കളെ ഒരു സംഖ്യയോ ഗ്രാഫോ ചിത്രമോ ആയി പരിവർത്തിപ്പിക്കുന്ന ലിഖിതോപകരണങ്ങളുടെ പ്രാധാന്യം ലാത്വ കാണുന്നുണ്ട്. ഒരു ലിഖിതം ലഭ്യമായാൽ അത് എളുപ്പത്തിൽ സൂക്ഷിക്കാനും (എഴുത്തിന് വായ്മൊഴിവാക്യത്തിനപ്പുറമുള്ള മെച്ചങ്ങളെക്കുറിച്ച് ദറിദ പറയുന്നത് ഓർക്കാവുന്നതാണ്) വിനിമയം ചെയ്യാനും കൂട്ടിച്ചേർക്കാനും താരതമ്യം ചെയ്യാനും മറ്റും കഴിയും. അതിന് സ്ഥല,കാലങ്ങളിൽ വളരെ എളുപ്പത്തിൽ സഞ്ചരിക്കാൻ കഴിയും. മനുഷ്യരുടെ ഓർമ്മയെ ആശ്രയിക്കുന്നതിനെക്കാളും ലിഖിതങ്ങളെ ആശ്രയിക്കുന്നത് കൂടുതൽ മെച്ചമാണെന്നു കരുതാം. രാസവസ്തുക്കൾ പെട്ടെന്ന് ഗുണം നഷ്ടപ്പെട്ട് മോശമാകുന്നു, ക്ഷയിക്കുന്നു. എന്നാൽ, അതിൽനിന്നും പരീക്ഷണങ്ങളിലൂടെ ലഭ്യമാകുന്ന ലിഖിതങ്ങളെ നമുക്ക് കൂടുതലായി അവലംബിക്കാം. ലിഖിതങ്ങളാണ് പരീക്ഷണത്തിന്റെ നിബന്ധനകളെയും ഫലങ്ങളെയും എഴുത്തുകളും സംഖ്യകളും ഗ്രാഫുകളുമാക്കി പരിവർത്തിപ്പിക്കുന്നത്. ഇവ ലഭിച്ചു കഴിഞ്ഞാൽ പ്രകൃതിവസ്തുക്കളെയോ പരീക്ഷണവസ്തുക്കളെയോ ശാസ്ത്രജ്ഞന്റെ ഓഫീസ്മുറിയിലേക്കു കൊണ്ടുവരേണ്ടതില്ല. പിന്നീട്, എപ്പോൾ വേണമെങ്കിലും വിശകലനം ചെയ്യാൻ, വീണ്ടും വീണ്ടും വിശകലനം ചെയ്യാനുള്ള ആവശ്യമായ ഡാറ്റ ലിഖിതങ്ങൾ നല്കുന്നു. ഈ ലിഖിതങ്ങളുടെ, അവ നല്കുന്ന ഡാറ്റകളുടെ പല പ്രാവശ്യം നടക്കുന്ന കൂട്ടിവായനകളിലൂടെയാണ് ശാസ്ത്രപ്രബന്ധം തയ്യാറാക്കപ്പെടുന്നത്.

ലിഖിതങ്ങളുടെ പല വായനകളിലൂടെ ഒരു നിഗമനത്തിൽ എത്താൻ കഴിഞ്ഞേക്കാം. Pരാസഘടനയുള്ള പദാർത്ഥം കുത്തിവയ്ക്കപ്പെട്ട എലി Rഎന്ന സ്വഭാവം കാണിച്ചു എന്ന നിഗമനത്തിലെത്തിച്ചേർന്നുവെന്നു കരുതുക. കൂടുതൽ നിരീക്ഷണങ്ങളോടൊപ്പം ഈ നിഗമനം പരിഷ്കരിക്ക

പ്പെടാം. ചിലപ്പോൾ എല്ലാ നിരീക്ഷണങ്ങളും ഒരേ ഫലം തന്നെ നല്കിയെന്നും വരാം. വ്യത്യസ്ത നിരീക്ഷണഫലങ്ങൾ മൂലം ഒരു അവസാന ഫലത്തിലെത്താൻ കഴിയാത്ത അവസ്ഥ സൃഷ്ടിക്കപ്പെട്ടുവെന്നും വരാം. എല്ലാ നടപടിക്രമങ്ങളും ഒരു ഫലത്തിൽ എത്തിച്ചേരുന്ന സ്ഥിതിയിൽ ഒരു വസ്തുത സ്ഥാപിക്കപ്പെട്ടുവെന്നും കരുതാം. ഭാഷാപ്രസ്താവവും വസ്തുതയും തമ്മിലുള്ള സമാനതയെയാണ് യാഥാർത്ഥ്യമെന്നോ ശരിയെന്നോ സത്യമെന്നോ വിളിക്കുന്നത്. ഇവയുടെ സമാനത സ്ഥാപിക്കാൻ ശാസ്ത്രപ്രവർത്തനത്തിന്റെ നീണ്ട പ്രക്രിയ ആവശ്യമുണ്ട്. പല വിവർത്തനങ്ങളിലൂടെയാണ് ജ്ഞാനവും യാഥാർത്ഥ്യവും കരഗതമാകുന്നത്. പരസ്പരബന്ധങ്ങളിലെ സമാനതയിലെത്താൻ പൊതുസമ്മതത്തിലെത്തിയാൽ മാത്രം പോര. ശാസ്ത്രപ്രവർത്തനത്തിന്റെ ഒരു നീണ്ട പ്രക്രിയയ്ക്കൊടുവിലാണ് പൊതുസമ്മതത്തിലെത്തുന്നത്. ആ നീണ്ട പ്രക്രിയ പ്രധാനമാണ്. പ്രസ്താവനയിലല്ല ഊന്നൽ. പ്രസ്താവനകളുടെ സഞ്ചാരത്തിലാണ്. സഞ്ചാരത്തിനിടയിൽ അവ പരിവർത്തിക്കപ്പെടുന്നു. പരിവർത്തനങ്ങളുടെയും വിവർത്തനങ്ങളുടെയും നീണ്ട ശൃംഖലയിൽ ലിഖിതങ്ങളും പ്രസ്താവനകളും രേഖകളും എങ്ങനെയാണ് ക്രമീകരിക്കുന്നതെന്ന കാര്യം ശാസ്ത്രസിദ്ധാന്തങ്ങളുടെ രൂപീകരണത്തിൽ പ്രധാനമാണ്.

ഈ പഠനത്തിൽ ബ്രൂണോ ലാത്വയോടൊപ്പം സ്റ്റീവ് വൂൾഗർ കൂടി ചേരുന്നുണ്ട്. 1979 ൽ, ലാത്വയും വൂൾഗറും ചേർന്ന് *പരീക്ഷണശാലയിലെ ജീവിതം : ശാസ്ത്രവസ്തുതകളുടെ നിർമ്മാണം* (*Laboratory Life: The Construction of Scientific Facts*) എന്ന പുസ്തകം പ്രസിദ്ധീകരിക്കുമ്പോൾ ശാസ്ത്രത്തിന്റെ സാമൂഹികപാഠങ്ങൾക്കു ലഭ്യമാകുന്ന സംഭാവനയായിട്ടാണ് ആദ്യം മനസ്സിലാക്കപ്പെട്ടത്. ഇത് തെറ്റായ ഒരു വായനയായിരുന്നു. വ്യാഖ്യാനത്തിന്റെ സാമൂഹികപ്രക്രിയകളോ പ്രസ്താവനകൾക്കിടയിലെ പൊതുസമ്മതമോ മാത്രംകൊണ്ട് ശാസ്ത്രസിദ്ധാന്തങ്ങളുടെ നിർമ്മാണം പൂർത്തിയാകുന്നില്ല. യാഥാർത്ഥ്യത്തെ അറിയുന്നതിന് യാഥാർത്ഥ്യത്തിൽ ഇടപെടുകയും അതിനെ മാറ്റിത്തീർക്കുകയും വേണം. ശാസ്ത്രപ്രവർത്തനങ്ങളിലേർപ്പെടുകയെന്നാൽ ജ്ഞാനശാസ്ത്രപരവും ഭവശാസ്ത്രപരവുമായ പ്രവർത്തനങ്ങളിൽ മുഴുകുകയെന്നാണർത്ഥം.

ഒരു സവിശേഷ ശാസ്ത്രപ്രസ്താവന യാഥാർത്ഥ്യവുമായി ബന്ധമുള്ളതാണോയെന്ന്, അത് ശാസ്ത്രജ്ഞന്റെ ഭാവനാവിലാസം മാത്രമാണോയെന്ന്, അത് ശാസ്ത്രപ്രവർത്തനത്തിലെ നടപടിക്രമങ്ങളുടെ സൃഷ്ടിമാത്രമാണോയെന്ന് ശാസ്ത്രജ്ഞന്മാർ നിരന്തരം ചോദിക്കുന്നുണ്ട്. യഥാതഥവാദത്തെക്കുറിച്ചും ആപേക്ഷികവാദത്തെക്കുറിച്ചും മറ്റുമുള്ള ചർച്ചകൾ തത്ത്വചിന്തകന്മാർക്കു വിട്ടുകൊടുത്തിട്ട് ശാസ്ത്രജ്ഞന്മാർ പരീക്ഷണശാലയിലെ പ്രവർത്തനങ്ങളിൽ മാത്രം മുഴുകിയിരിക്കുകയാണെന്നു കരുതുന്നത് അനുചിതമായിരിക്കും. പ്രകരണത്തിനനുസരിച്ച് അവർ യഥാതഥവാദികളുടെയോ ആശയവാദികളുടെയോ ആപേക്ഷികവാദികളുടെയോ സന്ദേഹവാദികളുടെയോ ഒക്കെ രൂപം സ്വീകരിച്ചുവെന്നു വരാം.

വസ്തുതകളെക്കുറിച്ചുള്ള ചർച്ചകൾ ഒരു സാമൂഹികശാസ്ത്രജ്ഞന്റെയോ തത്ത്വചിന്തകന്റെയോ സവിശേഷാധികാരത്തിൽ വരുന്ന കാര്യമല്ല. ഇങ്ങനെയെല്ലാം പറയുന്ന ലാത്വയും വൂൾഗറും കാൾ മാർക്സിന്റെ വാക്കുകൾ തുടർന്ന് ഉദ്ധരിക്കുന്നു. "മനുഷ്യന്റെ ചിന്ത വസ്തുനിഷ്ഠമായ യാഥാർത്ഥ്യമുള്ളതാണോയെന്നത് സിദ്ധാന്തത്തിന്റെ പ്രശ്നമല്ല; പ്രായോഗികപ്രശ്നമാണ്. പ്രായോഗികപ്രവർത്തനത്തിൽ മനുഷ്യൻ തന്റെ ചിന്തയുടെ സത്യാവസ്ഥയെ, യാഥാർത്ഥ്യത്തെ, ശക്തിയെ തെളിയിക്കണം." യാഥാർത്ഥ്യത്തെ അറിയുന്നതിന് യാഥാർത്ഥ്യത്തിൽ ഇടപെടുകയും അതിനെ മാറ്റിത്തീർക്കുകയും വേണമെന്നു സൂചിപ്പിക്കുന്ന ലാത്വയും വൂൾഗറും യഥാർത്ഥശാസ്ത്രത്തിന്റെ മണ്ഡലം സിദ്ധാന്തവും പ്രയോഗവും കൂടിച്ചേരുന്നതാണെന്നും പ്രകൃതിയെ മാറ്റുന്നതിലൂടെയാണ് ദ്രവ്യത്തിന്റെ ഗുണധർമ്മങ്ങൾ മനസ്സിലാകുന്നതെന്നും പറയുന്ന ക്രിസ്റ്റഫർ കോഡ്വെല്ലിന്റെ വാക്കുകളെ ഓർമ്മയിൽ കൊണ്ടുവരുന്നു. ശാസ്ത്രത്തിന്റെ വസ്തുത സ്ഥാപിക്കപ്പെടുന്നതെങ്ങനെയെന്ന അന്വേഷണം ഒരു പരീക്ഷണശാലയിലെ സന്ദർശനത്തിലൂടെ എന്നതുപോലെ ഒരു ശാസ്ത്രപ്രബന്ധത്തിന്റെ സൂക്ഷ്മമായ വായനയിലൂടെയും സാദ്ധ്യമാകുമെന്നു ലാത്വ പറയുന്നുണ്ട്.

തന്റെ പരീക്ഷണശാലയിലെ അനുഭവങ്ങൾക്കും ചർച്ചകൾക്കും വൂൾഗറുമായി ചേർന്നുള്ള പുസ്തകത്തിനുംശേഷം പ്രവർത്തക - ശൃംഖലാ സിദ്ധാന്തം (Actor Network Theory) എന്നൊരു സമീപനം ബ്രൂണോ ലാത്വ മുന്നോട്ടു വയ്ക്കുന്നുണ്ട്. മിഷേൽ കാലൻ, ജോൺ ലോ എന്നിവർ ലാത്വയോടൊപ്പം ഈ സിദ്ധാന്തരൂപീകരണത്തിൽ പങ്കു ചേരുന്നുണ്ട്. സിദ്ധാന്തമെന്നു പറഞ്ഞുവെങ്കിലും ഒരു വിവരണാത്മകരീതിപദ്ധതിയെന്നു വിളിക്കുന്നതാണ് കൂടുതൽ ഉചിതം. ശാസ്ത്ര-സാങ്കേതിക വിദ്യാപഠനങ്ങളിലാണ് ഇത് ആദ്യം ഉപയോഗിച്ചതെങ്കിലും ഇപ്പോൾ മറ്റു പല മേഖലകളിലും ഇതു പ്രവർത്തനക്ഷമമായിരിക്കുന്നു. മനുഷ്യകേന്ദ്രിതമായ കർത്തൃത്വസങ്കല്പനത്തെ, നിർവ്വാഹകശേഷി സങ്കല്പനത്തെ, മാനുഷികേതരഘടകങ്ങളിലേക്കു വ്യാപിപ്പിക്കുന്ന സമീപനമാണ് പ്രവർത്തക - ശൃംഖലാ സിദ്ധാന്തത്തിൽ ലാത്വയും കൂട്ടരും സ്വീകരിക്കുന്നത്. ആധുനികതയുടെ വസ്തുനിഷ്ഠവാദത്തിനും സവിശേഷവൽകൃതമായ പഠനരീതിക്കുമെതിരെ, ഉത്തരാധുനികതയുടെ മറു ഏകപക്ഷീയതയ്ക്കെതിരെ, അഥവാ എല്ലാറ്റിനെയും ഭാഷാലീലകളായി കാണുന്ന സമീപനത്തിനെതിരെ യാഥാർത്ഥ്യത്തിന്റെ മൂർത്തപ്രകൃതത്തെ വികലനത്തിനു വിധേയമാക്കാൻ കഴിയുന്ന ഒരു ചിന്തയുടെ അന്വേഷണമാണ് പ്രവർത്തക - ശൃംഖലാ സിദ്ധാന്തത്തിലേക്കു ലാത്വയെ നയിക്കുന്നത്. ഇത് സത്താവിരുദ്ധമായ സമീപനമാണ്. പ്രവർത്തക - ശൃംഖലാ സിദ്ധാന്തത്തിലെ പ്രവർത്തകം (Actant) എന്തുമാകാം. ഒരു പൂച്ച, ഒരു തൊഴിലാളി, ഒരു കല്ല്, നദി, ആത്മാവ്, അബോധം, കൊടുങ്കാറ്റ്, വൈറസ് എന്നിങ്ങനെ എന്തും ഒരു പ്രവർത്തകമാകാം. അതു മനുഷ്യകേന്ദ്രിതമ

ല്ലെന്നർത്ഥം. മാനുഷികേതരഘടകങ്ങളെയും പ്രവർത്തകമായി പരിഗണിക്കുന്നു. ശൃംഖലയെന്നത് പ്രവർത്തകശൃംഖലയാണ്. ശൃംഖല ഒരിക്കലും നിശ്ചലമായിരിക്കുന്നില്ല. പ്രവർത്തകശൃംഖലയ്ക്കുള്ളിലേ ഒരു പ്രവർത്തകം പ്രവർത്തനക്ഷമമാകുന്നുള്ളു.

യാഥാർത്ഥ്യത്തിന് പ്രകൃതിപരമോ സാമൂഹികമോ വ്യാവഹാരികമോ ആയ ഘടകങ്ങളുണ്ട്. യാഥാർത്ഥ്യത്തെ ഇവയിൽ ഏതെങ്കിലും ഒന്നു മാത്രമായി ചുരുക്കുന്ന പ്രവണത വ്യാപകമാണ്. ഏകപക്ഷീയമെന്നു വിളിക്കാവുന്ന പ്രവണതകളുടെ ആധാരം ഇതത്രേ! ഇതിനു പകരം, ഈ ഘടകങ്ങളെ മൂന്നിനെയും ഉൾക്കൊള്ളുന്ന സംയുക്തപ്രക്രിയയായി യാഥാർത്ഥ്യത്തെ നോക്കിക്കാണാനാണ് ലാത്വ ശ്രമിക്കുന്നത്. പ്രകൃതി, സമൂഹം, വ്യവഹാരം എന്നിവയുടെ സംയുക്തമാണ് യാഥാർത്ഥ്യം. ഇവ മൂന്നും കൂടിച്ചേർന്നോ കൂടിക്കലർന്നോ നില്ക്കുന്നു. യാഥാർത്ഥ്യത്തിന്റെ മൂർത്തപ്രകൃതം അന്വേഷിക്കുന്നതിന് ഇതു സഹായകമാകുന്നു. യാഥാർത്ഥ്യത്തിന്റെ സാമൂഹികപരത അതിന്റെ പ്രകൃതിപരതയ്ക്കും വ്യാവഹാരികതയ്ക്കും എതിരെ കേവലമായി നിലകൊള്ളുന്നതല്ല. യാഥാർത്ഥ്യത്തിന്റെ വ്യാവഹാരികത അതിന്റെ പ്രകൃതിപരവും സാമൂഹികവുമായ ഉള്ളടക്കത്തെ നിശൂന്യമാക്കുന്നില്ല. യാഥാർത്ഥ്യത്തിന്റെ പ്രകൃതിപരത അതിന്റെ സാമൂഹികപരതയ്ക്കും വ്യാവഹാരികതയ്ക്കും ഒപ്പം പ്രധാനമാണ്. ഇവ പരസ്പരം പൂരിപ്പിക്കുകയും യാഥാർത്ഥ്യത്തെ നിർണ്ണയിക്കുന്നതിൽ ഒരുമിച്ചു പങ്കെടുക്കുകയും ചെയ്യുന്നു. ഈ ഘടകങ്ങളുടെ പങ്കാളിത്തം തുല്യമായി വിതരണം ചെയ്യപ്പെട്ടു നില്ക്കുന്നതല്ല. ഇവ ഓരോന്നും ഭിന്ന അനുപാതങ്ങളിൽ പ്രക്രിയയിൽ പങ്കാളികളാകുന്നു. പ്രകരണങ്ങൾക്കനുസരിച്ച് ഓരോന്നിന്റെയും പങ്കാളിത്തം ഏറിയും കുറഞ്ഞുമിരിക്കുന്നു. എന്നാൽ, യാഥാർത്ഥ്യത്തെ അതിന്റെ സാകല്യത്തിൽ രൂപപ്പെടുത്തുന്ന പ്രക്രിയയിൽ ഇവയോരോന്നും പ്രധാനമായിരിക്കുന്നു.

യാഥാർത്ഥ്യത്തെ നിർണ്ണയിക്കുന്നത് നിരവധി പ്രഭാവങ്ങൾ ഒന്നുചേർന്നാണ്. അനേകം പ്രഭാവങ്ങളുടെ സംഗമബിന്ദുവായി യാഥാർത്ഥ്യത്തെ കണക്കാക്കാം. യാഥാർത്ഥ്യത്തിന്റെ ഒരു സവിശേഷ പ്രകരണത്തെ നിശ്ചയിക്കുന്നതിൽ ഏറിയ പങ്കുവഹിക്കുന്ന പ്രഭാവത്തെ കേന്ദ്രപ്രവർത്തകം എന്നു വിളിക്കാം. ഒരു പ്രകരണത്തിൽ കേന്ദ്രപ്രവർത്തകമായി നിലകൊള്ളുകയും പ്രവർത്തിക്കുകയും ചെയ്യുന്ന ഘടകം മറ്റൊരു പ്രകരണത്തിൽ അതേ പങ്കു നിർവ്വഹിക്കണമെന്നില്ല. മാറുന്ന പ്രകരണങ്ങൾക്കനുസരിച്ച് കേന്ദ്രപ്രവർത്തകങ്ങൾ മാറാമെന്നു സാരം. സവിശേഷപ്രകരണത്തിലെ കേന്ദ്രപ്രവർത്തകത്തിനു ചുറ്റുമായി മറ്റു പ്രവർത്തകങ്ങൾ പ്രവർത്തിക്കുന്നു. അവ ആ പ്രകരണത്തിൽ പരസ്പരം പൊരുത്തപ്പെട്ടുനില്ക്കുന്ന ശൃംഖലയാണ്. പ്രവർത്തകവും പ്രവർത്തകശൃംഖലയും തമ്മിൽ വൈരുദ്ധ്യാത്മകമായ ബന്ധമാണുള്ളത്.

എങ്ങനെയാണ് ഒരു പ്രവർത്തകശൃംഖല രൂപം കൊള്ളുന്നത്? ഒരു

പ്രവർത്തകം അതിനെ കേന്ദ്രമാക്കുന്ന അനേകം പ്രവർത്തകങ്ങളുടെ ശൃംഖലാബന്ധം രൂപീകരിക്കുന്നതെങ്ങനെയാണെന്ന ചോദ്യമാണിത്. ഇത് ഒരു വിവർത്തനത്തിലൂടെയാണ് സാദ്ധ്യമാകുന്നതെന്ന് പ്രവർത്തക - ശൃംഖലാ വിവരണാത്മകരീതിപദ്ധതിയുടെ വക്താക്കൾ പറയുന്നു. പ്രശ്നവല്ക്കരണത്തിന്റെയും താല്പര്യമുദ്രണത്തിന്റെയും ശൃംഖലയിലേക്കുള്ള ഉൾച്ചേർക്കലിന്റെയും ഘട്ടങ്ങളിലൂടെയാണ് ശൃംഖലാബന്ധരൂപീകരണത്തിന്റെ വിവർത്തനം സാദ്ധ്യമാകുന്നത്. കേന്ദ്രപ്രവർത്തകത്തിന്റെ താല്പര്യത്തിന്നനുസൃതം മറ്റു പ്രവർത്തകങ്ങളുടെ താല്പര്യങ്ങളെ നിർവ്വചിച്ചു പ്രശ്നവല്ക്കരിക്കുന്നു, അഥവാ കേന്ദ്രപ്രവർത്തകത്തിന്റെ കാഴ്ചയെ പൊതുവായ കാഴ്ചയാക്കുന്നു. അതിന്റെ താല്പര്യത്തിലേക്ക് മറ്റു പ്രവർത്തകങ്ങളെ കൊണ്ടുവരുന്നു. ഈ പ്രവർത്തകങ്ങളെ പ്രവർത്തകശൃംഖലയിൽ ഉൾച്ചേർക്കുന്നു. ഈ മൂന്നു പ്രവർത്തനങ്ങളെയും ചേർത്ത് വിവർത്തനം എന്നു വിളിക്കാം. ശാസ്ത്രപരീക്ഷണശാലയിൽ നടക്കുന്ന പ്രവർത്തനങ്ങളുടെ ലിഖിതങ്ങളിൽ ഈ വിവർത്തനപ്രക്രിയകൾ വിവരിക്കപ്പെടുന്നുണ്ടാകും.

ശാസ്ത്രത്തിനുള്ളിൽ ശാസ്ത്രീയമായതൊന്നും നടക്കുന്നില്ലെന്നാണ് ലാത്വയും വൂൾഗറും പറയുന്നതെന്ന് മീരാനന്ദ വിമർശിക്കുന്നുണ്ട്. ശാസ്ത്രത്തിന്റെ കാരണയുക്തിയെ അതിസാധാരണമായ യുക്തിരീതികളോട് സമാനമായി ഇവർ കാണുന്നുവെന്ന വിമർശനമാണ് അവർ ഉയർത്തുന്നത്. ഡേവിഡ് ബ്ലൂറും മറ്റും ഉൾപ്പെട്ട എഡിൻബറോ സ്കൂളിന്റെ സാമൂഹികനിർമ്മിതിവാദത്തിൽനിന്നും ലാത്വയുടെ വീക്ഷണങ്ങൾ അകന്നു നില്ക്കുന്നു. ബ്ലൂറും ലാത്വയും തമ്മിൽ വലിയ സംവാദങ്ങൾ നടക്കുന്നുമുണ്ട്. മെർട്ടന്റെയും മാൻഹൈമിന്റെയും മറ്റും സമീപനങ്ങളിലേക്കു ലാത്വ തിരിച്ചു പോകുന്നതായി ലാത്വയ്ക്കെതിരെ (Anti Latour) എന്ന ശീർഷകത്തിൽ എഴുതിയ ലേഖനത്തിൽ ബ്ലൂർ പറയുന്നു. ലാത്വ ഇതിനു മറുപടി എഴുതുന്നുണ്ട്. ശാസ്ത്രവിജ്ഞാനത്തിന്റെ സാമൂഹികശാസ്ത്രം അന്വേഷിക്കുന്ന എഡിൻബറോ സ്കൂളിന്റെ സമീപനങ്ങളിലല്ല നില്ക്കുന്നതെങ്കിലും ലാത്വയെ സാമൂഹികനിർമ്മിതിവാദിയായിട്ടാണ് മിക്കവാറും മനസ്സിലാക്കപ്പെടുന്നത്. തത്ത്വചിന്തയുടെ വ്യവസ്ഥാപിതരൂപങ്ങൾക്കെതിരെ സഞ്ചരിക്കാൻ ബ്രൂണോ ലാത്വ നടത്തിയ ശ്രമങ്ങൾ അദ്ദേഹത്തിന് തത്ത്വചിന്തകന്മാരുടെ ഇടയിൽ വേണ്ടത്ര ശ്രദ്ധ ലഭിക്കാതിരിക്കാൻ കാരണമാകുകയും ചെയ്തു.

ഗണിതഭാഷയെക്കുറിച്ചു വീണ്ടും

ഭാഷയോടുള്ള ശാസ്ത്രലോകത്തിന്റെ സമീപനത്തെ ഉത്തരാധുനികത വിമർശിക്കുന്നതിനെക്കുറിച്ചു നാം പറഞ്ഞുകഴിഞ്ഞു. ഭൗതിക ശാസ്ത്രങ്ങൾക്ക് വസ്തുനിഷ്ഠത നല്കുന്നത് ഗണിതഭാഷയാണെന്ന വാദം ഗണിതത്തിന് കേവലപദവി നല്കുന്നുണ്ടെന്ന് അവർ ആരോപിക്കുന്നു. ഗണിതശാസ്ത്രത്തിന്റെ സാമൂഹികചരിത്രം അതിന്റെ ആന്തരികഘടനയിലേക്ക് എന്തെങ്കിലും സംഭാവന ചെയ്യുകയോ അതിനുള്ളിൽ എന്തെങ്കിലും അവശേഷിപ്പിക്കുകയോ ചെയ്യുന്നില്ലെന്ന ഒരു ധാരണ ഈ വാദഗതികളിൽ പ്രവർത്തിക്കുന്നുണ്ടെന്ന് സാന്ദ്ര ഹാർഡിങ്ങിനെപോലുള്ള സാമൂഹികനിർമ്മിതിവാദത്തിന്റെ വക്താക്കൾ ചൂണ്ടിക്കാണിക്കുന്നുണ്ട്. ഗണിതശാസ്ത്രത്തിന് ഔപചാരികമായ സാമൂഹികഘടനയില്ലെന്ന വാദമാണിതെന്ന് അവർ പറയുന്നു. ന്യൂട്ടന്റെ നിയമങ്ങളിലെന്നപോലെ ശാസ്ത്രനിർദ്ദേശങ്ങൾ ഗണിതഭാഷയിൽ എഴുതപ്പെട്ട സവിശേഷഗണത്തിൽ പെട്ട വാക്യങ്ങളാണെന്നു ഗണിക്കാൻ കാരണമാകുന്നത് ഈ സങ്കല്പനമാണത്രെ! ഗലീലിയോ നിർദ്ദേശിച്ചതുപോലെ പ്രകൃതിയുടെയും പ്രകൃതിശാസ്ത്രത്തിന്റെയും ഭാഷ ഗണിതശാസ്ത്രമാണെങ്കിൽ, ഗണിതശാസ്ത്രത്തിന്റെ സംജ്ഞാനപരമായ ഉള്ളടക്കത്തിന് സാമൂഹികമായ മാനങ്ങളൊന്നുമില്ലെങ്കിൽ, ഭൗതികശാസ്ത്രത്തിലെ ഔപചാരികവാക്യങ്ങൾക്കും സാമൂഹികമായ മാനങ്ങളുണ്ടായിരിക്കില്ലെന്ന് വ്യാഖ്യാനിക്കാമെന്നു സാന്ദ്ര പറയുന്നു. എന്നാൽ, ഭൗതികശാസ്ത്രത്തിലെ വിശദീകരണങ്ങളെ ഗണിതശാസ്ത്രസമവാക്യങ്ങളായി 'ചുരുക്കാൻ' കഴിഞ്ഞാൽത്തന്നെ പ്രശ്നങ്ങൾ പരിഹൃതമാകില്ലെന്നും വാദിക്കാവുന്നതാണ്. ഗണിതശാസ്ത്രസമവാക്യങ്ങൾ മൂല്യനിരപേക്ഷമാണെന്നു ചിന്തിക്കാൻ കഴിയില്ല. ഗണിതശാസ്ത്രാന്വേഷണങ്ങൾക്ക് ഒരു

സാമൂഹികചരിത്രമുണ്ട്. ഈ സാമൂഹികചരിത്രത്തെ അതിന്റെ സംജ്ഞാനഘടനയ്ക്കും നിയാമകഘടനയ്ക്കും പുറത്തു നില്ക്കുന്നതായിട്ടാണ് ധരിച്ചുപോരുന്നത്. ഗണിതശാസ്ത്രത്തിന്റെ പുരോഗമനപരവും സഞ്ചിതവുമായ സ്വഭാവത്തിന്റെ തെളിവായിട്ടാണ് ഇത് അവതരിപ്പിക്കപ്പെട്ടുപോന്നിട്ടുള്ളത്.

ശുദ്ധഗണിതത്തെക്കുറിച്ചുള്ള സങ്കല്പനങ്ങളുടെ സാദ്ധ്യതയെ തള്ളിക്കളയുന്ന രണ്ടു കാര്യങ്ങളെക്കുറിച്ചെങ്കിലും പറയണമെന്ന് ഇവർ നിർദ്ദേശിക്കുന്നു 1. ഒരു സംപ്രത്യയവ്യൂഹത്തിനും അതിനു തന്നെയുള്ള സ്വയം നീതീകരണവ്യവസ്ഥയെ നിർമ്മിക്കാൻ കഴിയില്ല. അങ്ങനെ നിർമ്മിക്കപ്പെടുന്ന ഒരു നീതീകരണവ്യവസ്ഥ ചാക്രികമായ വാദഗതികൾ പ്രദർശിപ്പിക്കും. ഗണിതശാസ്ത്രത്തിനും സ്വയം നീതീകരണവ്യവസ്ഥയെ നിർമ്മിക്കാൻ കഴിയില്ല. ചാക്രികമായ നീതീകരണരീതിയെ തരണം ചെയ്യുന്നതിന് ആ സംപ്രത്യയവ്യവസ്ഥയ്ക്കു പുറത്തുള്ള നീതീകരണാടിസ്ഥാനങ്ങളെ കണ്ടെത്തേണ്ടതുണ്ട്. 2. കഴിഞ്ഞ നൂറ്റാണ്ടിലെ ഗണിതശാസ്ത്രത്തിന്റെ ചരിത്രം പ്രയോജനവാദാധിഷ്ഠിതമായ രീതിയിലുള്ള സിദ്ധാന്തരൂപീകരണശ്രമങ്ങളുടെ ചരിത്രമാണ്. ഗണിതശാസ്ത്ര സംപ്രത്യയങ്ങൾ സാമൂഹികമായ സമവായങ്ങളിൽ ഏർപ്പെടുന്നുണ്ടെന്നതിന്റെ തെളിവാണിത്.

ഗണിതശാസ്ത്രത്തിന്റെ സാമൂഹികമായ വികലനം സാദ്ധ്യമാണെന്ന് ശക്തമായ വസ്തുനിഷ്ഠത(Strong Objectivity)യുടെ വക്താവായ ഡേവിഡ് ബ്ലൂർ പറയുന്നു. ഗണിതശാസ്ത്രം എങ്ങനെയാണ് രൂപം കൊള്ളുകയും പഠിക്കുകയും ചെയ്യുന്നതെന്ന കാര്യത്തിൽ ഒരു മനഃശാസ്ത്രവിശകലനം ഫലപ്രദമായിരിക്കുമെന്ന് അദ്ദേഹത്തിന് അഭിപ്രായമുണ്ട്. ജോൺ സ്റ്റുവർട്ട് മില്ലിന്റെ രചനകൾ ഇത്തരമൊരു ശ്രമത്തിന് തുടക്കമിടുന്നുണ്ട്. ഭൗതികവസ്തുക്കളുടെ സ്വഭാവങ്ങളുടെയും ഗുണങ്ങളുടെയും അനുഭവങ്ങളിൽ നിന്നാണ് ഗണിതശാസ്ത്രപഠനവും ആരംഭിക്കുന്നതെന്ന് മിൽ കരുതുന്നുണ്ട്. വസ്തുക്കളെ തരംതിരിക്കുകയും ക്രമീകരിക്കുകയും മാതൃകകൾ നിർമ്മിക്കുകയും ചെയ്യുന്ന പ്രയോഗങ്ങൾക്കിടയിൽ ഗണിതശാസ്ത്രം പ്രവർത്തനക്ഷമമാകുന്നുണ്ട്. ഭൗതികവസ്തുക്കളുടെ ക്രമീകരണവും വർഗ്ഗീകരണവും മറ്റും നമ്മുടെ ചിന്താപ്രക്രിയകൾക്കു കാരണമാകുന്ന മാതൃകകളെ സൃഷ്ടിക്കുന്നു. ഗണിതത്തിലെ യുക്തിപരമായ പ്രക്രിയകളെല്ലാം ഭൗതികവസ്തുക്കളിലെ ഭൗതികപ്രവർത്തനങ്ങളുടെ തുടർച്ചയിൽ ഉരുവം കൊള്ളുന്നതാണ്. സംഖ്യകളെയും ബീജഗണിതപ്രക്രിയകളെയും അമൂർത്തനിയമങ്ങളനുസരിച്ച് പരിവർത്തിപ്പിക്കേണ്ട ചിഹ്നങ്ങളായി കാണുന്ന രീതിയെ മിൽ വിമർശിക്കുന്നു. അവ ഭാഷയുടെ സവിശേഷഗുണങ്ങളോ ചിഹ്നങ്ങളോ അല്ലെന്നും എല്ലാ വസ്തുക്കളുടെയും അളവിനെയോ എണ്ണത്തെയോ ഒക്കെ കുറിക്കുന്ന ജ്ഞാനമാണെന്നും വാദിക്കുന്നു. ഗണിതപ്രക്രിയകളിൽ ഇടപെടുമ്പോൾ, കടലാസിൽ എഴുതിയ പ്രതീകങ്ങളെ പരിവർത്തിപ്പിക്കുകയാണ് നാം

ചെയ്യുന്നതെന്ന തോന്നൽ നമുക്കുണ്ടാകുന്നുവെന്നത് ശരിയാണ്. എല്ലാ പ്രക്രിയകൾക്കും ആധാരമായി നില്ക്കുന്ന വസ്തുക്കളുടെ അനുഭവത്തെക്കുറിച്ചുള്ള ധാരണകൾ നമുക്കില്ലാത്തതുകൊണ്ടാണ് ഈ പ്രതീതി ഉണ്ടാകുന്നത്. നമ്മുടെ ശീലം ആ പ്രക്രിയയെ യാന്ത്രികമാക്കി മാറ്റുന്നു. അത് നമ്മുടെ അവബോധത്തിൽനിന്നും നഷ്ടമായിരിക്കുന്നു. രണ്ടു മുത്തുകളും മൂന്നു മുത്തുകളും ഒരുമിച്ചു വച്ചാൽ അഞ്ചുമുത്തുകളാകുമെന്ന അനുഭവജ്ഞാനത്തിൽനിന്നുമാണ് 2+3=5 എന്ന പ്രതീക കല്പനയിലേക്കു നീങ്ങാൻ നാം പ്രേരിതരാകുന്നത്. ഗണിതശാസ്ത്രപ്രവർത്തനങ്ങൾ ഭൗതികസാഹചര്യങ്ങളിൽനിന്നും ഉയർന്നുവന്നതാണെന്ന ആശയങ്ങൾ ജീൻ പിയാഷെയുടെയും മറ്റും വിദ്യാഭ്യാസചിന്തയിൽ ഉപയോഗിക്കപ്പെടുന്നതാണെന്ന്, മിൽ നല്കുന്ന സമീപനം യോഗ്യമാണെന്ന് ബ്ലൂർ ചൂണ്ടിക്കാണിക്കുന്നു.

മില്ലിനെ സംബന്ധിച്ചിടത്തോളം ഗണിതത്തിന്റെ അടിസ്ഥാനസങ്കല്പനങ്ങൾക്ക് മനഃശാസ്ത്രപരമായ തുടക്കങ്ങളുണ്ട്. ഗണിതജ്ഞാനം ഉല്പാദിപ്പിക്കപ്പെടുകയും പ്രക്ഷേപിക്കപ്പെടുകയും ചെയ്യുന്ന ഭൗതികപ്രക്രിയകളെയും അവ നിർമ്മിക്കുന്ന മാനസികഘടകങ്ങളെയും കുറിച്ച് അദ്ദേഹം പറയുന്നു. ഈ കാര്യങ്ങൾ അടിസ്ഥാനഗണിതത്തിന്റെ അദ്ധ്യാപകർക്കുപോലും ഗ്രഹിക്കാൻ കഴിയുന്ന കാര്യമാണ്. പ്രശസ്ത വിചിന്തനശാസ്ത്രകാരനായ ഫ്രെജെ വളരെ വ്യത്യസ്തമായിട്ടാണ് കാര്യങ്ങളെ കാണുന്നത്. ഫ്രെജെ ഉയർത്തുന്ന വിമർശനങ്ങളെ ബ്ലൂർ പരിശോധിക്കുന്നുണ്ട്. സംഖ്യകൾ ഭൗതികവസ്തുക്കളുടെ സവിശേഷഗുണങ്ങളാണെന്ന, മാനസികവസ്തുക്കളാണെന്ന സമീപനത്തെ ഫ്രെജെ വിമർശിക്കുന്നു. ഗണിതശാസ്ത്രവും മനഃശാസ്ത്രവും/പ്രകൃതിശാസ്ത്രവും തമ്മിൽ ഒരു മതിൽ സൃഷ്ടിക്കാൻ ഫ്രെജെ താല്പര്യപ്പെടുന്നതായി ബ്ലൂർ പറയുന്നു. അനുഭവങ്ങളും ആശയങ്ങളുമെല്ലാമടങ്ങുന്ന മനഃശാസ്ത്രപരമായ മൂലകങ്ങളും ഗണിതശാസ്ത്രപരമായ ധാരണകളും തമ്മിലുള്ള വ്യത്യാസങ്ങൾ ചൂണ്ടിക്കാണിക്കാനാണ് ഫ്രെജെ ശ്രമിക്കുന്നത്. നമ്മുടെ അനുഭവങ്ങളും ബോധവ്യവസ്ഥകളും അനിശ്ചിതങ്ങളാണ്. എന്നാൽ, അത് ഉൾക്കൊള്ളുന്ന ഗണിതശാസ്ത്രജ്ഞാനം സ്ഥിരസ്വഭാവമുള്ളതാണ്. ആത്മനിഷ്ഠവ്യവസ്ഥകൾ വ്യത്യസ്ത മനുഷ്യരിൽ വ്യത്യസ്തങ്ങളാണ്. എന്നാൽ, ഗണിതശാസ്ത്ര ആശയങ്ങൾ എല്ലാവർക്കും ഒരേ കാര്യം തന്നെയാണ്. 2 എന്ന സംഖ്യ പകരുന്ന ആശയം ഓരോ മനുഷ്യരിലും വ്യത്യസ്തമാണെന്നു കരുതുക സാദ്ധ്യമല്ല. അങ്ങനെയാണെങ്കിൽ, ഗണിതശാസ്ത്രം അസാദ്ധ്യമായിരിക്കും. അതുകൊണ്ട് സംഖ്യകൾ മനുഷ്യമനസ്സിലെ മൂലകങ്ങളല്ല. സംഖ്യകൾ ഭൗതികലോകത്തിലെ വസ്തുക്കളെ പോലെയുമല്ലെന്ന് സുവ്യക്തമാണെന്ന് ഫ്രെജെ ഉറപ്പിക്കുന്നു. അവ മാനസികവസ്തുക്കളോ പ്രകൃതിവസ്തുക്കളോ അല്ല. അവ യുക്തിയുടെ വസ്തുക്കളാണ്. സംപ്രത്യയങ്ങളാണ്. അവയ്ക്ക് വസ്തുനിഷ്ഠതയെന്ന ഗുണം ആർജ്ജിക്കാൻ കഴിയും. അവ നമ്മുടെ സംവേദനങ്ങൾക്കു പുറത്താകുമ്പോഴും യുക്തി

ക്കുള്ളിലുണ്ട്. അവ സ്ഥലരാശിയിൽ നിലനില്ക്കുന്നവയല്ല. നമുക്കു കൈകാര്യം ചെയ്യാവുന്നവയിൽ നിന്നും സാക്ഷാൽകൃതമായവയിൽ നിന്നും വസ്തുനിഷ്ഠമായവയെ ഫ്രെജെ വേർതിരിക്കുന്നു. ഭൂമിയുടെ അച്ചുതണ്ട്, സൂര്യന്റെ പിണ്ഡകേന്ദ്രം എന്നിവയെല്ലാം വസ്തുനിഷ്ഠമായവയാണ്. അവ ഇന്ദ്രിയസംവേദനങ്ങൾക്കു വിധേയമാകുന്നവയല്ല. സ്ഥലസംബന്ധിയല്ല. സാക്ഷാൽകൃതങ്ങളുമല്ല. അത് മാനസികപ്രക്രിയയിലൂടെ സൃഷ്ടിക്കപ്പെടുന്നതല്ല, യുക്തിചിന്തയിലൂടെ തിരിച്ചറിയപ്പെടുന്നതാണ്. ഫ്രെജെയുടെ നിർവ്വചനങ്ങളെ സ്വീകരിക്കുന്ന ബ്ലൂർ, വസ്തുനിഷ്ഠത എന്താണെന്ന നിർവ്വചനമാണ് നഷ്ടപ്പെട്ടിരിക്കുന്നതെന്നു പറയുകയും അതിനായി ശ്രമിക്കുകയും ചെയ്യുന്നു.

മാനസികമോ ഭൗതികമോ അല്ലാത്തത്. യഥാർത്ഥമെങ്കിലും സാക്ഷാൽകൃതമാകാത്തത്. അത് എന്താണ്? ഭൂമദ്ധ്യരേഖ എന്ന സങ്കല്പനത്തിന് ഏറ്റവും ഇണങ്ങുന്നത് അത് സാമൂഹികമായ പൊതുസമ്മതമാണ്, സാമൂഹികമായ സമവായമാണ്, എന്ന കാര്യമാണ്. ഭൂഗുരുത്വകേന്ദ്രം എന്ന സങ്കല്പനത്തെയും അങ്ങനെ കാണുക. ആദ്യനോട്ടത്തിൽ അതു വിഷമകരമായേക്കും. ഭൂഗുരുത്വകേന്ദ്രം ഒരു ആനുഭവികയാഥാർത്ഥ്യമല്ല. അത് ഒരു സൈദ്ധാന്തികധാരണയാണ്. വിജ്ഞാനത്തിലെ ഈ സൈദ്ധാന്തികഘടകം സാമൂഹികഘടകമാണ്. ഭൂഗുരുത്വകേന്ദ്രത്തെക്കുറിച്ചുള്ള ഇന്നത്തെ ധാരണകൾ സ്വരൂപിക്കുന്നതിനുമുമ്പുള്ള സ്ഥിതി എന്തായിരുന്നു? ലോകത്തെ ഒരേ കേന്ദ്രമുള്ള ഗോളങ്ങളുടെ ശ്രേണികളായി മദ്ധ്യകാലചിന്ത കണ്ടിരുന്നു. മുഴുവൻ പ്രപഞ്ചത്തെയും അടുക്കിയെടുക്കുന്ന ബിന്ദുവായി ഭൂമിയുടെ കേന്ദ്രത്തെ മനസ്സിലാക്കിയിരുന്നു. മദ്ധ്യകാലജനതയുടെ യാഥാർത്ഥ്യത്തിന്റെ ഭാഗമായിരുന്നു അത്. ആത്മനിഷ്ഠമായിരുന്നില്ല, അത്. മനുഷ്യർക്കു വേണ്ടത്ര ധാരണയില്ലാത്ത കാര്യത്തെ കുറിച്ചുള്ള എന്തോ ആയിരുന്നു. അത്, ഫ്രെജെയുടെ വസ്തുനിഷ്ഠത എന്ന സങ്കല്പനത്തോട് അടുത്തു നില്ക്കുന്നതായിരുന്നുവെന്ന് ബ്ലൂർ പറയുന്നു. മറ്റു വാക്കുകളിൽ പറഞ്ഞാൽ, അത് സാമൂഹികപ്രതിഭാസമോ വ്യവസ്ഥാപിതമായ വിശ്വാസമോ സംസ്കാരത്തിന്റെ ഭാഗമായ കാര്യമോ ആയിരുന്നു. ഫ്രെജെയുടെ വസ്തുനിഷ്ഠത എന്ന സങ്കല്പനം സ്ഥാപനവല്ക്യതമായ ഒരു വിശ്വാസമാണെന്ന് ബ്ലൂർ പറയുന്നു. ഗണിതശാസ്ത്രത്തെ സാമൂഹികമായി കാണുന്നുവെങ്കിൽ മാത്രം ഫ്രെജെയുടെ നിർവ്വചനത്തോടു നമുക്കു ചേർന്നു നില്ക്കാമെന്ന അഭിപ്രായമാണിത്. ഉഭയആത്മനിഷ്ഠതകൾക്കിടയിലെ പരസ്പരസമ്മതമായി വസ്തുനിഷ്ഠതയെ കാണുന്ന സമീപനം അതിന്റെ സാമൂഹികമാനങ്ങളിൽ ഊന്നുന്നതാണ്.

സവിശേഷമായി സഞ്ചയിക്കുന്നതിലൂടെയും ക്രമപ്പെടുത്തുന്നതിലൂടെയും ഉരുത്തിരിയുന്നവയാണ് സംഖ്യകൾ എന്ന കാര്യം എല്ലാ ക്രമങ്ങളും സംഖ്യകളെക്കുറിച്ചുള്ള അവബോധം നല്കുന്നില്ലെന്നു കാണിക്കുന്നുണ്ട്. തുണി നെയ്തെടുക്കുന്നയാൾ പാലിക്കേണ്ട നിബന്ധനകൾ പോലെ ഗണിതശാസ്ത്രം പഠിക്കുന്നവരും പാലിക്കേണ്ട നിബന്ധനകളു

ണ്ട്. ഈ സവിശേഷനിബന്ധനകൾ സാമൂഹികമാണെന്ന് ബ്ലൂർ പറയുന്നു. ഗണിതത്തിനു മുകളിലുള്ള പ്രഭാവലയം സാമൂഹികമായ പ്രഭാവലയമാണ്. ഗണിതശാസ്ത്രത്തിന്റെ ഉയർന്ന തലത്തിലുള്ള ജ്ഞാനം അമൂർത്തവല്ക്കരണത്തിന്റെ ഫലമെന്ന നിലയ്ക്കാണ് വ്യാഖ്യാനിക്കുന്നത്. ഭൗതികവസ്തുക്കളല്ലാത്തവയിൽ സംഖ്യ എങ്ങനെ പ്രവർത്തിക്കുന്നുവെന്ന പ്രശ്നം ഫ്രെജെ ഉയർത്തുന്നുണ്ട്. മുത്തുകളുടെ സവിശേഷമായ ഒരു സഞ്ചയത്തെ അഞ്ചു മുത്തുകൾ എന്നു വിളിക്കാൻ കഴിയുന്നതുപോലെ സ്പർദ്ധ, അസൂയ, അത്യാഗ്രഹം എന്നീ വികാരങ്ങളെ മൂന്നു വികാരങ്ങൾ എന്നു വിളിക്കാൻ നമ്മെ പ്രേരിപ്പിക്കുന്നത് എന്താണ്? സാദൃശ്യം കൊണ്ട് അങ്ങനെ ചെയ്യാൻ നാം പ്രേരിതരാകുന്നു. അത് ഭാഷയുടെ രൂപകാത്മകതയുടെ ഫലമാണ്. ഗണിതവും ലോകവും തമ്മിലുള്ള ബന്ധത്തിൽ പ്രാഥമികമായും സദൃശമല്ലാത്ത വസ്തുക്കൾക്കിടയിലെ സംഖ്യാപരമായ രൂപകാത്മകത തിരിച്ചറിയപ്പെടുന്നു. രൂപകാത്മകഭാഷയുടെ മൂലകങ്ങൾ നിയമനിഷ്ഠമെന്നു കരുതുന്ന ഭാഷയിലും പ്രവർത്തിക്കുന്നുണ്ടെന്നാണ് ഇതു സൂചിപ്പിക്കുന്നത്. യാഥാർത്ഥ്യത്തിന്റെ ഒരു മണ്ഡലവും കേവലമായി നിർണ്ണയിക്കപ്പെടുന്നില്ലെന്നാണ് ഇതു സൂചിപ്പിക്കുന്നത്. നിയമനിഷ്ഠമായ ഭാഷയും അതിന്റെ കേവല മൂലകങ്ങൾകൊണ്ട് നിർമ്മിക്കപ്പെട്ടതല്ല. മറിച്ച്, രൂപകാത്മകഭാഷയിലും നിയമനിഷ്ഠതയുടെ മൂലകങ്ങളുണ്ട്. ഗണിതശാസ്ത്രത്തിന്റെ നിയമനിഷ്ഠമായ ഒരു ഭാഷയെ സ്വീകരിക്കുന്ന ഭൗതികശാസ്ത്രങ്ങളിലും രൂപകാത്മകത പ്രവർത്തിക്കാൻ സാദ്ധ്യതയുണ്ടെന്നർത്ഥം. ശാസ്ത്രഭാഷയിലെ രൂപകാത്മകത നിഷേധിക്കപ്പെടേണ്ട ഒരു കാര്യമല്ല. ശാസ്ത്രഭാഷയിലെ രൂപകാത്മകതയുടെ പേരിൽ സ്ത്രീവാദികളും മറ്റും ഉയർത്തുന്ന വിമർശനങ്ങൾക്കു സാംഗത്യമുണ്ട്. നിയമനിഷ്ഠത കേവലമായ നിയമനിഷ്ഠതയല്ല. മറ്റു വാക്കുകളിൽ, രൂപകാത്മകത കേവലമായ രൂപകാത്മകതയുമല്ല.

ഗണിതശാസ്ത്രം വിചിന്തനശാസ്ത്ര(Logic)ത്തെയാണ് അടിസ്ഥാനപ്പെടുത്തുന്നതെന്നും വിചിന്തനനിയമങ്ങൾ സാമൂഹികസ്വാധീനങ്ങളിൽ നിന്നും മുക്തമാണെന്നും വ്യാഖ്യാനിക്കപ്പെടുന്നുണ്ട്. അതോടൊപ്പം ഗണിതശാസ്ത്രയാഥാർത്ഥ്യത്തിന്റെ അടിസ്ഥാനങ്ങൾ വിചിന്തനശാസ്ത്രത്തിനു കല്പിച്ചു നല്കാവുന്നതാണോയെന്നു സന്ദേഹിക്കുന്നവരുമുണ്ട്. സമകാലഗണിതശാസ്ത്രത്തിലെ സ്വയംസിദ്ധപ്രമാണങ്ങൾ ഏതെങ്കിലും വിചിന്തനനിയമങ്ങൾ ഉപയോഗിച്ച് നീതീകരിക്കുക സാദ്ധ്യമല്ലെന്നും ചൂണ്ടിക്കാട്ടപ്പെടുന്നുണ്ട്. രേഖീകരണത്തിനുപയോഗിക്കുന്ന ഔപചാരികഭാഷയുടെ നിയമങ്ങളിൽനിന്നും വിചിന്തനശാസ്ത്രത്തെ വേർതിരിച്ചു കാണാൻ കഴിയുമോയെന്നതും പ്രശ്നഭരിതമായ കാര്യമാണ്. ഔപചാരികഭാഷ പുരുഷാധിപത്യപരമായ പ്രവണതകൾ കാണിക്കുന്നതായി സ്ത്രീവാദത്തിന്റെ നിലപാടിൽ നില്ക്കുന്ന മെറിൽ ഹിന്റിക്കായും ജാക്കോ ഹിന്റിക്കായും തെളിവുകളോടെ വാദിക്കുന്നുണ്ട്. ഗണിതശാസ്ത്രത്തെ

ചോദ്യം ചെയ്യാനാവാത്ത അടിസ്ഥാനമായി നിർദ്ദേശിക്കാൻ കഴിയില്ലെന്നു ചുരുക്കം. ഗണിതഭാഷ അപഭ്രംശങ്ങൾക്കും വക്രീകരണങ്ങൾക്കും വിധേയമാകുന്നില്ലെന്നു കരുതരുത്.

ഉത്തരാധുനികതയുടെയും സാമൂഹികനിർമ്മിതിവാദത്തിന്റെയും ഈ വിമർശനങ്ങളിൽ യാഥാർത്ഥ്യത്തിന്റെ മൂലകങ്ങളുണ്ട്. എന്നാൽ, അതിലെ ഏകപക്ഷീയതയും ആപേക്ഷികതാവാദപരമായ സമീപനവും പ്രത്യക്ഷത്തിൽ തന്നെ ബോദ്ധ്യപ്പെടാവുന്നതേയുള്ളൂ.

കാല്പനിക ഗണിതശാസ്ത്രത്തിനും ഉത്തരാധുനികതയുടെയും സാമൂഹികനിർമ്മിതിവാദത്തിന്റെയും ഗണിതശാസ്ത്രവിമർശങ്ങൾക്കും എതിരെ നില്ക്കുന്ന ഒരു സമീപനം ജോർജ് ലാക്കോഫും റാഫേൽ നൂനസും ചേർന്നു വികസിപ്പിക്കുന്നുണ്ട്. ഗണിതം എവിടെനിന്നാണു വന്നതെന്ന് (Where Mathematics Come From?)അവർ അന്വേഷിക്കുന്നു. കാല്പനിക ഗണിത(Romance Mathematics)ത്തിന്റെയും ഉത്തരാധുനികതയുടെയും നിലപാടുകളെ ഇവർ അക്കമിട്ടു നിരത്തുന്നു. കാല്പനിക ഗണിതത്തെ സംബന്ധിച്ചിടത്തോളം ഗണിതസത്യം സാർവ്വലൗകികവും കേവലവും നിശ്ചിതവുമാണ്. ഗണിതശാസ്ത്രം പ്രപഞ്ചത്തിന്റെ വസ്തുനിഷ്ഠമായ സവിശേഷതയാണ്. പരിപൂർണ്ണരായ ഗണിതശാസ്ത്രജ്ഞന്മാർ ഈ പ്രപഞ്ചത്തെ സംബന്ധിച്ച, സാദ്ധ്യമായ പ്രപഞ്ചങ്ങളെ സംബന്ധിച്ച കേവലസത്യങ്ങളെ കണ്ടെത്തുന്നു. ഗണിതം അമൂർത്തമാണെങ്കിലും യഥാതഥമാണ്. യുക്തിയുടെ യഥാർത്ഥപ്രകൃതം ഗണിതശാസ്ത്രത്തിന്റേതാണ്. മനുഷ്യന്റെ ധൈഷണികശേഷിയുടെ ശിഖരമുനയിലുള്ളത് ഗണിതപരമായ കഴിവുകളാണ്. ആപേക്ഷികതാവാദത്തിൽ നില്ക്കുന്ന ഉത്തരാധുനികതയെയും സാമൂഹികനിർമ്മിതിവാദത്തെയും സംബന്ധിച്ചിടത്തോളം ഗണിതശാസ്ത്രം പൂർണ്ണമായും സാമൂഹിക, സാംസ്കാരിക നിർമ്മിതിയാണ്. യാഥാസ്ഥിതികമെന്നു വ്യവഹരിക്കാവുന്ന ഈ രണ്ടു വീക്ഷണങ്ങളെയും ലാക്കോഫും നൂനസും വിമർശിക്കുന്നു. അവർ മനുഷ്യശരീരസാക്ഷാൽക്കൃതമായ ഗണിത(Embodied Mathematics)ത്തെ കുറിച്ചു പറയുന്നു. മനുഷ്യശരീരത്തിനും സംജ്ഞാനശേഷിക്കും സാക്ഷാൽക്കരിക്കാൻ കഴിയുന്ന ഗണിതമെന്ന അർത്ഥത്തിലാണ് ഇങ്ങനെ വിളിക്കുന്നത്. ഗണിതശാസ്ത്രത്തെ രൂപപ്പെടുത്തുന്നതിൽ മനുഷ്യമസ്തിഷ്കത്തിനും നാഡീവ്യവസ്ഥയ്ക്കും മനസ്സിനുമുള്ള പങ്കിൽ ഇവർ ഊന്നുന്നു. അതിനെ രൂപപ്പെടുത്തുന്നതിൽ ചരിത്രവും സംസ്കാരവും രൂപകാത്മകമായ ഭാഷയും വഹിക്കുന്ന പങ്കിനെ അംഗീകരിക്കുമ്പോൾ തന്നെ ആപേക്ഷികതാവാദത്തിലേക്കു നീങ്ങുന്നില്ല.

ലാക്കോഫും നൂനസും നിർമ്മിക്കുന്ന മനുഷ്യശരീര സാക്ഷാൽകൃതമായ ഗണിതത്തിൽ വസ്തുനിഷ്ഠമായ സാർവ്വലൗകികസത്യത്തെ കുറിച്ചുള്ള വിചാരങ്ങൾക്ക് ഒരു പ്രസക്തിയുമില്ല. ഭൗതികപ്രപഞ്ചത്തിലെ ഒരു സംഭവത്തെ; ഒരു കണികയുടെ സവിശേഷകാലത്തിലെ സ്ഥാനത്തെ, രേഖപ്പെടുത്തണമെങ്കിൽ നിങ്ങൾക്കു കാർട്ടീഷ്യൻ നിർദ്ദേശാങ്കങ്ങൾ ഉപ

യോഗിക്കാം. കാർട്ടീഷ്യൻ നിർദ്ദേശാങ്കവ്യവസ്ഥയുടെ കേന്ദ്രമായി പ്രപഞ്ചത്തിലെ ഒരു ബിന്ദുവിനെ നിങ്ങൾ സങ്കല്പിക്കുന്നു. അത് (0,0,0) എന്ന നിർദ്ദേശാങ്കമാണ്. ഇതിനെ ആസ്പദമാക്കി കണികയുടെ നിർദ്ദേശാങ്കസംഖ്യകൾ എഴുതാം. നോക്കൂ, കാർട്ടീഷ്യൻ നിർദ്ദേശാങ്കങ്ങളെല്ലാം സംഖ്യകളാണ്, അവ നിങ്ങളുടെ മനസ്സിന്റെ സൃഷ്ടികളാണ്. അവ ഭൗതികമായി പുറത്തു നിലനില്ക്കുന്നില്ല. നമ്മുടെ മനസ്സിൽ നിന്നും സ്വതന്ത്രമായി നില്ക്കുന്ന ഈ പ്രപഞ്ചത്തിന്റെ ക്രമങ്ങളുടെ സംപ്രത്യയവല്ക്കരണത്തിന് മനുഷ്യൻ രൂപപ്പെടുത്തിയ ഗണിതശാസ്ത്ര ഉപകരണങ്ങൾ; സംഖ്യകളും മറ്റും, ഉതകുന്നുവെന്നേയുള്ളൂ. മനുഷ്യമനസ്സിലും മസ്തിഷ്കത്തിലും എങ്ങനെയാണ് ഗണിതം വെളിപ്പെടുന്നതെന്നും മനുഷ്യർ എങ്ങനെയാണ് ഗണിതശാസ്ത്രം സംപ്രത്യയവല്ക്കരിക്കുകയും മനസ്സിലാക്കുകയും ചെയ്യുന്നതെന്നും അന്വേഷിക്കുന്ന സംജ്ഞാനപഠന(Cognitive Studies)ങ്ങളിലേക്ക് ലാക്കോഫും നൂനസും നമ്മുടെ ശ്രദ്ധയെ ക്ഷണിക്കുന്നു. മനസ്സിന്റെയും മസ്തിഷ്കത്തിന്റെയും സംജ്ഞാനപ്രക്രിയകളെയും നാഡീവ്യവസ്ഥയുടെ ഘടനയെയും പഠിച്ചതുകൊണ്ട് ഗണിതത്തിന്റെ സത്യപ്രകൃതിയിലേക്കു നാം നയിക്കപ്പെടണമെന്നില്ല. എന്നാൽ, നമുക്കു പറയാവുന്ന ഒരു വസ്തുതയുണ്ട്. നമ്മുടെ മനസ്സും മസ്തിഷ്കവും നാഡീവ്യവസ്ഥയും അറിയാൻ അനുവദിക്കുന്ന ഗണിതം മാത്രമേ നമുക്കു സാദ്ധ്യമാകൂ. ഗണിതം മനുഷ്യശരീരസാക്ഷാൽകൃതമാകുന്ന ഗണിതമാണ്. ഈ ഗണിതത്തിന്റെ സംജ്ഞാനമൂലകങ്ങൾ തെളിവുകളോ പൂർവ്വാനുമാനങ്ങളോ അല്ല, ഭാഷാഘടനയും അടിസ്ഥാനസംപ്രത്യയങ്ങളും സംപ്രത്യയരൂപകങ്ങളും ഒക്കെയാണ്. എല്ലാ സംപ്രത്യയവല്ക്കരണങ്ങളും ജ്ഞാനവും ചിന്തയും ആശ്രയിക്കുന്നത് നമ്മുടെ മസ്തിഷ്കത്തിന്റെ ഭൗതിക നാഡീഘടനയോടാണ്.

നോം ചോംസ്കിയുടെ ഭാഷാസിദ്ധാന്തത്തിൽ, സാർവ്വലൗകികമായ ഒരു ഭാഷാവ്യാകരണത്തെ സങ്കല്പിക്കുന്നുണ്ടല്ലോ? ഏതു ഭാഷയിലേക്കും ജനിച്ചുവീഴുന്ന കുഞ്ഞിന് ആ ഭാഷയിൽ ശേഷി വികസിപ്പിക്കാൻ കഴിയുന്ന വ്യാകരണമാണിത്. സ്വതസിദ്ധവും നൈസർഗ്ഗികവുമായ ചില ഭാഷാശേഷികളുമായാണ് കുഞ്ഞു ജനിക്കുന്നതെന്നാണ് ചോംസ്കി സൂചിപ്പിക്കുന്നത്. അങ്കഗണിത(Arithmetics)ത്തിന്റെ അടിസ്ഥാനങ്ങൾ, ചെറിയ സംഖ്യകളെക്കുറിച്ചുള്ള ധാരണകൾ സ്വതസിദ്ധവും നൈസർഗ്ഗികവുമാണെന്ന് ജോർജ് ലാക്കോഫും റാഫേൽ നൂനസും പറയുന്നു. ഇതു തെളിയിക്കുന്നതിനു ശിശുക്കളിൽ നടത്തിയ പരീക്ഷണങ്ങളെ ഇവർ വിശദീകരിക്കുന്നുണ്ട്. വളരെ ചെറിയ സംഖ്യകളെക്കുറിച്ചുള്ള ധാരണകൾ പ്രകടിപ്പിക്കുന്ന ശിശുക്കൾക്ക് നാല്പത്തിയൊന്ന് എന്ന സംഖ്യയെയോ അമ്പത് എന്ന സംഖ്യയെയോ കുറിച്ചുള്ള ധാരണകൾ സ്വതസിദ്ധമായി ലഭിക്കുന്നില്ല. ഈ ധാരണകളുടെ സൃഷ്ടിക്ക്, പഠനത്തിന്, മനസ്സിലാക്കലിന്, പ്രതിനിധാനത്തിന്, ഉപയോഗത്തിന് ജീവശാസ്ത്രപരവും സംജ്ഞാനപരവുമായ വിവരണങ്ങൾ സാദ്ധ്യമാണ്.

നമ്മുടെ മനസ്സും മസ്തിഷ്കവും നാഡീവ്യവസ്ഥയും അറിയാൻ അനുവദിക്കുന്ന ഗണിതമാണ്, മനുഷ്യശരീരസാക്ഷാൽകൃതമാകുന്ന ഗണിതമാണ് നാം കൈകാര്യം ചെയ്യുന്നതെന്നു പറഞ്ഞുകഴിഞ്ഞു. മാനുഷികമായ ഗണിതം മനുഷ്യനു പുറത്തുനില്ക്കുന്ന ഗണിതത്തിന്റെ പ്രതിഫലനമല്ല. അത് അതീത(Transcendental)ഗണിതമല്ല. അത് ഭൗതിക പ്രപഞ്ചത്തിന്റെ ഭാഗവുമല്ല. അത് നമ്മുടെ മനസ്സും മസ്തിഷ്കവും സമൂഹവും സംസ്കാരവും ചേർന്നു നിർമ്മിക്കുന്നതാണ്. എന്നാൽ, ഗണിതശാസ്ത്രത്തിൽ പ്രവർത്തിക്കുന്നവർ അതിന് സ്വതന്ത്രവും വസ്തുനിഷ്ഠവും ബാഹ്യവുമായ ഒരു അസ്തിത്വമുണ്ടെന്നാണു കരുതുന്നത്. മാനുഷികമായ ഗണിതം പല രീതികളിൽ പുറത്തുള്ള വസ്തുക്കളുമായും അനുഭവങ്ങളുമായും ബന്ധപ്പെട്ടിരിക്കുന്നു. ഇവയുടെ സാർവ്വലൗകികത, കൃത്യത, സാമാന്യവല്ക്കരണക്ഷമത എന്നിങ്ങനെയുള്ള സ്വഭാവങ്ങൾ മാനുഷികഗണിതവും ആർജ്ജിക്കുന്നു. ഗണിതത്തെ മനുഷ്യശരീരത്തിന്റെ സംജ്ഞാനമായി കാണുന്ന വീക്ഷണം; മനുഷ്യനും ലോകവും തമ്മിലുള്ള പരസ്പരപ്രവർത്തനത്തിന്റെ ഭാഗമായി ഗണിതത്തെ കാണുന്ന വീക്ഷണം, ഗണിതം ആർജ്ജിക്കുന്ന ഈ സ്വഭാവങ്ങളെ വിശദീകരിക്കുന്നുണ്ട്.

സംപ്രത്യയരൂപകങ്ങൾ(Conceptual Metaphors) ഗണിതത്തിന്റെ രൂപീകരണത്തിൽ എങ്ങനെ പ്രവർത്തിക്കുന്നുവെന്ന് ലാക്കോഫും നൂനസും ധാരാളം ഉദാഹരണങ്ങൾ സഹിതം വിശദമായി പരിശോധിക്കുന്നുണ്ട്. ഗണിതവും ലോകവും തമ്മിലുള്ള യോജിപ്പിനെ സാദ്ധ്യമാക്കുന്നത് മനുഷ്യന്റെ സംജ്ഞാനശേഷികളാണ്. പുതിയ ഗണിതശാസ്ത്ര ആശയങ്ങൾ രൂപപ്പെടുകയും അത് ലോകമെമ്പാടുമുള്ള ഗണിതശാസ്ത്ര സമൂഹത്തിൽ അംഗീകൃതമാകുകയും സ്ഥാപിക്കപ്പെടുകയും ചെയ്തുകഴിഞ്ഞാൽ അവയുടെ അനന്തരഫലങ്ങൾ ഏവർക്കും ഒരുപോലെയായിരിക്കും. എന്നാൽ, ഗണിതത്തിന്റെ രൂപീകരണഘട്ടത്തിൽ സാംസ്കാരികസവിശേഷതകൾ അതിന്റെ രൂപത്തെ സ്വാധീനിക്കുകയും യഥാർത്ഥ ഉള്ളടക്കത്തെ സ്ഥിരതയോടെ മാറ്റിത്തീർക്കുകയും ചെയ്യാം. സവിശേഷ ചരിത്രസന്ദർഭങ്ങളിൽ ഉയിർക്കൊണ്ട ചില സാംസ്കാരികധാരണകൾ ഗണിതത്തിന്റെ ഉള്ളടക്കത്തെ സ്വാധീനിച്ചതിനു നിരവധി ഉദാഹരണങ്ങൾ പറയാൻ കഴിയും.

ജ്യാമിതിയുടെ രൂപീകരണത്തിലും സത്തയെക്കുറിച്ചുള്ള സാംസ്കാരികധാരണ പ്രവർത്തിക്കുന്നതുകാണാം. യൂക്ലിഡിനെ സംബന്ധിച്ചിടത്തോളം ജ്യാമിതിയുടെ സത്ത അതിന്റെ അടിസ്ഥാനസങ്കല്പനങ്ങളിലുണ്ട്. അടിസ്ഥാനസങ്കല്പനങ്ങളാണ് ജ്യാമിതിയുടെ സത്തയെങ്കിൽ, ജ്യാമിതിയുടെ എല്ലാ സത്യങ്ങളും ഈ സങ്കല്പനങ്ങളുടെ വിചിന്തന ശാസ്ത്രപരമായ അനന്തരഫലങ്ങളാണ്. കുർട് ഗോഡലിന്റെ ഇടപെടലുകൾക്കു ശേഷം ഇത് ജ്യാമിതിയുടെ സത്യമല്ലാതായി തീർന്നിട്ടുണ്ടെങ്കിലും സത്തയെക്കുറിച്ചുള്ള ധാരണയും യൂക്ലിഡിന്റെ ജ്യാമിതിയും

ഇപ്പോഴും യൂറോപ്പിൽ നിലനില്ക്കുന്നു. പ്രപഞ്ചത്തിലുള്ള എല്ലാ വസ്തുക്കൾക്കും ഒരു സത്തയുണ്ടെന്ന ധാരണ സോക്രട്ടീസിനു മുന്നേതന്നെ ഗ്രീക്കുകാർക്കിടയിൽ ഉണ്ടായിരുന്നു. വസ്തുപ്രകൃതത്തിന്റെ കാരണ സ്രോതസ്സ് ഈ സത്തയാണെന്നു കരുതപ്പെട്ടു. പൈതഗോറസ് സംഖ്യകളെ ഉണ്മയുടെ സത്തയായി കരുതിയിരുന്നു. ത്രികോണത്തിന്റെ സത്ത മൂന്നാണ്, ചതുർഭുജത്തിന്റേത് നാലും. എല്ലാ ആകൃതിയും അതിന്റെ സത്തയെ സ്വഭാവവല്ക്കരിക്കുന്ന ഗണിതംകൊണ്ടു വിശദീകരിക്കാൻ കഴിയുമെന്നു കരുതപ്പെട്ടിരുന്നു. ഗ്രഹങ്ങളുടെ സഞ്ചാരപഥങ്ങൾ ദീർഘവൃത്തപഥങ്ങളായി കാണുന്നതും ഒച്ചുകൾ ലോഗരിതമിക് സർപ്പിളാകൃതിയിലാണ് എന്നു പറയുന്നതും ഇപ്പോഴും സ്വീകാര്യമായിരിക്കുന്ന ഉദാഹരണങ്ങളാണ്. ചിന്ത ഗണിതകലനത്തിനു സമാനമാണെന്ന ആശയം ഗ്രീക്കുകാരിൽ തുടങ്ങുന്നതാണ്. ജ്ഞാനോദയചിന്തകരിൽ പോലും ഇതു തുടരുന്നുണ്ട്. ചിന്തയെ പ്രത്യേകതരത്തിലുള്ള എണ്ണലായി ഹോബ്സ് കണ്ടിരുന്നു. പഴയകാലത്തെ സാംസ്കാരികധാരണകൾ പലതും തകർന്നു കഴിഞ്ഞിട്ടും ഗണിതത്തിന് അവ നല്കിയ സംഭാവനകൾ നിലനില്ക്കുന്നതു കാണാം. ഗണിതശാസ്ത്രത്തിലെ പല ആശയങ്ങളും അതിന്റെ സ്വയം ശക്തിയിലല്ല രൂപംകൊണ്ടത്; മറിച്ച്, സാംസ്കാരികസ്വാധീനങ്ങളാലാണ്.

ഗണിതത്തിന്റെ വളർച്ചയുടെ ചരിത്രവും ശ്രദ്ധിക്കേണ്ടതാണ്. സംഖ്യകളെക്കുറിച്ചുള്ള ജ്ഞാനം തന്നെ കാലത്തിനനുസരിച്ചു പുതുക്കപ്പെടുന്നതാണ്. ആദ്യം ധനസംഖ്യകളെക്കുറിച്ചുള്ള ആശയം രൂപംകൊള്ളുന്നു. ഭിന്നകങ്ങളും പൂജ്യവും പിന്നീടു കൂട്ടിച്ചേർക്കപ്പെടുന്നതാണ്. ഋണസംഖ്യകൾ, അഭിന്നകങ്ങൾ, സങ്കീർണ്ണ സംഖ്യകൾ ഇവയൊക്കെ പിന്നീടു കടന്നുവരുന്നു. വളർച്ച നേർരേഖീയമായിരുന്നില്ല. നേർരേഖീയമല്ലാത്ത ഗണിതശാസ്ത്ര വളർച്ച മനുഷ്യശരീരസാക്ഷാൽകൃതമാകുന്ന ഗണിതത്തിനുള്ള തെളിവായി ലാക്കോഫും നൂനസും എടുത്തുകാണിക്കുന്നു. പരസ്പരം മത്സരിക്കുന്ന, പരസ്പരവിരുദ്ധമായ ഗണിതശാസ്ത്രശാഖകളുണ്ട്. പ്രക്ഷേപ്യജ്യാമിതിയിൽ സമാന്തരരേഖകൾ അനന്തതയിൽ കൂട്ടിമുട്ടും. യൂക്ലിഡിന്റെ ജ്യാമിതിയിൽ അവ കൂട്ടിമുട്ടുന്നില്ല. ഗോളീയജ്യാമിതിയിൽ രണ്ടു സമാന്തരരേഖകൾ വരയ്ക്കാൻപോലും സാദ്ധ്യമല്ല. ഈ ഫലങ്ങളെല്ലാം പരസ്പരം തിരസ്കരിക്കുന്നവയാണെങ്കിലും അവയോരോന്നിനും അസ്തിത്വവും പ്രയോഗങ്ങളുമുണ്ട്. പഴയ കാലങ്ങളിൽ ചിന്തിക്കാൻ പോലും കഴിയാതിരുന്ന ഗണിതത്തിന്റെ പുതിയ രൂപങ്ങളെ കമ്പ്യൂട്ടറുകളുടെ കാലം സൃഷ്ടിച്ചിരിക്കുന്നതും അറിയുക! ഗണിതത്തിന്റെ രൂപീകരണത്തിൽ കാലവും ചരിത്രവും കൂടി പങ്കെടുക്കുന്നു!

ഗണിതശാസ്ത്രത്തിന്റെ പ്രധാനപ്പെട്ട ഭാഗം സമൂഹവും ചരിത്രവും സംസ്കാരവും ചേർന്നു രൂപപ്പെടുത്തിയതാണെന്നാണ് നാം കണ്ടത്. ഈ യാഥാർത്ഥ്യത്തെ തിരിച്ചറിയുന്നതിന് ഗണിതശാസ്ത്രം കേവലം സാംസ്കാരികനിർമ്മിതിയാണെന്ന ഉത്തരാധുനികവീക്ഷണത്തിന്റെ

ആവശ്യമില്ലെന്ന് ലാക്കോഫും നൂനസും എഴുതുന്നുണ്ട്. ചരിത്രത്തിനും സംസ്കാരത്തിനും ഗണിതത്തിന്റെ ഉള്ളടക്കത്തെ രൂപപ്പെടുത്തുന്നതിൽ ശക്തമായ പ്രഭാവങ്ങളുണ്ടെന്നതു തീർച്ചയാണ്. എന്നാൽ, ചരിത്രവും സംസ്കാരവും സ്വേച്ഛയാ ഗണിതശാസ്ത്രത്തെ രൂപപ്പെടുത്തുന്നുവെന്ന ഉത്തരാധുനികതയുടെ അതിവാദത്തെ ലാക്കോഫിന്റെ മനുഷ്യശരീരസാക്ഷാൽകൃതമാകുന്ന ഗണിതം സ്വീകരിക്കുന്നില്ല. ഉത്തരാധുനികതയുടെ സാംസ്കാരിക ആപേക്ഷികതാവാദത്തെ അതു തള്ളിക്കളയുന്നു. ഉത്തരാധുനികത നിരസിക്കുന്ന ഗണിതത്തിന്റെ കഴിവുകളെ മാനുഷികഗണിതം കാണുന്നു. ശാസ്ത്രീയമായ തെളിവുകളെ, സംജ്ഞാനശാസ്ത്രത്തിന്റെ തന്നെ തെളിവുകളെ നിഷേധിക്കുന്ന സമീപനമാണ് ഉത്തരാധുനികത സ്വീകരിക്കുന്നത്. കാല്പനിക ഗണിതത്തിന്റെ അവകാശവാദങ്ങളെയും ശരീരസാക്ഷാൽകൃതഗണിതം അപ്രസക്തമായി കാണുന്നു. "സംജ്ഞാശാസ്ത്രത്തിന്റെ തന്നെ തെളിവുകളെ നിഷേധിക്കുന്ന സമീപനമാണ് ഉത്തരാധുനികത സ്വീകരിക്കുന്നത്. കാല്പനിക ഗണിതത്തിന്റെ അവകാശവാദങ്ങളെയും ശരീരസാക്ഷാത്കൃതഗണിതം അപ്രസക്തമായി കാണുന്നു."

ശാസ്ത്രവും രൂപകാത്മകഭാഷയും

ശാസ്ത്രവും പ്രത്യയശാസ്ത്രവും തമ്മിലുള്ള വ്യത്യാസങ്ങളും പ്രത്യയശാസ്ത്രത്തെ രൂപകവുമായി ബന്ധിപ്പിക്കാനുള്ള ശ്രമങ്ങളും മുമ്പ് സൂചിപ്പിക്കുകയുണ്ടായി. ശാസ്ത്രത്തിന്റെ ഭാഷ നിയമനിഷ്ഠമായ ഭാഷയാണെന്നും ഗണിതം ശാസ്ത്രത്തിന്റെ ഭാഷയായി തീരുന്നത് അതിന്റെ നിയമനിഷ്ഠതയുടെ അടിസ്ഥാനത്തിലാണെന്നും കാണുകയും ചെയ്തു. എന്നാൽ, ഇതിനു വിരുദ്ധമായ ചില കാര്യങ്ങളെ സൂചിപ്പിക്കേണ്ടുന്ന സന്ദർഭമാണിനി! എല്ലാ പരസ്പരബന്ധങ്ങളും സന്ദേഹാത്മകംകൂടിയാണ്. ശാസ്ത്രസിദ്ധാന്തങ്ങളുടെ വിനിമയത്തിലും അവയെ സമൂഹത്തിൽ സുസ്ഥാപിക്കുന്നതിലും ശാസ്ത്രസാങ്കേതികവിദ്യകളുടെ പ്രവർത്തനത്തിലും ചിലപ്പോൾ സംജ്ഞാനത്തിന്റെ തലത്തിൽ പോലും രൂപകാത്മകഭാഷ ഉപയോഗിക്കുന്നുണ്ട്. ശാസ്ത്രവും പ്രത്യയശാസ്ത്രവും തമ്മിലുള്ള വ്യത്യാസങ്ങൾക്കിടയിലും ശാസ്ത്രത്തിന്റെ പ്രത്യയശാസ്ത്രത്തെ കുറിച്ചു പറയുന്ന പ്രകരണങ്ങളെ ഇതു സൃഷ്ടിക്കുന്നുണ്ടാകാം. ശാസ്ത്രവും സമൂഹവും തമ്മിൽ തമ്മിലുള്ള പരസ്പരപ്രതിപ്രവർത്തനങ്ങളും ഇങ്ങനെയൊരു സാഹചര്യത്തിനു കാരണമാകുന്നതാണ്.

മാക്സ് ബ്ലാക്കിന്റെയും മേരി ഹെസ്സെയുടെയും മറ്റും ധൈഷണികമായ ഇടപെടലുകൾക്കുശേഷം ശാസ്ത്രത്തിലെ മാതൃകകളും ശാസ്ത്രഭാഷയിലെ രൂപകങ്ങളും സംബന്ധിച്ച ധാരണകളെയും അവയ്ക്കിടയിലെ പരസ്പരബന്ധങ്ങളെയും വർദ്ധമാനമായ താല്പര്യത്തോടെ വീക്ഷിക്കാൻ തുടങ്ങുന്നുണ്ട്. രൂപകങ്ങളെക്കുറിച്ചുള്ള പ്രതിപ്രവർത്തനസമീപനങ്ങൾ കൂടുതൽ ശ്രദ്ധേയമായിത്തീരുന്നു. പരസ്പരപ്രതിപ്രവർത്തനസിദ്ധാന്തത്തിന്റെ ബീജങ്ങൾ റിച്ചാർഡ്സിൽ കണ്ടെ

ത്താൻ കഴിയുമെങ്കിലും അതിനെ ഉറപ്പിച്ചെടുത്തത് മാക്സ് ബ്ലാക്ക് ആണ്. രൂപകങ്ങൾ എന്താണ് എന്ന ചോദ്യത്തിന് പ്രശ്നരഹിതമായ ഒരു ഉത്തരം അസാദ്ധ്യമാണെന്ന് ബ്ലാക്ക് പറയുന്നു. രൂപകാത്മകപ്രസ്താവനകൾ ഗൗരവതരമായ വികലനങ്ങൾക്കു വിധേയമാകുന്ന സന്ദർഭവുമാണിത്. ആദ്യനോട്ടത്തിൽ തന്നെ രൂപകാത്മകപ്രസ്താവനകളിൽ രണ്ടു മൂലകങ്ങളെ കണ്ടെത്താൻ കഴിയും. മുഖ്യവിഷയവും ഉപവിഷയവും. ഉപവിഷയത്തിലെ സംഗമസൂചനകളെ മുഖ്യവിഷയത്തിന്റെ വ്യവസ്ഥയിൽ ആരോപിച്ചുകൊണ്ടാണ് റൂപകം പ്രവർത്തിക്കുന്നത്. പ്രതിപ്രവർത്തനസിദ്ധാന്തമനുസരിച്ച് ദ്വിതീയവിഷയത്തിൽ ദർശിക്കാവുന്ന സംഗമസൂചനകളെ പ്രാഥമികവിഷയത്തിലേക്കു പ്രക്ഷേപിച്ചുകൊണ്ടാണ് രൂപകാത്മകഭാഷയിലെ വിനിമയങ്ങൾ നടക്കുന്നതെന്നു സൂചിപ്പിക്കപ്പെടുന്നുണ്ട്. അണുവിനെ സൗരയൂഥത്തോടു സദൃശകല്പന നടത്തുന്ന രൂപകത്തിൽ അണു പ്രാഥമികവിഷയവും സൗരയൂഥം ദ്വിതീയവിഷയവുമാണ്. രൂപകാത്മകഭാഷാവിനിമയത്തിൽ ചേരുംപടി ചേർക്കൽ നടക്കുന്നതായി ജോർജ് ലാക്കോഫ് പറയുന്നു. സ്രോതസ് മണ്ഡലത്തിലെയും ലക്ഷ്യമണ്ഡലത്തിലെയും വസ്തുക്കൾ തമ്മിൽ നിലനില്ക്കുന്ന നിശ്ചിതഗണം പരസ്പരബന്ധങ്ങൾ കൊണ്ടാണ് ചേരുംപടിചേർക്കൽ നടക്കുന്നത്. ദാനിയേല ബൈലർ ജോൺസ് ഇതേ രീതി പിന്തുടരുന്നുണ്ട്.

ശാസ്ത്രസിദ്ധാന്തങ്ങളിൽ ഉപയോഗിക്കുന്ന ചില രൂപകാത്മകമായ പ്രസ്താവനകളെയും വാക്കുകളെയും എഴുതട്ടെ.

1. ആണവകണങ്ങൾ തരംഗങ്ങളെപ്പോലെയാണ്.
2. അണുകേന്ദ്രം ഒരു ദ്രാവകത്തുള്ളിപോലെയാണ്. അതു സങ്കോചനത്തിനു വിധേയമാകുന്നില്ല.
3. പ്രപഞ്ചം ഗാലക്സികളുടെ ദ്രവമാണ്.
4. അണുവിലെ ഉയർന്ന ഊർജ്ജാവസ്ഥയിലുള്ള ഇലക്ട്രോണുകൾ ഉത്തേജിതാവസ്ഥയിലാണ്.
5. മസ്തിഷ്കം ഒരു ജൈവകലനയന്ത്രമാണ്.
6. വാതകത്തിന്റെ തന്മാത്രകൾ ബില്യാർഡ് പന്തുകൾ പോലെയാണ്.
7. വൈദ്യുതിപ്രവാഹം
8. തമോദ്വാരം
9. വെള്ളക്കുള്ളൻ
10. ചെമന്ന ഭീമൻ നക്ഷത്രം
11. ഇരുണ്ട ദ്രവ്യം
12. ഇരുണ്ട ഊർജ്ജം
13. ഊർജ്ജപ്രവാഹം
14. കാന്തികമണ്ഡലം
15. ശബ്ദമലിനീകരണം

ഇങ്ങനെ ധാരാളം പ്രസ്താവനകളെയും വാക്കുകളെയും ശാസ്ത്ര പുസ്തകങ്ങളിൽ കണ്ടെത്താം. ഇവയുടെ അടിസ്ഥാനത്തിൽ ശാസ്ത്ര സിദ്ധാന്തങ്ങളിൽ രൂപകാത്മകഭാഷ ഉപയോഗിക്കുന്നതായി തത്ത്വചിന്ത കന്മാർക്ക് വാദിക്കാൻ കഴിയും. ഈ ഉപയോഗങ്ങൾ ആനുഭവികമായി തെളിവുള്ളതാണെന്നും പറയാം. ഈ പ്രസ്താവനകൾക്കും വാക്കു കൾക്കും ബോധനപരമോ ധാരണാപരമോ സംജ്ഞാനപരമോ ആയ മൂല്യങ്ങളുണ്ടോയെന്നും പരിശോധിക്കാം. സിദ്ധാന്തങ്ങളുടെ സുവ്യക്ത തയ്ക്കോ ഉറപ്പിനോ വികാസത്തിനോ രൂപകങ്ങൾ എന്തെങ്കിലും പങ്കുവഹിക്കുന്നുണ്ടോയെന്നു നോക്കാം.

സിദ്ധാന്തങ്ങളെ ഉറപ്പിക്കുന്നതിനുള്ള രൂപകങ്ങളുടെ ശേഷിയെ വിശ ദീകരിക്കാൻ നമുക്കു കഴിയുന്നില്ലെന്നത് രൂപകാത്മകപ്രസ്താവനകളെ സന്ദേഹത്തിലാക്കുന്നതിനുള്ള കാരണമല്ല. ഗണിതശാസ്ത്രഭാഷയുടെ കാരണരഹിതമായ ഫലക്ഷമതയെക്കുറിച്ചു പറയുന്നതുപോലെ രൂപ കാത്മകഭാഷയുടെയും കാരണരഹിതമായ ക്ഷമതയെക്കുറിച്ചു പറയേ ണ്ടതുണ്ടോ? ശാസ്ത്രസിദ്ധാന്തങ്ങളുടെ നിർമ്മിതിക്ക് രൂപകങ്ങളുടെ സ്ഥാപനശേഷിയോ നവീകരണശേഷിയോ സഹായകമാകുന്നുണ്ടെ ങ്കിൽ രൂപകാത്മകപ്രസ്താവനകളെ പ്രാധാന്യമുള്ള യാഥാർത്ഥ്യപ്രസ്താ വനകളായി കണക്കാക്കണം. മേരി ഹെസ്സെയുടെ അഭിപ്രായത്തിൽ, വിവ രണാത്മകരൂപകങ്ങൾക്ക് സംജ്ഞാനപരമായ മൂല്യമുണ്ട്. അവയ്ക്ക് സത്യമൂല്യമുണ്ട്. അത് ചരിത്രപരമായും വിചിന്തനാത്മകമായും അക്ഷ രാർത്ഥത്തിലുള്ള ഭാഷയ്ക്കുമുമ്പുള്ള ഒരു ഭാഷാരൂപമാണ്. അക്ഷ രാർത്ഥത്തിലുള്ള ഭാഷ രൂപകാത്മകഭാഷയ്ക്ക് അതിർത്തി നിർമ്മിക്കു ന്നു. ലോകത്തെ കുറിച്ച് പര്യാലോചിക്കാനുള്ള പരിപ്രേക്ഷ്യങ്ങളെ നല്കുകയാണ് രൂപകങ്ങൾ ചെയ്യുന്നതെന്ന അർത്ഥത്തെ മാക്സ് ബ്ലാക്കും കാണുന്നുണ്ട്. തന്റെ പരസ്പര പ്രതിപ്രവർത്തനാത്മകസമീ പനത്തിൽ രൂപകങ്ങളുടെ സംജ്ഞാനമൂല്യത്തെ അദ്ദേഹം പ്രതിരോധി ക്കുന്നു. ചില രൂപകങ്ങൾ സംജ്ഞാനാത്മക ഉപകരണങ്ങളായി പ്രവർത്തി ക്കുമെന്ന് ബ്ലാക്ക് പറയുന്നു. മുന്നേ നിലനില്ക്കാത്ത സാദൃശ്യങ്ങളെ രൂപകങ്ങൾ നിർമ്മിച്ചെടുക്കുന്നുണ്ടെന്ന അവകാശവാദത്തെക്കാൾ കൂടു തൽ സവിശേഷമായ ആശയമാണിത്. ചില രൂപകങ്ങൾ ശാസ്ത്രസി ദ്ധാന്തങ്ങളെ നിർമ്മിക്കുന്നുണ്ടെന്നു ബോയ്ഡ് വാദിക്കുന്നതുപോലെ ചില രൂപകങ്ങൾ സ്വയം തന്നെ സ്വരൂപിച്ചെടുക്കുന്ന ശാസ്ത്രയാഥാർത്ഥ്യ മുണ്ടെന്ന് ബ്ലാക്ക് കരുതുന്നുണ്ട്. ഭാഷയുടെ പ്രതിനിധാനാത്മകമായ വ്യാഖ്യാനത്തിനെതിരായ വെല്ലുവിളിയായി ബ്ലാക്കിന്റെ ഈ ധാരണയെ കാണാം. എന്നാൽ, ശാസ്ത്രസിദ്ധാന്തങ്ങളുടെ കൃത്യതയെ രൂപക ങ്ങൾക്ക് ഉൾക്കൊള്ളാനാകുമോയെന്ന കാര്യത്തിൽ ബ്ലാക്കിൽ ചില സന്ദേ ഹങ്ങൾ നിലനില്ക്കുന്നുണ്ട്. ബ്ലാക്കിന്റെ സന്ദേഹത്തെക്കുറിച്ച് ബോയ്ഡ്

എടുത്തുപറയുന്നു. ലോകത്തിന്റെ കാരണഘടനയെ ഭാഷയിൽ ഉൾക്കൊള്ളിക്കാനുള്ള പ്രവർത്തനങ്ങളുടെ പല ഉപകരണങ്ങളിലൊന്നായി രൂപകങ്ങളെ ബോയ്ഡ് കാണുന്നു. ശാസ്ത്രസിദ്ധാന്തങ്ങളിലുള്ള രൂപകങ്ങളുടെ ഉപയോഗം അവയുടെ തുറന്ന അവസ്ഥയുടെ പ്രത്യക്ഷീകരണമാണ്. ബോയ്ഡ് സിദ്ധാന്തരൂപീകരണരൂപകങ്ങളെക്കുറിച്ചു പറയുന്നു. ഒരു പാത്രത്തിലിരിക്കുന്ന ദ്രാവകത്തിന് നാം വെള്ളം എന്നു പേരിട്ടു വിളിക്കുമ്പോൾ അത് ഓക്സിജന്റെയും ഹൈഡ്രജന്റെയും സംയുക്തമാണെന്നോ ഐസും നീരാവിയും അതിന്റെ മറ്റു രൂപങ്ങളാണെന്നോ ഉള്ള ശാസ്ത്രീയമായ അർത്ഥങ്ങൾ ലഭ്യമാകുന്നില്ല. വെള്ളം എന്ന പേരിൽ നമുക്കറിയുന്ന ദ്രാവകത്തെക്കുറിച്ചുള്ള ശാസ്ത്രജ്ഞാനം പില്ക്കാലത്ത് ആർജ്ജിച്ചതാണ്. എന്നാൽ, ഇപ്പോൾ രൂപീകരണാവസ്ഥയിലുള്ള ഗവേഷണരംഗങ്ങളിൽ, കലനയന്ത്രത്തിന്റെയോ മനഃശാസ്ത്രത്തിന്റെയോ ഗവേഷണരംഗങ്ങളിൽ, ഉപയോഗിക്കുന്നതിന് സിദ്ധാന്തരൂപീകരണരൂപകങ്ങൾ നിർമ്മിക്കാൻ കഴിയും. അവയുടെ സിദ്ധാന്തപരമായ സൂചനകൾ നല്കാൻ കഴിയുന്ന നാമകരണങ്ങൾ സാദ്ധ്യമാണ്. പിന്നീട് ശാസ്ത്രഗവേഷണം നടത്തുന്നവർക്കു പോലും ശാസ്ത്രീയമായ ധാരണകളിലേക്കു പ്രവേശിക്കാൻ സഹായിക്കുന്ന നാമകരണമാണിത്. ഭാവിയിലെ സിദ്ധാന്തരൂപീകരണത്തിലും ഈ രൂപകങ്ങൾ സഹായകമായിത്തീരും. ഇത്തരം ചിന്തകളുടെയെല്ലാം പശ്ചാത്തലത്തിൽ, രൂപകാത്മകസത്യത്തെ ന്യായീകരിക്കാവുന്നതാണെന്ന നിലപാട് ഒർടേഗ വൈ ഗാസറ്റ് സ്വീകരിക്കുന്നു. അദ്ദേഹത്തെ സംബന്ധിച്ചിടത്തോളം അത് അനിവാര്യമായ ഒരു ബൗദ്ധിക ഇടപെടലാണ്. സംപ്രത്യയശേഷിക്ക് പരിധികളുണ്ടാകുമ്പോൾ സ്വീകരിക്കുന്ന വിജ്ഞാനത്തിന്റെ നടപടിക്രമമാണത്. രൂപകാത്മകമായ ഉണ്മ യഥാർത്ഥമായ ഉണ്മയല്ല. ഉണ്മയാകാനുള്ള മാർഗ്ഗമാണ്. ചില അംശങ്ങളിൽ ഉണ്മയാണ്. ഒരു വിധത്തിൽ ഉണ്മയാണ്. ലോകം വ്യാഖ്യാനിക്കപ്പെടുന്ന ലോകമാണെന്ന ഒർടേഗയുടെ സങ്കല്പനത്തെ ഇത് ഉൾക്കൊള്ളുന്നു. ഈ വ്യാഖ്യാനത്തിന്റെ വാഹനം ഭാഷയാണ്. ഇത് എല്ലാ ഭാഷയെയും രൂപകാത്മകമാക്കുന്നുവെന്ന് ഒർടേഗ വൈ ഗാസറ്റ് പറയും.

ശാസ്ത്രത്തിലെ രൂപകങ്ങളിൽ സാദൃശ്യത്തിന് അസാധാരണമായ പങ്കുണ്ട്. ശാസ്ത്രത്തിൽ ഉപയോഗിക്കുന്ന മാതൃകകൾക്കും സാദൃശ്യാത്മകബന്ധമുണ്ട്. ശാസ്ത്രമാതൃകകളും രൂപകങ്ങളും തമ്മിലുള്ള സംയുക്തബന്ധത്തെ അന്വേഷിക്കുന്നതിനുള്ള പ്രകരണങ്ങളിലേക്ക് ഇതു നയിക്കുന്നു. സൈദ്ധാന്തികശാസ്ത്രമാതൃകകളുടെ ഉപയോഗം വാക്കുകളുടെ കൈമാറ്റത്തിനുള്ള രൂപകങ്ങളുടെ ഉപയോഗത്തിനു സമാനമായി കാണുന്നവരുണ്ട്. മമ്മൂട്ടി പുലിയാണ് എന്നു പറയുന്നതുപോലെ തന്നെയാണ് അണു സൗരയൂഥത്തിനു സദൃശമാണ് എന്നു പറയുന്നതെന്ന് ഈ വാദം

കാണുന്നു. എന്നാൽ, ബോയ്ഡിനെഴുതുന്ന വിമർശനത്തിൽ, അണുവും സൗരയൂഥവും തമ്മിലുള്ള രൂപകാത്മകമാതൃകയെ പിന്തുടർന്നുകൊണ്ട് തോമസ്കുൺ ശാസ്ത്രമാതൃകകളെ ഉയർത്തിക്കാണിക്കുകയും രൂപകാത്മകഘടകത്തെ ന്യൂനീകരിക്കുകയും ചെയ്യുന്നുണ്ട്. കൂണിനെ സംബന്ധിച്ചിടത്തോളം ശാസ്ത്രീയമായി കൈകാര്യം ചെയ്യുന്നതിനുള്ള ഉപകരണം ശാസ്ത്രമാതൃകയാണ്, രൂപകമല്ല. ശാസ്ത്രമാതൃകകൾ രൂപകങ്ങളാണോ എന്ന കേന്ദ്രപ്രശ്നത്തെയാണ് ഈ സന്ദർഭത്തിൽ നമുക്ക് അഭിമുഖീകരിക്കേണ്ടത്. ശാസ്ത്രമാതൃകയും രൂപകവും തമ്മിലുള്ള അടുത്ത ബന്ധത്തെക്കുറിച്ചാണ് മാക്സ് ബ്ലാക്ക് പറയുന്നത്. രൂപകങ്ങളും മാതൃകാനിർമ്മാണവും പുതിയ ബന്ധങ്ങളെ വെളിപ്പെടുത്തുന്നതായി മാക്സ് ബ്ലാക്ക് പറയുന്നു. ഈ ലോകം സവിശേഷമായ വിവരണത്തിനു വിധേയമാകുന്ന ലോകമാണ്. സവിശേഷമായ പരിപ്രേക്ഷ്യത്തിലൂടെ കാണാൻ കഴിയുന്ന ലോകമാണ്. രൂപകങ്ങൾക്ക് അത്തരം പരിപ്രേക്ഷ്യങ്ങൾ സൃഷ്ടിക്കാൻ കഴിയും. രൂപകങ്ങൾക്ക് കാര്യങ്ങൾ എങ്ങനെയാണെന്ന്, എന്താണെന്നു പറയാൻ കഴിയും. ഓരോ രൂപകവും ആഴ്ന്നിരിക്കുന്ന ശാസ്ത്രമാതൃകയുടെ അറ്റമാണ്. ഭൗതികശാസ്ത്രത്തിലെ രൂപകമായ അണുവിന്റെയും സൗരയൂഥത്തിന്റെയും ഇടയിൽ ഘടനകളുടെ ഐക്യവും പൊരുത്തവുമുണ്ട്, സാദൃശ്യമുണ്ട്.

റൂഥർഫോർഡിന്റെ സൗരയൂഥമാതൃകയിൽ അണുവിന്റെയും സൗരയൂഥത്തിന്റെയും ഭൗതികവും ഘടനാപരവുമായ ചില സവിശേഷതകൾ മാത്രമേ ചേരുംപടി ചേർക്കുന്നുള്ളൂ. സൗരയൂഥത്തിലെ നക്ഷത്രമായ സൂര്യനെ അണുകേന്ദ്രത്തിനു സദൃശമാക്കുന്നു. സൂര്യനെ വലയം ചെയ്തു നീങ്ങുന്ന ഗ്രഹങ്ങളെ അണുകേന്ദ്രത്തെ വലയം ചെയ്തു ചലിക്കുന്ന ഇലക്ട്രോണുകൾക്കു സദൃശമാക്കുന്നു. അണു സൗരയൂഥരൂപകത്തെ സഹചാരിത്വമുള്ളതായും ആഗന്തുകമായും ഉൾക്കൊള്ളുന്നു. സൗരയൂഥത്തെയും അണുവിനെയും നിർണ്ണയിക്കുന്ന ബലങ്ങൾ കേന്ദ്രീയബലങ്ങളാ(Central Forces)ണെന്ന കാര്യവും ശ്രദ്ധിക്കണം. റൂഥർഫോർഡിന്റെ മാതൃക അതിനുള്ളിൽത്തന്നെ ഒരു സൈദ്ധാന്തിക മാതൃകയാണ്. നീൽസ് ബോറിന്റെ അണുമാതൃകയിലുള്ള സങ്കല്പനങ്ങൾ റൂഥർഫോർഡിന്റേതിൽനിന്നും വ്യത്യസ്തമാണ്. റൂഥർഫോർഡിന്റെ മാതൃകയുടെ ഭൗതികഘടനയെ വികസിപ്പിച്ചുകൊണ്ടും അതിന്റെ ഭൗതികമായ പരാധീനതകളെ ഒഴിവാക്കിക്കൊണ്ടുമാണ് ബോർ തന്റെ മാതൃകയെ സാദ്ധ്യമാക്കിയത്. ഇവ രണ്ടിനെയും ചുണ്ടി സൗരയൂഥമാതൃകകളെന്നു വിളിക്കുമ്പോൾ ഈ വ്യത്യസ്തതകൾ പരിഗണിക്കപ്പെടുന്നില്ല. രണ്ടു മാതൃകകളും ഒരേ സാദൃശ്യത്തെ അടിസ്ഥാനമാക്കിയതാകാം. എന്നാൽ, ആ സാദൃശ്യങ്ങൾ ഒരേ രൂപകത്തെ നിർമ്മിക്കുന്നില്ല. നമുക്ക് അണുവിന്റെ ഒരു സൈദ്ധാന്തികമാ

തൃക ഇല്ലായിരുന്നുവെങ്കിൽ, ഗണിതശാസ്ത്രപരവും ദാർശനികവുമായ സൂചനകളോടെ ഒരു സൗരയൂഥമായി അതിനെ പരിഗണിക്കാൻ കഴിയുമായിരുന്നില്ല. മുന്നേ നിലനില്ക്കുന്ന സൈദ്ധാന്തികമാതൃകകളുടെ സാദൃശ്യങ്ങളുടെ വിലയിരുത്തലിനെ തുടർന്നു മാത്രമാണ് രൂപകം വരുന്നത്. രൂപകം പിന്നാലെ വരുന്നതാണ്. ഈ സാദൃശ്യങ്ങൾ സ്രോതസ് മണ്ഡലത്തിന്റേയും ലക്ഷ്യമണ്ഡലത്തിന്റെയും ഘടകങ്ങൾ തമ്മിൽ തമ്മിലുള്ള പരസ്പരബന്ധത്തെ വെളിപ്പെടുത്തുന്നില്ല. അവ തീർച്ചയായും ഉയർന്നരീതിയിൽ ഘടനവല്ക്കരിക്കപ്പെട്ടതാണ്.

ശാസ്ത്രയുദ്ധങ്ങൾ

ശാസ്ത്രത്തിന്റെ സാമൂഹികശാസ്ത്രപഠനങ്ങൾ സൃഷ്ടിച്ച വിവാദപരമായ സ്ഥിതിക്കു എത്രയോ മുന്നേതന്നെ ശാസ്ത്രയുദ്ധങ്ങൾ ആരംഭിച്ചിരുന്നുവെന്ന് സിയാവുദ്ദീൻ സർദാർ എഴുതുന്നുണ്ട്. ആധുനികതയുടെ രൂപീകരണഘട്ടത്തിൽ തന്നെ അവ ആരംഭിച്ചിരുന്നു. ചൈനയിലും ഇന്ത്യയിലും അറേബ്യൻ നാടുകളിലും ഉൾപ്പെടെ ലോകത്തിലെ വിവിധ സംസ്കാരങ്ങളിൽ ഉയിർക്കൊണ്ടിരുന്ന ശാസ്ത്രം ആധുനികതയുടെ ഉദയത്തോടൊപ്പം രൂപംകൊണ്ട പാശ്ചാത്യശാസ്ത്രത്തെ പോലെതന്നെ യുക്തിപരവും വസ്തുനിഷ്ഠവുമായിരുന്നു. ബ്രഹ്മഗുപ്തന്റെ ഗണിതവും ചൈനക്കാരുടെ അച്ചടിവിദ്യയും വെടിമരുന്നും ഘടികാരവും ഇബ്ൻ അൽ ഹെയ്ത്താമിന്റെ പ്രകാശശാസ്ത്രപരീക്ഷണങ്ങളും കാലത്തിനും സംസ്കാരങ്ങൾക്കുമപ്പുറം ആനുഭവികമായി തെളിയിക്കാൻ കഴിയുന്നവയായിരുന്നു. പഴയകാലത്തെ ശാസ്ത്രത്തിൽ, ഭൗതികം അതിഭൗതികത്തിൽ നിന്നും വേർപെട്ടിരുന്നില്ല. അത് സംസ്കാരത്തിന്റെ മൂല്യഘടനയോടു ഉദ്ഗ്രഥിക്കപ്പെട്ടിരുന്നു. സാമൂഹികധർമ്മത്തിന്റെ ഭാഗമായി ശാസ്ത്രം മനസ്സിലാക്കപ്പെട്ടിരുന്നു.

യൂറോപ്പിന് ശാസ്ത്രജ്ഞാനത്തിന്റെ ആദ്യപാഠങ്ങൾ ലഭിക്കുന്നത് ഈ സംസ്കൃതികളിൽനിന്നും ഗ്രീക്ക് സംസ്കൃതിയിൽ നിന്നുമാണ്. ഗ്രീക്കുകാരുടെ ജ്ഞാനം അറേബ്യൻ നാടുകളിലൂടെ യൂറോപ്പിന് കൈമാറിക്കിട്ടിയതാണ്. പതിനാറും പതിനേഴും നൂറ്റാണ്ടുകളിലെ ഇന്ത്യയിൽ, തുണി നിർമ്മാണം, ലോഹസംസ്കരണം എന്നീ മേഖലകളിൽ നിലനിന്നിരുന്ന സാങ്കേതികവിദ്യകൾ യൂറോപ്യൻ സാങ്കേതികവിദ്യകളെ അപേക്ഷിച്ച് വളരെ മെച്ചമായിരുന്നു. അന്ന് ഇന്ത്യൻ തുണിഉല്പന്നങ്ങൾ ഇംഗ്ലണ്ടിലേക്ക് വൻതോതിൽ കയറ്റുമതി ചെയ്യപ്പെട്ടിരുന്നു. ഇന്ത്യയിൽ നില

വിലിരുന്ന ജ്ഞാനരൂപങ്ങളിൽനിന്നുള്ള അറിവുകളെ നേരിട്ടുതന്നെ പാശ്ചാത്യശാസ്ത്രം സ്വാംശീകരിച്ചിരുന്നുവെന്നും കാണണം. മലബാർ തീരത്തു കണ്ടുവരുന്ന സസ്യങ്ങളെ കുറിച്ച് ദേശവൈദ്യന്മാരും മറ്റും ആർജ്ജിച്ചിരുന്ന അറിവിനെ ഹോർത്തുസ് മലബാറിക്കൂസിലൂടെ മലബാറിന്റെ ഡച്ചു ഗവർണറായിരുന്ന ഹെൻട്രി വാൻ റീഡ്സ് സമാഹരിച്ചതിന്റെ സ്വാധീനം ലിന്നെയ്സ് വികസിപ്പിച്ചെടുത്ത ജീവജാതികളുടെ വർഗ്ഗീകരണത്തിൽ കണ്ടെത്താവുന്നതാണ്. എന്നാൽ, യൂറോപ്യൻ കൊളോണിയലിസം പൗരസ്ത്യ സംസ്കാരങ്ങളെയും നാഗരികതകളെയും നിഷേധിക്കുകയും അവയെ അപരിഷ്കൃതമെന്നു കൊണ്ടാടുകയും ചെയ്തു. അധിനിവേശാധികാരങ്ങളുടെ കീഴിൽ, ചൈനയുടെയും ഇന്ത്യയുടെയും അറബി നാടുകളുടെയും ശാസ്ത്രം യൂറോപ്യൻ നേട്ടങ്ങളുമായി താരതമ്യം ചെയ്യുമ്പോൾ അപ്രധാനവും അപ്രസക്തവുമെന്നു വിലയിരുത്തുന്ന അവസ്ഥ സൃഷ്ടിക്കപ്പെട്ടു. ആദ്യകാലത്തെ ശാസ്ത്രയുദ്ധങ്ങളുടെ അധികമൊന്നും ദൃശ്യമാകാത്ത ഏടുകളാണിവ. ഒന്നാമത്തെ ശാസ്ത്രയുദ്ധമായി സിയാവുദ്ദീൻ സർദ്ദാർ ഇവയെ കാണുന്നു.

മതാത്മകതയും ശാസ്ത്രീയതയും ഒരുമിച്ചു നില്ക്കുന്ന പ്രകരണങ്ങളെയാണ് സിയാവുദ്ദീൻ സർദാർ ഇഷ്ടപ്പെടുന്നത്. ഇസ്ലാമികലോകത്തിലെ ശാസ്ത്രത്തെക്കുറിച്ചുള്ള വിവരണങ്ങളിലും മറ്റും ഇത് സവിശേഷമായും നമുക്ക് അനുഭവപ്പെടും. പാശ്ചാത്യേതരസംസ്കാരങ്ങളിൽ ജ്ഞാനത്തിന്റെ വ്യത്യസ്ത പ്രഭവകേന്ദ്രങ്ങളെ തിരിച്ചറിയുകയും ബഹുമാനിക്കുകയും ചെയ്തിരുന്നുവെന്ന് അദ്ദേഹം എഴുതുന്നു. യൂറോപ്പിന് ഇതു മനസ്സിലാക്കാനോ ഉൾക്കൊള്ളാനോ അതിനനുസരിച്ചു ചിന്തിക്കാനോ കഴിഞ്ഞിരുന്നില്ല. യൂറോപ്പിന്റെ അധിനിവേശപദ്ധതിയും ഈ ചിന്താരാഹിത്യവും കൂടിച്ചേർന്നാണ് സത്യത്തിലേക്കുള്ള ഏക പാതയായി ശാസ്ത്രത്തെ മനസ്സിലാക്കുന്ന അതിന്റെ സമീപനം രൂപപ്പെടുന്നതത്രെ! മതത്തിന്റെ പിന്തുണയില്ലാത്ത ബൗദ്ധികാന്വേഷണത്തിന്റെ ഫലശൂന്യതയാണ് ഗലീലിയോയുടെയും ദെക്കാർത്തെയുടെയും ശാസ്ത്രത്തിൽ; ഇരുവരും നേരിട്ട് ക്രൈസ്തവതക്കെതിരെ രംഗത്തു വരുന്നില്ലെങ്കിലും, സിയാവുദ്ദീൻ സർദ്ദാർ ദർശിക്കുന്നത്. ആധുനികപ്രകൃതിശാസ്ത്രത്തിന്റെ ആത്മവിശ്വാസത്തെ ബിഷപ്പ് ബെർക്കിലിയെ പോലുള്ള ചിന്തകന്മാരും കാല്പനികവാദികളുടെ സ്കൂളും വിമർശനങ്ങൾക്കു വിധേയമാക്കുന്നുണ്ട്.

ഒന്നാം ലോകയുദ്ധം ബ്രിട്ടന്റെ സൈനികവും സാങ്കേതികവുമായ പരിമിതികളെ പുറത്തുകൊണ്ടുവരികയും ഇതിന്റെ തുടർച്ചയിൽ സർക്കാരിന്റെ മുൻകൈയിലും സ്വകാര്യമേഖലയിലും ശാസ്ത്രത്തിന്റെയും സാങ്കേതികവിദ്യയുടെയും ഉന്നമനത്തിനായി പദ്ധതികൾ ആവിഷ്കരിക്കപ്പെടുകയും ചെയ്തു. ഇതോടെ, ആധുനികശാസ്ത്രപ്രവർത്തനങ്ങൾക്ക് സാമ്പത്തികരംഗവുമായുള്ള ബന്ധം ചർച്ച ചെയ്യപ്പെടുന്ന സ്ഥിതി സംജാതമാകുന്നു. മാർക്സിസ്റ്റ് ഇടതുപക്ഷത്തിന്റെ നേതൃത്വത്തിൽ നടക്കുന്ന ഇടപെടലുകൾ പ്രത്യയശാസ്ത്രപരമായ മാനങ്ങൾ ആർജ്ജിക്കുന്നു. രണ്ടാം

ശാസ്ത്രയുദ്ധമെന്നു വിളിക്കാവുന്ന മാനങ്ങൾ ഇതിനുണ്ടായിരുന്നു. 1931 ൽ ലണ്ടനിൽ നടക്കുന്ന ശാസ്ത്രചരിത്രത്തെ കുറിച്ചുള്ള ഒരു കോൺഫറൻസിൽ സോവിയറ്റ് യൂണിയനിൽനിന്നുള്ള പ്രതിനിധിസംഘം പങ്കെടുക്കുന്നുണ്ട്. ആ പ്രതിനിധി സംഘത്തിൽ അംഗമായിരുന്ന ബോറിസ് ഹെസ്സൻ ന്യൂട്ടന്റെ പ്രിൻസിപ്പിയയുടെ സാമൂഹികവും സാമ്പത്തികവുമായ വേരുകളെക്കുറിച്ച് ഒരു പ്രബന്ധം അവതരിപ്പിക്കുന്നു. ന്യൂട്ടന്റെ സംഭാവനകൾ ശാസ്ത്രധിഷണയുടെയോ ശാസ്ത്രത്തിന്റെ ആന്തരിക വിചിന്തനത്തിന്റെയോ ഫലമെന്നതിലുപരി പതിനേഴാം നൂറ്റാണ്ടിലെ ബ്രിട്ടന്റെ സാമൂഹിക, സാമ്പത്തികസ്ഥിതിയുടെ അനന്തരഫലമാണെന്ന് ഹെസ്സൻ വാദിക്കുന്നുണ്ട്. എന്നാൽ, ബ്രിട്ടീഷ് ശാസ്ത്രജ്ഞനായ ജെ ഡി ബർണാലിന്റെ *ശാസ്ത്രം ചരിത്രത്തിൽ, ശാസ്ത്രത്തിന്റെ സാമൂഹികധർമ്മം* തുടങ്ങിയ പുസ്തകങ്ങൾ ശാസ്ത്രത്തെ സോഷ്യലിസത്തിന്റെ സഖ്യകക്ഷിയായി കാണുന്നുണ്ട്. ശാസ്ത്രത്തെ വസ്തുനിഷ്ഠവും നിഷ്പക്ഷവുമായി കാണുന്ന ഒരു പ്രവണത ബെർണാലിന്റെ രചനകളിൽ കാണാൻ കഴിയുമായിരുന്നു. സോവിയറ്റ് യൂണിയന്റെ മുൻകൈയിൽ സോഷ്യലിസ്റ്റ് ശാസ്ത്രം എന്ന പരികല്പനയും പ്രചരിതമായിരുന്നു. സോവിയറ്റ് ജനിതകശാസ്ത്രത്തിന്റെ മേഖലയിലുണ്ടായ ലൈസങ്കോ വിവാദം ഈ പരികല്പനയുടെ അർത്ഥമൂല്യങ്ങളെ നശിപ്പിക്കുന്നതായിരുന്നു.

രണ്ടാം ലോകയുദ്ധകാലത്ത്, സോവിയറ്റ് യൂണിയനിലെ ധാന്യമുല്പാദിപ്പിക്കുന്ന പ്രദേശങ്ങൾ നാസികളുടെ അധീനതയിലായപ്പോൾ ഉക്രെയ്ൻ പോലുള്ള ശീതപ്രദേശങ്ങളിൽനിന്നും ഗോതമ്പ് വിളയിച്ചെടുക്കേണ്ട സ്ഥിതി ഉണ്ടായി. വാവിലോവിനെപ്പോലുള്ള വിഖ്യാത ശാസ്ത്രജ്ഞന്മാർ പിന്തുടർന്നിരുന്ന സമീപനപ്രകാരം ശീതപ്രദേശങ്ങളിൽ വിതയ്ക്കാൻ പാകത്തിനുള്ള വിത്ത് തയ്യാറാക്കുന്നതിന് ബീജാന്നത്തിൽ കൃത്യമായ മാറ്റങ്ങൾ വരുത്തേണ്ടതുണ്ടായിരുന്നു. ഇതിന് അതീവക്ഷമതയും കൃത്യതയുമുള്ള ഉച്ച സാങ്കേതിക വിദ്യ ആവശ്യമാണെന്ന് ഇവർ കരുതി. എന്നാൽ, വേനൽക്കാല വിത്തുകൾക്ക് കൃത്രിമ പ്രകാശമേല്പിച്ചുകൊണ്ട് ശീതപ്രദേശങ്ങളിൽ വിതയ്ക്കാനുതകുന്ന വിത്തുകൾ നിർമ്മിച്ചെടുക്കാനും സോവിയറ്റ് ജനത അഭിമുഖീകരിച്ചിരുന്ന പ്രതിസന്ധിയെ താല്ക്കാലികമായി തരണം ചെയ്യാനും ലൈസങ്കോയുടെ നിർദ്ദേശങ്ങൾ മൂലം കഴിഞ്ഞു. ഇതോടെ പരിസ്ഥിതിഘടകങ്ങളുടെ പ്രാധാന്യത്തെക്കുറിച്ചു പറയുന്ന ലൈസങ്കോയുടെ വീക്ഷണം സോവിയറ്റ് യൂണിയനിലെ ജനിതക ശാസ്ത്രത്തിന്റെ മണ്ഡലത്തിൽ ആധിപത്യം ചെലുത്താൻ തുടങ്ങി. പരിസ്ഥിതിഘടകങ്ങളെ മാത്രം പരിഗണിക്കുകയും ജനിതകഘടകങ്ങളുടെ പങ്കിനെ പാടേ തള്ളിക്കളയുകയും ചെയ്യുന്ന വളരെ വിഭാഗീയവും ന്യൂനീകൃതവുമായ വീക്ഷണത്തിന്റെ വക്താവായി പെട്ടെന്നു തന്നെ ലൈസങ്കോ അധഃപതിച്ചു. എല്ലാ ആർജ്ജിത സ്വഭാവങ്ങളും തലമുറകളിലേക്കു പകരുമെന്നുപോലും അദ്ദേഹം വാദിക്കുകയുണ്ടായി. ജനകീ

യതയെയും വികാസത്തെയും കുറിച്ചുള്ള വളരെ യാന്ത്രികമായ ഒരു സമീപനമാണ് ലൈസങ്കോയെ നയിച്ചിരുന്നത്. ലൈസങ്കോയുടെ വീക്ഷണങ്ങളിലെ ഏകപക്ഷീയതയെ വിമർശിക്കുന്നതിനും തെറ്റായ അവകാശവാദങ്ങളെ തോല്പിക്കുന്നതിനും സോവിയറ്റ് യൂണിയനിലെ മാർക്സിസ്റ്റുകൾക്കു കഴിഞ്ഞില്ല. ലൈസങ്കോയുടെ വീക്ഷണത്തിന് ഔദ്യോഗികാംഗീകാരം ലഭിച്ചതോടെ വാവിലോവിനെപ്പോലുള്ള മിക്ക ശാസ്ത്രജ്ഞന്മാരും അക്കാദമികളിൽനിന്നും പുറത്താക്കപ്പെടുകയും പലരും ജയിലിലടയ്ക്കപ്പെടുകയും ചെയ്തു. വാവിലോവ് ജയിലിൽ വച്ചു മരിക്കുകയായിരുന്നു. ലൈസങ്കോയുടെ സങ്കുചിത വീക്ഷണം സോവിയറ്റ് കൃഷിശാസ്ത്രത്തെ പിന്നിലേക്കു നടത്തുകയാണ് ചെയ്തത്.

രണ്ടാം ലോകയുദ്ധം സൃഷ്ടിച്ച കൊടിയ നാശങ്ങളും കെടുതികളും അണുബോംബിന്റെ ഭീകരതയും ശാസ്ത്രത്തെക്കൂടി വിചാരണ ചെയ്യാൻ പ്രേരിപ്പിക്കുന്നതായിരുന്നു. ഇത് ശാസ്ത്രനിരാസവീക്ഷണങ്ങളോടുള്ള ആഭിമുഖ്യത്തെ വർദ്ധിപ്പിക്കുകയും ഹിരോഷിമയിലും നാഗസാക്കിയിലും ഓഷ്വിറ്റ്സിലും മറ്റും രാഷ്ട്രീയാധികാരശക്തികളെ സഹായിച്ച ശാസ്ത്രവും സാങ്കേതികവിദ്യയും പ്രതിക്കൂട്ടിലാക്കപ്പെടുകയും ചെയ്തു. നീതിപൂർവ്വമല്ലാത്ത ശാസ്ത്ര(Delegitimate Science)ത്തെക്കുറിച്ചുള്ള പല വിമർശനങ്ങൾക്കും ഇതു കാരണമായി. ശാസ്ത്രീയ നിഷ്കളങ്കതയുടെ യുഗം അവസാനിക്കുകയായിരുന്നു. ബെർടോൾഡ് ബ്രെഹ്റ്റ് തന്റെ ഗലീലിയോ നാടകം പുതുക്കിയെഴുതാൻ തയ്യാറാകുന്നു. പൂർണ്ണമായും ജ്ഞാനോദയവല്ക്കരിക്കപ്പെട്ട ഭൂമിയിൽ നാശത്തിന്റെ വികിരണങ്ങൾ നിറയുന്നതിനെക്കുറിച്ചു അഡോർണ എഴുതുന്നതും ഈ സന്ദർഭത്തിലാണ്.

തോമസ് കുണിന്റെ ശാസ്ത്രചരിത്രം കെട്ടഴിച്ചുവിട്ട പ്രചണ്ഡമായ പ്രചരണങ്ങളാണ് മൂന്നാമത്തെ ശാസ്ത്രയുദ്ധങ്ങളിലേക്കു നയിക്കപ്പെടുന്നതെന്നു സുവ്യക്തമാണല്ലോ? ആധുനികശാസ്ത്രത്തെ കുറിച്ച് ഉത്തരാധുനികരും സാമൂഹികനിർമ്മിതിവാദികളും മറ്റും പലേ വിമർശനങ്ങളും ഉയർത്തിക്കൊണ്ടിരുന്നപ്പോൾ ശാസ്ത്രത്തിന്റെ മണ്ഡലത്തിൽ പ്രവർത്തിച്ചുകൊണ്ടിരുന്നവർ എങ്ങനെയാണ് പ്രതികരിച്ചത്? വീൺബർഗും മീരാനന്ദയും മറ്റും പ്രകടിപ്പിച്ച ചില അഭിപ്രായങ്ങളെ ആനുഷംഗികമായെങ്കിലും ഇതിനു മുന്നേ പരാമർശിക്കുകയുണ്ടായി. വലിയ സംവാദങ്ങൾക്കും വിവാദങ്ങൾക്കും ഇടയാക്കിയ ഒരു പ്രതികരണം രസകരമായ ഒരു തട്ടിപ്പിന്റെ രൂപത്തിലാണ് പ്രത്യക്ഷപ്പെട്ടത്.

ന്യൂയോർക്ക് സർവ്വകലാശാലയിലെ പ്രൊഫസറും ഭൗതികശാസ്ത്രജ്ഞനുമായിരുന്ന അലൻ സോക്കലിന്റെ പ്രതികരണമായിരുന്നു അത്. *സോഷ്യൽ ടെക്സ്റ്റ്* എന്ന തത്ത്വചിന്താമാസികയുടെ 1996 ഏപ്രിലിൽ പുറത്തിറക്കിയ 'ശാസ്ത്രയുദ്ധങ്ങൾ'ക്കുവേണ്ടിയുള്ള പ്രത്യേക ലക്കത്തിൽ അല്ലൻ സോക്കൽ ഒരു ലേഖനം പ്രസിദ്ധീകരിക്കുകയുണ്ടായി. 'അതിർത്തികളെ അതിലംഘിക്കുന്നു: ക്വാണ്ടം ഗ്രാവിറ്റിയുടെ പരിവർത്തനാത്മക വ്യാഖ്യാനശാസ്ത്രത്തിലേക്ക്' ('Transgressing Boundaries: Towards a Transformative Hermeneutics of Quantum Gravity') എന്ന ശീർഷകത്തിൽ എഴുതപ്പെട്ട ഈ ലേഖനം ഫ്രെഡറിക് ജെയിംസൺ, ആൻഡ്രുറോസ് തുടങ്ങി പ്രശസ്തരായ തത്ത്വചിന്തകന്മാരടങ്ങുന്ന പത്രാധിപസമിതി പരിശോധിക്കുകയും പുതുക്കി എഴുതുകയും ചെയ്തതിനുശേഷമാണ് *സോഷ്യൽ ടെക്സ്റ്റിൽ* പ്രസിദ്ധീകരിച്ചത്. എന്നാൽ, ലേഖനം പുറത്തുവന്നതിനു ശേഷം ഏറെ താമസിയാതെ തന്റെ ലേഖനം ഒരു തട്ടിപ്പാണെന്നു വെളിപ്പെടുത്തുന്ന ഒരു കുറിപ്പ് ലിംഗ്വാ ഫ്രാങ്കായിൽ സോക്കൽ പ്രസിദ്ധീകരിച്ചു. *സോഷ്യൽ ടെക്സ്റ്റി*ലെ ലേഖനം ഉത്തരാധുനികതയുടെ ഒരു ഹാസ്യാനുകരണമായിരുന്നുവെന്നു സോക്കൽ പറഞ്ഞു. ഉത്തരാധുനികതയുടെ ബൗദ്ധിക ഇടപെടലുകളുടെ ഉറപ്പില്ലായ്മയും നിഷ്ഫലതയും വെളിവാക്കുന്നതിനാണ് താൻ ശ്രമിച്ചതെന്ന് അദ്ദേഹം കൂട്ടിച്ചേർത്തു. സോക്കലിന്റെ ലേഖനം വായിക്കാത്തവർ പോലും അഭിപ്രായം പറയാൻ നിർബ്ബന്ധിക്കപ്പെടുന്ന ധൈഷണികാന്തരീക്ഷമാണ് സൃഷ്ടിക്കപ്പെട്ടത്. ന്യൂയോർക്കിലെ കെട്ടിടസമുച്ചയത്തിലെ ഇരുപത്തൊന്നാം നിലയിലുള്ള തന്റെ ഫ്ളാറ്റിൽനിന്നും താഴേക്കു ചാടി ഗുരുത്വാകർഷണനിയമമെന്ന സാമൂഹികവിശ്വാസത്തെ വെല്ലുവിളിക്കാൻ, ശാസ്ത്രസിദ്ധാന്തങ്ങൾ കേവലം സാമൂഹികവിശ്വാസങ്ങളാണെന്ന ഉത്തരാധുനികതയുടെ വാദം തെളിയിക്കാൻ സോക്കൽ ഉത്തരാധുനികസൈദ്ധാന്തികന്മാരോട് ആവശ്യപ്പെടുന്നു.

പോൾ ഗ്രോസും നോർമൻ ലെവിറ്റും ചേർന്നെഴുതിയ *ഉന്നതമായ അന്ധവിശ്വാസം* (*Higher Superstition*)എന്ന പുസ്തകമാണ് സോക്കലിനു പ്രചോദനമായത്. ഉത്തരാധുനികസാഹിത്യത്തിലെ ധാരാളം കൃതികളെ പരിശോധിക്കുന്ന ഈ ഗ്രന്ഥകാരന്മാർ അവയിൽ ശാസ്ത്രവിരുദ്ധമായ മനോഭാവങ്ങളെയും നിലപാടുകളെയുമാണ് കണ്ടെത്തുന്നത്. ശാസ്ത്രം സാമൂഹികശക്തികളാൽ സ്വാധീനിക്കുന്നുവെന്നോ അത് രാഷ്ട്രീയമായ അടിച്ചമർത്തലിനുള്ള ഉപകരണമാണെന്നോ മാത്രമല്ല അത് അടിസ്ഥാനപരമായി അർത്ഥരഹിതമാണെന്നും ഉത്തരാധുനികർ ആരോപിക്കുന്നതായി ഗ്രോസും ലെവിറ്റും പറയുന്നുണ്ട്. തങ്ങളുടെ പ്രവർത്തനങ്ങളെ ഉത്തരാധുനികത അവമതിക്കുകയാണെന്നു ശാസ്ത്രജ്ഞന്മാർക്കു ബോദ്ധ്യപ്പെടുത്തി കൊടുക്കുന്നതിന് ഇവരുടെ പുസ്തകം പ്രധാന പങ്കുവഹിക്കുന്നു. സോക്കലിന്റെ ആക്രമണം ഇതിന്റെ പരിണിതഫലം കൂടിയായിരുന്നു.

സോഷ്യൽ ടെക്സ്റ്റിൽ പ്രസിദ്ധീകരിച്ച ലേഖനത്തിൽനിന്നുള്ള ഒരു ഭാഗം ഉദ്ധരിക്കുന്നത് അല്ലൻ സോക്കലിന്റെ നിലപാടിനെയും സമീപനത്തെയും അടുത്തു കാണുന്നതിനു സഹായിക്കുന്നതാണ്.

> പ്രകൃതിയും മനുഷ്യരാശിയും, നിരീക്ഷകനും നിരീക്ഷിതവും, വിഷയവും വിഷയിയും എന്നിങ്ങനെയുള്ള കാർട്ടീഷ്യൻ അതിഭൗതികവിഭജനങ്ങളെ ഉത്തരാധുനികശാസ്ത്രം അപനിർമ്മിക്കുകയും

> അതിവർത്തിക്കുകയും ചെയ്യുന്നു. 'പുറത്തു നിലനില്ക്കുന്ന' വസ്തുനിഷ്ഠവും ഭാഷാപൂർവ്വവുമായ ഭൗതികവസ്തുക്കളെക്കുറിച്ചുള്ള അതിവിദഗ്ദ്ധമായ വിശ്വാസത്തെ ഈ നൂറ്റാണ്ടിന്റെ തുടക്കത്തിൽ തന്നെ ക്വാണ്ടം ബലതന്ത്രം തകർത്തിരുന്നു... ഒരു കണികയുടെ സ്ഥാനവും സംവേഗവും ഉണ്മയുടെ ഭാഗമായി തീരുന്നത് നമ്മുടെ നിരീക്ഷണപ്രവർത്തനത്തിലൂടെ മാത്രമാണെന്ന് ക്വാണ്ടം ബലതന്ത്രം നമ്മെ അറിയിച്ചതുപോലെ സ്ഥലവും കാലവും സന്ദർഭാധിഷ്ഠിതമാണെന്ന്, അവയുടെ അർത്ഥം നിരീക്ഷണരീതിക്ക് ആപേക്ഷികമായിമാത്രം നിർവ്വചിക്കപ്പെടുന്നതാണെന്ന് ക്വാണ്ടം ഗുരുത്വം നമ്മെ അറിയിക്കുന്നു.

സോക്കലിനെപ്പോലുള്ള യുക്തിവാദികൾക്ക് ഈ വാക്യങ്ങൾ പൊട്ടിച്ചിരിക്കാൻ വക നല്കുന്നതാണ്. ഉത്തരാധുനിക പാരഡി രചിച്ചു കൊണ്ട് പൊട്ടിച്ചിരിക്കുകയാണ് സോക്കൽ ചെയ്തത്. എന്നാൽ, സോഷ്യൽ ടെക്സ്റ്റിന്റെ പത്രാധിപന്മാർക്ക് ന്യായമായും വിശ്വാസ്യമെന്നു കരുതാവുന്ന ലേഖനമായിരുന്നു അത്. ഈ തട്ടിപ്പിനുശേഷം അലൻ സോക്കൽ തന്റെ കാഴ്ചപ്പാടുകളെ വിശദീകരിച്ചുകൊണ്ട് പല ലേഖനങ്ങൾ എഴുതുകയുണ്ടായി. അലൻ സോക്കലും ഴാങ് ബ്രിക്മോന്റും ചേർന്നെഴുതിയ രണ്ടു സമാഹാരങ്ങളും പ്രസിദ്ധീകരിക്കപ്പെട്ടു. തത്ത്വചിന്തകന്മാർ ശാസ്ത്രത്തിലെ സിദ്ധാന്തങ്ങളെയും ചിന്തകളെയും വികൃതമായി വ്യാഖ്യാനിക്കുകയാണെന്നു തെളിയിക്കുന്നതിനുള്ള ശ്രമങ്ങൾ ഈ പുസ്തകങ്ങളിൽ കാണാം. വ്യാജധൈഷണികത (Intellectual Impostures) എന്ന ശീർഷകത്തിലുള്ള പുസ്തകത്തിൽ ഴാക് ലകാൻ, ജൂലിയ ക്രിസ്തേവ, ലൂസ് ഇറിഗറെ, ബ്രൂണോ ലാത്വ, ദെലസ്, ഗുത്താരി, ബോദ്രിലാദ് എന്നിവരുടെയെല്ലാം ഇടപെടലുകളെ വികലനത്തിനു വിധേയമാക്കുന്നതു കാണാം.

ലകാൻ ഗണിതശാസ്ത്രത്തോട് ഹിംസാത്മകമായി, അക്രമാസക്തമായി പെരുമാറുന്നുവെന്ന് ഉത്തരാധുനികതയുടെ വ്യാജധൈഷണികതയെ കുറിച്ച് എഴുതുന്ന ലേഖകന്മാർ നിരീക്ഷിക്കുന്നുണ്ട്. ലകാൻ ടോപ്പോളജിയിൽ നിന്നും മറ്റും എടുത്തുപയോഗിക്കുന്ന ഗണിതശാസ്ത്രപദങ്ങളുടെ യഥാർത്ഥ വിവക്ഷിതാർത്ഥം അദ്ദേഹം ഉൾക്കൊള്ളുന്നില്ലെന്ന് ഇവർ പറയുന്നു. മനോവിശകലനത്തെ ഗണിതവല്ക്കരിക്കാനുള്ള പദ്ധതിയിൽ വിചിത്രവും ഭ്രമാത്മകവുമായി ഗണിതത്തെ ഉപയോഗിക്കുന്ന ലകാൻ സഫലമായി ഒന്നും ചെയ്യുന്നില്ലെന്ന് നിഗമിക്കുന്നു. ഗൂഢാർത്ഥപരമായ ലകാന്റെ എഴുത്തുകൾ ഐഹികമായ യോഗാത്മകത(Secular Mysticism)യെ സൃഷ്ടിക്കുന്നതും ഒരു പുതിയ മതത്തെ സമീപിക്കുന്ന അത്ഭുതങ്ങൾ ഉളവാക്കുന്നതുമാണ്. ജൂലിയ ക്രിസ്തേവയിലേക്കു വന്നാൽ, ഭാഷാശാസ്ത്രം, സാഹിത്യവിമർശം, മനോവിശകലനം, രാഷ്ട്രീയ തത്ത്വചിന്ത എന്നിങ്ങനെ വിവിധ മേഖലകളിൽ അവർ ഗണിതശാസ്ത്രസംപ്രത്യയങ്ങൾ ഉപയോഗിക്കുമ്പോൾ അതിന്റെ സാംഗത്യം

വിശദീകരിക്കുന്നതിനോ നീതീകരിക്കുന്നതിനോ ശ്രമിക്കുന്നില്ലെന്ന വിമർശനമാണ് ഈ ലേഖകർ മുന്നോട്ടു വയ്ക്കുന്നത്. അല്ലൻ സോക്കലും ഴാങ് ബ്രിക്മോന്റും തത്ത്വചിന്തകരോടു പങ്കുവയ്ക്കുന്ന വിമർശനത്തിന്റെ പൊതുസ്വഭാവം ഇതാണ്. ശാസ്ത്രേതരപുസ്തകങ്ങളിലെ ശാസ്ത്രമെന്നു തോന്നിക്കുന്ന ഭാഷയെ വിലയിരുത്താൻ ശാസ്ത്രജ്ഞന്മാർ യോഗ്യരായിക്കണമെന്നില്ലെന്ന് സോക്കലിന്റെ വായനകളെക്കുറിച്ച് ഗബ്രിയേൽ സ്റ്റോൾസൺബർഗ് അഭിപ്രായപ്പെടുന്നുണ്ട്.

ക്വാണ്ടം ബലക്ഷേത്രസിദ്ധാന്തങ്ങളിൽ ഉപയോഗിക്കുന്ന വിർചൽ കണങ്ങൾ എന്ന സങ്കല്പനത്തെ ദെലെസ് തന്റെ ദാർശനികപദ്ധതിയിൽ ഉപയോഗിക്കുന്നുണ്ട്. ജൂലിയ ക്രിസ്തേവ ഗണിതത്തിലെ ഗണസിദ്ധാന്തത്തിൽ നിന്നും രൂപകങ്ങൾ നിർമ്മിച്ച് ദാർശനികപദ്ധതിയിൽ ഉപയോഗിക്കുന്നതിനു സമാനമായ പ്രവർത്തനം തന്നെയാണിത്. ശാസ്ത്രസംപ്രത്യയങ്ങളെ അവയുടെ സ്വാഭാവികപരിസ്ഥിതിയിൽ നിന്നുമെടുത്ത് വളരെ വ്യത്യസ്തമായ ദാർശനികസന്ദർഭങ്ങളിൽ ഉപയോഗിക്കുന്നത് എത്രമാത്രം നീതീകരിക്കാവുന്നതാണെന്ന ചോദ്യം അല്ലൻ സോക്കലും ജീൻ ബ്രിക്മൊന്റും വിമർശരൂപേണ ദെലെസിനോടും ചോദിക്കുന്നുണ്ട്. ആയിരം പ്ലേറ്റോമാർ എന്ന പുസ്തകത്തിൽ ദെലെസ് ഈ പ്രശ്നത്തെ കുറിച്ചു പറയുന്നുണ്ട്. സൂക്ഷ്മവും കൃത്യവുമായ പ്രകൃതമുള്ള ശാസ്ത്രസമീകരണങ്ങളോ സംപ്രത്യയങ്ങളോ രൂപകങ്ങളായി തത്ത്വചിന്തകർ ഉപയോഗിക്കുന്നത് ശരിയായിരിക്കില്ലെന്ന അഭിപ്രായമാണ് ദെലെസ് പ്രകടിപ്പിക്കുന്നത്. അവ സുക്ഷ്മതയുള്ള ശാസ്ത്രത്തിന്റെ ഭാഗമാണ്. എന്നാൽ, സൂക്ഷ്മതയില്ലാത്തതും കൃത്യതയില്ലാത്തതുമായ വിഭാവനങ്ങളുണ്ട്. ശാസ്ത്രജ്ഞന്മാർക്കു തനിയെ പ്രവർത്തിക്കാൻ കഴിയാത്തവ, ശാസ്ത്രജ്ഞന്മാരെ പലപ്പോഴും തത്ത്വചിന്തകന്മാരാക്കുന്നവ, തത്ത്വചിന്തകന്മാർക്ക് ഒരു പങ്കു നിർവ്വഹിക്കാനുള്ളവ, ശാസ്ത്രജ്ഞന്മാരും ദാർശനികന്മാരും ഒരുമിച്ചു പ്രവർത്തിക്കേണ്ടവ. ശാസ്ത്രവും ദർശനവും കലയും സാഹിത്യവുമെല്ലാം, മേലാളിത്തങ്ങളില്ലാതെ ഒരുമിച്ചു പ്രവർത്തിക്കേണ്ടതിന്റെ ആവശ്യകതയെക്കുറിച്ച് ദെലെസ് പറയുന്നു. ഇവയോരോന്നിനും അവയുടേതായ വ്യത്യസ്ത രീതികളുണ്ട്. എന്നാൽ, അവയുടെ സംപ്രത്യയങ്ങളും മറ്റും പരസ്പരം പ്രതിപ്രവർത്തിക്കുന്നതിനെ ഒഴിവാക്കുവാൻ പാടില്ല. അവയ്ക്ക് ഒരുമിച്ചു പ്രവർത്തിക്കാനും ധനാത്മകമായി അങ്ങോട്ടുമിങ്ങോട്ടും കൊടുക്കാനും വാങ്ങാനും പരസ്പരം ത്വരിപ്പിക്കാൻ കഴിയുമെന്ന ആശയം ദെലെസിന്റെ ചിന്തയിൽ നന്നായി പ്രകടമാണ്. ദെലെസ് ശാസ്ത്രത്തിൽ കൂടുതലായി ശ്രദ്ധയൂന്നുകയും ദാർശനികപ്രശ്നങ്ങൾക്ക് അർഹിക്കുന്ന പ്രാധാന്യം നല്കാതിരിക്കുകയും ചെയ്യുന്നുവെന്ന വിമർശനം ഫെർഡിനാൻഡ് ആൽകിി മുന്നോട്ടു വയ്ക്കുന്നുണ്ട്. ഇതിനോടു പ്രതികരിച്ചുകൊണ്ട് ശാസ്ത്രം അതിന്റെ അതിഭൗതികത്തെ കണ്ടെത്തിയിട്ടില്ലെന്ന ബെർഗ്സന്റെ വാക്കുകളെ ദെലെസ് ഉദ്ധരിക്കുന്നു. തന്റെ പ്രാഥമികവും പ്രധാനവുമായ താല്പര്യം തത്ത്വചിന്തയ്ക്കാവശ്യമായ

ശാസ്ത്രത്തേക്കാളുപരി ശാസ്ത്രത്തിന്നാവശ്യമായ അതിഭൗതികത്തെ കുറിച്ചാണെന്ന് ദെലെസ് പറയുന്നു. തത്ത്വചിന്തകരുടെ ഇടയിൽ യഥാതഥവാദത്തിലേക്കുള്ള ചായ്വ് പ്രകടമായിക്കൊണ്ടിരിക്കുന്ന ഈ സന്ദർഭത്തിൽ തത്ത്വചിന്തയുടെ സവിശേഷതയെ നിരാകരിച്ചുകൂടെന്നു തീർച്ചയാണെന്നു സമ്മതിക്കുമ്പോൾ തന്നെ ആധുനിക ഭൗതികശാസ്ത്രത്തിനില്ലാത്ത അതിഭൗതികത്തെ നല്കാനുള്ള ശ്രമമായിട്ടാണ് തന്റെ പ്രവർത്തനത്തെ ദെലെസ് സ്വയം കാണുന്നത്.

ആധുനികശാസ്ത്രം മുന്നോട്ടുവയ്ക്കുന്ന യാഥാർത്ഥ്യം, യുക്തിപരത, വസ്തുനിഷ്ഠത എന്നീ മൂല്യങ്ങളെ പ്രതിരോധിക്കണമെന്ന് സോക്കൽ കരുതുന്നു. പുരോഗമന രാഷ്ട്രീയ പ്രവർത്തനത്തിൽ ഈ മൂല്യങ്ങൾക്കു വലിയ പങ്കുണ്ട്. രാഷ്ട്രീയമായി ഇടതുപക്ഷത്തു നില്ക്കുന്നുവെന്നു പറയുന്ന ഉത്തരാധുനികരുടെ ലക്ഷ്യവേദിയല്ലാത്ത കലഹം ഉത്തരവാദിത്തപൂർണ്ണമായ സാമൂഹിക വിമർശനം ആവിഷ്കരിക്കുന്നതിൽ നിന്നും അകലെയാണ്. വിനാശകരമായ ആപേക്ഷികവാദത്തിൽ അവർ മുങ്ങിത്താഴ്ന്നിരിക്കുന്നുവെന്ന് സോക്കൽ പറയുന്നു. ശാസ്ത്രം സാമൂഹിക വിശ്ലേഷണങ്ങൾക്ക് വിധേയമാകേണ്ടതാണെന്ന വാദത്തെ സോക്കൽ നിഷേധിക്കുന്നില്ല. ശാസ്ത്രവികാസത്തെ നിർണ്ണയിക്കുന്നതിൽ ആന്തരികവും ബാഹ്യവുമായ ഘടകങ്ങൾക്കു പങ്കുണ്ട്. ശാസ്ത്രജ്ഞന്മാർ ആന്തരിക ഘടകങ്ങൾക്കും തത്ത്വചിന്തകന്മാർ ബാഹ്യ ഘടകങ്ങൾക്കുമാണ് ഊന്നൽ നല്കുന്നതെങ്കിലും ഒരു യുക്തിപരമായ സംവാദത്തിന് വലിയ സാദ്ധ്യതകളുണ്ട്. യാഥാർത്ഥ്യത്തെ നിർണ്ണയിക്കുകയെന്ന നിസ്സംശയമായും വിഷമകരമായ കാര്യം നമ്മെ വസ്തുനിഷ്ഠയാഥാർത്ഥ്യമില്ല എന്ന നിഗമനത്തിലേക്കു കൊണ്ടുപോകരുതെന്ന് അദ്ദേഹം പറയുന്നു. അധികാരികൾ നിഗൂഢവല്ക്കരണത്തെ പ്രോത്സാഹിപ്പിക്കുമ്പോൾ പുരോഗമനകാരികൾക്ക് യാഥാർത്ഥ്യം എന്താണെന്നതിനെപ്പറ്റി യുക്തിയുക്തമായ വിവരണങ്ങൾ നല്കാൻ കഴിയണം. ശാസ്ത്രത്തെ സാമൂഹികസ്വാധീനങ്ങളിൽനിന്നും പൂർണ്ണമായും ഒഴിവാക്കുന്ന പരമ്പരാഗത സമീപനങ്ങളെയും ശാസ്ത്രത്തെ സാമൂഹികശക്തികളുടെ ഇതര പ്രസ്താവനകളായി മാത്രം കാണുന്ന സാമൂഹികനിർമ്മിതിവാദത്തെയും ഒഴിവാക്കി കിച്ചറും ഹാക്കും മുന്നോട്ടുവയ്ക്കുന്ന ഒരു മദ്ധ്യനിലയോട് തനിക്കു പൂർണ്ണമായി യോജിപ്പാണെന്നും സോക്കൽ പറയുന്നുണ്ട്.

അമേരിക്കൻ ദാർശനികനായ പോൾ ബൊഗോസ്സിയൻ സോക്കൽ തട്ടിപ്പിനെക്കുറിച്ച് ഒരു ലേഖനം എഴുതുന്നുണ്ട്. ഉത്തരാധുനികരുടെ ആപേക്ഷികവാദപരമായ സമീപനങ്ങളെ ഇദ്ദേഹം വിമർശിക്കുന്നു. അമേരിക്കയിലെ ആദിവാസികളുടെ ഇടയിൽ ജീവന്റെ സൃഷ്ടിയെക്കുറിച്ചു നിലനില്ക്കുന്ന വിശ്വാസങ്ങൾക്കും പുരാവസ്തുശാസ്ത്രകാരന്മാരുടെ നിഗമനങ്ങൾക്കും ഒരേ സാധുത കല്പിക്കുന്ന ഉത്തരാധുനികരുടെ സമീപനത്തെക്കുറിച്ച് പറയുന്നു. തങ്ങളുടെ പൂർവ്വികർ ആത്മാക്കളുടെ ലോക

ത്തുനിന്നും വന്നതാണെന്ന് സുനി (Zuni) ജനത വിശ്വസിക്കുമ്പോൾ അവർ ഏഷ്യയിൽനിന്നും ഏതാണ്ട് പതിനായിരം വർഷങ്ങൾക്കുമുമ്പ് ബെറിങ് കടലിടുക്ക് കടന്നുവന്നവരാണെന്ന് ശാസ്ത്രകാരന്മാർ നിഗമിക്കുന്നു. ഈ രണ്ടു വാദങ്ങളും അതാതിന്റെ സൈദ്ധാന്തിക പരിപ്രേക്ഷ്യങ്ങളിൽ ശരിയാണെന്നാണ് ഉത്തരാധുനികർ പറയുന്നത്. ഉത്തരാധുനികരുടെ ആപേക്ഷികവാദം, ശാസ്ത്രസിദ്ധാന്തങ്ങളോടൊപ്പം ആദിവാസി ജനതയുടെ ഐതിഹ്യങ്ങളെയും വിശ്വാസങ്ങളെയും കൂടി വിജ്ഞാനത്തിന്റെ ഭാഗമായി കാണുന്നതിന്റെ ഉദാഹരണമാണിത്. യാഥാർത്ഥ്യത്തെക്കുറിച്ചുള്ള ഒരു വിശദീകരണവും അതിന്റെ നേർവിപരീതവും വ്യത്യസ്ത പരിപ്രേക്ഷ്യങ്ങളിൽ സത്യമാണെന്നു പറയുന്നതിനും ഉത്തരാധുനികർക്കു കഴിയും. ഈ നിലപാടനുസരിച്ച് ഉത്തരാധുനികതയും അതിനു നേർവിപരീതമായ സമീപനങ്ങളെ സ്വീകരിക്കുന്ന യഥാതഥവാദവും സത്യമായിരിക്കണം. ഉത്തരാധുനികർക്കുതന്നെ ഇക്കാര്യം സമ്മതിച്ചുതരാൻ കഴിയില്ലെന്ന് പോൾ ബൊഗോസിയൻ നിരീക്ഷിക്കുന്നു. ഭാഷയെക്കുറിച്ചും ചില കാര്യങ്ങൾ ബഗോസിയൻ പറയുന്നുണ്ട്. നാം ഉപയോഗിക്കുന്ന വാക്കുകൾ സാമൂഹികമായി നിർമ്മിക്കപ്പെട്ടതാണ്. അവ നമ്മുടെ കഴിവുകളുടെയും പരിമിതികളുടേയും താല്പര്യങ്ങളുടെയും അനിശ്ചിതമായ നിരവധി ഭാവങ്ങളെ ഉൾക്കൊള്ളുന്നുണ്ട്. എന്നാൽ, ഇത് വസ്തുനിഷ്ഠ യാഥാർത്ഥ്യത്തെ അറിയാനും രേഖപ്പെടുത്താനുമുള്ള കഴിവ് വാക്കുകൾക്കില്ലെന്ന് തെളിയിക്കുന്നില്ല. ഒരു വാക്കിന് അർത്ഥം കല്പിച്ചു നല്കിയാൽ, ഈ അർത്ഥത്തെ പുനരുല്പാദിപ്പിക്കാൻ ആ വാക്ക് ഉപയോഗിക്കാവുന്നതാണ്.

ശാസ്ത്രയുദ്ധങ്ങളും ശാസ്ത്രത്തെക്കുറിച്ചുള്ള അധിനിവേശാനന്തരപഠനങ്ങളും ശാസ്ത്രത്തിന്റെ ശുദ്ധിയെക്കുറിച്ചുള്ള വീക്ഷണങ്ങൾക്കു വലിയ പ്രഹരമേല്പിച്ചുവെന്നു പറയണം.

സത്താവാദവിരുദ്ധമായ ഭൗതികശാസ്ത്രത്തിനു വേണ്ടി

പ്രശസ്ത തത്ത്വചിന്തകനായ ദെലസിന്റെ ആധുനികശാസ്ത്രത്തെ കുറിച്ചുള്ള ചിന്തകളെ സംഗ്രഹിക്കാനാണ് ഈ ലേഖനത്തിലൂടെ ശ്രമിക്കുന്നത്. ദെലസ് ഒരു റിയലിസ്റ്റാണ്. യഥാതഥവാദിയായ തത്ത്വചിന്തകൻ. നമ്മുടെ നിത്യപരിചയത്തിൽ വരുന്ന വസ്തുക്കളോടൊപ്പം സൈദ്ധാന്തികമായി നിർമ്മിക്കപ്പെട്ട വസ്തുക്കൾക്കും – ഉദാഹരണത്തിന്, ഇലക്ട്രോണുകളും പ്രോട്ടോണുകളും – യഥാർത്ഥമായ അസ്തിത്വമുണ്ടെന്നു ദെലസ് കരുതുന്നു. ഇവയ്ക്കെല്ലാം മനുഷ്യമനസ്സിൽനിന്നും സ്വതന്ത്രമായ അസ്തിത്വമുണ്ട്. ദെലസ് ഭൗതികവാദപരമായ അതിഭൗതികവാദത്തെ സ്വീകരിക്കുന്നു. ഈ ചിന്തകന്റെ പരിഗണനയിൽ വരുന്ന വസ്തുക്കൾ ദ്രവ്യവുമായോ ഊർജ്ജവുമായോ ബന്ധങ്ങളില്ലാതെ അസ്തിത്വം അസാദ്ധ്യമായവയാണ്. ദെലസിന് അവയാണ് യഥാർത്ഥം.

സ്വയം സിദ്ധപ്രമാണങ്ങളെ സ്വീകരിക്കുകയും ഗണിതശാസ്ത്രത്തെ വിചിന്തനശാസ്ത്രത്തിലേക്കു ചുരുക്കിയെടുക്കുകയും ചെയ്യുന്ന പ്രവണതകൾ സത്താവാദപരമാണ്. സത്താവാദപര(Essentialist)മായ സങ്കല്പനങ്ങളോട് ദെലസ് യോജിക്കുന്നില്ല. ഒരു വസ്തു അനിവാര്യമായ ചില സത്തകൾകൊണ്ട് നിർവ്വചിക്കപ്പെടുന്നതാണെന്ന് ദെലെസ് കരുതുന്നില്ല. അതീതമായവയിൽ ഊന്നാതെ, യാഥാർത്ഥ്യത്തെ വിശദീകരിക്കാനാണ് ദെലെസ് ശ്രമിക്കുന്നത്. അതീതത്തോടു ഭവശാസ്ത്രപരമായ പ്രതിജ്ഞാബദ്ധത പുലർത്താത്ത ഗണങ്ങൾകൊണ്ട് അനിവാര്യമൂലകങ്ങളെ മാറ്റിത്തീർക്കണം. ചരിത്രവല്ക്കരണത്തിലൂടെ സങ്കല്പനങ്ങളിലെ അതീത സ്വഭാവത്തെ ഇല്ലാതാക്കാൻ കഴിയും. ഊർജ്ജവും ദ്രവ്യവും അന്തർല്ലീനമായിരിക്കുന്ന ഭൗതിക, ചലനപ്രക്രിയകളിലൂടെയും ഇതു സാദ്ധ്യമാകും. സത്താപരമായ ചിന്തകളിൽനിന്നും വിമോചിതമാകാനുള്ള

ശ്രമത്തിൽ, ഗണിതശാസ്ത്രത്തിലെ അവകലനം, ഗ്രൂപ്പു സിദ്ധാന്തം, പുതിയ ജ്യാമിതികൾ ഇവയെല്ലാം നമുക്കു സഹായകമാകുന്നതാണ്.

അതീതസങ്കല്പനങ്ങളെ സ്വീകരിക്കാത്ത യഥാതഥവാദം ഗണിതശാസ്ത്രം കൊണ്ട് എങ്ങനെ പ്രവർത്തിക്കുമെന്നറിയാൻ ഭൗതികശാസ്ത്രത്തിൽ അവകലനസമീകരണങ്ങൾ (Differential Equations) ഉപയോഗിക്കുന്ന രീതി മനസ്സിലാക്കിയാൽ മതിയാകും. ഏതെല്ലാം ഭൗതികരാശികളെയും ഘടകങ്ങളെയും ആശ്രയിച്ചാണ് ഒരു ഭൗതികവ്യവസ്ഥ പരിണാമത്തിനു വിധേയമാകുന്നതെന്നു ഗ്രഹിച്ചുകൊണ്ടു മാത്രമേ അതിന്റെ ഗണിതശാസ്ത്രമാതൃക നിർമ്മിക്കാനാവൂ. ഭൗതികവ്യവസ്ഥയുടെ മാതൃക അതിനു നിലനില്ക്കാൻ കഴിയുന്ന എല്ലാ അവസ്ഥകളെയും ഉൾക്കൊള്ളുന്നതായിരിക്കണം. ഈ സാദ്ധ്യതകളുടെ ഇടങ്ങളെ അവസ്ഥാസ്ഥലങ്ങളെ(State Spaces)ന്നു വിളിക്കാം. ഭൗതികവ്യവസ്ഥ സമയക്രമത്തിനനുസരിച്ച് മാറ്റത്തിനു വിധേയമാകുമ്പോൾ വ്യത്യസ്ത അവസ്ഥകൾ തുടർച്ചയുള്ള ബിന്ദുക്കളായി, വളഞ്ഞ രേഖകളായി, സഞ്ചാരപഥങ്ങളായി അവസ്ഥാസ്ഥലങ്ങളിൽ രേഖപ്പെടുന്നു. വ്യത്യസ്തങ്ങളായ സഞ്ചാരപഥങ്ങളുടെ ഗണം വ്യവസ്ഥയുടെ വ്യത്യസ്ത ചരിത്രങ്ങളെ ഉൾക്കൊള്ളുന്നുണ്ടെന്നു പറയാം. അവസ്ഥാസ്ഥലത്തെ ഓരോ ബിന്ദുവും വ്യത്യസ്തമായ സംഭാവ്യതകളുള്ളവയാണ്. ഭൗതികവ്യവസ്ഥ നിരന്തരം മാറിക്കൊണ്ടിരിക്കുന്നു. മാറ്റത്തിന്നനുസരിച്ച് അവസ്ഥാസ്ഥലത്തെ സഞ്ചാരപഥങ്ങളും മാറുന്നു, അവ അലഞ്ഞുതിരിയുന്നു. വ്യവസ്ഥയുടെ ആദ്യാവസ്ഥകൾ എന്തുമായിക്കൊള്ളട്ടെ, ദീർഘകാലം കൊണ്ട് അവയുടെ സംഭാവ്യതാചരിത്രങ്ങൾ ഒരു ഏകമാത്രബിന്ദുവിലേക്ക് എത്തിച്ചേരുന്നു. വിവിധ ഭൗതികവ്യവസ്ഥകളുടെ ഈ ഏകമാത്രബിന്ദുക്കൾ സാർവ്വലൗകികമാണെന്നത് അത്ഭുതജനകമായ സവിശേഷതയാണ്. ക്ലാസിക്കൽ ഭൗതികത്തിന്റെ എല്ലാ ശാഖകളുടെയും ഏകീകരണം പത്തൊമ്പതാം നൂറ്റാണ്ടിൽത്തന്നെ ഈ സാർവ്വലൗകികസ്വഭാവം കൊണ്ട് സാദ്ധ്യമാകുമായിരുന്നു. ഈ ഗണിതവല്ക്കരണത്തിലൂടെ ഭാഷോന്മുഖമായിരുന്ന ശാസ്ത്രത്തിന്റെ തത്ത്വചിന്ത അതിൽനിന്നും മുക്തമാകുകയാണ്. സിദ്ധാന്തങ്ങളുടെ ഘടനയെ നിശ്ചയിക്കുന്ന കാര്യത്തിൽ ഭാഷ ഇടപെടുന്നില്ല. ഭാഷയെയും വിചിന്തനശാസ്ത്രത്തെയും മാറ്റിനിർത്തുകയും ഗണിതത്തിലെ അവകലനസമീകരണങ്ങൾ ഉപയോഗിച്ച് കാര്യങ്ങൾ നിർവ്വഹിക്കുകയും ചെയ്യുന്നു.

ഒരു ഭൗതികവ്യവസ്ഥയിൽ നടത്തുന്ന പരീക്ഷണങ്ങളിലൂടെ അവസ്ഥാസ്ഥലങ്ങളിലെ രേഖകൾ വരയ്ക്കുന്നതാണ് ആദ്യപടി. തുടർന്ന്, ഗണിതശാസ്ത്രമാതൃകയുടെ അടിസ്ഥാനത്തിൽ അവസ്ഥാസ്ഥലങ്ങളിലെ സഞ്ചാരപഥങ്ങൾ വരയ്ക്കുക. പരീക്ഷണശാലയിൽ ഉപയോഗിച്ച ആദ്യാവസ്ഥകൾ(Initial Conditions) തന്നെ ഗണിതശാസ്ത്രമാതൃകയ്ക്കും നല്കണം. വരച്ചു കിട്ടിയ രണ്ടു സഞ്ചാരപഥങ്ങളും ജ്യാമിതീയമായ സാദൃശ്യങ്ങൾ കാണിക്കുന്നുവെങ്കിൽ മാതൃക ശരിയായി പ്രവർത്തിക്കുന്നു

വെന്നാണർത്ഥം. ഇപ്പോൾ, വ്യവസ്ഥയുടെ കമ്പ്യൂട്ടർ പ്രോഗ്രാമുകൾ നിർമ്മിക്കാനും അവയെ സിമുലേഷനുകളായി പ്രവർത്തിപ്പിക്കാനും കഴിയുന്നുണ്ട്. ഗണിതശാസ്ത്രമാതൃകകൾക്ക് സഞ്ചാരപഥങ്ങളെ സൃഷ്ടിക്കാനുള്ള ശേഷിയുണ്ട്. ഒരു വ്യവസ്ഥയെ മനസ്സിലാക്കുമ്പോൾ നമ്മുടെ കാഴ്ചയിൽ വരാത്ത സാഹചര്യങ്ങളിൽ അവ എങ്ങനെയാണെന്നു കൂടി അറിയണം. വ്യവസ്ഥാസ്ഥലങ്ങളിലെ ബിന്ദുക്കളെ നിശ്ചയിക്കുന്ന സാദ്ധ്യതകൾ നമ്മുടെ മനസ്സുകളിൽനിന്നും സ്വതന്ത്രമാണെന്ന് ദെലസ് കരുതുന്നില്ല. വ്യവസ്ഥാസ്ഥലങ്ങളുടെ ഘടന മാത്രമാണ് യാഥാർത്ഥ്യ സംബന്ധിയായിട്ടുള്ളത്. മാതൃകകളിലെ ക്രമങ്ങളെയും ആയിത്തീരലിന്റെ അന്തർല്ലീനമായ രീതികളെയും കുറിച്ചറിയാൻ ദെലെസ് അയഥാർത്ഥ യാഥാർത്ഥ്യ(virtuality)ത്തെ കുറിച്ചു പറയുന്നു. അയഥാർത്ഥയാഥാർത്ഥ്യം (virtuality) യഥാർത്ഥ (real)മാണ്, സാക്ഷാൽക്കൃത(actual) മല്ല.

ദെലെസിന്റെ ശാസ്ത്രദർശനത്തെ കുറിച്ച് മാനുവൽ ദെളന്ദ നടത്തുന്ന വായനകൾ സവിശേഷമായ ഉൾക്കാഴ്ചകൾ നല്കുന്നതാണ്. ദെലെസിന്റെ യഥാതഥഭവശാസ്ത്രം മൂന്നു വ്യത്യസ്ത മാനങ്ങളിലുള്ളതാണെന്ന് ദെളന്ദ പറയുന്നു. അയഥാർത്ഥയഥാർത്ഥം(virtual), തീവ്രം (Inensive), സാക്ഷാൽക്കൃതം (actual) എന്നിവയാണവ. രാജകീയ ശാസ്ത്രം (Royal Science – സ്വയംസിദ്ധപ്രമാണങ്ങളിൽ ആരംഭിക്കുന്ന ഗണിതശാസ്ത്രത്തെ രാജകീയശാസ്ത്രത്തിന് ഉദാഹരണമായി കാണാം.) നഷ്ടപ്പെടുത്തുകയോ ഉപേക്ഷിക്കുകയോ ചെയ്യുന്നതിനെ തീവ്രശാസ്ത്രം (Inensive Science) തിരിച്ചെടുക്കുന്നു. ദെലെസിന്റെ ബഹുലതകളെ കുറിച്ചുള്ള സിദ്ധാന്തത്തിന്റെ ഭാഗമായ വ്യവകലിതനാനാത്വ (differential manifolds) ങ്ങളെക്കുറിച്ചുള്ള ഔപചാരിക സങ്കല്പനങ്ങൾ ദെളന്ദയുടെ പുനർനിർമ്മാണത്തിലൂടെ കൂടുതൽ തെളിമയുള്ളതായി. ദെളന്ദ രൂപപ്പെടുത്തിയ ബഹുലതകളുടെ സിദ്ധാന്തം യഥാതഥവാദത്തിന്റെ ഭവശാസ്ത്രത്തെ നന്നായി പ്രകാശിപ്പിക്കുന്നുണ്ടായിരുന്നു. ദെളന്ദ നിർവ്വഹിച്ച പുനർനിർമ്മാണത്തിൽ തത്ത്വചിന്തയിലെ ഗണിതശാസ്ത്രവസ്തുക്കൾ യഥാർത്ഥമായതിന്റെ ശരിപ്പകർപ്പുകളല്ല, ക്രമരഹിതമായ ചിന്തയുടെയും ഭാവനയുടെയും അമൂർത്ത സൃഷ്ടികളുമല്ല. ദെളന്ദയുടെ മാതൃകകളായി വരുന്ന വസ്തുക്കൾ അനശ്വരസത്തകളോ ഘടനകളോ ഉള്ളവയല്ലെന്നു സ്ഥാപിക്കാൻ അദ്ദേഹം ശ്രമിക്കുന്നുണ്ട്. മാതൃകവല്ക്കരണത്തിനു സ്വീകരിക്കപ്പെടുന്ന പ്രമാണങ്ങളിലൂടെ അവ സത്തകൾക്കു കീഴ്പ്പെടുന്നില്ല.

ദെലെസിന്റെ ഭവശാസ്ത്രത്തിൽ ബഹുലത എന്ന സംപ്രത്യയം വളരെ പ്രധാനമാണ്. വ്യവകലിതനാനാത്വ(differential manifolds)ങ്ങളെ കുറിച്ചുള്ള ഗൗസിന്റെയും റീമാന്റെയും ഗണിതശാസ്ത്രസിദ്ധാന്തങ്ങളിൽ നിന്നും ദെലെസിന്റെ ബഹുലത എന്ന സംപ്രത്യയത്തെ കണ്ടെത്താം. വ്യവസ്ഥകളുടെ ആന്തരികമായ പരിവർത്തനങ്ങളെ കാണിക്കുന്ന ഭൗതിക യാഥാർത്ഥ്യവല്ക്കരണങ്ങളുടെ ബഹുലരൂപങ്ങളെന്ന നിലയ്ക്കു ബഹു

ലതകളെ ഗ്രഹിക്കുന്നതിനെയാണ് ഇവിടെ ഉദ്ദേശിക്കുന്നത്. നിഗൂഢതലങ്ങളെ നിർവ്വചിക്കുന്ന ആകർഷക(attractor)ങ്ങളും സമമിതി തകരുന്ന വ്യതിചലന(bifurcation)ങ്ങളും മറ്റുമായി പരസ്പരം ബന്ധപ്പെടുന്ന കുടിക്കുഴഞ്ഞ സദിശബലക്ഷേത്ര(vector field)ങ്ങളുടെ ഗണമാണ് ബഹുലതയെന്ന് ദെളന്ദ ദെലെസിന്റെ സംപ്രത്യയത്തെ നിർവ്വചിക്കുന്നുണ്ട്. വളവുകളും പ്രതലങ്ങളും സ്ഥലങ്ങളായി രൂപപ്പെടുന്നതിനെക്കുറിച്ചാണ് ഗൗസിന്റെ വ്യവകലിതനാനാത്വ(differential manifolds)ങ്ങളെ കുറിച്ചുള്ള സിദ്ധാന്തം പറയുന്നത്. സ്ഥലത്തെ വളവുമായി ബന്ധിപ്പിക്കുന്ന സങ്കല്പനം ഐൻസ്റ്റൈന്റെ സാമാന്യ ആപേക്ഷികസിദ്ധാന്തത്തിൽ ഉപയോഗിക്കപ്പെടുന്നുണ്ട്. ആപേക്ഷികസിദ്ധാന്തത്തിന്റെ വിശദീകരണങ്ങളിൽ ഗോളത്തിന്റെ ഉപരിതലം അതിർത്തികളില്ലാത്ത വളഞ്ഞസ്ഥലമായി, നേർപ്രതലം വളച്ചെടുത്ത് രൂപപ്പെടുത്തിയതായി സങ്കല്പിക്കുന്നതു കാണാം. സ്ഥലത്തിൽ അന്തഃസ്ഥിതമായ അവകലനസമീകരണങ്ങൾ കൊണ്ട് ഈ വളഞ്ഞ പ്രതലങ്ങളെ സ്വഭാവവല്ക്കരിക്കാൻ കഴിയുമെന്ന് കാൾ ഗൗസ് പറയുന്നുണ്ട്. സമാന്തരരേഖകളെ കുറിച്ചുള്ള യൂക്ലിഡിന്റെ സ്വയംസിദ്ധപ്രമാണത്തെയും തിരശ്ചീനജ്യാമിതിയെയും ഉപേക്ഷിച്ചുകൊണ്ടാണ് ഗൗസിന്റെ നിർദ്ദേശങ്ങളും റീമാനിയൻ ജ്യാമിതിയും രൂപീകരിക്കപ്പെടുന്നത്. ഗൗസിന്റെ സിദ്ധാന്തത്തിൽ തെളിയുന്ന ജ്യാമിതീയ അന്തഃസ്ഥിതത്വ(Geometrical Immanenence)ത്തെ കുറിച്ചുള്ള ആശയം വളരെ പ്രധാനമാണെന്നു ദെളന്ദ സൂചിപ്പിക്കുന്നു. വളഞ്ഞ സ്ഥലങ്ങളെ കുറിച്ചുള്ള ഈ ആശയം വ്യവഹാരസ്ഥലങ്ങളിലേക്ക് വ്യാപിപ്പിക്കാവുന്നതാണ്. ദെലെസിന്റെ പദ്ധതികൾക്കു പൂരകമാകുന്ന വിധത്തിൽ, സത്താവാദത്തിന്റെ പിടിയിൽനിന്നും വിമുക്തമായ രൂപത്തിൽ ബഹുലതകളുടെ സിദ്ധാന്തത്തെ പുനർനിർമ്മിക്കാൻ ദെളന്ദയ്ക്കു കഴിയുന്നുണ്ട്. മിക്കവാറും സ്വയംസിദ്ധപ്രമാണങ്ങളുടെ അടിസ്ഥാനത്തിൽ നിർമ്മിക്കപ്പെടുന്ന ഗണിതശാസ്ത്രപ്രയോഗത്തിന്റെ മണ്ഡലത്തിൽ പോലും സത്താവിരുദ്ധമായ അവകാശവാദങ്ങൾ ഉന്നയിക്കാൻ കഴിയുന്ന സ്ഥിതിയാണ് സംജാതമായത്.

ദെലെസിന്റെ ഭവശാസ്ത്രത്തിൽ സാക്ഷാൽക്കൃതവസ്തുവോ പ്രതിഭാസമോ അവയുടെ യാഥാർത്ഥ്യത്തെ പൂർണ്ണമായും വെളിപ്പെടുത്തുന്നില്ല. അതിൽ സ്വത്വത്തിനെതിരെ വ്യത്യാസവും ഏകത്വത്തിനെതിരെ ബഹുലതകളും കടന്നുവരുന്നു. ശുദ്ധവ്യത്യാസമാണ് എല്ലാ വ്യത്യാസങ്ങളെയും രൂപപ്പെടുത്തുന്നതെന്ന് ദെലെസ് പറയും. ശുദ്ധവ്യത്യാസത്തെയാണ് അയഥാർത്ഥയഥാർത്ഥം (Virtual)എന്നു വിളിക്കുന്നത്. ഈ തത്ത്വചിന്തകന്റെ ഭവശാസ്ത്രത്തിലെ ഒരു മുഖ്യസംപ്രത്യയമാണിത്. സാദ്ധ്യതകളുടെ ഒരു മണ്ഡലം മാത്രമല്ല, അത് യാഥാർത്ഥ്യത്തിന്റെ മറ്റൊരു മാനമാണ്. നാം സംവദിക്കുന്ന സാക്ഷാൽകൃതലോകത്തെ രൂപീകരിക്കുന്ന വ്യത്യാസങ്ങളുടെ യഥാർത്ഥമണ്ഡലമാണത്. അയഥാർത്ഥ യാഥാർത്ഥ്യ(Virtual)ത്തിന്റെ സാക്ഷാത്ക്കാര പ്രക്രിയയെയാണ് വ്യവകലനം (differentiation) എന്നു വിളിക്കുക. വ്യത്യാസത്തെക്കുറിച്ചുള്ള ഈ സർഗ്ഗപരമായ ഭവശാസ്ത്രത്തിന്റെ രൂപീകരണത്തിൽ ശാസ്ത്രത്തിനു വലിയ പങ്കുണ്ട്.

വ്യവസ്ഥാസ്ഥലത്തിന്റെ പരോക്ഷഘടനമാത്രമേ മനസ്സിൽനിന്നും സ്വതന്ത്രമായി നില്ക്കുന്നതായി ദെലെസ് പരിഗണിക്കുന്നുള്ളൂ. വ്യവസ്ഥാസ്ഥലങ്ങൾ യൂക്ലീഡിയൻ സ്ഥലങ്ങളല്ല. അവ തീവ്രവേഗങ്ങളുടെയും മന്ദഗതിയുടെയുമെല്ലാം സദിശങ്ങൾ കൂടിയാണ്. വ്യവസ്ഥാസ്ഥലത്തിന്റെ പ്രവേഗദിശാക്ഷേത്ര(Velocity Vector Field)ത്തെക്കുറിച്ചു പറയേണ്ട സന്ദർഭമാണിത്. സഞ്ചാരപഥങ്ങൾ ആകർഷണകേന്ദ്രങ്ങളിലേക്കു നീങ്ങിക്കൊണ്ടിരിക്കുകയാണ്, അവ ആകർഷക(attractor)ങ്ങളിൽ എത്തിച്ചേരുന്നില്ല, അത് അനന്തം അകലെയാണ്. ഒരു ആകർഷണകേന്ദ്രത്തിന്റെ സ്വാധീനപരിധികൾ അവസ്ഥാസ്ഥലത്തിലുള്ള ബിന്ദുക്കളുടെ ഒരു ഉപഗണമാണ്. അവയും സാദ്ധ്യമായ അവസ്ഥകളെ സൂചിപ്പിക്കുന്നവയാണ്. എന്നാൽ, ആകർഷണകേന്ദ്രം ഒരു സാദ്ധ്യതാബിന്ദുവല്ല. എന്തുകൊണ്ടെന്നാൽ, അത് ഒരിക്കലും സാക്ഷാൽകൃതമാകുന്നില്ല. ആകർഷണകേന്ദ്രങ്ങളെ ഒരിക്കലും സാക്ഷാൽക്കരിക്കാൻ കഴിയില്ല. സഞ്ചാരപഥങ്ങൾ ഒരിക്കലും ആകർഷണകേന്ദ്രങ്ങളിൽ എത്തിച്ചേരുന്നില്ല. അങ്ങനെ, ആകർഷണകേന്ദ്രങ്ങൾ സാക്ഷാൽകൃതമാകാതിരിക്കുമ്പോഴും യഥാർത്ഥമാണ്. അതാണ് സഞ്ചാരപഥങ്ങൾക്ക് ആന്തരികമായ സന്തുലിതാവസ്ഥ നല്കുന്നത്. ആകർഷകങ്ങൾ വ്യവസ്ഥയുടെ ദീർഘകാലപ്രവണതകളെയാണ് സൂചിപ്പിക്കുന്നത്. അത് സാദ്ധ്യമായ സ്ഥിതിയെ സൂചിപ്പിക്കുന്നില്ല. യാദൃച്ഛികതകൾക്കും അനിവാര്യതകൾക്കും അപ്പുറം ഒരു പുതിയ ഭൗതിക സാമ്പ്രദായികക്രമത്തെ ആവശ്യപ്പെടുന്ന സന്ദർഭമാണിത്. അതിന്റെ പ്രഭാവങ്ങളിൽ യഥാർത്ഥവും എന്നാൽ ഒരിക്കലും സാക്ഷാൽകൃതവുമാകാത്ത ആകർഷകങ്ങളുടെ, ഏകമാത്രബിന്ദുക്കളുടെ ഇരട്ടപ്പദവിയെ വിശദീകരിക്കുന്നതിന് ഇത് ആവശ്യമാണ്. ദെലെസ് അയഥാർത്ഥയാഥാർത്ഥ്യ (virtuality)മെന്ന സങ്കല്പനത്തിലൂടെ നേടിയെടുക്കുന്നത് അതാണ്. ഭൗതികശാസ്ത്രത്തിലെ പ്രശ്നങ്ങൾക്ക് അവയുടെ നിർദ്ധാരണമൂല്യങ്ങളിൽനിന്നും സ്വതന്ത്രമായി വസ്തുനിഷ്ഠത ഉണ്ടെന്നതിന്റെ തെളിവാണിത്. ഭൗതികശാസ്ത്രത്തിലെ പ്രശ്നങ്ങൾക്ക് നിർദ്ധാരണമൂല്യങ്ങളിൽ നിന്നും സ്വതന്ത്രമായ സ്വേച്ഛാസ്വഭാവം ഉണ്ടെന്നതിന്റെ സൂചനയാണിത്. മാത്രമല്ല, അസ്സൽ ഗണങ്ങളോടൊപ്പം ഉപഗണങ്ങൾക്കുള്ള സാദ്ധ്യതകൾ കൂടി നിലനില്ക്കുന്നതുകൊണ്ട് പ്രശ്നങ്ങൾ കൂടുതൽ മെച്ചപ്പെട്ട രീതിയിൽ നിർവ്വചിക്കാൻ കഴിയുന്നു. ദെലെസിനെ സംബന്ധിച്ചിടത്തോളം ഭൗതികശാസ്ത്രത്തിലെ പ്രശ്നങ്ങളെ രേഖപ്പെടുത്തുന്നതിന് ഗണിതശാസ്ത്രത്തിന് വ്യത്യസ്തമായ നിരവധി മാർഗ്ഗങ്ങളുണ്ട്. ശാസ്ത്രത്തിന്റെ ഭാഷേതരമായ ഉള്ളടക്കത്തിന്റെ ഭാഗമാണിത്. ശാസ്ത്രത്തിന്റെ ദർശനത്തിന്നാവശ്യമായ വളരെ പ്രധാനപ്പെട്ട ഉൾക്കാഴ്ചയാണിത്. ഇതിന്റെ അനന്തരഫലങ്ങൾ ശാസ്ത്രത്തിൽ മാത്രം ഒതുങ്ങിനില്ക്കുന്നില്ല.

വ്യതിചലിതങ്ങൾ (Bifurcations)എന്നു വിളിക്കാവുന്ന ഗണിതശാസ്ത്രപ്രതിഭാസങ്ങളിൽ, ആകർഷകകേന്ദ്രങ്ങളുടെ വിതരണം ഒരേ രൂപത്തിലല്ല. ചിലപ്പോൾ ആകർഷകങ്ങളുടെ എണ്ണമാണ് വ്യത്യാസപ്പെടുന്നത്. ചില സന്ദർഭങ്ങളിൽ അവയുടെ പ്രകൃതമാണ് മാറുന്നത്. ബിന്ദു ആകർഷക(Point Attractors)ങ്ങൾ രേഖ ആകർഷക(Line Attractors)ങ്ങളായി മാറുന്നു. ഹോഫ് വ്യതിചലിതങ്ങൾ (Hopf bifurcations) ഇങ്ങനെയാണ് പെരുമാറുന്നത്. സമയബന്ധിതമായ ആകർഷകങ്ങൾ ക്രമരഹിത (Chaotic) മായ ആകർഷകങ്ങളായി മാറുന്നു. ഫെയ്ൻബാം വ്യതിചലിതങ്ങൾ(Feignbaum bifurcations)ഇങ്ങനെയാണ് രൂപം കൊള്ളുന്നത്. വ്യവസ്ഥാസ്ഥലങ്ങളിലെ സദിശബലക്ഷേത്രങ്ങളിൽ നടക്കുന്ന ഗണിതശാസ്ത്രസംഭവങ്ങളാണിവ. ഗണിതശാസ്ത്രസമീകരണങ്ങളിലെ ചില ഘടകങ്ങൾക്കു വരുത്തുന്ന ചെറിയ വ്യതിയാനങ്ങൾ, ആദ്യാവസ്ഥകളിലുണ്ടാകുന്ന ചെറിയ വ്യത്യാസങ്ങൾ ഇവയെല്ലാം വലിയ വ്യതിചലനങ്ങൾക്കു കാരണമാകുന്നു. സമമിതിയുടെ നാശം വ്യതിചലിതമായ അവസ്ഥകൾക്കു കാരണമാകുന്നു. സ്ഥിതാവസ്ഥകൾ, കാലികമായി മാറുന്ന അവസ്ഥകൾ, ക്രമരഹിതമായ അവസ്ഥകൾ എന്നിങ്ങനെ പ്രശ്നങ്ങളുടെ നിർദ്ധാരണമൂല്യങ്ങൾ മാറി മാറി വരുന്നു. അവസ്ഥാസ്ഥലങ്ങളിലെ സഞ്ചാരപഥങ്ങൾ ഭൗതികവ്യവസ്ഥയുടെ അവസ്ഥകളുടെ പരിണാമത്തെക്കുറിച്ചുള്ള ചിത്രം തുടർച്ചയായ അളവുകളിലൂടെ സാദ്ധ്യമാക്കുന്നതുപോലെ, തുടർച്ചയുള്ള ഗണിതശാസ്ത്രസംഭവങ്ങൾക്ക് ഭൗതികസംഭവങ്ങളെ രേഖപ്പെടുത്താൻ കഴിയുമെന്ന അടിസ്ഥാനധാരണയാണ് ഇവിടെ പ്രവർത്തനക്ഷമമാകുന്നത്. സഞ്ചാരപഥങ്ങളുടെ കാര്യത്തിൽ മാറ്റങ്ങൾ അളവുപരമായി രേഖപ്പെടുമ്പോൾ വ്യതിചലിതങ്ങളുടെ കാര്യത്തിൽ അത് ഗുണപരമായി രേഖപ്പെടുന്നു. ഗുണപരമായ പ്രക്രിയകൾ അളവുപരമായ പ്രക്രിയകളെ അപേക്ഷിച്ച് കൂടുതൽ അടിസ്ഥാനപരമാണ്. അളവുപരമായത് ഗുണപരമായതിന്റെ പ്രത്യേക അവസ്ഥകൾ മാത്രമാണ്. അളവുപരമായതിന്റെയും ഗുണപരമായതിന്റെയും ഇടയിലെ കണ്ണി ഭൗതിക യാഥാർത്ഥ്യത്തിന്റെ രൂപീകരണത്തിൽ പ്രധാനമാകുന്നതായി ദെലെസ് കാണുന്നു.

സാദ്ധ്യതാസ്ഥലങ്ങളിലെ പരോക്ഷഘടനകളുടെ വ്യതിചലിതമായ യഥാതഥവല്ക്കരണങ്ങളെ ദെലെസ് വളരെ പ്രാധാന്യത്തോടെയാണ് കണ്ടത്. പ്ലാറ്റോണിക് സത്തകളെ വശാസ്ത്രത്തിലേക്ക് കൊണ്ടുവരുന്നതിന് ദെലെസ് എതിരാണ്. ഗോളാകൃതിയെയും സമചതുരാകൃതിയെയും പോലുള്ള നിർണ്ണയവാദപരമായ രൂപങ്ങൾക്കു പകരം ക്രമരഹിതമായ വ്യതിചലിതങ്ങളെയാണ് ദെലെസിന്റെ ചിന്ത സ്വീകരിക്കുന്നത്. അതീതസങ്കല്പനങ്ങൾക്കെതിരായ സമീപനമാണിത്. പൊട്ടിപ്പിരിയുകയും വേർപിരിയുകയും കൂടിച്ചേരുകയും ഒക്കെ ചെയ്യുന്ന അവയുടെ അയഥാർത്ഥയഥാർത്ഥഘടന(Virtual Structure) തന്നെ ദെലെസ് സത്തകളെ തന്റെ ഭവശാസ്ത്രത്തിലേക്കു പ്രവേശിപ്പിച്ചിട്ടില്ലെന്നതിന്റെ തെളിവാണ്.

ഗോളരൂപങ്ങളോ വൃത്തങ്ങളോ പോലെ സത്തയെ ആവാഹിച്ചുകൊണ്ടു വരുന്ന ജ്യാമിതീയരൂപങ്ങൾക്കു പകരം ഫെയ്ൻബാം വ്യതിചലിതങ്ങളെയും ഹോഫ് വ്യതിചലിതങ്ങളെയും വളരെ ക്രമരഹിതമായ അവസ്ഥകളെയും ഒക്കെ സാദ്ധ്യമാക്കുന്ന രൂപങ്ങളാണ് വ്യവസ്ഥാസ്ഥലങ്ങളിൽ ദൃശ്യമാകുന്നത്. മാറ്റമില്ലായ്മയെക്കുറിച്ചു നാം പറയുന്നുവെങ്കിൽ, അത് അനശ്വരമായ സത്തയെക്കുറിച്ചുള്ള സൂചനകളെ ഉൾവഹിക്കുന്നതാകുമല്ലോ? സ്വയംസിദ്ധപ്രമാണങ്ങളുടെ ഉറച്ച അടിസ്ഥാനങ്ങളെകുറിച്ചുള്ള സമീപനത്തിൽ നിന്നും വ്യത്യസ്തമായി ജ്യാമിതിയുടെ പ്രശ്നവൽക്കൃതമായ സങ്കല്പനങ്ങളിലാണ് ദെലെസിന്റെ സമീപനം നില്ക്കുന്നത്. സത്താവാദത്തിന്റെ ദാർശനികനിലപാടിനെ പിന്തുടരുന്ന സ്വയംസിദ്ധപ്രമാണങ്ങളുടെ ഗണിതശാസ്ത്രപദ്ധതിക്കു പകരം അതിൽനിന്നും വിടുതൽ നേടുന്ന ഒരു ബദൽ പദ്ധതിയെ ദെലെസ് സ്ഥാപിക്കാൻ ശ്രമിക്കുന്നു. നിർദ്ധാരണങ്ങൾ ഭാഷേതരമാണോ ഭാഷയിലൂടെ രേഖപ്പെടുന്നതാണോ എന്നീ പ്രശ്നങ്ങൾക്കപ്പുറത്ത് ഉത്തരങ്ങളെ ചോദ്യങ്ങൾക്കു കീഴ്പ്പെടുത്തുന്ന സമീപനമാണ് ഇവിടെ പ്രശ്നവല്ക്കരിക്കപ്പെടുന്നത്. ചോദ്യങ്ങളെയും ഉത്തരങ്ങളെയുംക്കുറിച്ചുള്ള പരമ്പരാഗതസമീപനത്തെ തിരിച്ചിടുകയാണ്.

ഉത്തരങ്ങളിൽനിന്നും ആരംഭിച്ച് നമുക്ക് ചോദ്യങ്ങളിലെത്തിച്ചേരാൻ കഴിയുമോ? നമ്മുടെ ഇപ്പോഴത്തെ ചിന്താരീതികളെ മറിച്ചിടുന്ന, മുൻഗണനാക്രമങ്ങളെ തിരിച്ചിടുന്ന ഒരു രീതി സാദ്ധ്യമാണോ? ശാസ്ത്രത്തിന്റെ ചരിത്രത്തിൽ നിന്നും ലളിതമായ ഒരു ഉദാഹരണം പറയാം. മാക്സ്പ്ലാങ്കിന്റെ ക്വാണ്ടം സങ്കല്പനങ്ങൾ രൂപം കൊള്ളുന്നതു തന്നെ അങ്ങനെയാണ്. കറുത്ത പ്രതലങ്ങളിൽനിന്നുള്ള വികിരണങ്ങളെക്കുറിച്ചുള്ള വർണ്ണരാജിയെ വിശദീകരിക്കുന്നതിന് റാലേ-ജീൺ സിദ്ധാന്തവും വീൺ സിദ്ധാന്തവും പരാജയപ്പെടുന്നു. ഊർജ്ജപ്രവാഹത്തിന്റെ തുടർച്ചകളെ കുറിച്ചു പറയുന്ന ക്ലാസിക്കൽ സങ്കല്പനങ്ങളിലാണ് ഇവ നിലയുറപ്പിച്ചിരുന്നത്. പ്രകൃതി കാണിക്കുന്ന വികിരണ വർണ്ണരാജി നിരീക്ഷണങ്ങളിലൂടെ ലഭ്യമായിരുന്നു. റാലേയും ജീനും ചേർന്നു രൂപീകരിച്ച സമീകരണം നല്കുന്ന വർണ്ണരാജി ഉയർന്ന ആവൃത്തികളിൽ പ്രകൃതിചിത്രത്തോട് യോജിക്കുന്നുണ്ടായിരുന്നില്ല. ഉയർന്ന ആവൃത്തികളിൽ ഊർജ്ജസാന്ദ്രത അനന്തമായി മാറുന്ന ദുരന്തത്തെയാണ് അത് പ്രവചിച്ചത്. വീനിന്റെ നിയമമാകട്ടെ, താഴ്ന്ന ആവൃത്തികളിലും പ്രവർത്തനക്ഷമമായിരുന്നില്ല. പ്രകൃതിചിത്രത്തിനു യോജിക്കുന്ന ഒരു ഗണിതശാസ്ത്രസമീകരണം എഴുതുകയാണ് മാക്സ്പ്ലാങ്ക് ചെയ്തത്. വർണ്ണരാജിയെ വിശദീകരിക്കാൻ കഴിയുന്ന സ്വയംസിദ്ധപ്രമാണങ്ങളെയോ അടിസ്ഥാനസങ്കല്പനങ്ങളെയോ അന്വേഷിക്കുന്നതിനു പകരം ഗണിതശാസ്ത്രത്തിൽ വിശ്വാസമർപ്പിക്കുകയും പ്രയോഗങ്ങളിലൂടെയും പരീക്ഷണങ്ങളിലൂടെയും അനുഭവങ്ങളിലൂടെയും ശാസ്ത്രജ്ഞന്മാർ സ്വായത്തമാക്കിയിരുന്ന പ്രകൃതിചിത്രത്തെ ഗണിതവല്ക്കരിക്കുകയുമാണ് പ്ലാങ്ക്

ചെയ്തത്. തനിക്കു ലഭിച്ച ഗണിതശാസ്ത്രസമീകരണം, അഥവാ പ്രകൃതിചിത്രത്തിന്റെ ഗണിതവിവർത്തനം ശരിയാകണമെങ്കിൽ, ഊർജ്ജത്തിന്റെ പ്രവാഹവും ഉത്സർജ്ജനവും ആഗിരണവുമെല്ലാം തുടർച്ചയുള്ള പ്രക്രിയകളാകണമെന്ന സങ്കല്പനത്തെ ഉപേക്ഷിക്കണമെന്നും അവ ഇടർച്ചയുള്ള പ്രക്രിയകളാണെന്നു സങ്കല്പിക്കണമെന്നും പ്ലാങ്ക് കണ്ടെത്തുന്നു. ക്വാണ്ടം സിദ്ധാന്തം ഇങ്ങനെയാണ് ഉദ്ഘാടനം ചെയ്യപ്പെട്ടത്. മാക്സ്പ്ലാങ്കിന്റെ പ്രവർത്തനത്തെ തോമസ് കുൺ പകുതി പരിഹാസത്തോടെയാണ് ("curve fitting formula")കണ്ടതെങ്കിലും ദെലെസിന്റെ ദർശനത്തിന്റെ അടിസ്ഥാനത്തിൽ പ്ലാങ്കിന്റെ രീതിശാസ്ത്രത്തിന്റെ പ്രാധാന്യം വെളിവാകുന്നുണ്ട്. പ്രയോഗങ്ങളിൽനിന്നും ആരംഭിക്കുക, ഗണിതവല്ക്കരിക്കുക, സങ്കല്പനങ്ങളെയും സംപ്രത്യയങ്ങളെയും രൂപീകരിക്കുക. ശാസ്ത്രത്തിന് ഇങ്ങനെയൊരു പ്രവർത്തനരീതിശാസ്ത്രം സാദ്ധ്യമാണ്. അത് വസ്തുനിഷ്ഠതയെ എത്തിപ്പിടിക്കുന്നതിന് സഹായകമാണ്.

ശാസ്ത്രവും ദർശനവും കലയും സാഹിത്യവുമെല്ലാം കൂടിച്ചേരുന്ന ഇടങ്ങളെ ദെലെസ് കാണുന്നുണ്ട്. ഇവയോരോന്നിനും വ്യത്യസ്ത രീതികളുള്ളപ്പോഴും ഇവയുടെ കഴിവുകൾ കൂടിച്ചേരുകയും പരസ്പരം പ്രതിപ്രവർത്തിക്കുകയും ചെയ്യുന്നത് ആവശ്യമായിരിക്കുന്നുവെന്ന് ദെലെസ് കാണുന്നുണ്ട്. ഇത് ധനാത്മകമായ കാര്യങ്ങളെ നിർവ്വഹിക്കുന്നതിന് ഉതകുന്നതാണ്. തത്ത്വചിന്തയിലെ സംപ്രത്യയങ്ങളുടെ രൂപീകരണത്തെ സഹായിക്കുന്നതിനു ശാസ്ത്രചിന്തയ്ക്കു കഴിഞ്ഞേക്കാം. തത്ത്വചിന്തയിലെ സംപ്രത്യയങ്ങൾ ശാസ്ത്രത്തിന്റെ പ്രവർത്തനത്തെയും രീതിശാസ്ത്രത്തെയും വിശദീകരിക്കുന്നതിനു സഹായകമായേക്കാം. ലോകത്തെ സ്ഥിതമായി കാണുന്ന പ്രവണതകളെ അലോസരപ്പെടുത്തുകയും നിഷേധിക്കുകയും ചെയ്യുന്ന ബഹുലതകളുടെ(multiplicities) ലോകങ്ങളെ ദെലെസ് കണ്ടെത്തുന്നു. ബഹുലതകളെ കുറിച്ച് സർഗ്ഗപരമായ ഭവശാസ്ത്രം നിർമ്മിക്കുന്ന ദെലെസ് തന്റെ പ്രവർത്തനങ്ങളിൽ ശാസ്ത്രത്തിന് പ്രധാനസ്ഥാനം നല്കി അനുയോജീകരിക്കുന്നുമുണ്ട്. ശാസ്ത്രത്തിലെ ആശയങ്ങൾ തത്ത്വചിന്തയുടെ ദൗത്യവുമായി അനുനാദത്തിലാകുകയും നമ്മുടെ സ്ഥിതവും സാധാരണവും വ്യവസ്ഥാപിതവുമായ ചിന്താരീതികളെ അലോസരപ്പെടുത്തുകയും ചെയ്യും. ക്വാണ്ടം ബലക്ഷേത്രസിദ്ധാന്തങ്ങളിൽ ഉപയോഗിക്കുന്ന വിർചൽ എന്ന ആശയത്തെ ദെലെസ് സ്വീകരിക്കുന്നത് ഇങ്ങനെയാണ്. ഗണിതശാസ്ത്രത്തിലെ റിമാനിയൻ സ്ഥലസങ്കല്പനങ്ങളെ ചലച്ചിത്രത്തിന്റെ വ്യാഖ്യാനത്തിന് അദ്ദേഹം ഉപയോഗിക്കുന്നത് ശാസ്ത്രത്തിലെ ചിന്തയെ കലയിൽ ഉപയോഗിക്കുന്നതിന്റെ ഉദാഹരണമാണ്. യൂക്ലീഡിയൻ സ്ഥലസങ്കല്പനങ്ങൾക്കും അരിസ്റ്റോട്ടിലിന്റെ കാലസങ്കല്പനങ്ങൾക്കും ന്യൂട്ടന്റെ ഭൗതികശാസ്ത്രത്തിനും സമാന്തരമായി ഒരു ദാർശനികവ്യവസ്ഥയെ കാന്റ് രൂപപ്പെടുത്തിയതുപോലെ നേർരേഖീയമല്ലാത്ത ബലതന്ത്രത്തിനും തുടർച്ചാരഹിതവും ശകലീകരിക്കപ്പെട്ടതുമായ സ്ഥലസങ്കല്പനങ്ങൾക്കും മട

ക്കിയെടുക്കാവുന്ന കാലത്തിനും യോജിച്ച ഒരു ദാർശനികവ്യവസ്ഥയെ സൃഷ്ടിക്കുകയാണ് ദെലെസ് ചെയ്തതെന്നു കരുതുന്നവരുണ്ട്. അദ്ദേഹം പുതിയ ഭൗതികവാദത്തിനു രൂപം നല്കുകയായിരുന്നുവത്രെ! ദ്രവ്യത്തെ പിണ്ഡമെന്നു കരുതുന്നതിനേക്കാൾ നല്ലത് ഊർജ്ജമെന്നു കരുതുന്നതാണെന്ന് വിചാരിക്കുന്ന ഈ ചിന്തകൻ, ഈ വീക്ഷണത്തിലൂടെ ദ്രവ്യത്തിന്റെ സർഗ്ഗശേഷികളിൽ ഊന്നുന്നു. ദ്രവ്യം തുടർച്ചയായ മാറ്റത്തിന്റെയും വ്യതിചലനങ്ങളുടെയും അവസ്ഥയിലാണെന്നതിലാണ് ദെലെസിന്റെ ഊന്നൽ.

ലോകവുമായുള്ള നമ്മുടെ ബന്ധം ചലനാത്മകമാണ്. ലോകം നിരന്തരം മാറിക്കൊണ്ടിരിക്കുന്നതുകൊണ്ടു മാത്രമല്ല, ലോകത്തെക്കുറിച്ചുള്ള നമ്മുടെ ആശയങ്ങൾ മാറിക്കൊണ്ടിരിക്കുന്നുവെന്നതുകൊണ്ടു മാത്രമല്ല, ജീവിതം തന്നെയും നിരന്തരം മാറുകയും പുനഃസൃഷ്ടിക്കപ്പെടുകയും ചെയ്തുകൊണ്ടിരിക്കുകയാണ്. സ്ഥിതമായിരിക്കുന്ന എന്തിന്റെയോ മാറിത്തീരലായിട്ടാണ് ഇതിനെ നാം കാണുന്നത്. ഇത് ശരിയല്ല. ഇതിനെതിരെ ദെലെസ് ചിന്തിക്കുന്നു - നാം ചലനത്തിൽ നിന്നാണ് ആരംഭിക്കുന്നത്. മാറുകയും ആയിത്തീരുകയും ചെയ്യുന്ന പ്രവണതകളെയാണ് നാം അഭിമുഖീകരിക്കുന്നത്. ആയിത്തീരലിന്റെ ചലനതലമായി നാം ലോകത്തെ കാണുന്നു. പ്രതിനിധാനം ചെയ്യപ്പെടേണ്ട വസ്തുവായി, വിഷയമായി നാം ലോകത്തെ കാണുന്നില്ല. നമ്മുടെ ചിന്ത ലോകത്തെ പ്രതിനിധാനം ചെയ്യുന്നതാണെന്ന രീതിയിൽ, ലോകത്തിൽനിന്നും മാറിനില്ക്കുന്ന മറ്റൊന്നായി നാം കാണുന്നില്ല. ചിന്ത ലോകത്തിന്റെ ചലനത്തിന്റെയും ഒഴുക്കിന്റെയും ഭാഗമാണ്. ചിന്തിക്കുകയെന്നാൽ ജീവിതത്തെ പ്രതിനിധാനം ചെയ്യുകയെന്നല്ല, ജീവിതത്തിൽ പ്രവർത്തിക്കുകയും പരിവർത്തിപ്പിക്കുകയുമെന്നാണ്. അതീതത്തിനെതിരെ അന്തർല്ലീനതയെ മുന്നോട്ടു വയ്ക്കുകയാണ് ദെലെസ് ചെയ്യുന്നത്. അതീതം ബാഹ്യമായിട്ടുള്ളതിനെക്കുറിച്ചു പറയുന്നു. എന്നാൽ, അന്തർല്ലീനമായിരിക്കുന്നതിൽ ബാഹ്യമായ മറ്റൊന്നുമില്ല. അതീതത്തെ കുറിച്ചു പറയാതെ, ദൈവത്തെ കുറിച്ചു പറയാതെ ദെലെസ് ജീവിതത്തിന്റെ അന്തർല്ലീനതയെക്കുറിച്ചു പറയുന്നു.

ഗണസിദ്ധാന്തം ഭവശാസ്ത്രമാകുന്നു

ഒന്നാണോ പലതാണോ എന്ന പ്രശ്നം; ഏകത്തിനാണോ അനേകത്തിനാണോ മുൻഗണനയെന്ന പ്രശ്നം, പ്ലാറ്റോയുടെ അതിഭൗതികത്തിന്റെയും ഭവശാസ്ത്രത്തിന്റെയും ജ്ഞാനശാസ്ത്രത്തിന്റെയും കേന്ദ്രപ്രശ്നമായിരുന്നു. പ്ലാറ്റോയുടെ മുൻഗാമിയായിരുന്ന പാർമെനിഡസ് കരുതിയിരുന്നത്, യാഥാർത്ഥ്യം കാലാതീതവും മാറ്റമില്ലാത്തതും ഇന്ദ്രിയാനുഭവങ്ങൾ കൊണ്ടു സംവദിക്കാൻ കഴിയാത്തതുമാണെന്നാണ്. പാർമെനിഡസിന്റെ ശിഷ്യനായ സിനോ രൂപീകരിച്ച പ്രസിദ്ധമായ പൂർവ്വാപര വൈരുദ്ധ്യങ്ങൾ (Paradoxes) ഇന്ദ്രിയാനുഭവങ്ങൾ മിഥ്യയാണെന്നു തെളിയിക്കാനുള്ള ശ്രമങ്ങളുടെ ഭാഗമായിരുന്നല്ലോ? കാരണയുക്തിയും ശുദ്ധചിന്തയും കൊണ്ടു ആർജ്ജിക്കുന്ന യഥാർത്ഥജ്ഞാനവും മാറിക്കൊണ്ടിരിക്കുന്ന ഇന്ദ്രിയാനുഭവങ്ങൾക്കു തുല്യമായ സമവായവിശ്വാസങ്ങളും കേവലാഭിപ്രായങ്ങളും തമ്മിലുള്ള വിടവ് പ്ലാറ്റോണിക് ചിന്തയിൽ ദൃശ്യമാണ്. സ്ഥിതമായതിനെക്കുറിച്ചുള്ള, സത്തയെക്കുറിച്ചുള്ള, ഏകത്വത്തെക്കുറിച്ചുള്ള പ്ലാറ്റോണിക് ചിന്തയെ പില്ക്കാല ചിന്തകന്മാരും പങ്കുവയ്ക്കുന്നുണ്ട്. ലെബനിത്സിൽ ഇതു കണ്ടെത്താം, ആധുനികകാലചിന്തകനായ ക്വിനിലും ഇതു കാണാം.

അതിഭൗതികവും ഭവശാസ്ത്രവും അഭിമുഖീകരിച്ച പ്രശ്നത്തെ, അനേകത്തിനു പകരം ഏകത്വത്തെ സ്വീകരിച്ചുകൊണ്ട് ദാർശനികമായി പരിഹരിക്കാൻ പ്ലാറ്റോക്കു കഴിഞ്ഞതായി അലെയ്ൻ ബാദിയു കാണുന്നില്ല. പ്ലാറ്റോയെപ്പോലെതന്നെ ഭവശാസ്ത്രത്തെ സത്യാന്വേഷണത്തിന്റെ തുടക്കമായും ഗണിതശാസ്ത്രത്തെ ഭവശാസ്ത്രമായും സ്വീകരിക്കുന്ന ബാദിയു ഏകത്വവും ബഹുലതയും തമ്മിലുള്ള പ്ലാറ്റോണിക് പ്രശ്നത്തെ തത്ത്വചിന്ത കടന്നുചെല്ലേണ്ട പ്രശ്നങ്ങളിലേക്കുള്ള സവിശേഷമായ വാതിലായിട്ടാണ് കണ്ടത്. ഉണ്മയെ ഏകത്വത്തിന്റെ പദങ്ങളിൽ ഉൾക്കൊ

ള്ളിക്കാൻ കഴിയുമോയെന്ന് ബാദിയു അന്വേഷിക്കുന്നുണ്ട്. ഈ പൗരാണിക വിവാദം ഫ്രെജെയിലും റസ്സലിലും കാന്ററി(Cantor)ലും കൂടി ഗണിതത്തിലെ ഗണസിദ്ധാന്ത(Set Theory)ത്തിലെത്തുമ്പോൾ, അതിന്റെ യഥാർത്ഥവിവക്ഷകളിൽ എത്തിച്ചേരുന്നതായി ബാദിയു കാണുന്നു. പാർമെനിഡിസിനെയും പ്ലാറ്റോയെയും നിരന്തരം ശല്യപ്പെടുത്തിക്കൊണ്ടിരുന്ന പ്രശ്നം കാന്റർ സൃഷ്ടിച്ച ഗണിതശാസ്ത്രവികാസത്തിലൂടെ തത്ത്വചിന്തയിൽ തുടർന്നും പ്രവർത്തിക്കാനുള്ള കാതലായ ധാരണയായി മാറിത്തീരുന്നു.

ബാദിയു ബഹുലതയെ സ്വീകരിക്കുന്നു. ഏകത്തെ ബഹിഷ്കരിക്കുന്നു. ബാദിയു ബഹുലത(Multiplicity)യുടെ ചിന്തകനായി മാറുന്നു. ഏകമെന്നത്, ബഹുലതയെ ബഹുലതയായി തിരിച്ചറിയാനുള്ള മാർഗ്ഗം മാത്രമാണ്. ഉണ്മ ഗണിതശാസ്ത്രമല്ലാതെ മറ്റൊന്നുമല്ലെന്ന് ബാദിയു പറയുന്നുണ്ട്. ബാദിയു ശൂന്യതയെ സങ്കല്പിക്കുന്നു. ബഹുസ്വരങ്ങളെ സങ്കല്പിക്കുന്നു. ഉണ്മ ശൂന്യതയിൽനിന്നും പറിച്ചെടുത്ത ബഹുസ്വരതയാണ്. ശൂന്യതയിൽ നിന്നും ആരംഭിച്ച്, ഗണിതശാസ്ത്രത്തിന്റെ ചട്ടക്കൂടിൽ കാന്ററി(Cantor)ന്റെ ഗണസിദ്ധാന്തങ്ങളിലൂടെ ശുദ്ധബാഹുല്യങ്ങളെ നിർമ്മിക്കുന്നത് യുക്തിപരമാണെന്ന്, ഭവശാസ്ത്രം ഗണിതശാസ്ത്രമാണെന്ന് ഉറപ്പിക്കാൻ കഴിയുമെന്ന് ബാദിയു. വസ്തുവിനെ ഒരു ഗണമായി ഔപചാരികവല്ക്കരിക്കാം. ഗണിതശാസ്ത്രത്തിന് ഉണ്മയെക്കുറിച്ച് സാദ്ധ്യമായതെല്ലാം പിടിച്ചെടുക്കാൻ ശേഷിയുണ്ടെന്നും കലയെയും രാഷ്ട്രീയത്തെയും സ്നേഹത്തെയും പോലെ ശാസ്ത്രവും തത്ത്വചിന്തയെ നിബന്ധിക്കുന്ന സത്യത്തെ ഉല്പാദിപ്പിക്കുന്നുവെന്നും ബാദിയുവിന്റെ യുക്തിവിചാരം അറിയുന്നുണ്ട്.

എന്റെ മുന്നിൽ നില്ക്കുന്ന ഈ വൃക്ഷം അനേകം ബഹുലതകൾ കൂടിച്ചേർന്ന അനന്തസങ്കീർണ്ണബഹുലതകളുടെ ലഘൂകരിച്ച രൂപമാണ്. ആദിമമായ, അണുരൂപമാർന്ന ഏകത്വം അതിന്റെ കൂടിച്ചേരലുകളെ തടയുന്നില്ല. ഈ വൃക്ഷം നിർമ്മിക്കപ്പെട്ടിരിക്കുന്നത് അതിന്റെ ഗുണപരമായ സത്തയെ കണ്ടെത്തുന്ന വൃക്ഷാണുക്കൾ കൊണ്ടല്ല. അവസാനം അവശേഷിക്കുന്നത് ഏകത്വമല്ല, ഇല്ലായ്മയാണ്, ശൂന്യമാണ്. ശൂന്യതയിൽ നിന്നു മാത്രമായി നെയ്തെടുക്കപ്പെട്ട ബഹുലതകൾ സവിശേഷമായി വിന്യസിച്ചെടുത്തതാണ്, ഈ വൃക്ഷത്തെ. ഗണിതശാസ്ത്രത്തിനു മാത്രം പ്രാപ്യമായ ഔപചാരികമായ സൃഷ്ടിപ്രക്രിയകളിലൂടെ സാദ്ധ്യമാകുന്നതാണിത്.

ഉണ്മയും സാന്നിദ്ധ്യവും (പ്രത്യക്ഷവും) തമ്മിലുള്ള ഭേദങ്ങളെ കുറിച്ച് ബാദിയു പറയുന്നു. പ്രത്യക്ഷത്തെക്കുറിച്ചുള്ള ചിന്ത വിചിന്തനശാസ്ത്രപരമാണ്. വിചിന്തനശാസ്ത്രം ബന്ധങ്ങളുടെ ഔപചാരികസിദ്ധാന്തമാണ്. ലോകത്ത് സത്യം പ്രത്യക്ഷമാകുന്ന പ്രക്രിയ നിയാമകമായ കൂടിച്ചേരലിന്റെ രൂപം സ്വീകരിക്കുന്നു. അത് പ്രാതിഭാസികമാണ്. ഉണ്മയും പ്രത്യക്ഷവും തമ്മിലുള്ള ബന്ധങ്ങൾ സന്ദിഗ്ദ്ധങ്ങളാണ്. എന്റെ മുന്നിൽ

നില്ക്കുന്ന വൃക്ഷങ്ങൾ സാദൃശ്യമുള്ളവയാണ്, കേവലമായി അവയോ രോന്നും വ്യത്യസ്തങ്ങളാണെങ്കിലും വൃക്ഷങ്ങളെന്ന ഗണത്തിൽ പെടു ത്താവുന്നിടത്തോളം സദൃശങ്ങളാണ്. അവയ്ക്കിടയിലെ അനന്തസ ങ്കീർണ്ണതകൾ സ്വത്വങ്ങളെയും വ്യത്യസ്തതകളെയും നയിക്കുന്ന ലളി തമായ വിചിന്തനശാസ്ത്രനിയമങ്ങൾ കൊണ്ട് കണ്ടെടുക്കാം. പ്രത്യക്ഷ ത്തിന്റെ, സാന്നിദ്ധ്യത്തിന്റെ നിയമങ്ങൾ അതീതങ്ങളാണ്. ഹുസേൽ സ്വീക രിച്ച കാന്റി(Kant)ന്റെ ഉൾക്കാഴ്ച ശരിയായിരുന്നുവെന്ന് ബാദിയു വില യിരുത്തുന്നു. അതീതമായത് അനിവാര്യമെന്നോണം വിചിന്തനശാസ്ത്ര പരമാണ്. അതീതവിചിന്തനശാസ്ത്രത്തെ ഔപചാരികവിചിന്തനശാസ്ത്ര ത്തിന് എതിരായി നിർത്തിയപ്പോഴാണ്, ഹുസേലിനു തെറ്റിപ്പോയത്.

ഉണ്മയും പ്രത്യക്ഷവും തമ്മിലുള്ള ഭേദങ്ങൾ ഗണിതശാസ്ത്രവും (ഭവശാസ്ത്രം) വിചിന്തനശാസ്ത്രവും (പ്രാതിഭാസികശാസ്ത്രം) തമ്മി ലുള്ള വ്യത്യാസമാണ്. ഗണിതശാസ്ത്രവും വിചിന്തനശാസ്ത്രവും തമ്മി ലുള്ള വിടവിനെയാണ് ഹൈഡഗർ ഭവശാസ്ത്രപരമായ വ്യത്യാസം എന്നു വിളിച്ചതെന്ന് ബാദിയു ചൂണ്ടിക്കാണിക്കുന്നു. ഈ കുഴങ്ങിയ അവസ്ഥ പലരിലും തുടരുന്നുണ്ട്. ഈ കുഴപ്പം പരിഹരിക്കുന്നതിന് രണ്ടു മാർഗ്ഗ ങ്ങളുണ്ട്. ഗണിതശാസ്ത്രത്തെ ലളിതമായ വിചിന്തനശാസ്ത്രസിദ്ധാന്ത മാക്കുകയെന്നതാണ് ആദ്യത്തേത്. വിറ്റ്ജെൻസ്റ്റൈനും ഫ്രെജെയും റസ്സലും ചെയ്തത് അതാണ്. ഈ സമീപനം ഉണ്മയെ സാന്നിദ്ധ്യത്തിൽ ലയിപ്പിച്ചു കളഞ്ഞു. അടുത്തത്, വിചിന്തനശാസ്ത്രത്തെ ഗണിതശാസ്ത്ര ത്തിന്റെ ഒരു സവിശേഷശാഖയാക്കി മാറ്റുകയെന്നതാണ്. ഉണ്മയെ സാന്നി ദ്ധ്യത്തിൽനിന്നും വ്യത്യസ്തമായി കാണാത്ത സമീപനമായിരുന്നു ഇത്. വിയന്ന സർക്കിളിലെ പ്രത്യക്ഷവസ്തുവാദികൾ ചെയ്തത് അതാണ്. ഉണ്മയെ സാന്നിദ്ധ്യത്തിൽ ലയിപ്പിച്ച ഹൈഡഗറും പ്രത്യക്ഷവസ്തുവാ ദിയായിരുന്ന കർനാപും മിക്കവാറും എല്ലാക്കാര്യങ്ങളിലും വിയോജിച്ചി രുന്നുവെങ്കിലും ഒരു കാര്യത്തിൽ യോജിച്ചിരുന്നതായി ബാദിയു എഴു തുന്നുണ്ട്. അതിഭൗതികത്തിന്റെ അന്ത്യം ഇരുവരും ആഗ്രഹിച്ചിരുന്നു. കർനാപിന്റെ ആകാംക്ഷകൾ ശാസ്ത്രത്തെ അതിഭൗതികത്തിൽ നിന്നും വിമോചിപ്പിക്കാനായിരുന്നെങ്കിൽ, ശാസ്ത്രത്തെ എതിർക്കാനുള്ള ശ്രമ ത്തിൽ ഹൈഡഗർ നിഹിലിസ്റ്റ് ആയി മാറുകയും തത്ത്വചിന്തയുടെ അന്ത്യത്തെക്കുറിച്ചു പറയുകയും ചെയ്തു.

ഗണിതശാസ്ത്രത്തിലെ ഔപചാരികവ്യവസ്ഥകളെ സിദ്ധാന്തനിയ ന്ത്രണത്തിലുള്ള പരീക്ഷണാത്മകനടപടിക്രമങ്ങളുമായി ബന്ധിപ്പിക്കുന്ന തിന്റെ അടിസ്ഥാനത്തിൽ ശാസ്ത്രീയതയെ മനസ്സിലാക്കുകയും നീതീ കരിക്കുകയും ചെയ്യുന്ന ശാസ്ത്രമേഖലകളെ ഇതര ശാസ്ത്രങ്ങളിൽ നിന്നും ബാദിയു വേർതിരിക്കുന്നു. ഗണിതശാസ്ത്രത്തെ സിദ്ധാന്തരൂപീ കരണത്തിനുപയോഗിക്കാത്ത എല്ലാ ശാസ്ത്രശാഖകളെയും അദ്ദേഹം മറുഭാഗത്തു നിർത്തുന്നു. അവയ്ക്ക് ശാസ്ത്രത്തിന്റെ അന്തസ്സ് നല്കു ന്നതിൽ അദ്ദേഹം സന്ദേഹിയാകുന്നു. ഇവയെ ശാസ്ത്രങ്ങളുടെ ഗണ

ത്തിൽ പെടുത്താനാകില്ലെന്ന്, പ്രത്യയശാസ്ത്രത്തിലേക്ക് ചുരുങ്ങുന്നവയാണെന്ന് അദ്ദേഹം കരുതുന്നു. ലളിതമായ സാങ്കേതികജ്ഞാനം മാത്രമായ ജീവശാസ്ത്രങ്ങളും മിക്കവാറും മാനവിക, സാമൂഹികശാസ്ത്രങ്ങളും (ചില ചുരുക്കം അപവാദങ്ങൾ ഒഴിവാക്കണം) പ്രത്യയശാസ്ത്രങ്ങളാണെന്ന് ബാദിയു സന്ദേഹിക്കുന്നു. ബാദിയു ഭൗതികശാസ്ത്രത്തെ ഗണിതശാസ്ത്രമായി തന്നെ കണ്ടെത്തുന്നു. ആധുനികതയുടെയും ജ്ഞാനോദയപ്രബുദ്ധതയുടെയും ഉദ്ഘാടകനായ ഇമ്മാനുവേൽ കാന്റ് രസതന്ത്രത്തെ ശാസ്ത്രങ്ങളുടെ പട്ടികയിൽ ചേർക്കാൻ വിസമ്മതിക്കുന്നതിനെ ഓർക്കാവുന്ന സന്ദർഭമാണിത്. കാന്റിന്റെ ജീവിതകാലത്ത് രസതന്ത്രം ആൽക്കെമിയെപ്പോലുള്ള പ്രയോഗരീതികളിൽ മാത്രം ഒതുങ്ങിനിന്നിരുന്നു. ഒരിക്കലും ഗണിതവല്ക്കരണത്തിനു വിധേയമായിരുന്നില്ല. രസതന്ത്രത്തെ ശാസ്ത്രമായി കാണുന്നതിൽനിന്നും കാന്റിനെ തടഞ്ഞത് അത് അക്കാലത്ത് ഗണിതവല്ക്കരണത്തോടു കാണിച്ച ഈ വിമുഖതയായിരുന്നു. ആധുനികശാസ്ത്രത്തിന്റെ മേഖലയിലേക്ക് തന്റെ തത്ത്വചിന്തയെ വ്യാപിപ്പിച്ച ദെലെസിനോട് ഭവശാസ്ത്രത്തെ കുറിച്ച് ബാദിയു സംവാദങ്ങളിൽ ഏർപ്പെടുന്നുണ്ട്.

ബാദിയു ദെലെസിനെ വിമർശിക്കുന്ന വാക്കുകൾ എഴുതുന്നു. ദെലെസ് ബഹുലതകളുടെ തത്ത്വചിന്തകനല്ലെന്നും ഏകത്വത്തിന്റെ ചിന്തകനാണെന്നും ആരോപിക്കുന്നു. ഒരു ഗണിതശാസ്ത്രമാതൃകയിൽ നിന്നും രൂപീകരിച്ച ബഹുലതകളെക്കുറിച്ചുള്ള സിദ്ധാന്തം അദ്ദേഹത്തിനില്ല, മറിച്ച് ഒരു ചേതനാതത്ത്വത്തിൽനിന്നോ പ്രകൃതിതത്ത്വത്തിൽ നിന്നോ രൂപീകരിക്കുന്ന ഒരു സിദ്ധാന്തമാണ് ദെലെസിനുള്ളത്. ദെലെസ് രൂപീകരിക്കുന്ന ഏകസ്വരം (Univocity)എന്ന സംപ്രത്യയത്തെ മുൻനിർത്തിയും ബാദിയു ചോദ്യങ്ങൾ ഉന്നയിക്കുന്നു. ഏകസ്വരമെന്ന സംപ്രത്യയത്തെ ഏകത്വത്തോട് സമീകരിക്കുകയാണ് ബാദിയു ചെയ്യുന്നത്. ഉണ്മയെ ഏകമെന്നു കാണുന്ന ചിന്തയാണ് ദെലെസിന്റേതെന്ന് നിഗമിക്കുന്നു. ദെലെസിന്റെ അയഥാർത്ഥയഥാർത്ഥ(virtual)ബഹുലതകൾ എന്ന സംപ്രത്യയത്തോട് ബാദിയു താല്പര്യരഹിതനാണ്. അത് സമകാല ഗണസിദ്ധാന്തങ്ങളിലെ ബഹുലതകളെ അപേക്ഷിച്ച് താഴേക്കിടയിലുള്ളതാണെന്നു മാത്രമല്ല, അയഥാർത്ഥയഥാർത്ഥം (virtual)നിലനില്ക്കുന്നില്ലെന്നും ബാദിയു വിമർശിക്കുന്നു. ഭവശാസ്ത്രമെന്നത് ഗണിതശാസ്ത്രത്തിലെ സ്വയംസിദ്ധപ്രമാണാനുസൃതമായ ഗണസിദ്ധാന്തമാണെന്ന് ബാദിയു പറയുന്നുണ്ടല്ലോ. അസാധാരണമായ ഒരു ന്യൂനീകരണതന്ത്രമാണ് ബാദിയു സ്വീകരിക്കുന്നതെന്നു കാണാം — ഭൗതികശാസ്ത്രത്തെ ഗണിതശാസ്ത്രത്തിലേക്കു ചുരുക്കുന്നു, ഗണിതശാസ്ത്രത്തെ ഗണസിദ്ധാന്തത്തിന്റെ സ്വയംസിദ്ധപ്രമാണങ്ങളിലേക്കു ചുരുക്കുന്നു, ഗണസിദ്ധാന്തത്തെ ഭവശാസ്ത്രമായി സ്വീകരിക്കുന്നു. ഭൗതികശാസ്ത്രനിയമങ്ങളെ ഒരു കൂട്ടം ഗണിതശാസ്ത്ര സമീകരണങ്ങളായി ചുരുക്കുന്നതിലൂടെ നിർണ്ണയനപ്രക്രിയ ഗണിതശാസ്ത്ര

ത്തിന്റേതാണെന്ന ധാരണയാണ് നല്കുന്നത്. ഫ്രീമാൻ ഡൈസൺ എന്ന ഭൗതികശാസ്ത്രജ്ഞൻ ഈ സമീപനത്തോടു യോജിക്കുന്നില്ല. പല ഭൗതികശാസ്ത്രജ്ഞന്മാരും ഇത് ഏറ്റു പറഞ്ഞേക്കും.

ദെലെസിനെ സംബന്ധിച്ചിടത്തോളം ഗണിതശാസ്ത്രം നല്കുന്ന ഭവശാസ്ത്രത്തെ ഏതെങ്കിലും സ്വയംസിദ്ധപ്രമാണങ്ങളിലേക്കു ചുരുക്കാൻ കഴിയില്ല. സ്വയംസിദ്ധപ്രമാണമണ്ഡല(axiomatics)വും പ്രശ്നമണ്ഡല(problematics)വും തമ്മിലുള്ള അതിസങ്കീർണ്ണമായ ബലതന്ത്രത്തെ ദെലെസ് കാണുന്നു. പ്രശ്നമണ്ഡലം സ്വയംസിദ്ധപ്രമാണമണ്ഡലത്തിലേക്ക് ചുരുക്കാവുന്നതല്ല. ഗണിതശാസ്ത്രത്തിന്റെ പ്രശ്നമണ്ഡലത്തെ നിരന്തരം കീഴ്പ്പെടുത്താൻ ശ്രമിക്കുന്ന, മുതലാളിത്തത്തിന്റെയും ഭരണകൂടത്തിന്റെയും സാമൂഹിക സ്വയംപ്രമാണതത്ത്വത്തോട് കണ്ണിചേർക്കാൻ കഴിയുന്ന, രാജകീയ സ്വയംപ്രമാണതത്ത്വമായിട്ടാണ് ഗണസിദ്ധാന്തത്തെ ദെലെസ് മനസ്സിലാക്കുന്നത്. അതുകൊണ്ട്, ബഹുലത എന്ന സംപ്രത്യയത്തെ ഗണിതശാസ്ത്രത്തിലെ ഗണങ്ങളുമായി ലളിതമായി ബന്ധിപ്പിച്ചു കൊണ്ട് തിരിച്ചറിയാനുള്ള ശ്രമങ്ങൾ നിഷേധിക്കപ്പെടേണ്ടതാണ്. ഗണിതശാസ്ത്രം സ്വയംസിദ്ധപ്രമാണമണ്ഡലവും പ്രശ്നമണ്ഡലവും തീർക്കുന്ന സംഘർഷങ്ങൾക്കിടയിലാണ്. ഈ സംഘർഷങ്ങളും വ്യാപിതബഹുലതകൾക്കും വൈവിദ്ധ്യബഹുലതകൾക്കും ഇടയിലെ സങ്കീർണ്ണതകളുമാണ് ബാദിയു-ദെലെസ് തർക്കങ്ങളുടെ കാതൽ. ഗണിതശാസ്ത്രത്തിന്റെ വ്യാഖ്യാനങ്ങളിൽ ദെലെസും ബാദിയുവും വിരുദ്ധപഥങ്ങളിലൂടെയാണ് സഞ്ചരിക്കുന്നത്. ദെലെസിന് ശാസ്ത്രത്തിന്റെ പ്രവർത്തനമണ്ഡലം സ്വയംസിദ്ധപ്രമാണമണ്ഡലവും പ്രശ്നമണ്ഡലവും ഒരുമിച്ചു ചേരുന്ന പരസ്പരപ്രതിപ്രവർത്തനത്തിന്റേതാണെങ്കിൽ ബാദിയുവിന് അത് സ്വയംസിദ്ധപ്രമാണമണ്ഡലത്തിന്റേതു മാത്രമാണ്.

പ്രശ്നമണ്ഡലത്തെ ശുദ്ധമായും സഹജാവബോധപരമായും പ്രവർത്തനതലത്തിൽ മാത്രമായി ചുരുക്കിക്കാണുന്നതും സ്വയം സിദ്ധപ്രമാണമണ്ഡലത്തെ സംപ്രത്യയപരവും ഔപചാരികവുമായി കേവലമായി കാണുന്നതും തെറ്റായ രീതിയാണെന്ന സമീപനമാണ് ദെലെസിനുള്ളതെന്നു പറയാം. ബാദിയുവിനെ സംബന്ധിച്ചിടത്തോളം സംഭവങ്ങളും പ്രതിഭാസങ്ങളും ഭവശാസ്ത്രത്തിൽനിന്നും ഒഴിവാക്കപ്പെടേണ്ടതാണ്. പ്രതിഭാസങ്ങൾക്ക് ഭവശാസ്ത്രപരമായ അന്തസ്സില്ല. ഭവശാസ്ത്രപരമായ പദവികളില്ലാത്ത പ്രതിഭാസങ്ങൾ സംപ്രത്യയപരമായി ആത്മനിഷ്ഠതയുമായി കണ്ണിചേർക്കപ്പെടുന്നുവെന്ന് ബാദിയുവിനെ വിമർശിച്ചുകൊണ്ട് ഡാനിയൽ സ്മിത്ത് ചൂണ്ടിക്കാണിക്കുന്നുണ്ട്. എന്നാൽ, ദെലെസിനെ സംബന്ധിച്ചിടത്തോളം പ്രതിഭാസം സ്വയംതന്നെ പ്രശ്നപുരിതമാണ്. എന്താണ് സംഭവിക്കുന്നതെന്നു കാണുന്നതിനു പോലും ഗണിതശാസ്ത്രത്തിൽ ഇപ്പോൾ വലിയ പ്രാധാന്യമുണ്ട്. പ്രയോഗപ്രവർത്തനങ്ങളിലല്ല, ചിത്രങ്ങളായി കാണുന്നതിനു മാത്രം പ്രാധാന്യമുണ്ട്. പല ഗണിതശാസ്ത്രജ്ഞന്മാരും സ്വയംസിദ്ധപ്രമാണത്തെക്കാൾ പ്രധാനമായി കമ്പ്യൂട്ടറി

നെയും കമ്പ്യൂട്ടർ സിമുലേഷനുകളെയും കാണുന്ന കാലമാണിതെന്ന് ദെലെസ് എഴുതുന്നു. ഏകസ്വരം (Univocity) എന്ന സംപ്രത്യയത്തെ കുറിച്ചുള്ള ബാദിയുവിന്റെ വിശദീകരണം ദെലെസിന്റെ സംപ്രത്യയത്തെ കുറിച്ചുള്ള അടിസ്ഥാനപരമായ തെറ്റിദ്ധാരണയാണെന്ന് തെളിയിക്കാവുന്നതുമാണ്. ബാദിയു ഏറ്റിപ്പറയുകയാണെന്ന് ടോഡ് മേയ് നിരീക്ഷിക്കുന്നുണ്ട്. വ്യത്യാസങ്ങളുടെ ഏകസ്വരത്തെയാണ് ദെലെസ് ഉണ്മയെന്നു വിളിക്കുന്നത്. ഇവിടെ, വ്യത്യാസമാണ് ഏകസ്വരം.

ഗണസിദ്ധാന്തത്തെ ഭവശാസ്ത്രമായി സ്വീകരിക്കുകയും ബഹുലതകളുടെ സിദ്ധാന്തം രൂപീകരിക്കുകയും ചെയ്യുന്നതിനു മുന്നേതന്നെ ബാദിയു ശാസ്ത്രത്തെക്കുറിച്ചുള്ള തത്ത്വചിന്താപരമായ നിരീക്ഷണങ്ങളിലേർപ്പെടുന്നുണ്ട്. നീത്ഷെയും ഹുസേലും ഹൈഡഗറും അഡോണോയും ഫൂക്കോയും ദറിദയും എന്നിങ്ങനെ യൂറോപ്യൻ തത്ത്വചിന്തകരുടെ നീണ്ടനിര കാന്റി(Kant)ന്റെ കാരണയുക്തിവിമർശത്തിന്റെ തുടർച്ചയെന്നോണം സംപ്രത്യയാത്മകയുക്തിപരതയുടെ പരിമിതികളെ സാമാന്യമായും ആധുനികശാസ്ത്രയുക്തിയുടെ പരിമിതികളെ സവിശേഷമായും വെളിവാക്കാനുള്ള ശ്രമങ്ങളിൽ മുഴുകുന്നുണ്ട്. ഇവർ ശാസ്ത്രത്തെയല്ല, ശാസ്ത്രമാത്രവാദത്തെയാണ് വിമർശിക്കുന്നതെന്ന ന്യായീകരണങ്ങളും മുന്നോട്ടുവയ്ക്കുന്നു. ലോകത്തെക്കുറിച്ചുള്ള ശാസ്ത്രത്തിന്റെ വിശദീകരണങ്ങളിൽ അടിസ്ഥാനപരമായതെന്തോ നഷ്ടപ്പെടുന്നുണ്ടെന്ന് ശാസ്ത്രയുക്തിക്കെതിരായ ഈ വിമർശനങ്ങൾ പറഞ്ഞുവയ്ക്കുന്നു. ശാസ്ത്രസംപ്രത്യയങ്ങൾക്കും സംവർഗ്ഗങ്ങൾക്കും പിടിച്ചെടുക്കാൻ കഴിയാത്തതെന്തോ ഈ ലോകത്തിലുണ്ട്. വിശ്ലേഷണാത്മകപാരമ്പര്യത്തിൽ പെട്ട തത്ത്വചിന്തകന്മാർ ശാസ്ത്രത്തെ തത്ത്വചിന്തയുമായി കൂട്ടുചേർക്കുന്നതിനു ശ്രമിക്കുമ്പോൾ കോണ്ടിനെന്റൽ തത്ത്വചിന്തകന്മാർ ശാസ്ത്രയുക്തിക്കു പിടിച്ചെടുക്കാനാവാത്ത ശിഷ്ടമാണ് പ്രധാനമെന്നു കരുതുന്നു. ദൃഢമായ ഒരു ബദലിനെ അഭിമുഖീകരിക്കാൻ നമ്മെ പ്രേരിപ്പിക്കുന്ന വിധത്തിലാണ് ഈ വിരുദ്ധ സമീപനങ്ങൾ ഇടപെടുന്നത്. ശാസ്ത്രവ്യവഹാരങ്ങൾ ലോകത്തെക്കുറിച്ച് സാദ്ധ്യമായ വിവരണങ്ങൾ നല്കുന്നുവെന്ന പോസിറ്റിവിസ്റ്റ് സംപ്രത്യയവല്ക്കരണത്തെയോ ശാസ്ത്രസങ്കല്പനങ്ങൾക്ക് ഒരിക്കലും വഴങ്ങാത്തതെന്തോ ലോകത്തിലുണ്ടെന്ന വിമർശനത്തെയോ നാം സ്വീകരിക്കേണ്ടിവരുന്നു. ഈ രണ്ടു പ്രവണതകളിൽ നിന്നും ബാദിയു എത്രമാത്രം മാറിനില്ക്കുന്നുവെന്ന് ആലോചിക്കാവുന്നതാണ്. ഈ ചിന്താക്കുഴപ്പത്തിന്റെ രണ്ടു പക്ഷങ്ങളെയും ബാദിയുവിന്റെ യുക്തിവിചാരം സ്വീകരിക്കുന്നില്ല.

അനുഭവത്തിന്റെ സമൂർത്തതയെ ശാസ്ത്രത്തിന് എത്തിപ്പിടിക്കാനാകില്ലെന്ന വിമർശത്തോട് താല്പര്യരഹിതമായിക്കൊണ്ട് ബാദിയുവിന്റെ ഗണിതശാസ്ത്രപരമായ ഭവശാസ്ത്രം ഉണ്മയോട് നേരിട്ടു സംവദിക്കാൻ ആഗ്രഹിക്കുന്നു. ദ്രവ്യത്തിന്റെ സിദ്ധാന്തമായ ഭൗതികശാസ്ത്രം ഗണിതപരമാണ്. ഉണ്മയെ ഉണ്മയായി അറിയാൻ ഗണിതശാസ്ത്രത്തിനു

കഴിയും. യാഥാർത്ഥ്യത്തെക്കുറിച്ചുള്ള ബാദിയുവിന്റെ സങ്കല്പനങ്ങൾ അതീതമായതിനെ സുഗ്രാഹ്യമെന്നു കാണുന്നു. പ്രകൃതിയും സംസ്കാരവും തമ്മിലുള്ള ഇടർച്ചയെ ഊഹാത്മകമായി മായ്ച്ചു കളയുന്നതിനെ തള്ളിക്കളയുന്നു. അന്തർല്ലീനതയെക്കുറിച്ചുള്ള പ്രത്യക്ഷവാദവിരുദ്ധമായ സങ്കല്പനത്തെയും അതീതത്തിന്റെ കാരണയുക്തിപരമായ ഗ്രാഹ്യത്തെയും ബാദിയു നിർദ്ദേശിക്കുന്നു. യാഥാർത്ഥ്യത്തെയും യാഥാർത്ഥ്യത്തെക്കുറിച്ചുള്ള ജ്ഞാനത്തെയും ബാദിയു വേർതിരിക്കുന്നു. ഒരു വശത്ത്, ശാസ്ത്രചരിത്രത്തിലെ ഇടർച്ചകളെ വിശദീകരിക്കാൻ അപ്രാപ്തമാക്കുന്ന രീതിയിൽ സമകാലശാസ്ത്രത്തിൽ പിടിമുറുക്കിയിരിക്കുന്ന വഷളൻ പ്രത്യക്ഷവസ്തുവാദത്തെയും മറുവശത്ത് ശാസ്ത്രയുക്തിയുടെ ശക്തിയെ ലഘൂകരിക്കുന്ന വിവിധതരം യുക്തിവിരുദ്ധതകളെയും ബാദിയു ഒഴിവാക്കുന്നു.

ശാസ്ത്രം പ്രത്യയശാസ്ത്രപരമായി ഉദാസീനമല്ലെന്ന മാർക്സിസ്റ്റ് വിചാരത്തെ അലയ്ൻ ബാദിയു സ്വീകരിക്കുന്നു. എന്നാൽ, ശാസ്ത്രമെന്നത് സാങ്കേതികവിദ്യയും പ്രത്യയശാസ്ത്രവും കൂട്ടിച്ചേർത്തതാണെന്ന ഉപരിപ്ലവമായ വീക്ഷണത്തെ ബാദിയു അംഗീകരിക്കുന്നില്ല. ഉണ്മയെ ഗ്രഹിക്കാൻ സവിശേഷ കഴിവുനല്കുന്നവിധത്തിൽ പ്രത്യയശാസ്ത്രത്തെ ആന്തരികമായി വിമർശിക്കാനും ശാസ്ത്രത്തെ പൂർണ്ണമായും പ്രത്യയശാസ്ത്രത്തിനു കീഴ്പ്പെടുത്തുന്ന സൈദ്ധാന്തികദർശനത്തിനു വഴിപ്പെടാതിരിക്കാനും കഴിയുന്ന വിധത്തിൽ ശാസ്ത്രത്തിന്റെയും പ്രത്യയശാസ്ത്രത്തിന്റെയും കൂടിച്ചേരലിനെ തിരിച്ചറിയുകയെന്നത് ഒരു വെല്ലുവിളിയാണ്. ശാസ്ത്രവും പ്രത്യയശാസ്ത്രവും തമ്മിലുള്ള സങ്കീർണ്ണമായ ബന്ധത്തെ അംഗീകരിക്കുമ്പോൾ തന്നെ ശാസ്ത്രത്തിന്റെ വികാസത്തെ തടയുന്ന പ്രത്യയശാസ്ത്രപരമായ മുൻവിധികളെ തിരിച്ചറിഞ്ഞു ചികിത്സിക്കുന്നത് തത്ത്വചിന്തയിലുപരി ശാസ്ത്രം തന്നെയാണെന്ന പുതിയ സമീപനം മുന്നോട്ടുവയ്ക്കാൻ ബാദിയുവിനു കഴിയുന്നുവെന്നതാണ് ഏറ്റവും പ്രധാനം.

ഫോയർബാഹിനെക്കുറിച്ചുള്ള പ്രബന്ധങ്ങളും ജ്ഞാനശാസ്ത്രവും

1. മാർക്സിസം ഒരു ജ്ഞാനശാസ്ത്രസിദ്ധാന്തത്തെ രൂപീകരിച്ചിട്ടില്ല. എന്നാൽ, ജ്ഞാനശാസ്ത്രത്തിന്റെ മണ്ഡലത്തിൽ അത് നിരന്തരം ഇടപെട്ടുകൊണ്ടിരിക്കുന്നു.
2. ഒരു ജ്ഞാനശാസ്ത്രസിദ്ധാന്തത്തെ രൂപീകരിക്കുകയെന്നാൽ, ജ്ഞാനരൂപീകരണത്തെക്കുറിച്ച് പൂർണ്ണമായും കേവലമായും വിശദീകരിക്കാൻ കഴിയുന്ന പദ്ധതിയൊരുക്കുകയെന്നാണർത്ഥം. അങ്ങനെയൊരു സിദ്ധാന്തപദ്ധതിയുടെ ആധികാരികതയോ അന്തിമ നിഗമനങ്ങളോ മാർക്സിസത്തിന് സ്വീകാര്യമാകില്ല. അതു മാർക്സിസത്തിന്റെ ആശയലോകത്തിനു വിരുദ്ധമായിരിക്കും.
3. മാർക്സ് ഒരു സമ്പദ്ശാസ്ത്രകാരനല്ല, ഒരു തത്ത്വചിന്തകനല്ല, ഒരു ജ്ഞാനശാസ്ത്രകാരനുമല്ല. എന്നാൽ, ഇവയുടെ വ്യവഹാരമണ്ഡലങ്ങളിലെല്ലാം മാർക്സും മാർക്സിസവും ഇടപെട്ടിരുന്നു. അങ്ങനെ, തത്ത്വചിന്തയ്ക്കും ജ്ഞാനശാസ്ത്രത്തിനും അകത്തും പുറത്തുമാകാതെ മാർക്സിസം നിലകൊണ്ടു. സവിശേഷമായ വ്യവഹാരങ്ങളിലൂടെ ഈ അനുശീലനപദ്ധതികളെയാകെ സ്വാധീനിക്കുകയും അവയെ നിരന്തരം പുതുക്കുന്നതിനുള്ള പ്രേരണയാകുകയും ചെയ്തു.

4.1. 1845 ൽ മാർക്സ് എഴുതുന്ന ഫോയർബാഹിനെക്കുറിച്ചുള്ള തീസിസുകൾ, മാർക്സിസത്തിന്റെ ജ്ഞാനശാസ്ത്രസമീപനങ്ങളിലേക്കുള്ള ഒരു നല്ല പ്രവേശികയാണ്. ഫോയർബാഹിന്റെ ഭൗതികവാദത്തിന്റെ പരിമിതിയെ ചൂണ്ടിക്കാണിച്ചുകൊണ്ടാണ് ഒന്നാമത്തെ തീസിസ് ആരംഭിക്കുന്നത്. "വസ്തുവിനെ, യാഥാർത്ഥ്യത്തെ, ഇന്ദ്രിയാനുഭൂതിയെ വിഷയവസ്തുവിന്റെയോ ധ്യാനത്തിന്റെയോ രൂപ

ത്തിൽ മാത്രമേ കാണുന്നുള്ളൂ, മനുഷ്യന്റെ ഇന്ദ്രിയപ്രവർത്തനമായി, പ്രയോഗമായി, ആത്മനിഷ്ഠമായി കാണുന്നില്ല" എന്നതാണ് ഈ പരിമിതി. അന്നേവരെയുള്ള ഭൗതികവാദസമീപനങ്ങളുടെ ദോഷമായി മാർക്സ് അതിനെ കാണുകയും ചെയ്യുന്നു.

4.2. യാഥാർത്ഥ്യത്തെ വിഷയവസ്തുവായി മാത്രം കാണുന്നുവെങ്കിൽ വിഷയവസ്തുവിനാൽ നിർണ്ണയിക്കപ്പെടുന്ന ലോകമാണ് നമുക്കു ലഭ്യമാകുക, വിഷയം പ്രാഥമികമാകുന്ന ലോകം. യാന്ത്രികഭൗതികവാദം നിർദ്ദേശിക്കുന്ന ലോകമാണിത്. വിഷയം സ്വയം നിർണ്ണയിക്കപ്പെടുന്നതാണെങ്കിൽ അതിന്റെ അസ്തിത്വം എങ്ങനെയാണ് സംഭവിക്കുന്നത്? അതിനെ എങ്ങനെയാണ് അറിയാനാകുക? വസ്തുവിനെ, യാഥാർത്ഥ്യത്തെ ധ്യാനത്തിന്റെ രൂപത്തിൽ മാത്രമാണ് കാണുന്നതെങ്കിൽ എല്ലാറ്റിനെയും ചിന്തയുടെ ഫലമായി കാണുകയും വിഷയിയാണ് പ്രാഥമികമെന്ന ആശയവാദത്തിന്റെ നിലപാടിൽ എത്തിച്ചേരുകയും ചെയ്യും. അന്നേവരെയുള്ള ഭൗതികവാദവും ആശയവാദവും സഞ്ചരിച്ചിരുന്ന ഏകപക്ഷീയതകളെ വിമർശിക്കുകയാണ് ഈ തീസിസിലൂടെ മാർക്സ് ചെയ്യുന്നത്. ഭൗതികവാദം വസ്തുവിനെ പ്രയോഗമായി കാണുന്നില്ലെന്നു വിമർശിക്കുന്നു. യാഥാർത്ഥ്യത്തെ വിഷയവസ്തുവായി കാണുന്ന ഭൗതികവാദം മനുഷ്യന്റെ ഇന്ദ്രിയപ്രവർത്തനത്തിന്റെ ഭാഗമായാണ് യാഥാർത്ഥ്യത്തെക്കുറിച്ചുള്ള ജ്ഞാനം സ്വരൂപിക്കപ്പെടുന്നതെന്ന്, അത് പ്രയോഗത്തിന്റെ ഫലമാണെന്നു മനസ്സിലാക്കുന്നില്ല. കേവലധ്യാനത്തിന്റെ വഴികളിൽ മുഴുകുന്ന ആശയവാദത്തിനാകട്ടെ, ശുദ്ധചിന്തയുടെ വഴികൾക്കപ്പുറത്ത് ഇന്ദ്രിയപ്രവർത്തനത്തെ വിഷയ-വിഷയികളുടെ പരസ്പരബന്ധമായി, പരസ്പരസ്വാധീനമായി, കരണ-പ്രതികരണങ്ങളായി കാണാൻ കഴിയുന്നില്ല. "ആശയവാദത്തിന് യഥാർത്ഥമായ ഇന്ദ്രിയപ്രവർത്തനത്തെ പ്രയോഗമെന്ന നിലയ്ക്ക് അറിഞ്ഞുകൂടെ"ന്ന് മാർക്സ് പറയുന്നത് ഇതുകൊണ്ടാണ്. ജ്ഞാനാർജ്ജനത്തിന്റെ സൈദ്ധാന്തികചിത്രത്തിൽ വിഷയവസ്തുവും വിഷയിബോധവും ഇവയെ സ്വാധീനിക്കുന്ന നിരവധി പാരിസ്ഥിതികഘടകങ്ങളും ഇവയ്ക്കിടയിലെ എല്ലാ പരസ്പരബന്ധങ്ങളും ഉൾച്ചേരണം.

4.3. "ഇന്ദ്രിയാനുഭൂതിയുടെ വിഷയവസ്തുക്കളെ ചിന്തയുടെ വിഷയവസ്തുക്കളിൽനിന്നും യഥാർത്ഥത്തിൽ വേർതിരിച്ചു കാണാൻ ഫോയർബാഹ് ആഗ്രഹിക്കുന്നുണ്ടെ"ന്ന് മാർക്സ് എഴുതുന്നു. ഫോയർബാഹ് പ്രകടിപ്പിക്കുന്ന ആഗ്രഹത്തെ മാർക്സ് സ്വീകരിക്കുന്നുണ്ട്. പ്രത്യക്ഷക്കാഴ്ചയിലെ വസ്തുക്കളും സൈദ്ധാന്തികചിന്തയിലെ വസ്തുക്കളും ഒന്നല്ലെന്ന സമീപനമാണിത്.

4.4. ഗലീലിയോ തുടക്കമിടുന്ന ആധുനികശാസ്ത്രം അതിന്റെ സൈദ്ധാന്തികവസ്തുവിനെ നിർമ്മിക്കുന്നുണ്ട്. ഇത് ശാസ്ത്രവസ്തുവും

ആനുഭവികവസ്തുവും എന്ന മാരകമായ പിളർപ്പിനെ സൃഷ്ടിച്ചുവെന്നും പ്രകൃതിവസ്തുവിനെ ഗണിതശാസ്ത്രവസ്തുവാക്കി മാറ്റുന്നതിലൂടെ വലിയ അർത്ഥലോപത്തെ സൃഷ്ടിച്ചുവെന്നും എഡ്മണ്ട് ഹുസേൽ വിമർശിക്കുന്നു. അർത്ഥം നഷ്ടപ്പെട്ട ലോകം ചിന്തയെ ഉപേക്ഷിച്ച ലോകമാണ്. ശാസ്ത്രം ചിന്തിക്കുന്നില്ലെന്ന് ഹൈഡഗർ പറയുന്നുണ്ട്. ശാസ്ത്രപ്രവർത്തനം ആത്മാവറ്റതായിരിക്കുന്നവെന്ന വിമർശമാണ് ഹൈഡഗർ ഉയർത്തുന്നത്. നിയമനിഷ്ഠമായ ഗണിതഭാഷയാണോ അർത്ഥത്തെ സൃഷ്ടിക്കുന്ന രൂപകാത്മകവും കാവ്യാത്മകവുമായ ഭാഷയാണോ കരണീയം എന്ന ചോദ്യത്തിലേക്ക് ഈ പ്രശ്നങ്ങളെ എത്തിക്കാവുന്നതാണ്. നമ്മുടെ ലക്ഷ്യം കവിതാത്മകജ്ഞാനം മാത്രമായിരിക്കണമെന്ന ഹൈഡഗറുടെ സമീപനത്തിന്റെ വഴി ഇതാണ്.

4.5. ശാസ്ത്രവസ്തുവിന്റെ സന്ദർഭം പ്രത്യക്ഷത്തിലുള്ളത് നിർമ്മിതമായതിനു വഴിമാറുന്ന സന്ദർഭമാണ്. പ്രത്യക്ഷവസ്തുവല്ല ശാസ്ത്രജ്ഞാനത്തിന്നുതകുന്നത്, ശാസ്ത്രത്തിന്റെ വസ്തുനിഷ്ഠതയ്ക്ക് പ്രത്യക്ഷവസ്തുവിൽ നിന്നു വിച്ഛേദിക്കുകയും പ്രാഥമികതെളിവുകളിൽ നിന്നും ആദ്യകാഴ്ചയുടെ പ്രലോഭനങ്ങളിൽ നിന്നും വിടുതൽ നേടുകയും ശാസ്ത്രവസ്തുവിനെ നിർമ്മിച്ചെടുക്കുകയും വേണം. പൊതുബോധത്തിൽനിന്നും ശാസ്ത്രജ്ഞാനത്തിന്റെ വിച്ഛേദം അനിവാര്യമാണെന്നതിനാൽ, ശാസ്ത്രീയമായ വസ്തുനിഷ്ഠജ്ഞാനം ഒരിക്കലും 'പ്രാഥമികജ്ഞാനം' ആയിരിക്കില്ല. ശാസ്ത്രത്തിന്റെ സൈദ്ധാന്തികജ്ഞാനം എപ്പോഴും ഒരു സാങ്കേതികജ്ഞാനമാകുന്നു. ഉപകരണപരമായി തീരുന്നിടത്തോളം ജ്ഞാനം വസ്തുനിഷ്ഠമാകുന്നു. ബാഷ്ലാദിനെപ്പോലെയുള്ള പില്ക്കാല ശാസ്ത്രദാർശനികന്മാർ ഈ കാര്യത്തെ വികസിതരൂപത്തിൽ ആവിഷ്കരിച്ചിട്ടുണ്ട്.

4.6 ശാസ്ത്രം അതിന്റെ സൈദ്ധാന്തികവസ്തുവിനെ നിർമ്മിക്കുന്ന പ്രക്രിയ ഇപ്പോഴും തുടർന്നുകൊണ്ടിരിക്കുന്നുവെന്നാണ് പരീക്ഷണശാലകളിലെ ജീവിതം നമ്മെ ബോദ്ധ്യപ്പെടുത്തുന്നത്. കണികാത്വരകങ്ങളുടെ പ്രവർത്തനം ശ്രദ്ധിച്ചാൽ ഇതു നന്നായി മനസ്സിലാകും. അവ പ്രോട്ടോണുകളെയും മറ്റും ഉയർന്ന സംവേഗങ്ങളിലേക്ക്, ഉയർന്ന ഊർജ്ജാവസ്ഥകളിലേക്കു ത്വരിപ്പിക്കുന്നു. ഈ അതിവേഗകണികകളെ പരസ്പരം കൂട്ടിമുട്ടുന്നതിനു അനുവദിക്കുന്നു. സംഘട്ടനത്തിൽ ഊർജ്ജത്തിന്റെ ഒരു ഭാഗം കണികകളായി മാറിത്തീരുന്നു. ഇത്തരം പ്രവർത്തനങ്ങളിലൂടെയാണ് ഹിഗ്സ് ബോസോൺ പോലുള്ള കണികകളെ കണ്ടെത്തിയത്. ഉയർന്ന ഊർജ്ജാവസ്ഥകളിൽ നടക്കുന്ന നിരന്തരചലനത്തിന്റെയും നിരന്തരപരിവർത്തനങ്ങളുടെയും മാറ്റങ്ങളുടെയും ലോകമാണ് കണികാഭൗതികവും അതിന്റെ സിദ്ധാന്തസ്വരൂപമായ

ക്വാണ്ടം ബലക്ഷേത്രസിദ്ധാന്തങ്ങളും തുറന്നു നല്കുന്നത്. ഈ കണികകൾ ആനുഭവികവസ്തുക്കളല്ല. ഈ കണികകൾ സ്ഥിതാവസ്ഥയിലായിരിക്കില്ല. തുടർപ്രക്രിയകളുടെ ലോകമാണത്. ക്വാണ്ടം ബലക്ഷേത്രസിദ്ധാന്തങ്ങളിൽ ശൂന്യത (vaccum) പോലും ശൂന്യമല്ല. വളരെ ഉയർന്ന ഊർജ്ജാവസ്ഥകളിലുള്ള അയഥാർത്ഥ യഥാർത്ഥ (virtual)കണങ്ങളുടെ അവസ്ഥയാണത്. ഒരിക്കലും വേർതിരിക്കാനും ഒറ്റപ്പെടുത്തി അറിയാനും കഴിയാത്ത ക്വാർക്കുകളുടെ രൂപത്തിൽ, ദ്രവ്യവുമായി പ്രതിപ്രവർത്തിക്കുകയെന്നതു അസാദ്ധ്യമാകുന്നിടത്തോളം കുറഞ്ഞ അളവിലുള്ള പ്രതിപ്രവർത്തനക്ഷമത കാണിക്കുകയും ഒരു രുചി(flavour)യിൽ നിന്നും മറ്റൊരു രുചിയിലേക്കു മാറ്റത്തിനു വിധേയമാകുകയും ചെയ്യുന്ന ന്യൂട്രിനോകളുടെ രൂപത്തിൽ, പ്രപഞ്ചത്തിലെ അടിസ്ഥാനബലങ്ങളെ വിശദീകരികാനുതകുന്ന ബലക്ഷേത്രകണികകളായ ബോസാണുകളുടെ രൂപത്തിൽ...അവ ഭൗതികശാസ്ത്രത്തിൽ സ്ഥാനം പിടിക്കുന്നു. നിരന്തരപ്രക്രിയകളിലൂടെ സൃഷ്ടിക്കപ്പെടുകയും പരസ്പരബന്ധങ്ങളിലേർപ്പെടുകയും സംഹരിക്കുകയും നശിക്കുകയും ചെയ്യുന്ന വസ്തുക്കളാണവ. അവ ഊർജ്ജം തന്നെയാണ്. ദ്രവ്യമെന്നത് ഊർജ്ജമെന്നു പറയുന്നതാണ് കൂടുതൽ ഉചിതമെന്ന് ദെലെസ് നിർദ്ദേശിക്കുന്നുണ്ട്.

4.6 ആനുഭവികവസ്തുക്കളെയും സൈദ്ധാന്തികചിന്തയിലെ വസ്തുക്കളെയും വ്യതിരിക്തമായി ഫോയർബാഹ് കാണുന്നുണ്ടെങ്കിലും മനുഷ്യന്റെ പ്രവർത്തനത്തെ വസ്തുനിഷ്ഠപ്രയോഗമായി അദ്ദേഹം കാണുന്നില്ലെന്ന് മാർക്സ് വിമർശിക്കുന്നു. അതുകൊണ്ട്, സൈദ്ധാന്തികനിലപാടിനെ യഥാർത്ഥത്തിൽ മനുഷ്യോചിതമായ ഒരേയൊരു നിലപാടായി കാണുന്നതിലേക്ക് ഫോയർബാഹ് എത്തിച്ചേരുന്നു. പ്രയോഗത്തെ അതിന്റെ പ്രയോജനാത്മകമായ തലത്തിൽ മാത്രം, മാർക്സിന്റെ വാക്കുകളിൽ പറഞ്ഞാൽ അതിന്റെ മലിനവും ലാഭേച്ഛയാർന്നതുമായ ബാഹ്യരൂപത്തിൽ മാത്രം ഫോയർബാഹ് കാണുന്നു. ഇത് വളരെ ആദർശാത്മകമായ ഒരു നിലപാടാണെങ്കിലും “പ്രയോഗത്തിന്റെ വിപ്ലവകരമായ പ്രാധാന്യത്തെ ഗ്രഹിക്കാത്ത നിലപാടാണ്.” പ്രയോഗത്തെ പ്രയോജനവാദത്തിന്റെ പേരിൽ കുറ്റപ്പെടുത്താം, എന്നാൽ അതു നിർവ്വഹിക്കുന്ന വിമർശനാത്മകമായ പ്രവർത്തനത്തിന്റെ പ്രാധാന്യം കാണാതിരിക്കരുത്.

5.1 “മനുഷ്യന്റെ ചിന്ത വസ്തുനിഷ്ഠയാഥാർത്ഥ്യമുള്ളതാണോയെന്ന പ്രശ്നം സിദ്ധാന്തത്തിന്റെ പ്രശ്നമല്ല; പ്രായോഗികപ്രശ്നമാണ്. പ്രായോഗികപ്രവർത്തനത്തിൽ മനുഷ്യൻ തന്റെ ചിന്തയുടെ സത്യാവസ്ഥയെ, അതായത് യാഥാർത്ഥ്യത്തെ, ശക്തിയെ, ഐഹികത്വത്തെ തെളിയിക്കണം. പ്രായോഗികപ്രവർത്തനത്തിൽനിന്നും

വേറിട്ടു നില്ക്കുന്ന ചിന്ത യഥാർത്ഥമാണോ അയഥാർത്ഥമാണോ എന്ന തർക്കം തികച്ചും പാണ്ഡിത്യപരമായ പ്രശ്നമാണ്."

5.2 ചിന്തയുടെ സാമഗ്രികൾ ആനുഭവികവസ്തുക്കളല്ലെന്നു പറഞ്ഞതിനു ശേഷം ചിന്തയുടെ യാഥാർത്ഥ്യത്തെ ആനുഭവികലോകവുമായി ബന്ധപ്പെട്ട പ്രയോഗത്തിലൂടെ തെളിയിക്കണമെന്നു പറയുന്നതിൽ വൈരുദ്ധ്യമുണ്ടെന്നു ചൂണ്ടിക്കാണിക്കപ്പെടുന്നുണ്ട്. സിദ്ധാന്തവും പ്രയോഗവും വ്യത്യസ്ത മണ്ഡലങ്ങളാണെന്നും ചിന്തയുടെ യാഥാർത്ഥ്യവും സിദ്ധാന്തത്തിനുള്ള തെളിവുകളും സൈദ്ധാന്തികമണ്ഡലത്തിനുള്ളിൽ തന്നെ പരിഹൃതമാകേണ്ട പ്രശ്നങ്ങളാണെന്നും പറയുകയാണ് ഈ വീക്ഷണത്തിന്റെ സമീപനം.

5.3 സിദ്ധാന്തത്തെ അതിന്റെ പൂർണ്ണതയിൽ കാണുന്നത് പ്രധാനമാണെന്നു പറയുമ്പോൾ തന്നെ മറ്റൊരു കാര്യം കൂട്ടിച്ചേർക്കണം. സിദ്ധാന്തത്തെ അതിന്റെ മാനകങ്ങൾ കൊണ്ടുമാത്രം പരിശോധിക്കുമ്പോൾ വിമർശം അസാദ്ധ്യമാകുന്ന സന്ദർഭങ്ങൾ സൃഷ്ടിക്കപ്പെടാം. ചാക്രികമായ വാദമുഖങ്ങളിൽ കുടുങ്ങി കിടന്നുവെന്നു വരാം. കവിതയിലെ വൃത്തത്തെയും അലങ്കാരത്തെയും പരിശോധിക്കുന്ന പണ്ഡിതവിമർശകനെപ്പോലെ യാന്ത്രികമായ പ്രവൃത്തിയായി ഇതു മാറിത്തീരാം. ഈ പരിമിതികൾക്കുള്ളിൽ നിന്നുകൊണ്ട് തത്ത്വചിന്താവിമർശം നടത്തുന്നത് തെറ്റാണെന്നു പറയുകയല്ല, ചില ലക്ഷ്യസാദ്ധ്യങ്ങൾക്ക് അതു വേണ്ടിവരാം. ഒരു വ്യവഹാരത്തെയും അതിന്റേതായ മാനദണ്ഡങ്ങൾ കൊണ്ടുമാത്രം പൂർണ്ണമായും വികലനം ചെയ്യാൻ കഴിയില്ല. അപ്പോൾ, അത് ഒരു അടഞ്ഞ വ്യവസ്ഥയായി മാറും. സിദ്ധാന്തത്തിന്റെ പൂർണ്ണവിമർശം സാദ്ധ്യമാകണമെങ്കിൽ വ്യവസ്ഥയുടെ പരിപ്രേക്ഷ്യങ്ങളുടെ പുറത്തുനിന്നുകൂടി നോക്കണം. അത് ഏകാർത്ഥത്തിന്റെ രീതിശാസ്ത്രത്തെ നിരസിക്കുന്നതാണ്. ബഹുലതയെ സ്വാഗതം ചെയ്യുന്നതാണ്.

5.4 സ്വയംസിദ്ധപ്രമാണമണ്ഡല (axiomatics)വും പ്രശ്നമണ്ഡല (problematics)വും തമ്മിലുള്ള അതിസങ്കീർണ്ണമായ ബലതന്ത്രത്തെ കുറിച്ച് ദെലെസും ബാദിയുവും സംവാദങ്ങളിലും വിവാദങ്ങളിലും ഏർപ്പെടുന്നുണ്ട്. സൈദ്ധാന്തികമണ്ഡലവും പ്രയോഗമണ്ഡലവും തമ്മിലുള്ള പ്രശ്നങ്ങളാണ് ഈ ചർച്ചകളുടെ കാതൽ എന്നതുകൊണ്ട് മാർക്സ് ഇക്കാര്യത്തിൽ സ്വീകരിച്ച സമീപനം ഇവിടെയും പ്രസക്തമാണ്. ഗണിതശാസ്ത്രത്തിന്റെ ചരിത്രത്തിൽ നിന്നുകൊണ്ടാണ് പ്രായോഗികപ്രശ്നമണ്ഡല(problematics)ത്തിന്റെ പ്രാധാന്യത്തെ കുറിച്ച് ദെലെസ് പറയുന്നത്. സൈദ്ധാന്തികമണ്ഡലത്തിന്റെ രൂപീകരണത്തിലും സിദ്ധാന്തങ്ങളെ ഉറപ്പിക്കുന്നതിലും പ്രായോഗികപ്രശ്നമണ്ഡലത്തിന്റെ സംഭാവനകൾ

ഗണിതശാസ്ത്രത്തെ സംബന്ധിച്ചിടത്തോളം പ്രധാനമായിരുന്നു. സിദ്ധാന്തവും പ്രയോഗവും തമ്മിലുള്ള ഐക്യം എന്ന മാർക്സിന്റെ നിലപാട് ദെലെസ് സ്വീകരിക്കുന്നുണ്ടെന്നു കരുതണം. എന്നാൽ, സൈദ്ധാന്തികമണ്ഡലത്തിൽ മാത്രം ഒതുങ്ങി നില്ക്കുന്ന, ശുദ്ധതത്ത്വചിന്തകന്മാർക്ക് പ്രിയങ്കരമായേക്കാവുന്ന ഒരു സമീപനമാണ് ബാദിയു സ്വീകരിക്കുന്നത്.

5.5 ശാസ്ത്രത്തിന്റെ രീതിശാസ്ത്രത്തിൽ ഏകാത്മകത ദർശിക്കാനുള്ള എല്ലാ ശ്രമവും പരാജയപ്പെടുകയേയുള്ളൂ. വ്യവസ്ഥാനുസൃതം പ്രവർത്തിക്കുന്ന ഒരു ജ്ഞാനശാസ്ത്രകാരനു മുന്നിൽ ഒരു ശാസ്ത്രജ്ഞൻ ആദർശരഹിതനായ ഒരു അവസരവാദിയായിട്ടാണ് പ്രത്യക്ഷപ്പെടുകയെന്ന ഐൻസ്റ്റൈന്റെ വാക്കുകൾ ശാസ്ത്രജ്ഞന്മാരുടെ രീതിശാസ്ത്രത്തോടുള്ള സമീപനത്തെ വെളിവാക്കുന്നതാണ്. പോൾ ഫയറബന്റ് ശാസ്ത്രത്തിൽ എന്തുമാകാം എന്നു പറയുന്നതും ഈ പ്രകരണത്തിൽ പ്രത്യേകം പ്രസ്താവ്യമാണ്. എന്നാൽ, സിദ്ധാന്തത്തിന്റെയും പ്രയോഗത്തിന്റെയും ഐക്യം എന്ന ആശയത്തെ വലിയ പ്രാധാന്യത്തോടെ ഏറ്റെടുക്കുന്ന സാമൂഹികപ്രസ്ഥാനം ആധുനികശാസ്ത്രമാണ്. ഏതൊരു ശാസ്ത്രസിദ്ധാന്തവും പ്രയോഗത്തിലൂടെ തെളിയിക്കപ്പെടേണ്ടതാണെന്ന് ആധുനികശാസ്ത്രം നിഷ്കർഷിക്കുന്നുണ്ട്. തെളിയിക്കലിനെയും ഉറപ്പുവരുത്തലിനെയും പ്രമാദവല്ക്കരണത്തെയുംകുറിച്ചുള്ള സമീപനങ്ങളിൽ സന്ദിഗ്ദ്ധതകളുണ്ടെങ്കിലും ഏതൊരു സൈദ്ധാന്തിക നിർദ്ദേശവും പ്രായോഗികമായി ശരിയാണെന്ന് ഉറപ്പുവരുത്തണമെന്നും അതിനെ ഗ്രഹിക്കാൻ കഴിവുള്ളവർക്കെല്ലാവർക്കും ബോദ്ധ്യപ്പെടണമെന്നും ശാസ്ത്രം നിഷ്കർഷിക്കുന്നു. ഹിഗ്സ് ബോസോണിനെ സൃഷ്ടിക്കുന്നതിനായി വലിയ ഊർജ്ജശേഷിയുള്ള കണികാത്വരകങ്ങൾ നിർമ്മിച്ചതും ഗുരുത്വാകർഷണതരംഗങ്ങളുടെ അസ്തിത്വം ഉറപ്പാക്കുന്നതിന് സങ്കീർണ്ണമായ ലിഗോ പരീക്ഷണവ്യൂഹം സ്ഥാപിച്ചതും ജോൺ ബെൽ രൂപപ്പെടുത്തിയ അസമതകളുടെ പരിശോധനയ്ക്കായി പല പ്രാവശ്യം ആവർത്തിച്ച് പരീക്ഷണസംവിധാനങ്ങളുടെ കൃത്യത ഉറപ്പുവരുത്തിയതും സിദ്ധാന്തവും പ്രയോഗവും തമ്മിലുള്ള ഐക്യം എന്ന ആശയത്തോട് ആധുനികശാസ്ത്രം പുലർത്തുന്ന പ്രതിജ്ഞാബദ്ധതയുടെ തെളിവാണ്.

5.6 ഈ പ്രതിജ്ഞാബദ്ധതയെ നിലനിർത്തുന്നതിന് ആധുനികശാസ്ത്രത്തിനു കഴിയുമോയെന്ന സന്ദേഹങ്ങൾ ഉയരുന്ന നാളുകൾ കൂടിയാണിത്. കോസ്മോളജിയുടെ പഠനവിഷയമായി മുഴുവൻ പ്രപഞ്ചവും മാറിത്തീരുന്നതോടെ ക്വാണ്ടം ഭൗതികത്തിന്റെ

ഔദ്യോഗികവ്യാഖ്യാനമായിരുന്ന കോപ്പൺഹെഗൻ വ്യാഖ്യാനം ചില പ്രതിസന്ധികളെ അഭിമുഖീകരിക്കുകയുണ്ടായി. നാം പരിഗണിക്കുന്ന നിരീക്ഷണ വ്യൂഹം മുഴുവൻ പ്രപഞ്ചവുമാണെങ്കിൽ, നിരീക്ഷണോപകരണം എന്ന സങ്കല്പനം നിരർത്ഥകമാവുന്നു. പ്രപഞ്ചത്തിനു പുറത്തുനില്ക്കുന്ന ഒരു ഉപകരണത്തെ നമുക്കു സങ്കല്പിക്കേണ്ടി വരുന്നു. കോപ്പൺഹെഗൻ വ്യാഖ്യാനത്തിനു പകരം അനേകം പ്രപഞ്ചങ്ങളെക്കുറിച്ചു പറയുന്ന മറ്റൊരു വ്യാഖ്യാനം ശാസ്ത്രജ്ഞന്മാർക്കു സ്വീകരിക്കേണ്ടി വന്നു. പിന്നണി വികിരണ(Background Radiation)ങ്ങളുടെ കണ്ടെത്തലും ഉയർന്ന ക്ഷമതയുള്ള ദൂരദർശിനികളുടെ പ്രവർത്തനവും കോസ്മോളജിയെ ഒരു പരീക്ഷണാത്മകശാസ്ത്രമാക്കി മാറ്റിയിട്ടുണ്ടെങ്കിലും കോസ്മോളജിയിലെ പല സൈദ്ധാന്തികവല്ക്കരണങ്ങളെയും പ്രയോഗതലത്തിലേക്കു കൊണ്ടുവരുന്നത് വലിയ വൈഷമ്യങ്ങളെ നേരിടുന്നു. നൂൽ സിദ്ധാന്തം(String Theory), അമ്മ സിദ്ധാന്തം (Mother Theory) എന്നിങ്ങനെയുള്ള നൂതന ഭൗതികശാസ്ത്രസിദ്ധാന്തങ്ങൾക്ക് പരീക്ഷണാത്മകവും പ്രായോഗികവുമായ തെളിവുകൾ സാദ്ധ്യമാകുമോയെന്ന സന്ദേഹം ശാസ്ത്രജ്ഞന്മാർ തന്നെ പുലർത്തുന്നു. ഗണിതീയ സൈദ്ധാന്തികഭൗതികം മുന്നോട്ടുവയ്ക്കുന്ന പല സമീകരണങ്ങളും പരീക്ഷണാത്മകത്തെളിവുകളില്ലാതെ ഗണിതീയമായ ഉറപ്പിന്റെ പിൻബലത്തിൽ മാത്രം സ്വീകാര്യമാകുന്ന സ്ഥിതി സൃഷ്ടിക്കപ്പെട്ടേക്കാം. ഭൗതികം സൈദ്ധാന്തികം മാത്രമായി തീരുകയും തത്ത്വചിന്തയോട് അടുക്കുകയും ചെയ്യുന്ന പ്രകരണമാണോ വരാൻ പോകുന്നതെന്ന് സന്ദേഹിക്കേണ്ടിയിരിക്കുന്നു. അത് നിഗൂഢാത്മകതയുടെ പ്രശ്നങ്ങൾ സൃഷ്ടിച്ചേക്കാം.

6.0 "ഇഹലോകകുടുംബത്തിലാണ് വിശുദ്ധകുടുംബത്തിന്റെ രഹസ്യം കിടക്കുന്നതെന്നു കണ്ടെത്തിക്കഴിഞ്ഞാൽ ആദ്യത്തേതിനെ തന്നെ സൈദ്ധാന്തികമായി വിമർശിക്കുകയും പ്രായോഗികമായി വിപ്ലവകരമാക്കുകയും വേണം."

7.0 "അദ്ദേഹം (ഫോയർബാഹ്) ഇന്ദ്രിയാനുഭൂതിയെ, പ്രായോഗികപ്രവർത്തനമായി, മനുഷ്യന്റെ ഇന്ദ്രിയപ്രവർത്തനമായി കാണുന്നില്ല."

7.1 ഇന്ദ്രിയാനുഭവത്തെ പ്രയോഗമായി കാണുകയെന്നാൽ, യാഥാർത്ഥ്യം പ്രയോഗം തന്നെയാണെന്ന് തിരിച്ചറിയുകയാണ്. പ്രയോഗമില്ലാതെ യാഥാർത്ഥ്യത്തിന്റെ അനുഭവമില്ല.

8.1 "സിദ്ധാന്തത്തെ മിസ്റ്റിസിസത്തിലേക്കു നയിക്കുന്ന എല്ലാ നിഗൂഢതകളും മനുഷ്യന്റെ പ്രായോഗികപ്രവർത്തനത്തിലൂടെയും ആ പ്രായോഗികപ്രവർത്തനത്തെ മനസ്സിലാക്കുന്നതിലൂടെയും അവയ്ക്കുള്ള യുക്തിസഹമായ ഉത്തരം കണ്ടെത്തുന്നു."

8.2 പ്രായോഗികപ്രവർത്തനത്തിലൂടെയല്ലാതെ മുന്നോട്ടുവയ്ക്കപ്പെടുന്ന വിശുദ്ധമായ സിദ്ധാന്തങ്ങൾ നിഗൂഢതാവാദത്തിലേക്കു നയിക്കാവുന്നതാണ്. വിജ്ഞാനത്തിൽ നിഗൂഢതകൾ നിറയുന്നത് സ്വേച്ഛാധിപത്യത്തിലേക്കു വഴി തെളിക്കുന്നു. നിഗൂഢരഹിതമാകുകയെന്നത്, പ്രായോഗികജീവിതത്തിൽ തീരുമാനങ്ങളെടുക്കുന്നതിന്, ശരിയും തെറ്റും വേർതിരിച്ചു കാണുന്നതിന് ആവശ്യമാണ്. നിഗൂഢതയെ മാറ്റിത്തീർക്കാനുള്ള മാർഗ്ഗം പ്രായോഗികപ്രവർത്തനത്തിലൂടെ യാഥാർത്ഥ്യത്തെ തെളിയിക്കുകയെന്നതു മാത്രമാണ്.

ശാസ്ത്രം ഒരു വിശുദ്ധപശുവല്ല

ആധുനികശാസ്ത്രത്തിന്റെ തുടക്കകാലം മുതൽ മനുഷ്യരാശി ചില സന്ദേഹങ്ങൾ സൂക്ഷിക്കുന്നുണ്ടായിരുന്നു. ശാസ്ത്രം ശിക്ഷകനോ രക്ഷകനോ എന്ന ചോദ്യം എപ്പോഴും ഉയർന്നിരുന്നു. ശാസ്ത്രത്തെ മൃതിയുടെ വൃക്ഷമായി കണ്ട വില്യം ബ്ലേക്കു മുതൽ സൗന്ദര്യത്തെ കാണുന്ന കണ്ണു പൊട്ടിക്കുന്ന അറിവിന്റെ വെളിച്ചത്തോടു ദൂരെപ്പോകാൻ പറയുന്ന ജി ശങ്കരക്കുറുപ്പുവരെ കാല്പനികതയുടെയും മിസ്റ്റിസിസത്തിന്റെയും കവികളുടെ നീണ്ട നിര ശാസ്ത്രത്തോടു വ്യത്യസ്തമായി പ്രതികരിക്കുന്നത് പില്ക്കാല ധൈഷണികചരിത്രത്തിൽ കാണാൻ കഴിയും. നാഗസാക്കി, ഹിരോഷിമ, ഓഷ്‌വിറ്റ്സ്, ബുഖൻവാൾഡ്, വിയറ്റ്നാം, സെവെസോ, ചെർണോബിൽ, ഭോപ്പാൽ, മിനിമാത്ത, ഷിസ്റ്റോസോമിയാസിസ്, വനനശീകരണം, ആഗോളതാപനം, പരിസ്ഥിതി മലിനീകരണം, ജീവജാതികളുടെ ഉന്മൂലനം... ഈ വാക്കുകളെല്ലാം നീതിപൂർവ്വമല്ലാത്ത ശാസ്ത്രത്തെക്കുറിച്ചുള്ള വിചാരം നമ്മിൽ ഉണർത്തുന്നു. ശാസ്ത്രത്തെ വിമർശനങ്ങളിൽനിന്നും മാറ്റി നിർത്തുകയും എല്ലാ പ്രശ്നങ്ങൾക്കും സാങ്കേതികവിദ്യയെ പഴിക്കുകയും ചെയ്യുന്ന രീതി ശാസ്ത്രീയതയോടു ആഭിമുഖ്യം പുലർത്തുന്നവർ സ്വീകരിക്കുന്നതു കാണാം. ശാസ്ത്രമല്ല, അതിനെ ഉപയോഗിക്കുന്നവരാണ്, നയങ്ങൾ രൂപീകരിക്കുന്ന അധികാരികളും സാങ്കേതികവിദഗ്ദ്ധരും ബ്യൂറോക്രസിയുമാണ് പഴിക്കപ്പെടേണ്ടതെന്ന ധാരണ വ്യാപകമായി പ്രചരിതമായിട്ടുണ്ട്. ശാസ്ത്രം നിർമ്മമമാണെന്ന സമീപനം സ്വീകരിക്കപ്പെടുന്നു. കഴിഞ്ഞ അദ്ധ്യായങ്ങളിൽ നാം നടത്തിയ വികലനങ്ങളിൽ നീതിപൂർവ്വമല്ലാത്ത ശാസ്ത്രത്തിലേക്കു ചൂണ്ടിനില്ക്കുന്ന കുറേ കാര്യങ്ങളെയെങ്കിലും പരാമർശിക്കുന്നുണ്ട്. ശാസ്ത്രം നിർമ്മമമാണോ? അത് ഒരു വിശുദ്ധപശുവാണോ?

സത്താവാദപരമായ സമീപനങ്ങൾ സ്വീകരിക്കുന്ന ശാസ്ത്രം അതിന്റെ വസ്തുവിനെ നിർമ്മിക്കുന്നു. ശാസ്ത്രത്തിലെ വസ്തു പ്രകൃത്യാലുള്ള വസ്തുവല്ല. ആദർശവസ്തുവാണത്. കാരണയുക്തിയുടെ പ്രയോഗത്തിനാവശ്യമായ സാഹചര്യങ്ങൾ സൃഷ്ടിക്കുന്നതിനാണ് ആദർശവസ്തുവിനെ നിർമ്മിക്കുന്നത്. ശാസ്ത്രജ്ഞൻ ഊഹിച്ചെടുക്കുന്ന അടിസ്ഥാനസങ്കല്പനങ്ങൾ പ്രകൃതിവസ്തുവിൽനിന്നും ഭിന്നമായ ആദർശവസ്തുവിനെ ആവശ്യപ്പെടുന്നുമുണ്ടാകാം. പ്രകൃതിയുടെ ഗണിതവല്ക്കരണത്തിനും വസ്തുനിഷ്ഠതയെ ആർജ്ജിക്കാനും ആദർശവസ്തു ആവശ്യമായി വരുന്നു. ആദർശവസ്തുവിന്റെ നിർമ്മാണത്തിൽ സ്വാഭാവികവ്യവസ്ഥയുടെ വക്രീകരണം സംഭവിക്കുന്നുണ്ട്. ഇത് സ്വാഭാവികവ്യവസ്ഥയുടെ മേലുള്ള ഒരു അധികാരപ്രയോഗമാണെന്നും പറയാം. പരസ്പരബന്ധിതമായ ഒരു ലോകത്തിനു പകരം കേവലമായി സ്വയം നിർണ്ണയിക്കാവുന്ന ലോകത്തെക്കുറിച്ചുള്ള ഒരു ചിത്രം ഗണിതശാസ്ത്രം നിർമ്മിച്ചെടുത്തുവെന്ന ഹുസേലിയൻ വിമർശത്തിന് വലിയ സാംഗത്യമുണ്ട്. ആദർശവസ്തുവിന്റെ, ഗണിതവല്ക്കരണത്തിനു വിധേയമാകേണ്ട വസ്തുവിന്റെ നിർമ്മാണത്തിൽ അർത്ഥലോപം സംഭവിക്കുന്നതായി ഹുസേലും ഹൈഡഗറും മറ്റും ആരോപിക്കുന്നുണ്ട്. (എന്നാൽ, ദെലെസ് നിർദ്ദേശിക്കുന്ന സത്താവാദവിരുദ്ധമായ സമീപനം; നിരീക്ഷണത്തിനു വിധേയമാകുന്ന വസ്തുവിന്റെ സഞ്ചാരപഥങ്ങൾ അറിയുകയും അതിനു യോജിച്ച ഗണിതശാസ്ത്രസമീകരണങ്ങൾ കണ്ടെത്തുകയും ചെയ്യുന്ന രീതി, ഉത്തരങ്ങളിൽനിന്നും ചോദ്യങ്ങളിലേക്കു സഞ്ചരിക്കുന്ന എതിർദിശാ സഞ്ചാരം, പ്രകൃതിവസ്തുക്കളിൽ നേരിട്ടു പ്രയോഗക്ഷമമാകുന്നതായിരിക്കണം. ക്ലാസിക്കൽ ഭൗതികത്തിന്റെ സിദ്ധാന്തങ്ങളെ പൂർണ്ണമായും പുനരുല്പാദിപ്പിക്കുന്നതിന് ഈ രീതി സഫലമായി പ്രയോഗക്ഷമമാണെങ്കിലും സൂക്ഷ്മവ്യവസ്ഥകളിൽ ഇത് എങ്ങനെ ഫലപ്രദമായി പ്രയോഗിക്കാൻ കഴിയുമെന്ന് ഇനിയും തെളിയിക്കേണ്ടിയിരിക്കുന്നു!)

ശാസ്ത്രത്തിൽ ഏറിയ കൂറും ഉപയോഗിക്കുന്നത് ഗണിതഭാഷയാണ്. ഇത് നിയമനിഷ്ഠമായ ഭാഷയാണ്. നിശിതവും നിശ്ചിതവുമായ അർത്ഥം ഒരു വാക്കിനു കൈവരുത്തുന്ന രീതിയിലുള്ള നിർവ്വചനങ്ങൾ ശാസ്ത്രം നിർമ്മിക്കുന്നു. നിയമനിഷ്ഠമായ ഭാഷയെ സ്വീകരിക്കുന്നതിലും നിശ്ചിതാർത്ഥമുള്ള വാക്കിനെ സ്വീകരിക്കുന്നതിലും ശാസ്ത്രം പുലർത്തുന്ന ഭാഷയോടുള്ള സമീപനം അതിന്റെ സ്വേച്ഛാപ്രവർത്തനത്തെ തടയുന്ന രീതിയിലുള്ളതാണ്. ബഹുലമായ അർത്ഥങ്ങളെ നിർമ്മിക്കാനുള്ള ഭാഷയുടെ ശേഷിയെ അമർത്തിക്കളയുന്ന ഒരു പ്രവർത്തനം നിർവ്വചനങ്ങളിലും സംപ്രത്യയരൂപീകരണങ്ങളിലും നടക്കുന്നുണ്ട്. ഭാഷയെ പെട്ടെന്നുള്ള പ്രയോജനത്തിലേക്ക് ചുരുക്കുന്നു. അത്യധികം ഉപയോഗമാത്രവാദപരമായ സമീപനമാണിത്. സർഗ്ഗാത്മകമായ മൂല്യങ്ങൾക്കെതിരായ പ്രവർത്തനമായി ഇതിനെ ഗണിക്കാവുന്നതാണ്. ശാസ്ത്രം പ്രകൃതിവസ്തുവിനോടും ഭാഷയോടും സ്വീകരിക്കുന്ന സമീപനം ആധിപത്യപരമാണ്.

ശാസ്ത്രബോധനവും ആധിപത്യപരമായ ഒരു പ്രവർത്തനമാണെന്ന് തോമസ് കുൺ പറയുന്നുണ്ടല്ലോ? സവിശേഷമായ പരിശീലനം ലഭിക്കാത്ത ഒരു വിദ്യാർത്ഥിക്ക് ശാസ്ത്രത്തിന്റെ ജ്ഞാനലോകത്തേക്ക് പ്രവേശനം സാദ്ധ്യമല്ല. ഒരു സാധാരണ മനുഷ്യൻ ഭൂപടത്തിൽ നോക്കി കുറേയേറെ വരകളെ കാണുമ്പോൾ സവിശേഷശിക്ഷണം ലഭിച്ച വിദ്യാർത്ഥിക്ക് അവയെ നദികളെന്നോ റോഡുകളെന്നോ മലകളെന്നോ ഒക്കെ വായിച്ചെടുക്കാൻ കഴിയും. പരിശീലനം സിദ്ധിച്ച വിദ്യാർത്ഥിക്ക് ക്ലൗഡ് ചേമ്പറിലെയും ബബ്ൾ ചേമ്പറിലെയും കാഴ്ചകൾ മൗലികകണങ്ങളുടെ സഞ്ചാരപഥങ്ങളായി മനസ്സിലാക്കാൻ കഴിയുമ്പോൾ ഒരു സാധാരണമനുഷ്യന്റെ മുന്നിൽ അവ അലങ്കോലപ്പെട്ട ചില രേഖകളായിട്ടായിരിക്കും പ്രത്യക്ഷപ്പെടുന്നത്. തന്റെ കാഴ്ചപ്പാടിൽ സൂക്ഷ്മവും ഗൗരവതരവുമായ പരിവർത്തനങ്ങൾ വരുത്തിക്കൊണ്ടു മാത്രമേ ഒരാൾക്ക് ശാസ്ത്രത്തിന്റെ ലോകത്തിലേക്കു പ്രവേശിക്കാൻ കഴിയൂ. ശാസ്ത്രത്തിന്റെ ലോകം എല്ലാവർക്കും പ്രാപ്തമാകുന്ന ലോകമല്ല. ശാസ്ത്രീയതയുടെ ശിക്ഷണരീതികളിലൂടെ, അധികാരപ്രവർത്തനത്തിലൂടെ അത് ലോകബോധത്തെ മാറ്റിത്തീർക്കുന്നു. (ഇത് പൊതുബോധത്തിന്റെ മാറ്റിത്തീർക്കലാണെന്ന ബാഷ്ലാദിന്റെ വിശദീകരണം ഇത്തരുണത്തിൽ ഓർക്കുകയും ചെയ്യണം)

അധികാരപ്രയോഗത്തിന്റെയും മർദ്ദനത്തിന്റെയും കീഴ്പ്പെടുത്തലിന്റെയും മൂലകങ്ങൾ ശാസ്ത്രത്തിൽ ആന്തരികമായി പ്രവർത്തിക്കുന്നുണ്ടെന്നതിന്റെ തെളിവുകളാണിത്. ശാസ്ത്രജ്ഞാനത്തിന് അധികാരവുമായുള്ള ബന്ധം സുവ്യക്തമാണെങ്കിലും അത് ശാസ്ത്രത്തെ ഉപയോഗിക്കുന്നവരുടെ മനോഭാവവുമായിട്ടോ പ്രത്യയശാസ്ത്രവുമായിട്ടോ കണ്ണിചേർത്താണ് പലപ്പോഴും വിശദീകരിക്കപ്പെടാറുള്ളത്. ശാസ്ത്രത്തിനു മേലുള്ള ബാഹ്യസ്വാധീനം എന്ന നിലയ്ക്കാണ് ഇതു മിക്കവാറും മനസ്സിലാക്കപ്പെടുന്നത്. എന്നാൽ, വസ്തുനിഷ്ഠതയെ അവകാശപ്പെടുകയും അതിനെ ആർജ്ജിക്കാൻ ശ്രമിക്കുകയും ചെയ്യുന്ന ഒരു വ്യവഹാരമെന്ന നിലയ്ക്ക് അതിന്റെ രൂപീകരണത്തിൽ തന്നെ അധികാരത്തിന്റെ മൂലകങ്ങൾ പ്രവർത്തിക്കുന്നുണ്ടെന്നാണ് ഇവിടെ പറഞ്ഞു വയ്ക്കുന്നത്. ഒരു ബാഹ്യസ്വാധീനം എന്ന നിലയ്ക്കു മാത്രമല്ല ആന്തരികഗുണം എന്ന നിലയ്ക്കുകൂടി അധികാരത്തോടുള്ള ശാസ്ത്രത്തിന്റെ ബന്ധത്തെ മനസ്സിലാക്കേണ്ടതുണ്ട്.

ശാസ്ത്രത്തിന്റെ വസ്തുനിഷ്ഠതയ്ക്ക് ഗണിതശാസ്ത്രം പ്രധാന പങ്കുവഹിക്കുന്നുണ്ട്. ശാസ്ത്രത്തെ ഗണിതവല്ക്കരണത്തിനു വിധേയമാക്കാനുള്ള പ്രവർത്തനങ്ങൾ ഇവിടെ സൂചിപ്പിച്ചതുപോലെ ഭാഷയുടെയും പ്രകൃതിവസ്തുവിന്റെയും മേലുള്ള അധികാരപ്രയോഗമായി രൂപീകരണസന്ദർഭങ്ങളിൽ പ്രത്യക്ഷപ്പെടുന്നു. വൈകാരികവും അളന്നെടുക്കാനാകാത്തതുമായ ഘടകങ്ങളെ ശാസ്ത്രപ്രക്രിയയിൽ നിന്നും ഒഴിവാക്കുന്ന ശാസ്ത്രത്തിന്റെ രീതിശാസ്ത്രം യഥാർത്ഥത്തിൽ നൈതികവും

ധാർമ്മികവുമായ മൂല്യങ്ങളെയാണ് ശാസ്ത്രപ്രവർത്തനത്തിൽ നിന്നും ഒഴിവാക്കുന്നത്. ശാസ്ത്രം വസ്തുനിഷ്ഠത ആർജ്ജിക്കുന്നത് ഈ മാർഗ്ഗത്തിലൂടെയാണ്. വസ്തുനിഷ്ഠത ശാസ്ത്രത്തിന് ഒരു വരമല്ലെന്ന ഫെമിനിസ്റ്റുകളുടെ വിമർശത്തിനു സാംഗത്യമുണ്ട്.

ഭൗതികശാസ്ത്രം നിയമനിഷ്ഠഭാഷയെയാണ് കൂടുതലായും ആശ്രയിക്കുന്നതെന്നു പറയുമ്പോഴും ശാസ്ത്രസങ്കല്പനങ്ങളെ രൂപപ്പെടുത്തുന്നതിൽ രൂപകാത്മകഭാഷ വഹിക്കുന്ന പങ്കിനെ വിശദമായി നാം കാണുകയുണ്ടായി. നിയമനിഷ്ഠഭാഷയെന്നു ഗണിക്കപ്പെടുന്ന ഗണിതഭാഷതന്നെ അടിസ്ഥാനപരമായി രൂപകാത്മകതയുടെ മൂലകങ്ങൾ കൊണ്ടു നിർമ്മിക്കപ്പെട്ടതാണെന്നും കണ്ടു. രൂപകാത്മകഭാഷ പ്രത്യയശാസ്ത്രപരമായ ദൗത്യങ്ങൾ വഹിക്കുന്നുണ്ടെന്നുള്ള ധാരണയെ ശാസ്ത്രത്തിനും പ്രയോഗക്ഷമമാക്കാവുന്നതാണ്. ആധുനികശാസ്ത്രത്തെയും പ്രത്യയശാസ്ത്രവിശ്ലേഷണങ്ങൾക്കു വിധേയമാക്കാവുന്നതാണെന്ന സമീപനം സ്വീകരിക്കേണ്ടതുണ്ട്. ശാസ്ത്രം പ്രത്യയശാസ്ത്രത്തിനു പുറത്തല്ല.

ശാസ്ത്രത്തെ സ്വാധീനിക്കുന്ന ബാഹ്യഘടകങ്ങളുടെ പങ്കിനെക്കൂടി പ്രത്യേകിച്ച് എടുത്തു പറയേണ്ടതാണ്. ശാസ്ത്രഗവേഷണത്തിന് പലപ്പോഴും വലിയ മൂലധനം ആവശ്യമായി വരുന്ന സാഹചര്യത്തിൽ ബഹുരാഷ്ട്രകോർപ്പറേഷനുകൾ ഗവേഷണമേഖലകളെ അപ്പാടെ സ്പോൺസർ ചെയ്യുന്ന സ്ഥിതി സൃഷ്ടിക്കപ്പെട്ടിരിക്കുന്നു. ഇതുമൂലം ബഹുരാഷ്ട്രകോർപ്പറേഷനുകളുടെ ലാഭതാല്പര്യങ്ങളാണ് ഗവേഷണങ്ങളെ നിർണ്ണയിക്കുന്നതെന്ന സാഹചര്യം ഉണ്ടാകുന്നു. ശാസ്ത്രഗവേഷണഫലങ്ങളെ കുത്തകവല്ക്കരിച്ചുകൊണ്ട്, ഇതേ ഗവേഷണഫലങ്ങളിൽ എത്തുന്നതിനുള്ള ഇതര സാദ്ധ്യതകളെ തടയുകയും തങ്ങളുടെ മൂലധന താല്പര്യങ്ങളെ പോഷിപ്പിക്കുകയും ചെയ്യുന്ന കോർപ്പറേഷനുകളുണ്ട്. ലോകബൗദ്ധികസമ്പത്തിനെ പൂർണ്ണമായും വരുതിയിലാക്കാനുള്ള ശ്രമങ്ങളായി ഇതിനെ കാണണം.

ജോർജ് കാങ്ഗ്യലത്തിന്റെ പുസ്തകത്തിന് മിഷേൽ ഫൂക്കോ എഴുതിയ അവതാരികയിൽ, യാഥാർത്ഥ്യത്തെക്കുറിച്ചുള്ള ഭൗതികശാസ്ത്രസമീപനം അതേപടി ജീവശാസ്ത്രങ്ങൾക്കു യോജിക്കില്ലെന്ന നിലപാടു സ്വീകരിക്കുന്നുണ്ട്. അചേതനമായ ഭൗതികശാസ്ത്രവസ്തുവിനെ പോലെ ജീവനുള്ള വസ്തുവിനെ പരിഗണിക്കാൻ കഴിയില്ലെന്ന സമീപനം ഫൂക്കോയുടെ ചിന്തയിലുണ്ട്. ഭൗതികശാസ്ത്രം നിർമ്മിച്ചെടുക്കുന്ന വസ്തു ഗണിതത്തെ കൃത്യമായി പിന്തുടരുകയും അതുവഴി കൃത്യത ആർജ്ജിക്കുകയും ചെയ്യുന്ന വസ്തുവാണ്. ഭൗതികത്തിലെ വസ്തുനിഷ്ഠതയുടെ വഴിയാണത്. എന്നാൽ, ജീവൻ ഉരുവം കൊള്ളുന്നതു തന്നെ കൃത്യതയില്ലായ്മയിൽ നിന്നോ പിശകിൽനിന്നോ ആണെന്ന് ഫൂക്കോ സൂചിപ്പിക്കുന്നു. പരമ്പരാഗത ഭൗതികശാസ്ത്രത്തിന്റെ കൃത്യമായ ഏകവഴിയിലെന്ന പോലെയാണ് ജീവവസ്തു പ്രവർത്തിക്കുന്നതെന്നു പറയാൻ

കഴിയില്ല. ജീനുകളിലെ ഉല്പരിവർത്തനമെന്നത് പിശകായിട്ടാണ് നാം പരിഗണിക്കുന്നത്. അത് നേർവഴിയിൽ നിന്നും ഒരു മാറിനടക്കലാണ്. യഥാർത്ഥവഴികളിൽനിന്നുള്ള ഈ മാറിനടപ്പ് പുതിയ ജനുസ്സുകളെ നിർമ്മിക്കുന്നതിനു തന്നെ കാരണമായിത്തീരുന്നു. അത്ഭുതകരമായ പരിവർത്തനങ്ങളിലേക്കു നയിക്കുന്നു.

പുതിയ ജനുസ്സുകളും ജീവജാലങ്ങളും ഉണ്ടാകുന്നത് ഇങ്ങനെയാണ്. ജീവന്റെ വളർച്ചയ്ക്കും പരിണാമത്തിനും വികാസത്തിനും ഈ ഉല്പരിവർത്തനങ്ങൾക്ക് വലിയ പങ്കോ സാദ്ധ്യതകളോ ഉണ്ടെന്നാണ് ഫൂക്കോ അനുമാനിക്കുന്നത്. അത് പ്രകൃതിയുടെ സർഗ്ഗാത്മകതയുടെയും ബഹുലതയുടെയും വൈവിദ്ധ്യത്തിന്റെയും വഴി കൂടിയാണ്. സത്താവാദപരമായ ഭൗതികശാസ്ത്രത്തിന്റെ വസ്തുനിഷ്ഠതയുടെ വഴിയല്ല ഇത്. ഭൗതികശാസ്ത്രത്തിലെ വസ്തുനിഷ്ഠനിയമങ്ങൾ കൊണ്ട് ജീവശാസ്ത്രത്തെ സമീപിക്കുമ്പോൾ പല പാളിച്ചകളും ഉണ്ടായേക്കാം. ഗണിതനിയമങ്ങൾ കുറേയെങ്കിലും ബാധകമാകുന്ന ജനിതകശാസ്ത്രത്തിന്റെ മേഖല പോലും പ്രശ്നസങ്കലിതമാണ്.

ജനിതകശാസ്ത്രവും ജനറ്റിക് എഞ്ചിനീയറിങ്ങും ജീവവസ്തുവിനെ ശാസ്ത്രവസ്തുവാക്കി മാറ്റിത്തീർക്കാനുള്ള ശ്രമത്തിലാണ്. ജീൻ ശാസ്ത്രവസ്തുവായി മാറുമ്പോൾ ജീൻബാങ്കുകൾ നിർമ്മിക്കപ്പെടുന്നു. ബാങ്കുകളിൽ ജീനുകൾ സുരക്ഷിതമായിരിക്കുമോ? ജീൻ മുറിച്ചെടുക്കലും ഒട്ടിച്ചുചേർക്കലും സാദ്ധ്യമായിരിക്കുന്നു. ഇതിന്റെ പാർശ്വഫലങ്ങൾ എന്തെല്ലാമായിരിക്കാം? ജീനുകളുടെ പുനഃസംയോജനം വഴി ഉണ്ടാകുന്ന മാറ്റങ്ങൾ ഉദ്ദേശിക്കുന്ന ഫലങ്ങളായിരിക്കില്ല നല്കുന്നത്. ഇതിന് ധാരാളം തെളിവുകളുണ്ട്. ശാസ്ത്രജ്ഞൻ തന്റെ പരീക്ഷണത്തിന് ഉദ്ദേശിക്കുന്ന ഏകസ്വഭാവം മാത്രമായിരിക്കില്ല ഒരു ജീനിനുള്ളത്. ശാസ്ത്രജ്ഞൻ നിശ്ചയിക്കുന്ന സ്ഥലത്തുതന്നെ അത് എത്തിച്ചേരണമെന്നില്ല. സംയോജനത്തിനു വിധേയമാകുന്ന ജീൻ മറ്റു ജീനുകളുമായി പ്രതിപ്രവർത്തിക്കുമ്പോഴുണ്ടാകുന്ന ഫലങ്ങൾ പലപ്പോഴും അപ്രതീക്ഷിതങ്ങളായിരിക്കും. ഇത്തരം കാര്യങ്ങളിൽ വിശദമായ പഠനം നടത്താൻ ഈ മേഖലയിൽ പ്രവർത്തിക്കുന്ന ബഹുരാഷ്ട്രകോർപ്പറേഷനുകൾ മിക്കപ്പോഴും തയ്യാറല്ല. കൃഷിക്കായി ജനിതക എഞ്ചിനീയറിങ്ങിലൂടെ തയ്യാറാക്കുന്ന വിത്തുകൾക്ക് മണ്ണിനും ഭൂപ്രകൃതിയ്ക്കും കാലാവസ്ഥയ്ക്കും ഇണങ്ങി രൂപപ്പെടുന്ന സ്വാഭാവികവിത്തുകളുടെ രോഗപ്രതിരോധശേഷിയോ ഉല്പാദനശേഷിയോ ഉണ്ടാകാൻ സാദ്ധ്യതയില്ല.

ജനിതകവിഭവങ്ങളെ തങ്ങളുടെ നിയന്ത്രണത്തിലാക്കുന്നതിനുള്ള ബഹുരാഷ്ട്രക്കുത്തകകളുടെ ശ്രമങ്ങൾ അതിഭീകരങ്ങളായ അനന്തരഫലങ്ങളെ സൃഷ്ടിച്ചേക്കാം. ജനിതകവൈവിദ്ധ്യത്തിൽ നിന്ന് ജനിതക ഏകാത്മകതയിലേക്കുള്ള മാറ്റം ജനിതകവിഭവങ്ങളുടെ വലിയ ശോഷണത്തിന് കാരണമാകും. മനുഷ്യജീനുകളും മറ്റും പേറ്റന്റു ചെയ്യപ്പെടുന്ന അവസ്ഥ സൃഷ്ടിക്കപ്പെടുകയാണ്. ജീവനെ രാസസംയുക്തങ്ങളുടെയും അയോ

ണുകളുടെയും മിശ്രിതം മാത്രമാക്കി കാണുന്ന ബഹുരാഷ്ട്രക്കുത്തകകളുടെ നിലപാടുകൾ ജീവനോടുള്ള ആദരവിനെ പൂർവ്വികരുടെ വിഡ്ഢിത്തമായി അവതരിപ്പിക്കുന്നു.

ശാസ്ത്രത്തിന്റെ രീതിശാസ്ത്രത്തിൽ ഇതേവരെ പ്രത്യക്ഷപ്പെടാതിരുന്ന ജീവൻ അതിന്റെ വിഷയവസ്തുവായി തീരുന്നതോടെയാണ് ശാസ്ത്രയാഥാർത്ഥ്യത്തിന്റെ പ്രതിസന്ധി ചർച്ചയുടെ ഗൗരവമേറിയ വിഷയമാകുന്നത്. ജീവനെ സംബന്ധിച്ച ബയോടെക്നോളജിയുടെ ജ്ഞാനം ലളിതമായി നിർമ്മിക്കപ്പെട്ട ഒരു ശാസ്ത്രവസ്തുവിനെക്കുറിച്ചുള്ള ജ്ഞാനമല്ല. നേരത്തെ പറഞ്ഞതുപോലെ ബയോടെക്നോളജിയുടെ ശാസ്ത്രവസ്തു ജീവൻ തന്നെയാണ്. ജീവൻ അതിനുള്ളിൽ തന്നെ യഥാർത്ഥമാണ്. ജീവൻ ശാസ്ത്രത്തിൽ പ്രവർത്തിക്കുകയും അതിന്റെ പ്രശ്നങ്ങൾക്കു കാരണമാകുകയും ചെയ്യുന്നു. ജീവനെ ഭൗതികശാസ്ത്രത്തിലെ ദ്രവ്യമെന്ന നിലയിലേക്കു ചുരുക്കാവുന്നതല്ല. ജീവവസ്തുവിനെ പൂർണ്ണമായും കൃത്യമായ അളവുകളിലേക്ക്, ഗണിതത്തിലെ അക്കങ്ങളിലേക്കു കൊണ്ടുവരാൻ കഴിയുമോയെന്നത് വലിയൊരു പ്രശ്നമാണ്. (ജനിതകചികിത്സയിൽ ഇതു സാദ്ധ്യമായേക്കാം. എന്നാൽ, അതു കൊണ്ടുവന്നേക്കാവുന്ന ഭവിഷ്യത്തുകൾ ഇവിടെ സൂചിപ്പിക്കപ്പെട്ടതുപോലെ അപ്രവചനീയമാണ്) ഭൗതികശാസ്ത്രത്തിലെ ദ്രവ്യം വസ്തുനിഷ്ഠതയുടെ വഴികളിലൂടെ സഞ്ചരിക്കുമ്പോൾ ജീവശാസ്ത്രത്തിലെ ദ്രവ്യം പിശകിന്റെയും കൃത്യതയില്ലായ്മയുടെയും സ്വാഭാവികവഴികളെ സ്വീകരിക്കുകയും ഉല്പരിവർത്തനങ്ങൾക്കു വിധേയമാകുകയുംചെയ്യുന്നുവെന്നു മാത്രമല്ല, അത് അത്ഭുതകരമായ ഗുണപരമായ വ്യത്യാസങ്ങൾ സൃഷ്ടിക്കുകയും ചെയ്യുന്നു. ശാസ്ത്രം ഇപ്പോൾ അഭിമുഖീകരിക്കുന്ന തീവ്രമായ പ്രതിസന്ധികൾ ജീവനെ സംബന്ധിച്ച ധാർമ്മികവും നൈതികവുമായ പ്രശ്നങ്ങൾ സൃഷ്ടിക്കുന്നവയാണ്. ഈ നൈതികാവബോധത്തിന്റെ പ്രയോഗപ്രവർത്തനങ്ങൾ ശാസ്ത്രത്തിനെതിരെ ജീവന്റെ പ്രതിരോധത്തിനുള്ളവയാണ്.

ഏതൊരു ശാസ്ത്രത്തെയും കൃത്യതയിൽ മനസ്സിലാക്കാൻ ഗണിതത്തെ ആശ്രയിക്കേണ്ടി വരുമെന്നാണ് കരുതപ്പെടുന്നത്. ജീവശാസ്ത്രങ്ങളെ ശരിയായി ഗ്രഹിക്കുന്നതിനും ഗണിതം ആവശ്യമായി വരും. ഗണിതത്തെ ജീവശാസ്ത്രത്തിലേക്കു നയിക്കുന്നതിനു തടസ്സമായി പ്രത്യക്ഷപ്പെടുന്നത് ജീവശാസ്ത്രവ്യവസ്ഥകളുടെ സങ്കീർണ്ണസ്വഭാവമാണ്. ഭൗതികശാസ്ത്രവ്യവസ്ഥകൾ രൂപപ്പെടുന്നത് ലളിതവ്യവസ്ഥകളായിട്ടാണ്. ലളിതവ്യവസ്ഥകളുടെ ഗണിതവല്ക്കരണം താരതമ്യേന എളുപ്പതരമായിരുന്നു. എന്നാൽ, ഭൗതികശാസ്ത്രങ്ങളിൽ തന്നെ ഗണിതവല്ക്കരണപ്രക്രിയ മന്ദഗതിയിലായിരുന്നു. ജീവശാസ്ത്രവ്യവസ്ഥകളുടെ സങ്കീർണ്ണതകളോടൊപ്പം എല്ലാ പ്രക്രിയകൾക്കിടയിലും പ്രവർത്തിക്കുന്ന ബലതന്ത്രപരമായ അസന്തുലിതാവസ്ഥകളും സംഘാടനത്തിലേക്കു നയിക്കുന്ന മത്സരാധിഷ്ഠിത പ്രഭാവങ്ങളും ജീവവ്യവസ്ഥകളെ അപ്രവചനീയമാക്കുന്നു.

സങ്കീർണ്ണവ്യവസ്ഥകളുടെ ഒരു സവിശേഷത പുതിയ ഗുണങ്ങളുടെയും സ്വഭാവങ്ങളുടെയും പ്രത്യക്ഷപ്പെടലാണ്. കൂടിച്ചേർന്ന് സങ്കീർണ്ണമാകുമ്പോൾ ചെറിയ ഘടകങ്ങൾക്കില്ലാത്ത ഗുണങ്ങളും സ്വഭാവങ്ങളും ആവിർഭവിക്കുന്നു. സങ്കീർണ്ണവ്യവസ്ഥകളും കുഴപ്പങ്ങൾ നിറഞ്ഞ വ്യവസ്ഥകളും ഒരേ രീതിയിൽ പരിഗണിക്കപ്പെടാവുന്നതുമല്ല. സങ്കീർണ്ണവ്യവസ്ഥകളുടെ ഗണിതവല്ക്കരണം ഉച്ചനിലയിലുള്ള ഗണിതശാസ്ത്രശാഖകളെ ആവശ്യപ്പെടുന്നുണ്ട്. അവയുടെ പഠനത്തിൽ അടുത്തകാലത്ത് വലിയ പുരോഗതി ഉണ്ടായിട്ടുണ്ട്. സങ്കീർണ്ണവ്യൂഹങ്ങൾ പരസ്പരബന്ധിതമായ, പരസ്പരം പ്രതിപ്രവർത്തിക്കുന്ന ഉപവ്യൂഹങ്ങൾ ചേർന്ന് നിർമ്മിക്കപ്പെട്ടതാണ്. മനുഷ്യമസ്തിഷ്കം, പാരിസ്ഥിതിക വ്യവസ്ഥകൾ, നാഡീവ്യൂഹവ്യവസ്ഥകൾ... തുടങ്ങിയവയിലെല്ലാം ധാരാളം ഉപവ്യവസ്ഥകളുണ്ട്. ഇവയുടെ പഠനത്തിന് ഏകീകൃതമായ ഒരു പദ്ധതി ഇനിയും രൂപീകരിക്കപ്പെട്ടിട്ടില്ലെങ്കിലും ക്രമരഹിതമായ വ്യവസ്ഥകളെക്കുറിച്ചുള്ള സിദ്ധാന്തം (Chaos Theory), സ്വയം സംഘാടനം (Self Organization) എന്നിവപോലെ സങ്കീർണ്ണമായ വ്യവസ്ഥകളെ കുറിച്ചുള്ള പഠനങ്ങൾ ഈ മേഖലയിലെ നല്ല തുടക്കങ്ങളാണ്. ബലതന്ത്രവ്യവസ്ഥകളിലുള്ള പൊങ്കാറേയുടെ ഇടപെടലുകൾ ടോപ്പോളജി എന്ന ഗണിതശാസ്ത്രശാഖയുടെ ആവിർഭാവത്തിനു കാരണമായതുപോലെ സങ്കീർണ്ണ ജീവവ്യവസ്ഥകളെ കുറിച്ചുള്ള പഠനങ്ങൾ പുതിയ ഗണിതശാസ്ത്ര ഉപകരണങ്ങളെയും സങ്കേതങ്ങളെയും പുതിയ ഗണിതമേഖലകളെ തന്നെയും ആവശ്യപ്പെടുന്നുണ്ട്.

ജീവശാസ്ത്രത്തിന്റെ ഗണിതവല്ക്കരണം സവിശേഷമായ കരുതലുകളെ ആവശ്യപ്പെടുന്നുണ്ട്. ജീവശാസ്ത്രത്തിലെ പ്രധാനനിയമം എല്ലാ നിയമങ്ങൾക്കും അപവാദമുണ്ട് എന്ന കാര്യമാണ്. ഇത് സാമാന്യവല്ക്കരണങ്ങളെ വിഷമമേറിയ കാര്യമാക്കി മാറ്റുന്നു. ജീവശാസ്ത്രവ്യവസ്ഥകൾ അസംതൃപ്തമായ കുടുംബങ്ങളെ പോലെയാണത്രേ! ടോൾസ്റ്റോയി എഴുതിയതുപോലെ അവ പല രീതികളിൽ അസംതൃപ്തങ്ങളാണ്. പ്രകൃതിനിർദ്ധാരണമൊഴികെ വ്യക്തമായി സ്ഥാപിക്കപ്പെട്ട നിയമങ്ങൾ ജീവശാസ്ത്രത്തിലില്ലെന്നു പറയാം. അത് വളരെ പ്രധാനപ്പെട്ട നിയമവുമാണ്. ജീവശാസ്ത്രത്തിൽ പ്രകൃതിനിർദ്ധാരണത്തിന്റെയും പരിണാമത്തിന്റെയും അടിസ്ഥാനത്തിലല്ലാതെ ഒന്നുംതന്നെ അർത്ഥപൂർണ്ണമാകുന്നില്ലെന്ന ഡൊബ്ഷാൻസ്കിയുടെ പ്രസ്താവന പ്രശസ്തമാണ്. ജീവികൾ ചരിത്രത്തിന്റെ ഉല്പന്നങ്ങളാണ്. ജീവദ്രവ്യം കടന്നുപോയ മാറ്റത്തിന്റെ ചരിത്രവും ഏതു രീതിയിലാണ് ഈ മാറ്റം സംഭവിക്കുന്നതെന്ന കാര്യവും ജീവശാസ്ത്രത്തിന്റെ ഗണിതവല്ക്കരണത്തിൽ പ്രധാനമായും പരിഗണിക്കപ്പെടണം. ജീവദ്രവ്യത്തിന്റെ ഘടനയെ ഭൗതികശാസ്ത്രത്തിന്റെ സാധാരണനിയമങ്ങളിലേക്കു ചുരുക്കിയെടുക്കുന്ന രീതിയിൽ പ്രവർത്തിക്കരുതെന്ന് ഷ്റോഡിന്ഞ്ജർ പറയുന്നുണ്ട്. ധാരാളം അണുക്കളും തന്മാത്രകളും ചേർന്നുണ്ടാകുന്ന ജീവദ്രവ്യവ്യവസ്ഥകളിൽ ഭൗതികശാസ്ത്രത്തി

ന്റെയും രസതന്ത്രത്തിന്റെയും നിയമങ്ങൾ സാംഖ്യകസംഭാവ്യതകളെന്ന നിലയിലായിരിക്കും പ്രത്യക്ഷപ്പെടുന്നത്. ഒരു റേഡിയോ അണുവിന്റെ ആയുസ്സിന്റെ സംഭാവ്യത ഒരു ശലഭത്തിന്റെ ആയുസ്സിന്റെ സംഭാവ്യതയെ അപേക്ഷിച്ച് തുലോം കുറഞ്ഞ അളവിൽ മാത്രം തീർച്ചയുള്ളതാണെന്ന് ഷ്റോഡിന്ഞ്ജർ പറയുന്നുണ്ട്. ഗ്രിഗർ മെൻഡൽ സാംഖ്യകനിയമങ്ങൾ ഉപയോഗിച്ചു തുടങ്ങുന്നതോടെ ജീവശാസ്ത്രവും ഗണിതവല്ക്കരണത്തിനു വിധേയമായി തുടങ്ങി. ജനിതകവിപ്ലവം സൃഷ്ടിച്ചിരിക്കുന്ന അനുക്രമീകരണതന്ത്രം(Sequencing Strategy) ഗണിതത്തിന്റെ ഉച്ചനിലയിലുള്ള ഉപയോഗത്തെ ആശ്രയിക്കുന്നതാണ്.

ജീവദ്രവ്യത്തിന്റെ സ്വാഭാവികസ്രോതസ്സിനെ സങ്കല്പിക്കുന്ന ഒരു ഗണിതശാസ്ത്രമാതൃകയെ അലൻ ടുറിങ് നിർമ്മിക്കുകയുണ്ടായി. സംയോഗത്തിന് വിധേയമായ അണ്ഡത്തിന്റെ രൂപരഹിതമായ ഘടനയെ കുറിച്ചാണ് അദ്ദേഹം ചിന്തിച്ചത്. അന്തർവ്യാപനം(Diffusion) വഴി പടരുന്നതും പരസ്പരം പ്രതിപ്രവർത്തിക്കുന്നതുമായ രാസപദാർത്ഥങ്ങളുടെ സാകല്യമായി ഭ്രൂണത്തെ അദ്ദേഹം കണ്ടു. രാസപ്രവർത്തനത്തിന്റെയും അന്തർവ്യാപനത്തിന്റെയും നിരക്കനുസരിച്ചും താപഗതികആന്ദോളന(Thermodynamical Vibrations)ങ്ങൾക്കനുസരിച്ചും ഇത് പല ഫലങ്ങളിലേക്കും നയിക്കപ്പെടുന്നതാണ്. ഭ്രൂണത്തിന്റെ ചില ഭാഗങ്ങളിൽ ഉയർന്ന രാസസാന്ദ്രതയും മറ്റു ചിലയിടങ്ങളിൽ കുറഞ്ഞ രാസസാന്ദ്രതയുമുണ്ടാകാം. ഇവ ഹൈഡ്രയുടെയോ നക്ഷത്രമത്സ്യത്തിന്റെയോ പാറ്റേണുകളെ അനുകരിക്കാം. മറ്റു ചില സാന്ദ്രതകളിൽ ഘടികാരത്തെ പോലെയോ തരംഗത്തെ പോലെയോ ദോലനത്തിനു വിധേയമാകാം. ആദ്യം തണുത്ത പ്രതികരണമാണുണ്ടാക്കിയതെങ്കിലും പതുക്കെ പതുക്കെ ഈ മാതൃക ധിഷണാശാലികളുടെ ഇടയിൽ ചില ചലനങ്ങൾ ഉണ്ടാക്കി. ഈ സമീപനം ശരിയല്ലെന്നു പില്ക്കാലത്തു തെളിഞ്ഞു. ജീവന്റെ മാതൃകാനിർമ്മാണത്തിനുള്ള ആദ്യശ്രമമെന്ന നിലയ്ക്കുമാത്രം ഇതിനെ ഇപ്പോൾ കാണാം.

എന്നാൽ, ഇപ്പോൾ ആസ്ട്രേലിയയിൽനിന്നുള്ള ഗവേഷകർ മനുഷ്യഭ്രൂണത്തിന്റെ മാതൃക നിർമ്മിച്ചതായുള്ള വാർത്തകൾ വന്നിരിക്കുന്നു. മെൽബോണിലെ മൊനാഷ് സർവ്വകലാശാലയിൽ പ്രൊഫ. ജോസ് പോളോയുടെ നേതൃത്വത്തിലുള്ള സംഘമാണ് ഈ ഗവേഷണത്തിൽ ഏർപ്പെട്ടിരിക്കുന്നത്. ബീജവും അണ്ഡവും കൂട്ടിച്ചേർത്തല്ല അവർ ഭ്രൂണം നിർമ്മിച്ചിരിക്കുന്നത്, ചർമ്മകോശങ്ങൾ കൊണ്ടാണ്. എന്നാൽ, ഇത് പ്രകൃതിദത്തമായ ഭ്രൂണത്തിന്റെ അതേ പകർപ്പല്ല. നൈതികവും ധാർമ്മികവുമായ കാരണങ്ങളാൽ പ്രകൃതിദത്തഭ്രൂണത്തിന്റെ ആദ്യനാളുകളിലെ വളർച്ച നിരീക്ഷണങ്ങൾക്കു വിധേയമാക്കുന്നതിന് വിലക്കുകളുണ്ട്. മൊനാഷ് സർവ്വകലാശാലയിലെ ഗവേഷകർ നിർമ്മിച്ചെടുത്ത ഐബ്ലാസ്റ്റോയ്ഡ്സ് (iBlastoids) മനുഷ്യഭ്രൂണവികാസത്തിന്റെ ആദ്യനാളുകളെ കുറിച്ചു പഠിക്കാൻ സഹായിക്കുന്നതാണ്. പതിനൊന്നു ദിവസത്തിന്നപ്പു

റത്തേക്ക് ഈ വളർച്ച നിരീക്ഷിക്കപ്പെടുന്നതിന് ഉദ്ദേശിക്കുന്നില്ല. ഇത് പൂർണ്ണമനുഷ്യജീവിയായി വികസിക്കുമെന്നു കരുതപ്പെടുന്നുമില്ല. എന്നാൽ, ഭ്രൂണവളർച്ചയുടെ ആദ്യനാളുകളിലുണ്ടാകുന്ന വൈകല്യങ്ങൾ മനസ്സിലാക്കാൻ ഉതകുമെന്നു കരുതപ്പെടുന്നു.

ബോധ യഥാതഥവാദം (Conscious Realism) എന്നു വിളിക്കാവുന്ന ഒരു നിലപാടിനെ സ്വീകരിക്കുന്ന ഡൊണാൾഡ് ഹോഫ്മാന്റെ ആശയവാദപരമായ ഒരു സമീപനത്തെ കുറിച്ചുകുടി ഇവിടെ പറയണമെന്നു തോന്നുന്നു. ലോകയാഥാർത്ഥ്യത്തിന്റെ അതേപടിയുള്ള, അക്ഷരാർത്ഥത്തിലുള്ള പകർപ്പുകളാണോ, നമ്മുടെ സംവേദനങ്ങൾ എന്ന ചോദ്യം അദ്ദേഹം ഉന്നയിക്കുന്നു. നമ്മുടെ ഇന്ദ്രിയസംവേദനങ്ങൾ വിശ്വാസ്യതയുള്ളതാണെന്ന്, അത് യാഥാർത്ഥ്യത്തെക്കുറിച്ച് നമ്മോട് സത്യം ബോധിപ്പിക്കുന്നുവെന്ന് കരുതപ്പെടുന്നു. നമ്മെ നയിക്കുന്നത് ഇന്ദ്രിയസംവേദനങ്ങളിലെ വിശ്വാസ്യതയാണ്. യഥാർത്ഥലോകം സ്ഥല,കാലങ്ങളിൽ നമ്മുടെ മുന്നിൽ പ്രത്യക്ഷപ്പെടുന്നതായാണ് പൊതുവിൽ മനസ്സിലാക്കപ്പെടുന്നത്. അത് കല്ലും മണ്ണും പൂവും മരവും മറ്റു വസ്തുക്കളും ഒക്കെ നിറഞ്ഞതാണ്. ഒരു ജീവിപോലും ഇവയെ നിരീക്ഷിക്കുന്നില്ലെങ്കിലും, ഒരു ജീവിപോലും ഇവയോടു സംവദിക്കുന്നില്ലെങ്കിലും ഈ വസ്തുനിഷ്ഠലോകം നിലനില്ക്കുന്നുണ്ടെന്നു നാം കരുതുന്നു. നമ്മുടെ ഇന്ദ്രിയങ്ങൾ പരിണാമത്തിലൂടെ വികസിച്ചുവന്നതാണ്. പരിണാമത്തിലൂടെ സംഭവിച്ച വികാസം യാഥാർത്ഥ്യത്തെ അതേപടി പകർന്നുതരുന്നതിനെ അഥവാ സത്യസംവേദനത്തെ സാദ്ധ്യമാക്കുന്നതാണെന്നു കരുതപ്പെടുന്നു. അമേരിക്കൻ സംജ്ഞാന മനഃശാസ്ത്രജ്ഞനായ ഡൊണാൾഡ് ഡി ഫോഫ്മാൻ പറയുന്നത് ഈ മുൻധാരണ; മുന്നറിവ്, അബദ്ധമാണെന്നാണ്. നമ്മുടെ സംവേദനങ്ങൾ; അത് പാറയെ കുറിച്ചോ കാടിനെ കുറിച്ചോ ആപ്പിളിനെ കുറിച്ചോ സൈക്കിളിനെ കുറിച്ചോ എന്തിനെ കുറിച്ചുമാകട്ടെ, സ്ഥല,കാലങ്ങളെ കുറിച്ചുള്ള സംവേദനങ്ങൾ പോലും വസ്തുനിഷ്ഠയാഥാർത്ഥ്യത്തെ വെളിവാക്കുന്നില്ല. സ്ഥല, കാലങ്ങളിൽ നിലനില്ക്കുന്നതായി കരുതപ്പെടുന്ന വസ്തുക്കളുടെ ഭാഷ തന്നെ വസ്തുനിഷ്ഠയാഥാർത്ഥ്യത്തെ വിശദീകരിക്കുന്നതിന് ഉതകുന്നതല്ല. പ്രകൃതി നിർദ്ധാരണം വഴിയുള്ള പരിണാമത്തെ കുറിച്ചുള്ള ഒരു തിയറം (FBT Theorem - Fitness - Beats - Truth Theorem) നമ്മുടെ മുന്നറിവുകളെ പ്രഹരിക്കുന്നതാണ്. പ്രകൃതി നിർദ്ധാരണത്തിലൂടെയുള്ള പരിണാമം സത്യസംവേദനങ്ങളെ അനുകൂലിക്കുന്നില്ല, മറിച്ച് പ്രകൃതി നിർദ്ധാരണം സത്യത്തെ മറച്ചുവയ്ക്കുകയും ഉപയോഗപ്രദമായ പ്രവർത്തനത്തിലേക്കു നയിക്കുകയുംചെയ്യുന്ന സംവേദനങ്ങളോട് അനുകൂലമായി പെരുമാറുകയും ചെയ്യുന്നു. കമ്പ്യൂട്ടർ സിമുലേഷൻസ് ഈ തിയറത്തോടു യോജിക്കുന്നു. സ്ഥലം, കാലം, ആകൃതി, നിറം, മണം, രുചി, ചലനം ഇവയൊന്നും യാഥാർത്ഥ്യത്തിന്റെ വിശദീകരണങ്ങളല്ല. നിരവധി ഉദാഹരണങ്ങളിലൂടെ ഡൊണാൾഡ് ഹോഫ്മാൻ തന്റെ ഈ അനുമാനത്തെ വിശ

ദീകരിക്കുന്നു. *The Case Against Reality: How Evolution Hid the Truth from Our Eyes* (യാഥാർത്ഥ്യത്തിനെതിരായ വ്യവഹാരം - പരിണാമം എങ്ങനെയാണ് നമ്മുടെ കണ്ണുകളിൽ നിന്നും സത്യത്തെ മറയ്ക്കുന്നത്) എന്ന ഹോഫ്മാന്റെ പുസ്തകം ഇത്തരം വിശദീകരണങ്ങളെ സംഗ്രഹിക്കുന്നു.

നിങ്ങളുടെ ലാപ്ടോപ്പിന്റെ നടുവിൽ കാണുന്ന നീല ചിഹ്നം നിങ്ങൾ നിർമ്മിച്ചു സൂക്ഷിച്ചിരിക്കുന്ന ലേഖനമാണോ? നിങ്ങളുടെ ലേഖനത്തിന്റെ സമ്പർക്കമുഖം(Interface) മാത്രമാണത്. നിങ്ങളുടെ ലേഖനം യഥാർത്ഥത്തിൽ എന്താണ്? അത് മലയാളഭാഷയിലെ അക്ഷരങ്ങളാണോ? അതോ, ലാപ്ടോപ്പിനുള്ളിലെ സർക്യൂട്ടുകൾ, വോൾട്ടേജുകൾ, സോഫ്ട് വെയറുകൾ, പ്രോഗ്രാമുകൾ ഇവയൊക്കെയാണോ? ഈ യാഥാർത്ഥ്യത്തെ ഒക്കെയും മറച്ചുകൊണ്ട് ലാപ്ടോപ്പിന്റെ നടുവിലെ നീല ചിഹ്നം നിങ്ങളുടെ ലേഖനമായി, യാഥാർത്ഥ്യമായി പ്രത്യക്ഷപ്പെടുന്നു. പ്രകൃതി നിർദ്ധാരണത്തിലൂന്നുന്ന പരിണാമവും ഇങ്ങനെയാണു പ്രവർത്തിക്കുന്നതെന്നു ഡൊണാൾഡ് ഹോഫ്മാൻ പറയുന്നു. യാഥാർത്ഥ്യമുഖത്തെ മറയ്ക്കുകയും ജീവികളുടെ അതിജീവനാവശ്യങ്ങൾക്കുതകുന്ന സമ്പർക്കമുഖങ്ങളെ നല്കുകയുമാണ് പരിണാമം ചെയ്തതെന്ന് ഡൊണാൾഡ് ഹോഫ്മാൻ ചൂണ്ടിക്കാണിക്കുന്നു. നമ്മുടെ മുന്നിലെ പാറകളും കാറുകളും മറ്റു വസ്തുക്കളും ലാപ്ടോപ്പിന്റെ നടുവിലെ നീല ചിഹ്നത്തിനു സമാനമായ സമ്പർക്കമുഖങ്ങൾ മാത്രമാണ്. ഈ സമ്പർക്കമുഖങ്ങളെ നമുക്ക് ആവശ്യമുണ്ട്. പക്ഷേ, യാഥാർത്ഥ്യത്തിന്റെ സങ്കീർണ്ണതയെ അതു മറച്ചുവച്ചിരിക്കുന്നു. ആ സമ്പർക്കമുഖങ്ങളാണ് യാഥാർത്ഥ്യമെന്നു നാം ധരിച്ചിരിക്കുന്നു! നമ്മുടെ സംവേദനങ്ങളെ ഗൗരവതരമായി തന്നെ നാം കാണണം, എന്നാൽ, അത് സത്യയാഥാർത്ഥ്യത്തിന്റെ ശരിപ്പകർപ്പുകളല്ല. സ്ഥലം, കാലം, ആകൃതി, നിറം, മണം, രുചി, ചലനം തുടങ്ങിയവയെല്ലാം നമ്മുടെ ജീവിതലീലയിൽ സഹായിക്കുന്നതിന് ഇന്ദ്രിയങ്ങൾ ഒരുക്കുന്ന പ്രതീതിലോകങ്ങളാണ്.

സത്യയാഥാർത്ഥ്യം നമ്മുടെ ഇംഗിതമാണ്, അത് നമ്മുടെ അതിജീവനാവശ്യമല്ല. നമ്മുടെ സംവേദനങ്ങൾ വസ്തുനിഷ്ഠയാഥാർത്ഥ്യത്തിലേക്കുള്ള വാതായനങ്ങളല്ല. ഇന്ദ്രിയങ്ങൾ പരിണമിച്ചു വികസിച്ചിരിക്കുന്നത് നമ്മുടെ അതിജീവനാവശ്യങ്ങൾക്കനുസരിച്ചാണ്. പച്ചനിറത്തെ കാണാനുള്ള ശേഷി, കുയിലിന്റെ പാട്ടു കേൾക്കാനുള്ള ശേഷി, മാമ്പഴത്തിന്റെ മധുരം രുചിക്കാനുള്ള ശേഷി, മുല്ലപ്പൂവിന്റെ സുഗന്ധം മണക്കാനുള്ള ശേഷി ഇവയെല്ലാം പരിണാമത്തിലൂടെ നമ്മുടെ ആവശ്യങ്ങൾക്കനുസരിച്ച് നാം കൈവരിച്ചതാണ്. ഭൂമിക്കു പുറത്തുള്ള ഒരു സംസ്കൃതിയിലെ ബുദ്ധിയുള്ള ജീവികൾക്ക് നമ്മുടേതുപോലുള്ള കണ്ണുകൾ ഉണ്ടായിരിക്കണമെന്നില്ല. പച്ചയെന്ന നിറത്തെയും ഗുണത്തെയും അവർ മനസ്സിലാക്കുകയോ തിരിച്ചറിയുകയോ ചെയ്യണമെന്നില്ല. പച്ച

യിലയും പച്ചവെളിച്ചവും ഭൂമിയിലെ മനുഷ്യരുടെ ഇന്ദ്രിയങ്ങൾക്കു സംവദിക്കാൻ കഴിയുന്ന ഗുണമായി അവർ മനസ്സിലാക്കിയേക്കാം.

യാഥാർത്ഥ്യം ഒരു സമ്പർക്കമുഖത്തിനു പിന്നിൽ മറച്ചുവയ്ക്കപ്പെട്ടിരിക്കുകയാണെങ്കിൽ, നാം ഇന്ദ്രിയങ്ങളിലൂടെ സംവദിക്കുന്നതോ ഇന്ദ്രിയസംവേദനങ്ങളുടെ അമൂർത്തവല്ക്കരണത്തിലൂടെ സ്വായത്തമാക്കുന്നതോ യാഥാർത്ഥ്യമല്ലെങ്കിൽ, യാഥാർത്ഥ്യം എന്താണ്? ഒരു കണ്ണാടിയിൽ സ്വയം കാണുമ്പോൾ നിങ്ങൾ കണ്ണുകളും ചുണ്ടുകളും തലമുടിയും ചർമ്മവും മുഖഭാവവും കാണുന്നു. എന്നാൽ, ഒരു വലിയ ലോകം മറവിലാണ്. നിങ്ങളുടെ സ്വപ്നങ്ങൾ, ഭയങ്ങൾ, രാഷ്ട്രീയം, സംഗീതഭ്രമം, സാഹിത്യത്തോടുള്ള താല്പര്യം, കുടുംബത്തോടുള്ള അടുപ്പം, നിറങ്ങളുടെയും ഗന്ധങ്ങളുടെയും ശബ്ദങ്ങളുടെയും സ്പർശങ്ങളുടെയും രുചികളുടെയും അനുഭവങ്ങൾ ഇവയെല്ലാം മറവിലാണ്. നിങ്ങൾ കാണുന്ന മുഖം ഒരു സമ്പർക്കമുഖം മാത്രമാണ്. അനുഭവങ്ങളുടെയും പ്രവർത്തനങ്ങളുടെയും ബൃഹദ് ലോകം അതിനടിയിലാണ്. ഈ വിശദീകരണങ്ങൾക്കുശേഷം ബോധമാണ് പ്രാഥമികം എന്ന നിലപാടിലേക്കാണ് ഹോഫ്മാൻ നീങ്ങുന്നത്. ചെമന്ന നിറമെന്ന ബോധാനുഭവം നമ്മുടെ മസ്തിഷ്കത്തിൽ സൃഷ്ടിക്കപ്പെടുന്നതെങ്ങനെയെന്നു പറയാൻ കഴിയുന്ന ഒരു പരിപ്രേക്ഷ്യവും നമ്മുടെ സാധാരണ സമീപനങ്ങൾക്കില്ലെന്ന് അദ്ദേഹം പറയുന്നു. യാഥാർത്ഥ്യത്തെ അതേപടി നാം സംവദിക്കുന്നുവെന്ന ധാരണയെ മാറ്റിക്കൊണ്ടേ ഇതു സാദ്ധ്യമാകൂവെന്ന് ഹോഫ്മാൻ ചൂണ്ടിക്കാണിക്കുന്നു. നീളം, വീതി, ഉയരം എന്നീ മൂന്നു മാനങ്ങളുള്ള സ്ഥലപ്രകൃതിയെയാണ് നാം സ്വീകരിക്കുന്നത്. ഇത് ഒരു സൈദ്ധാന്തികമാതൃകയാണെന്ന് ഭൗതികശാസ്ത്രജ്ഞന്മാർ തന്നെ സമ്മതിക്കുന്നുണ്ട്. സ്ഥല-കാലമാനങ്ങളില്ലാതെയോ രണ്ടു മാനങ്ങൾ കൊണ്ടു മാത്രമായോ യാഥാർത്ഥ്യത്തെ വിശദീകരിക്കാൻ കഴിയും. ഒരു സ്ഥലത്ത് ഉൾക്കൊള്ളിക്കാൻ കഴിയുന്ന വിവരങ്ങളുടെ അളവിന് പ്രതലവിസ്തീർണ്ണത്തോടാണ്, വ്യാപ്തത്തിനോടല്ല ബന്ധമുള്ളതെന്ന് തെളിയിക്കപ്പെട്ടിട്ടുണ്ടെന്ന് ഹോഫ്മാൻ വിശദീകരിക്കുന്നു. സ്ഥല-കാലങ്ങൾ നാം നിർമ്മിച്ചെടുക്കുന്ന ഘടനകളാണെന്ന നിഗമനത്തിലേക്കാണ് അദ്ദേഹം നീങ്ങുന്നത്.

ദ്രവ്യവും സ്ഥലവും കാലവും ബോധത്തിൽനിന്നാണ് ഉരുവം കൊള്ളുന്നതെന്നാണ് ഹോഫ്മാൻ അനുമാനിക്കുന്നത്. വിവരപ്രക്രിയകളാണ് അടിസ്ഥാനപരവും പ്രാഥമികവുമായിട്ടുള്ളത്, കണികകളോ സ്ഥല-കാലഘടനകളോ അല്ല. നമ്മുടെ നിരീക്ഷണവും മറ്റു പ്രതിപ്രവർത്തനങ്ങളുമാണ് യാഥാർത്ഥ്യത്തിന്റെ അസ്തിത്വത്തെ നിശ്ചയിക്കുന്നത്. ബോധ യഥാതഥവാദം (Conscious Realism) എന്നു വിളിക്കാവുന്ന ഏകാത്മക ദാർശനികനിലപാടിനെയാണ് ഹോഫ്മാൻ സ്വീകരിക്കുന്നതെന്നു പറഞ്ഞത് അതുകൊണ്ടാണ്. പരസ്പരം സ്വാധീനിക്കുകയും സംവദിക്കുകയും ചെയ്യുന്ന ബോധനിർവ്വാഹക(Conscious Agent)

ങ്ങളെ കൊണ്ടാണ് ലോകം നിറഞ്ഞിരിക്കുന്നത്. ബോധത്തിൽനിന്നും ഉയിർക്കൊള്ളുന്ന സംവേദനാത്മക സമ്പർക്കസ്ഥലത്തിലൂടെ ബോധ നിർവ്വാഹകങ്ങൾ ഉല്പാദിപ്പിക്കുന്ന പ്രതീതികളെയാണ് യാഥാർത്ഥ്യം എന്നു നാം വിളിക്കുന്നത്. ബോധത്തെ വിശദീകരിക്കുന്നതിന് ഈ രീതി ശാസ്ത്രം സഹായകമാകും എന്നാൽ, ഭൗതികതയ്ക്ക് ഇപ്പോഴും ബോധത്തെ വിശദീകരിക്കാനാകുന്നില്ല. പഞ്ചസാരയുടെ രാസഘടന എങ്ങനെയാണ് മധുരാനുഭവം നല്കുന്നതെന്നു വിശദീകരിക്കാൻ ഭൗതി കതയുടെ സമീപനങ്ങൾക്കു കഴിയില്ല. ഇങ്ങനെയെല്ലാമാണ് ഹോഫ്മാൻ സംസാരിക്കുന്നത്.

സാഹസികമായ തന്റെ അനുമാനത്തെ പുസ്തകത്തിലുടനീളം അവ തരിപ്പിക്കുന്ന ഹോഫ്മാൻ ഇതിനെതിരു നില്ക്കുന്ന സിദ്ധാന്തങ്ങളെ പരാ മർശിക്കുന്നതേയില്ല. ഹോഫ്മാൻ ഭൗതികതയെ നിഷേധിക്കുന്നു. അതിനു പകരം ബോധത്തെ പ്രാഥമികമെന്ന് നിനയ്ക്കുന്നു. ഇത് കൗശലപൂർവ്വ മായ ഒരു നീക്കമാണ്. നമുക്ക് അജ്ഞാതമായതിനെ ചൂണ്ടിക്കാണിക്കു കയും അത് മുന്നേയുള്ള ബോധത്തിന്റെ പ്രവർത്തനമാണെന്നു വ്യാഖ്യാ നിക്കുകയും ചെയ്യുന്ന ആശയവാദനിലപാടു തന്നെയാണ് ഫോഫ്മാന്റേത് എന്നു പറയാമെന്നു തോന്നുന്നു. സംജ്ഞാനപ്രക്രിയകൾ നിർവ്വഹിക്ക പ്പെടുന്ന ഇടങ്ങളുടെ സവിശേഷതകളെ ആദരവോടെ കാണുന്നതിൽ ഇതു പരാജയപ്പെടുന്നതായി ചൂണ്ടിക്കാണിക്കപ്പെട്ടിട്ടുണ്ട്.

യാഥാർത്ഥ്യവും ജ്ഞാനവും വ്യത്യസ്ത സംവർഗ്ഗങ്ങളാണ്

ലോകത്തെ വ്യാഖ്യാനിക്കുക മാത്രമല്ല, മാറ്റിത്തീർക്കുകയും വേണമെന്ന് കാൾ മാർക്സ് എഴുതുന്നുണ്ടല്ലോ? പ്രയോഗങ്ങളും പ്രവർത്തനങ്ങളും മാറ്റിത്തീർക്കാനുള്ള ശ്രമങ്ങളാണ്. നിരീക്ഷിക്കുന്ന വസ്തുവിനെ, നിരീക്ഷിതവ്യവസ്ഥയെ, പ്രകൃതിയെ മാറ്റുന്നതിലൂടെയാണ് ദ്രവ്യത്തിന്റെ ഗുണധർമ്മങ്ങൾ നമുക്കു മനസ്സിലാകുന്നത്. വസ്തുവിനെ നിരീക്ഷിക്കാനുള്ള ശ്രമംതന്നെ വസ്തുവിനെ ചലിപ്പിക്കുന്നുവെന്ന്, വസ്തുവിനെ മാറ്റുന്നുവെന്ന് ക്വാണ്ടം ഭൗതികം തിരിച്ചറിയുന്നുണ്ട്. ഈ മാറ്റമാണ് ജ്ഞാനത്തിലേക്കു നയിക്കുന്നത്. ശാസ്ത്രജ്ഞാനം ചലനത്തിന്റെ, മാറ്റത്തിന്റെ കൂടപ്പിറപ്പാണ്. മാറുന്നതിനെയാണ് അറിയുന്നത്. മാറിയ രൂപത്തിലാണ് അറിയുന്നത്. മാറാത്തതിനെ അറിയാൻ കഴിയുന്നില്ല. വർത്തമാന യാഥാർത്ഥ്യത്തെ അതേരൂപത്തിൽ വർത്തമാനനിമിഷത്തിൽപോലും അറിയുന്നില്ല.

എന്താണ് ഭൗതികയാഥാർത്ഥ്യം? സൈദ്ധാന്തികമായി ഭൗതികയാഥാർത്ഥ്യത്തെ നിർവ്വചിക്കാനുള്ള ശ്രമം ശാസ്ത്രജ്ഞന്മാർ ആദ്യമായി നടത്തുന്നത് ഐൻസ്റ്റൈന്റെ നേതൃത്വത്തിൽ എഴുതപ്പെട്ട ഒരു ശാസ്ത്ര പ്രബന്ധത്തിലാണ്. ആൽബർട്ട് ഐൻസ്റ്റൈനോടൊപ്പം ബോറിസ് പൊഡോൾസ്കി, നാഥൻ റോസ്സൺ എന്നീ ശാസ്ത്രജ്ഞന്മാരുമുണ്ടായിരുന്നു. ക്വാണ്ടം ഭൗതികത്തെക്കുറിച്ച് പല പ്രമുഖ ശാസ്ത്രജ്ഞന്മാരുമായി ഐൻസ്റ്റൈൻ പുലർത്തിയ വിയോജിപ്പുകളായിരുന്നു പുതിയൊരു ചിന്താപരീക്ഷണത്തിലേക്കും പ്രബന്ധത്തിലേക്കും അദ്ദേഹത്തെ നയിച്ചത്. ക്വാണ്ടം ഭൗതികം ഒരു അപൂർണ്ണസിദ്ധാന്തമാണെന്ന് അദ്ദേഹം കരുതി. "ഭൗതികയാഥാർത്ഥ്യത്തെ കുറിച്ചുള്ള ക്വാണ്ടം ബലതന്ത്ര വിശദീകരണങ്ങൾ പൂർണ്ണമാണോ?" എന്ന ശീർഷകത്തിലുള്ള പ്രബന്ധം

ഭൗതികയാഥാർത്ഥ്യത്തെയും ഭൗതികസിദ്ധാന്തത്തിന്റെ പൂർണ്ണതയെയും നിർവ്വചിച്ചുകൊണ്ടാണ് ആരംഭിക്കുന്നത്. ഈ നിർവ്വചനങ്ങൾ ഇങ്ങനെയാണ്. (1)ഭൗതികവ്യവസ്ഥയെ ഒട്ടുംതന്നെ അലോസരപ്പെടുത്താതെ ഒരു ഭൗതികരാശിയുടെ മൂല്യം നിശിതമായ നിശ്ചിതത്വത്തോടെ (പൂർണ്ണമായ സംഭാവ്യതയോടെ) നിർണ്ണയിക്കാനാകുമെങ്കിൽ അത് ഭൗതികയാഥാർത്ഥ്യത്തിന്റെ ഒരു മൂലകത്തെ പ്രതിനിധാനം ചെയ്യുന്നുണ്ട്. (2) ഭൗതികയാഥാർത്ഥ്യത്തിന്റെ ഓരോ മൂലകത്തിനും അതിനെ സംബന്ധിച്ച ഭൗതികശാസ്ത്രസിദ്ധാന്തത്തിൽ ഒരു പൂരകഭാഗ(counter part)മുണ്ടെങ്കിൽ ആ സിദ്ധാന്തം പൂർണ്ണമാണെന്നു കരുതാവുന്നതാണ്.

> ഭൗതികയാഥാർത്ഥ്യത്തിന്റെ നിർവ്വചനത്തിൽത്തന്നെ, ആദ്യ ഖണ്ഡികയിൽ നാം സൂചിപ്പിച്ച പ്രയോഗത്തിന്റെയും ചലനത്തിന്റെയും മാറ്റത്തിന്റെയും പ്രശ്നം നിഷേധിക്കപ്പെടുന്നുണ്ട്. ഭൗതികവ്യവസ്ഥയെ അലോസരപ്പെടുത്താതെ പ്രയോഗങ്ങളും അളവുപ്രക്രിയകളും അസാദ്ധ്യമാണ്. ഭൗതികവ്യവസ്ഥയുടെ നിരീക്ഷണവും അളവുപ്രക്രിയകളും ആ വ്യവസ്ഥയ്ക്ക് അലോസരങ്ങളേല്പിക്കുന്നുവെന്ന് നീൽസ് ബോർ പറയുന്നുണ്ട്. ക്ലാസിക്കൽ ഭൗതികവ്യവസ്ഥകളിൽ സൃഷ്ടിക്കപ്പെടുന്ന അലോസരങ്ങൾ ഗണനീയമാകാതിരിക്കുമ്പോൾ ക്വാണ്ടം വ്യവസ്ഥകളിൽ സമാനമായ അലോസരങ്ങൾ വലിയ മാറ്റങ്ങളായിരിക്കും സൃഷ്ടിക്കുന്നത്. ഇവിടെ, ഐൻസ്റ്റൈൻ നല്കുന്നത് വളരെ ആദർശാത്മകമായ ഒരു നിർവ്വചനമായി മാറുന്നു. ക്വാണ്ടം ഭൗതികത്തോടുള്ള ഐൻസ്റ്റൈന്റെ വിയോജിപ്പുകളെ പൂർണ്ണമായും ഉൾക്കൊള്ളുന്നതിന്, അലോസരപ്പെടുത്താതെ (Without disturbing)എന്നതിനു പകരം സ്വാധീനിക്കാതെ (Without influencing) എന്നു തിരുത്തണമെന്നും ബോർ നിർദ്ദേശിക്കുന്നുണ്ട്.

ഐൻസ്റ്റൈൻ നല്കിയ ചിന്താപരീക്ഷണത്തെ ഡേവിഡ് ബോം (David Bohm) എന്ന ശാസ്ത്രജ്ഞൻ പരിഷ്കരിച്ച് അവതരിപ്പിച്ച രൂപത്തിൽ ഇവിടെ പറയാം. എതിർദിശകളിൽ ഭ്രമണ(spin)മുള്ള രണ്ട് ഇലക്ട്രോണുകളുടെ ഒരു വ്യവസ്ഥയെ നാം പരിഗണിക്കുന്നു. ഇത്തരത്തിലുള്ള ദ്വിഇലക്ട്രോൺ വ്യവസ്ഥകളെ സൃഷ്ടിക്കാൻ ധാരാളം മാർഗ്ഗങ്ങളുണ്ട്. ഓരോ ഇലക്ട്രോണിന്റെയും ഭ്രമണം എത്രയാണെന്ന് നിശ്ചിതത്വത്തോടെ പറയാൻ കഴിയില്ലെങ്കിലും, Z ദിശയെ ആസ്പദമാക്കി ഇവയുടെ മൊത്തം ഭ്രമണഫലം പൂജ്യമാണ്. പരസ്പരപ്രതിപ്രവർത്തനങ്ങൾ ഒഴിവാക്കുന്നവിധത്തിൽ ഈ ഇലക്ട്രോണുകളെ അകറ്റുകയും വളരെ ദൂരത്തിൽ മാറ്റി സ്ഥാപിക്കുകയും ചെയ്യുന്നു. ഉദാഹരണത്തിന്, ഒരു കണിക (ഇലക്ട്രോൺ–1) ഭൂമിയിലും അടുത്തത് (ഇലക്ട്രോൺ–2) ചന്ദ്രനിലും ആണെന്ന് കരുതുക. നിശ്ചിതസമയത്ത്, ഒന്നാമത്തെ ഇലക്ട്രോണിന്റെ Z അക്ഷത്തെ ആസ്പദമാക്കിയുള്ള ഭ്രമണത്തിന്റെ മൂല്യം അളന്നാൽ

രണ്ടാമത്തെ കണത്തിന്റെ ഭ്രമണമൂല്യവും പറയാൻ കഴിയും. മൊത്തം ഭ്രമണഫലം പൂജ്യമാണല്ലോ? അതായത്, ഒന്നാമത്തെ ഇലക്ട്രോണിൽ നിന്നും വളരെ അകലെയുള്ള രണ്ടാമത്തെ ഇലക്ട്രോണിന്റെ ഭ്രമണമൂല്യം അതിനെ അലോസരപ്പെടുത്താതെ തന്നെ നിശ്ചിതത്വത്തോടെ പ്രവചിക്കാൻ കഴിയും. ഐൻസ്റ്റൈന്റെ നിലപാട് ഇതായിരുന്നു. ഭ്രമണ(spin) മെന്ന ഭൗതികരാശിക്ക് ഭൗതികയാഥാർത്ഥ്യത്തിൽ സ്ഥാനമുണ്ടെന്നു സിദ്ധിക്കുന്നു. അത് കൃത്യമായി അളന്നെടുക്കാൻ കഴിയുന്നതുമാണ്.

എന്നാൽ, ഏതൊരു മാനകപ്രക്രിയയും അലോസരങ്ങൾ സൃഷ്ടിക്കുന്നുവെന്ന ക്വാണ്ടം ബലതന്ത്രത്തിന്റെ സമീപനത്തിന് ഇത് സ്വീകാര്യമായിരിക്കില്ല. ഇലക്ട്രോണുകൾ ഏകവ്യവസ്ഥയായിരിക്കുമ്പോൾ പരിഗണിക്കേണ്ട പ്രതിപ്രവർത്തനങ്ങൾ അവയെ വേർപെടുത്തിക്കഴിഞ്ഞാൽ നിലനില്ക്കുന്നില്ലെന്നു വേണം കരുതാൻ. ഒരു സന്ദേശത്തിനും പ്രകാശത്തെക്കാൾ കൂടുതൽ പ്രവേഗത്തിൽ സഞ്ചരിക്കാൻ കഴിയാത്തതുകൊണ്ട് ഒരു ഇലക്ട്രോണിന്റെ ഭ്രമണം നിശ്ചയിക്കുന്ന അതേസമയത്തു തന്നെ അടുത്ത ഇലക്ട്രോണിൽ ഭ്രമണമൂല്യം അളക്കുന്നുവെന്ന സന്ദേശം എത്തിച്ചേരാൻ സാദ്ധ്യതയില്ല. ഇലക്ട്രോൺ–1 ന്റെ ഭ്രമണം മനസ്സിലാക്കുന്നതിനായി തെരഞ്ഞെടുത്ത ഭ്രമണാക്ഷത്തെക്കുറിച്ചുള്ള ധാരണ ഇലക്ട്രോൺ–2 ന് ലഭിക്കുന്നുമില്ല. ഇലക്ട്രോൺ–2 ന്റെ ഭ്രമണമൂല്യം കൃത്യമായി ലഭിക്കുന്നുണ്ടെങ്കിൽ, ക്വാണ്ടം ഭൗതികസിദ്ധാന്തപ്രകാരം പ്രേതസദൃശമായ ഒരു വിദൂരപ്രവർത്തനം ഇലക്ട്രോണുകൾ തമ്മിൽ നിലനില്ക്കുന്നുണ്ടെന്ന് കരുതേണ്ടിവരും. ഈ വിദൂരപ്രവർത്തനത്തിലൂടെ ഇലക്ട്രോൺ–1 ന്റെ ഭ്രമണമൂല്യം അളക്കുന്ന സമയത്തുതന്നെ രണ്ടാമത്തെ ഇലക്ട്രോണിൽ സന്ദേശം എത്തിച്ചേരുകയും അതിന്റെ ഭ്രമണമൂല്യം ഇതനുസരിച്ച് നിശ്ചയിക്കപ്പെടുകയും ചെയ്യുന്നതായി പറയേണ്ടി വരും. നാം ഗ്രഹിക്കുകയും ഉറപ്പിക്കുകയും ചെയ്യുന്ന യഥാതഥവാദപരമായ നിലപാടിനു വിരുദ്ധമാണിത്. ഒരു വിദൂരപ്രവർത്തനം നിലനില്ക്കുന്നില്ലെങ്കിൽ, ക്വാണ്ടം ബലതന്ത്രം ഭൗതികയാഥാർത്ഥ്യത്തെ പൂർണ്ണമായി പ്രതിനിധീകരിക്കുന്ന സിദ്ധാന്തമല്ലെന്ന നിഗമനത്തിൽ എത്തിച്ചേരേണ്ടി വരുമെന്നാണ് ഐൻസ്റ്റൈൻ ചൂണ്ടിക്കാണിച്ചത്. പ്രേതസദൃശമായ വിദൂരപ്രവർത്തനമാകട്ടെ, നിത്യപരിചയത്തിനു വിരുദ്ധവും അതിഭൗതികമായ ഭാരം പേറുന്നതുമാണ്.

ഐൻസ്റ്റൈൻ–പൊഡോൾസ്കി–റോസ്സൺ ചിന്താപരീക്ഷണത്തെ പരീക്ഷണശാലയിലെ ഒരു പരീക്ഷണമായി മാറ്റുന്നതിനുള്ള വഴികൾ തെളിഞ്ഞത് ജോൺ ബെൽ എന്ന ശാസ്ത്രജ്ഞന്റെ ഇടപെടലുകളിലൂടെയാണ്. ഇ പി ആർ ചിന്താപരീക്ഷണത്തെ പരിശോധിക്കാൻ സഹായിക്കുന്ന ഒരു അസമത(Inequality)രൂപപ്പെടുത്തുകയാണ് ജോൺ ബെൽ ചെയ്തത്. ഇ പി ആർ പരീക്ഷണത്തിൽ പരാമർശിക്കപ്പെടുന്ന കണികകളുടെ സ്വഭാവമോ അവയിൽ പ്രവർത്തിക്കുന്ന ബലങ്ങളോ തന്റെ സൈദ്ധാന്തികനിഗമനങ്ങളിലെത്തുന്നതിന് ബെൽ പരിഗണിക്കുന്നില്ല. മറി

ച്ച്, വേർതിരിക്കപ്പെട്ട കണികകളിൽ ഒരേസമയംതന്നെ നടത്തുന്ന മാനകപരീക്ഷണ(Measurement experiments)ങ്ങളിൽ പരിഗണിക്കേണ്ടുന്ന പരസ്പര ബന്ധങ്ങളുടെ സൈദ്ധാന്തിക അതിർത്തികൾ നിർവ്വചിക്കുകയും എല്ലാ മാനകപ്രക്രിയകളെയും നയിക്കുന്ന ഒരു വിചിന്തന ശാസ്ത്രനിയമം രൂപപ്പെടുത്തുകയുമാണ് അദ്ദേഹം ചെയ്തത്. ഇതിലേക്ക് മൂന്ന് അടിസ്ഥാന സങ്കല്പനങ്ങൾ അദ്ദേഹം സ്വീകരിക്കുന്നു.

1. എല്ലാ ക്വാണ്ടം കണികകളും വ്യക്തമായി നിർവ്വചിക്കപ്പെട്ട ഭൗതികഗുണങ്ങൾ പ്രകടിപ്പിക്കുന്നുണ്ട്.
2. ഏതെങ്കിലും സന്ദേശം പ്രകാശവേഗത്തെക്കാൾ കൂടുതൽ വേഗത്തിൽ സഞ്ചരിക്കുന്നില്ല.
3. ക്വാണ്ടം ബലതന്ത്രം വിചിന്തനശാസ്ത്രത്തിന്റെ അടിസ്ഥാനനിയമങ്ങളെ അംഗീകരിക്കുന്നുണ്ട്.

ഒന്നാമത്തെ സങ്കല്പനം ഭൗതികയാഥാർത്ഥ്യത്തെ കുറിച്ചുള്ളതാണ്. ഇത് നിരീക്ഷകന് പുറത്തുള്ള വസ്തുനിഷ്ഠയാഥാർത്ഥ്യം എന്ന സങ്കല്പനത്തെ അംഗീകരിക്കുന്നു. നിരീക്ഷകന്റെ ബോധത്തിനു പുറത്തു സ്വതന്ത്രമായി നിലനില്ക്കുന്ന ബാഹ്യലോകത്തെക്കുറിച്ചാണ് ഇതു പറയുന്നത്. ഒരു കണികയിലെ ഭൗതികസ്വാധീനങ്ങൾ സ്ഥലീയമായി വേർതിരിക്കപ്പെട്ട അടുത്ത കണികയിൽ അതേസമയംതന്നെ അനുഭവപ്പെടുന്നില്ലെന്നതാണ് രണ്ടാമത്തെ സങ്കല്പനം. ഐൻസ്റ്റൈന്റെ സവിശേഷ ആപേക്ഷികസിദ്ധാന്തം നല്കുന്ന നിർദ്ദേശമാണിത്. ഇവയോടൊപ്പം വിചിന്തനശാസ്ത്രത്തിന്റെ അടിസ്ഥാനനിയമങ്ങളെ കൂടി സ്വീകരിച്ചുകൊണ്ട്, ഇരു കണികകളുടെയും ഒരേസമയത്തെ മാനകപരീക്ഷണങ്ങളിൽ നിന്നും ലഭിക്കുന്ന ഫലങ്ങളിലെ സാദ്ധ്യമാകുന്ന പ്രതിപ്രവർത്തനത്തിന്റെ നിശിതമായ അതിരുകൾ ഒരു ഗണിതശാസ്ത്ര അസമതയിലൂടെ ജോൺബെൽ പ്രസ്താവിച്ചു. പരമമായ ശാസ്ത്രനേട്ടങ്ങളിലൊന്നായി ജോൺ ബെല്ലിന്റെ അസമതയെ ഹെൻട്രി സ്റ്റാപ്പ് വിശേഷിപ്പിക്കുന്നു.

അലയ്ൻ ആസ്പെക്ട് നടത്തിയ ഒരു പരീക്ഷണം ജോൺബെല്ലിന്റെ അസമതകളെ പരിശോധനയ്ക്കു വിധേയമാക്കുകയുണ്ടായി. ആസ്പെക്ടിന്റെ പരീക്ഷണം ക്വാണ്ടം കണികകളെ സംബന്ധിച്ചിടത്തോളം ഈ അസമതകൾ അസാധുവാണെന്നു വ്യക്തമായി തെളിയിച്ചു. ഈ അസമതകൾ അനുവദിക്കുന്നതിനെക്കാൾ കൂടുതൽ പ്രതിപ്രവർത്തനം സ്ഥലീയമായി വേർതിരിക്കപ്പെട്ട ക്വാണ്ടം കണികകൾ ആവശ്യപ്പെടുന്നുണ്ടെന്ന നിഗമനത്തിലാണ് ആസ്പെക്ട് എത്തിച്ചേരുന്നത്. പ്രപഞ്ചം അതിന്റെ സാകല്യത്തിൽ തദ്ദേശീയമല്ലാത്ത പ്രഭാവങ്ങളെ പ്രകടിപ്പിക്കുന്നു. അതായത്, ജോൺ ബെൽ സ്വീകരിച്ച സങ്കല്പനങ്ങളിൽ ഒരെണ്ണമെങ്കിലും സ്വീകാര്യമല്ലെന്നു വരുന്നു. ഇവയിൽ ഏതെങ്കിലും ഒരു സങ്കല്പനത്തെ ഉപേക്ഷിക്കേണ്ടിവരികയാണെങ്കിൽ, പഴയ ഈഥർ സിദ്ധാന്തത്തിലേക്കു തിരിച്ചുപോകേണ്ടി വന്നാൽപോലും, സവിശേഷ ആപേക്ഷികസിദ്ധാന്തത്തിന്റെ നിർദ്ദേശമായിരിക്കും താൻ ഉപേക്ഷിക്കുകയെന്നും, ഭൗതികയാ

ഥാർത്ഥ്യത്തെക്കുറിച്ചുള്ള സങ്കല്പനത്തെ സംരക്ഷിക്കുകയെന്നത് ഭൗതികശാസ്ത്രജ്ഞന്റെ കടമയാണെന്നും പോൾ ഡേവിസുമായി നടത്തിയ ഒരു അഭിമുഖസംഭാഷണത്തിൽ ജോൺബെൽ പറയുന്നുണ്ട്. മനുഷ്യബോധത്തിനു പുറത്തുനില്ക്കുന്ന ഭൗതികപ്രപഞ്ചമെന്ന യാഥാർത്ഥ്യത്തെ കുറിച്ചുള്ള സങ്കല്പനത്തെ ഉപേക്ഷിച്ചുകൊണ്ട് ഭൗതികശാസ്ത്രജ്ഞന്മാർക്ക് പ്രവർത്തിക്കാനാവില്ലെന്ന കാര്യത്തിലാണ് ജോൺബെൽ ഊന്നിയത്. എന്നാൽ, ക്വാണ്ടം ബലതന്ത്രത്തിലെ പ്രാദേശികമല്ലാത്തപ്രഭാവങ്ങളും വിദൂര, പരസ്പരാശ്രിതത്വങ്ങളും സന്ദേശപ്രേക്ഷണത്തിന് ഉപയോഗിക്കാൻ കഴിയില്ലെന്ന് തെളിയിക്കാവുന്നതിനാൽ, സവിശേഷ ആപേക്ഷികസിദ്ധാന്തത്തിന് ഇത് ഒരു വെല്ലുവിളിയും ഉയർത്തുന്നില്ലെന്ന് ബോദ്ധ്യപ്പെട്ടിട്ടുണ്ട്.

അലയ്ൻ ആസ്പെക്ടിന്റെ പരീക്ഷണം ക്വാണ്ടം ഭൗതികത്തെ സാധൂകരിച്ചതിലൂടെ ഐൻസ്റ്റൈൻ സ്വീകരിച്ച ശുദ്ധയഥാതഥവാദം പരാജയപ്പെട്ടുവെന്നു പറയാം. മനുഷ്യബോധത്തിനു പുറത്തു സ്വതന്ത്രമായി നില്ക്കുന്ന വസ്തുനിഷ്ഠപ്രകൃതിയെ കുറിച്ചുള്ള ലെനിന്റെ സങ്കല്പനത്തെയും ഇതു പിന്തുണയ്ക്കുന്നില്ല. ശുദ്ധയഥാതഥവാദവും വസ്തുനിഷ്ഠതയെക്കുറിച്ചുള്ള സങ്കല്പനങ്ങളും ഭൗതികശാസ്ത്രത്തിനുള്ളിൽ നിന്നുതന്നെ വെല്ലുവിളികളെ നേരിടുന്ന സന്ദർഭമാണിത്. നമ്മുടെ ബോധത്തിനു പുറത്ത് സ്വതന്ത്രമായി നില്ക്കുന്ന ലോകത്തെക്കുറിച്ചുള്ള സങ്കല്പനങ്ങൾകൊണ്ട് ജ്ഞാനശാസ്ത്രത്തെ വ്യാഖ്യാനിക്കുന്ന ശ്രമങ്ങളെ ഇത് നിരുത്സാഹത്തിലാക്കുന്നു. ജ്ഞാനാർജ്ജനപ്രക്രിയയിൽ വസ്തുനിഷ്ഠതയുടെയും ആത്മനിഷ്ഠതയുടെയും ഘടകങ്ങൾ ഇടപെടുന്നുണ്ട്. ഭൗതികയാഥാർത്ഥ്യവും അതിനെക്കുറിച്ചുള്ള ജ്ഞാനവും വ്യത്യസ്ത സംവർഗ്ഗങ്ങളെന്ന നിലയ്ക്ക് കാണേണ്ടതുണ്ടെന്ന ബാദിയുവിന്റെ സമീപനത്തിന് പ്രസക്തിയുണ്ടാകുന്നു. നാം ആർജ്ജിക്കുന്ന ജ്ഞാനം ഭൗതികയാഥാർത്ഥ്യത്തെ കേവലമായി പ്രതിനിധീകരിക്കുന്നില്ല. വസ്തുനിഷ്ഠത കേവലവസ്തുനിഷ്ഠതയല്ല. ലെനിനെപ്പോലുള്ള മാർക്സിസ്റ്റുകൾ ജ്ഞാനത്തെ ചരിത്രപരമായി സോപാധികമായി കണ്ടതിനപ്പുറത്ത് അതിനെ ജ്ഞാനശാസ്ത്രപരമായും സോപാധികമായി കാണേണ്ടതുണ്ട്.

ഐൻസ്റ്റൈനും കൂട്ടരും നിർദ്ദേശിച്ച ചിന്താപരീക്ഷണം അവരുടെ ലക്ഷ്യത്തെ സംബന്ധിച്ചിടത്തോളം ഋണാത്മകഫലമാണ് സൃഷ്ടിച്ചതെങ്കിലും വിദൂരതയിലുള്ള കണങ്ങളുടെ സംഘടിതാവസ്ഥ (entangled state)വയെ മനസ്സിലാക്കുന്നതിനു സഹായകമായി തീർന്നു. ഇത് ആകർഷകമായ പല സാങ്കേതികവിദ്യാപ്രയോഗങ്ങളിലേക്കും നയിക്കുന്നതാണ്. ഗൂഢസന്ദേശവിനിമയവിദ്യ (cryptography)യിലും കമ്പ്യൂട്ടിങ്ങിലും ഇത് പ്രയോഗക്ഷമമാകുന്നു. ക്വാണ്ടം ഇൻഫർമേഷൻ എന്ന ഒരു പുതിയ മേഖല തന്നെ തുറക്കപ്പെട്ടിരിക്കുന്നു. ശാസ്ത്രത്തിലെ പ്രതിസന്ധികൾ തന്നെ നൂതനസരണികൾ തുറന്നു തരുന്നതാണ് നാം കാണുന്നത്.

ശാസ്ത്രത്തിന്റെ ചിരവികസ്വരക്ഷമതയെ മനസ്സിലാക്കാൻ കഴിയുന്ന സന്ദർഭമായി ഇതു മാറിത്തീരുന്നു.

ഭൗതികശാസ്ത്രം ഒരു മഹാഏകീകൃതസിദ്ധാന്തത്തെയും സാർവ്വത്രികസിദ്ധാന്ത(Theory of Everything)ത്തെയും രൂപീകരിക്കാനുള്ള ശ്രമങ്ങളിലാണെന്ന് ശാസ്ത്രജ്ഞന്മാർ നമ്മോടു പറയാൻ തുടങ്ങിയിട്ടു കുറേ നാളുകളായി. അതിനുശേഷം ഭൗതികശാസ്ത്രത്തിന്റെ അന്ത്യമാണെന്നും പ്രവചിക്കപ്പെട്ടു. ഇത്തരം സമീപനങ്ങൾക്കടിയിൽ പ്രവർത്തിക്കുന്ന ദർശനം വിമർശിക്കപ്പെടേണ്ടതാണ്. പ്രപഞ്ചം ഏകാത്മകമാണെന്നു പറയുന്ന ഒരു വീക്ഷണമാണത്. പ്രശസ്ത ശാസ്ത്രദാർശനികനായ ഹിലാരി പുട്നാം ഇതിനെക്കുറിച്ചു ശ്രദ്ധേയമായ ചില കാര്യങ്ങൾ പറയുന്നുണ്ട്. ശാസ്ത്രം ശരിയായ ഒരു ഏകസിദ്ധാന്തത്തിലേക്കു ചുരുങ്ങുമെന്ന, കൃത്യമായ ഏകസിദ്ധാന്തത്തിലൂടെ പ്രപഞ്ചത്തെ വിശദീകരിക്കുന്നതിനു ശാസ്ത്രത്തിനു കഴിയുമെന്ന വിശ്വാസം നാം എന്തിനു പുലർത്തണമെന്ന് അദ്ദേഹം ചോദിക്കുന്നു. ഈ വാദം ശാസ്ത്രത്തിന്റെ കേവലസംപ്രത്യയവല്ക്കരണമാണ്. ഇത് വരട്ടുതത്ത്വവാദമാണ്. ജ്ഞാനം നാം ആവശ്യപ്പെടുന്ന ഒരൊറ്റ ബൃഹദ്ചിത്രത്തിലേക്കു ചുരുങ്ങി നമ്മുടെ മുന്നിൽ പ്രത്യക്ഷപ്പെടുമെന്ന ആശയം വരട്ടുതത്ത്വവാദപരമാണ്. പ്രപഞ്ചം നമ്മുടെ മേൽ ഒരു ഏകഭാഷയെ അടിച്ചേല്പിക്കുന്നില്ല. അത് ഒരു ഏകസിദ്ധാന്തത്തെയും അടിച്ചേല്പിക്കുന്നില്ല. ഹിലാരി പുട്നാം പറയുന്നു “നമ്മുടെ മനസ്സിനു പുറത്ത് ഒരു നിശ്ചിതഗണം വസ്തുക്കളുണ്ടായിരിക്കുക, അവയ്ക്കിടയിൽ ഒരു നിശ്ചിതബന്ധമുണ്ടായിരിക്കുക, മനസ്സിൽ നിന്നും സ്വതന്ത്രമായി നില്ക്കുന്ന ഈ വസ്തുക്കളുടെ കേവലയാഥാർത്ഥ്യങ്ങളെ ഭാഷയിലെ വാക്കുകളും വാക്യങ്ങളും ഉപയോഗിച്ച് നമുക്ക് ആവിഷ്കരിക്കാൻ കഴിയുക, ഈ ബന്ധങ്ങളെ കുറിക്കുന്ന ശാസ്ത്രസിദ്ധാന്തങ്ങൾ ഏകീകൃതമാണെന്നു പറയുക – ഈ ചിത്രം അതിവാദമാണെന്നും ധൈഷണികമല്ലെന്നും തോന്നുന്നുണ്ടെങ്കിൽ ലോകത്തിന്റെ കേവലമായ സംപ്രത്യയവല്കരണം ബുദ്ധിപരമല്ലെന്നു ചൊല്ലി തള്ളിക്കളയണം.” ആധുനിക ഭൗതികശാസ്ത്രം തന്നെ ബഹുപ്രപഞ്ചങ്ങളെ കുറിച്ചു സംസാരിച്ചു തുടങ്ങിയിട്ടുണ്ട്. മാതൃസിദ്ധാന്തം അനേകം പ്രപഞ്ചങ്ങളുടെ സാദ്ധ്യതകളെക്കുറിച്ചുള്ള സിദ്ധാന്തീകരണങ്ങളിലേക്കുപോലും കടക്കുന്നു. ലോകം ബഹുലതകളുടെതാണെന്ന്, അവയ്ക്കിടയിലെ പരസ്പരസഹവർത്തിത്വത്തിന്റെയും പരസ്പരബഹുമാനത്തിന്റെയുമാണെന്ന് വെളിപ്പെട്ടു കൊണ്ടിരിക്കുമ്പോൾ, എല്ലാറ്റിനെയും ഏതോ ഏകത്തിലേക്കു ചുരുക്കുകയും ഞെരുക്കുകയും മർദ്ദിച്ചൊതുക്കുകയും ചെയ്യുന്ന ദർശനം മുതലാളിത്തത്തിന്റെ ഏകധ്രുവലോകം പോലെ, മതഭ്രാന്തന്മാരുടെ ഏകമതം പോലെ കേവലമായ ഏകസത്യത്തെ തേടുന്നു. അതിഭൗതികത്തോടൊപ്പമാണ് ഭൗതികവും നടക്കുന്നതെന്നു തീർച്ച! തിരിച്ചും പറയാം. ഈ അതിഭൗതികം എല്ലാറ്റിനെയും ഒന്നിലേക്ക് അമർത്തിയൊതുക്കുന്ന ഏകത്വവാദമല്ല. ശൂന്യതയിൽ നിന്നും എമ്പാടും വിടർന്നു പെരുകുന്ന ബഹുലതകളാണ്.

കേവലസത്യത്തെയോ അതീതത്തെയോ കുറിച്ചുള്ള വിശ്വാസങ്ങൾ എല്ലാ മതങ്ങളിലുമുണ്ട്, അതിനു ദൈവമെന്നോ ബ്രഹ്മമെന്നോ എന്തു പേരിട്ടു വിളിച്ചാലും. സ്ഥിതവും കേവലവും മാറ്റമില്ലാത്തതുമായ സത്യത്തെക്കുറിച്ചുള്ള ആ ദർശനം പ്രപഞ്ചത്തെ ഉണ്മയായി കാണുന്നു. സ്ഥിതവും കേവലവുമായ സത്യപ്രപഞ്ചം എന്ന ഉണ്മയെ വിട്ട് പ്രപഞ്ചയാഥാർത്ഥ്യത്തെ ഒരു ആയിത്തീരലായി കാണുന്നതാണ് ഉചിതം. പ്രപഞ്ചം നിരന്തരം വികസിച്ചു കൊണ്ടിരിക്കുകയാണെന്ന് ആധുനികശാസ്ത്രപഠനങ്ങൾ തെളിയിച്ചു കഴിഞ്ഞിട്ടുണ്ട്. നിരന്തരം വികസിച്ചുകൊണ്ടിരിക്കുന്ന പ്രപഞ്ചത്തിൽ, അനുനിമിഷം മാറിക്കൊണ്ടിരിക്കുന്ന പ്രപഞ്ചത്തിൽ സ്ഥിതസത്തയെ അന്വേഷിക്കുന്നത് ഒട്ടും യുക്തിപൂർവ്വമല്ല. ലോകം സ്ഥിതസ്വത്വങ്ങളുടെ വ്യവസ്ഥയല്ല, അത് ആയിത്തീരലിന്റെ പ്രക്രിയയിലുള്ള ഒരു അതിസ്ഥിതവ്യവസ്ഥയാണ്. അനിശ്ചിതമാണ് പ്രപഞ്ചം. അനിശ്ചിതമായ പ്രപഞ്ചത്തെക്കുറിച്ചുള്ള ജ്ഞാനവും അനിശ്ചിതത്വത്തിൽ നില്ക്കുന്നതാണ്. ശാസ്ത്രജ്ഞാനത്തിന്റെ സന്ദേഹാത്മകതയുടെയും നവീകരണക്ഷമതയുടെയും കാരണവും മറ്റൊന്നല്ല. കേവലമായതിന്റെ നിരാസമാണ് പ്രപഞ്ചത്തിന്റെ ലക്ഷണം.

BIBLIOGRAPHY

Ashman, M Keith & Baringer S Philip(Ed) : After the Science Wars, Routledge, London, 2001.

Bachelard, Gaston: The formation of scientific mind, Clinamen Press, 2002.

Bachelard, Gaston: The Philosophy of No : A philosophy of New Scientific Mind, Orion Press, Newyork, 1968.

Bachelard, Gaston: The New Scientific Spirit, Beacon Press, Boston, 1985.

Badiou, Alain: Being and Event, Continuum, 2007.

Badiou, Alain: Second Manifesto for Philosophy, Polity 2011.

Badiou, Alain: Conditions, Continuum, 2008.

Barnes, Barry: T S Kuhn and Social Science, University of Edinburgh, 1982.

Barnes, Barry, Bloor, David & Hentry, John: Scientific Knowledge A sociological analysis, University of Chicago Press, 1996.

Bernal, J D: Science in History, All India People's Science Network

Bhaskar, Roy: A Realist Theory of Science, Verso, 2008.

Bloor, David: Knowledge And Social Imagery, University Of Chicago Press, Chicago, 1991.

Bloor, David: Anti Latour, Pergamon, Stud. Hist. Phil. Sci., Vol. 30, No. 1, pp. 81–112, GB, 1999.

Boghossian, Paul: What is Social Constructionism? Times Literary Suppliment, February, 2001.

Boghossian, Paul : What the Sokal Hoax Ought to Teach Us, The Times Literary Supplement, December 13, 1996.

Brown, L Theodore: Making Truth - Meaphor in Science, University of Illinois, 2003.

Canguilhem, George: The Normal and the Pathological, Zone Books, Newyork, 1991.

Capra, Fritjof: The Tao of Physics, Bantam Books, 1984.

Carnap, Rudolf: Philosophical foundations of Physics, Basic Books, New york, 1966.

Casti, John L: Godel A life of logic, Basic books, 2001.

Caudwell, Christopher: Further Studies in a Dying Culture, People's Publishing House, New Delhi, 1990.

Caudwell, Christopher: Studies in a Dying Culture, People's Publishing House, New Delhi, 1990

Chakrabarti, Pratik: Western Science in Modern India, Permanent Black, 2004.

Colebooke, Claire: Understanding Deleuze, Allen& Unwin, 2002.

Collins, H M: Changing Order - Replication and Induction in Scientific Practice, Sage Publications, New Delhi, 1985.

Cropper, H William: Great Physicists, Oxford University Press, 2001.

Datson, Lorrain: Biographies of Scientific Objects, University of Chicgo Press, 2000.

Delenda Manuel: Deleuze: History and Science, Atropro press, Newyork.

Delenda Manuel: Intensive Science and Virtual philosophy, Continuum, London, 2002.

Deleuze, Gilles: Difference and Repetition, Bloomsbury, 2014.

Deleuze, Gilles: A thousand Plateaus, Deleuze, Gilles & Guattari, Felix: What is philosophy, Columbia University press, Newyork,1994.

Eagleton, Terry: The Illusions of Post Modernism, Blackwell, 1996.

Engels.F: Anti Duhring, Progress Publishers, Moscow, 1977.

Feyerabend, Paul: Against Method, Verso, London, 2010.

FREUDENTHAL, GIDEON: Atom and Individual in the age of Newton, D Reidel Publishing Company, Dordrecht, Holland, 1986

Fine, Aurther: The Shaky Game- Einstein, Realism and Quantum Theory, The University of Chicago Press, 1986.

Fox Keller, Evelyn: Refiguring Life, Columbia University Press, New York, 1995.

Fox Keller, Evelyn & E. Longino, Helen: Feminism & Science, Oxford University Press, New York, 1996.

Fuller, Steve: Thomas Kuhn - A philosophical history of our times, Orient Long man, 2005.

Giere- N Ronald: Explaining Science, A Cognitive Approach, University of Chicago Press, 1990.

Goodman, Nelson: Ways of World Making, Hackette Publishing Company, 1988.

Gribanov, D P: Albert Einstein's Philosophical Views and the Theory of Relativity, Progress Publishers, Moscow, 1987.

Gross, R Paul & Levitt, Norman: Higher Superstition - The Acadamic Left And its Quarrels with Science, John Hopkins University Press, Baltimore, 1998.

Grothe, Mardy: Metaphors be with you, Harper Collins Books, 2016.

Habermas, Jurgen: Knowledge and Human Interests, Polity Press, 2007.

Hacking, Ian: The Social Construction of What?, Harward University Press.

Hanson, Norwood Russell, Patterns of Discovery, Cambridge University Press, 1958

Harding, Sandra: The Science Question in Feminism, Cornell University Press, 1986.

Harding, Sandra: Is science multicultural?, Indiana University Press,1998.

Heidegger, Martin: The Essence of Truth, Bloomsbury, 2014.

Heidegger, Martin: What is called thinking?, Harper Perennial, 2004.

Heisenberg, Werner: Physics and Philosophy, Harper & Row, New York.

Hoffman, Donald: The Case Against Reality, W.W Norton And Co, Newyork.

Husserl, Edmund: The crisis of European Sciences and Transendental Phenomenology, North western university press, Evanston, 1970.

Ilyenkov E V: Dialectical Logic - Essays on its History and Theory, Aakar Books Classics, Noida, India, 2019.

Jammer, Max: The Philosophy of Quantum Mechanics, John Wiley & sons, U S A, 1974.

Jithatmananda, Swami: Modern Physics and Vedanta, Bharathiya vidya Bhavan, 1986.

Kant, Emmanuel: The metaphysical foundations of Natural Science, 2015.

Kant, Emmanuel: The critique of pure reason, Penguin.

Klee, Robert (Editor): Scientific Inquiry, Oxford University Press, 1999.

Kourany, A Janet: Philosophy of Science after Feminism, Oxford, 2010.

Koyre, Alexande: From the Close World To The Infinite Universe, The John Hopkins Press, Baltimore, 1957.

Koyre, Alexande: Newtonian Studies, Chapman & Hall, London, 1965.

Koyre, Alexande: Metaphysics And Measurement, Gordon And Breach Science Publishers, 1968.

Kuhn S Thomas: The Copernican Revolution, Harward University Press, 1985.

Kuhn T S: The Structure of Scientific Revolutions, University Chicago Press, 2012.

Kuhn S Thomas: The Essential Tension, University of Chicago Press, 1977.

Lakoff, George & Nunez, Rafael : Where Mathematics Come From, Basic Books, New York.

Latour, Bruno & Woolgar, Steve : Laboratory Life - The Construction of Scientific Facts, Princeton University Press, New Jersey, 1986.

Lenin V I: Materialism and Empirio Criticism, Progress Publishers, Moscow, 1977.

Livio, Mario: Is God a Mathematician?, Simon & Schuster, 2009.

Longino, Helen E: Science as Social knowledge, Princeton University Press, 1990.

Lytord, J.F: The Postmodern Condition: A Report on Knowledge, Manchester, 1984.

Mach, Ernest: The Science of Mechanics, Merchant Books, 1915.

Marks, John (editor): Deleuze and Science, Edinburgh University Press, 2006.

Magee, Bryan: Popper, Fontana Press, 1985.

Mehra Jagdish: Neil Bohr's discussion with A Einstein, W Heissenberg and Schrodinger: The Orgin of Principles of Uncertainity and Complementarity, Symposium on the Foundations of Modern Physics, 1987, World Scientific Publishing House, Singapore.

Merton, K Robert: Sociology of Science And Sociology as Science,

Columbia University Press, New York.
Moran, Dermot: Husserl's crisis of European Sciences and Transendental Phenomenology- An Introduction, Cambridge University Press, 2011.
Nanda, Meera: Breaking the Spell of Dharma and Other Essys, Three Essays Collective, Gurgaon,India, 2007.
Nanda, Meera: Postmodernism and Religious Fundamentalism (A Scientific Rebuttal to Hindu Science), Navayana, Chennai.
Needham, Joseph: Science and Civilization in China Vol: 1, 2 & 7, Cambridge University press.
Nickles, Thomas(Ed): Thomas Kuhn, Cambridge University Press, 2003.
Nietzsche: The Birth of Tragedy, Cambridge, 2007.
Nuyen, AT: Truth, Method and Objectivity - Husserl And Gadamar on Scientific Method, Philosophy of the Social Saences, Vol. 20 No. 4, December 1990 437-452.
Ortony, Andrew: Metaphor and Thought (Ed), Cambridge University Press, 1987.
Pickering, Andrew: Constructing Quarks: A Sociological History of Particle Physics, University of Chicago Press, 1984.
Pinker, Steven: Language Instinct, Penguin, 1995.
Preston,John: Wittgenstein And Reason, Blackwell, 2008.
Popper, Karl: Realism and the aim of science, Rotledge, 1996.
Popper, Karl: The Logic of Scientific Discovery, Routledge, London, 2002.
Putnam, Hilari: Realism with a Human face, Harward University Press, Cambridge, 1992.
Putnam, Hilari: Philosophy in an age of Science, Harward University Press, 1992.
Raina, Dhruv: Images and Contexts, Oxford University Press, New Delhi.
Raina, Dhruv & Irfan Habib: Situating the History of Science, Oxford University Press.
Raina, Dhruv & Irfan Habib: Social History of Science in Colonial India, Oxford University press, 2007.
Ranganathananda, Swami: Science and Religion, Advaitha Ashrama, Kolkatha, 1995.
Ray, P.C: A History of Hindu Chemistry: From the Earliest times to the Middle of the 16th Century AD.

Rorty, Richard: Philosophy and the Mirror of Nature, Princeton University Press, 1990.

Rorty, Richard: Objectivity, Relativism and Truth, Cambridge University Press, 1991.

Russel, Bertrand: The Scientific Outlook, Routledge, 2009

Sapir, Edward: Language - An Introduction to the study of Speech. Dover Publications, 2004

Snow, CP: The Two Cultures, Cambridge University Press, 1998.

Sokal, Alan & Jean Bricmont : Intellectual Impostures, Viva books, 2004.

Sokal, Alan & Jean Bricmont :Fashionable Nonsense, Picador, 1997.

Stenius, Erik: Wittgenstein's Tractus, Thoemmes Press, England, 1996.

Sarukkai, Sundar: What is Science, National Book Trust, India

Tiles, Mary: Bachelard- Science and Objectivity, Cambridge University Press, 2006.

Venkataraman, G: What is reality, University Press, India, 2015.

Vries, de Gerard: Bruno Latour, Polity Press, Malden, 2016.

Weinberg, Steven: Sokal's Hoax, New York Review of Books,1996, Aug.

Williams, Malcolm: Science and Social Science: An Introduction. Routledge, London, 2001.

Zaheer Baber: Science of Empire, State University of New York Press, 1996.

കൊസാംബി, ദാമോദർ ധർമ്മാനന്ദ്: രോഷജനകമായ പ്രബന്ധങ്ങൾ, പുസ്തകപ്രസാധകസംഘം.

കോഡ് വെൽ,ക്രിസ്റ്റഫർ; ഭൗതികത്തിലെ പ്രതിസന്ധി, കേരള ശാസ്ത്ര സാഹിത്യപരിഷത്ത്, 1988.

പദകോശം
(സംപ്രത്യയങ്ങളും മറ്റും)

അ

അകർമ്മകവസ്തു - Intransitive Object
അതിഭൗതികം - Metaphysics
അതീതം - Transendental
അനിശ്ചിതത്വനിയമം - Uncertainty Principle
അനുരൂപതാസിദ്ധാന്തം - Correspondence Theory
അനുഭവൈകവാദം - Empiricism
അന്തർല്ലീനതലം - Immanent plane
അഭ്യൂഹാത്മകരീതി - Deductive method
അതീതം - Transcendental
അമൂർത്തവല്ക്കരണം - Abstraction
അയഥാർത്ഥയഥാർത്ഥം - Virtual
അവകലനസമീകരണങ്ങൾ - Differential equations
അവസ്ഥാസ്ഥലങ്ങൾ - State space
അസത്യവല്ക്കരണം - Falsification
അസമത - Inequality
അക്ഷരാർത്ഥഭാഷ - Literal Language

ആ

ആകർഷകങ്ങൾ - Attractors
ആഖ്യാനാത്മകജ്ഞാനം - Narrative Knowledge
ആഗോളസ്ഥാനവ്യവസ്ഥ - Global Positioning System
ആത്മനിഷ്ഠത - Subjectivity

ആധുനികത - Modernity
ആൽക്കെമി - Alchemy
ആദർശവസ്തു - Ideal object
ആദർശപ്രക്ഷേപ്യം - Ideal Projectile
ആന്തരികതാവാദം - Internalism
ആധികാരികത - Authenticity
ആപേക്ഷികതാസിദ്ധാന്തം - Relative theory
ആയാമം - Amplitude
ആശയപ്രരൂപം - Paradigm
ആശയപ്രരൂപമാറ്റം - Paradigm Shift
ആശയമാതൃക - Paradigm
ആശയവാദം - Idealism

ഇ

ഇരുണ്ട ഊർജ്ജം - Dark Energy
ഇരുണ്ട ദ്രവ്യം - Dark Matter

ഉ

ഉണ്മ - Being
ഉത്തരാധുനികം - Postmodern
ഉപആണവപ്രതിഭാസങ്ങൾ -Subatomic phenomena.
ഉപാദാനം - Metonymy
ഊഷ്മാവ് -Temperature
ഉൾപരിവർത്തനം - Mutation

എ

എതിർപ്രേരണാത്മകത - Counter Inductivity
എൻട്രോപ്പി - Entropy

ഏ

ഏകദേശീകരണം - Approximation
ഏകസ്വരം - Univocity
ഏകദം - Function

ഐ

ഐഹികമായ യോഗാത്മകത - Secular Mysticism

ഔ

ഔപചാരികവല്ക്കരണം - Formalization
ഔപചാരികവിചിന്തനശാസ്ത്രം - Formal logic
ഔപചാരികവ്യൂഹം - Formal System

ക

കാന്തികമണ്ഡലം - Magnetic Field

കാരണയുക്തി - Reason
കാരണയുക്തിവാദി - Rationalist
കാലത്തിന്റെ ദിശ - Arrow of Time
കാലദൈർഘ്യവിപുലനം - Time Dilation
കാല്പനികഗണിതം - Romantic Mathematics
കീഴ്നിർണ്ണയനം - Under Determination
കേവലം -Absolute
കേവലകാലം - Absolute Time
കേവലസംപ്രത്യയവല്ക്കരണം - Absolute Conceptualization
കയോസ് - Chaos
ക്വാണ്ടം ബലക്ഷേത്രസിദ്ധാന്തങ്ങൾ - Quantum Fieldtheories
ക്വാർക്ക് - Quark
കലനം - Calculas
ഗ
ഗണസിദ്ധാന്തം - Set Theory
ഗണിതശാസ്ത്രഅസമത - Mathematical Inequality
ഗണിതശാസ്ത്ര ബഹുലതകൾ - Mathematical multiplicities.
ഗണിതീയഭൗതികം - Mathematical Physics
ഗണിതവല്ക്കരണം - Mathematization
ഗോളം - Sphere
ഘ
ഘർഷണം - Friction
ച
ചിന്താപരീക്ഷണം - Thought Experiment
ചിഹ്നവിജ്ഞാനീയം - Semiotics
ജ
ജഡത്വം - Inertia
ജനിതകശാസ്ത്രം - Genetics
ജാതി - Species
ജ്യാമിതി - Geometry
ജ്യാമിതിവല്ക്കരണം - Geometrization
ജ്ഞനോദയപ്രബുദ്ധത - Enlightenment
ജ്ഞാനശാസ്ത്രം - Epistemology
ജ്ഞാനശാസ്ത്രപരമായ വിച്ഛേദം - Epistemological Break
ട
ടോപ്പോളജി - Topology
ത

തഥ്യ - Reality
തമോഗർത്തം - Black Hole
താപഗതികം - Thermodynamics
തിരശ്ചീനജ്യാമിതി - Plane Geometry
തീവ്രശാസ്ത്രം - Intensive Science
തെളിയിക്കൽ - Verification
തൊഴിലാളിവർഗ്ഗശാസ്ത്രം - Proleteariat Science

ദ

ദ്രവ്യമാനം - mass
ദൈവശാസ്ത്രം - Theology

ധ

ധ്രുവണം - Polarization

ന

നിരീക്ഷണം - Observation
നിലപാടുതറസിദ്ധാന്തങ്ങൾ -Standpoint Theories
നിയമനിഷ്ഠ ഭാഷ - Algorithmic Language
നിർദ്ധാരണമൂല്യം -Solution
നിശ്ചിതത്വം - Certainty
നേർരേഖാചലനം- Linear motion
നിർണ്ണയവാദം - Determinism
നൂൽസിദ്ധാന്തം. - String Theory
നൈരന്തര്യബലതന്ത്രം - Continuum Mechanics
നൈരന്തര്യരാഹിത്യം - Discontinuous.

പ

പൾസാർ - Pulsar
പരിപ്രേക്ഷ്യവാദം - Perspectivalism
പരിവർത്തനസമീകരണങ്ങൾ - Transformation Equations.
പിന്നണി വികിരണങ്ങൾ - Background Radiations
പുനരുല്പാദനക്ഷമത - Reproducibility
പൂർവ്വാപരവൈരുദ്ധ്യം - Paradox
പൊതുസമ്മതതത്ത്വം - Convention
പ്രവചനം - Prediction
പ്രകൃതിശാസ്ത്രം - Natural science
പ്രശ്നമണ്ഡലം - Problematics
പ്രതിഭാസവിജ്ഞാനീയം, പ്രാതിഭാസികശാസ്ത്രം - Phenomenology
പ്രതികണം - Anti Particle
പ്രതിദ്രവ്യം - Antimatter

പ്രതീകാത്മകവിചിന്തനശാസ്ത്രം – Symbolic Logic
പ്രമാണ മാതൃക - Standard Model
പ്രത്യക്ഷവസ്തുവാദം - Positivism
പ്രക്ഷേപ്യചലനം - Projectile motion
പ്രത്യക്ഷവാദം - Positivism
പ്രയോജനവാദം - Pragmatism
പ്രകാശപ്രകീർണ്ണനം - Dispersion of light
പ്രതിനിധാനം - Representation
പ്രേരണാത്മക രീതിശാസ്ത്രം - Inductive Method
പ്രതിപ്രവർത്തനം - Interaction
പ്രവർത്തകം - Operator
പ്രവർത്തകശൃംഖല – Actor Network
പ്രപഞ്ചഘടനാസ്ഥിരാങ്കം – Cosmological Constant
പ്രതിഫലനം - Reflection
പ്രാതിഭാസികസങ്കേതം – Phenomeno Technique.
പ്രാതിഭാസേതം – Noumenon
പ്ലാറ്റോണിക് സത്തകൾ - Platonic Essences
പ്രമാണസൂചകതലം - Reference Plane
പ്രേതസദൃശമായ വിദൂരബന്ധങ്ങൾ - Ghost like action at distances
പൂരകഭാഗം - Counter part

ഫ

ഫെമിനിസം - Feminism

ബ

ബഹുയാഥാർത്ഥ്യം - Multiple reality
ബലക്ഷേത്രങ്ങൾ - Fields
ബഹുലത - Multiplicity
ബൂട്സ്ട്രാപ് സിദ്ധാന്തം – Bootstrap Theory
ബഹുലതാവാദം – Pluralism
ബൃഹദാഖ്യാനം – Grand Narrative

ഭ

ഭവശാസ്ത്രം - Ontology
ഭാഷാലീല – Language Game
ഭാഷാവ്യവഹാരങ്ങൾ - Language Discourses
ഭൗതികശാസ്ത്രം - Physics
ഭൗതികാവസ്ഥ - Physical state
ഭ്രമണം - Spin

മ

മനഃശാസ്ത്രവാദം - Psychologism
മനുഷ്യശരീരസാക്ഷാൽകൃത ഗണിതം - Embodied Mathematics
മർദ്ദം - Pressure
മതേതരമാനവികവാദം - Secular Humanism
മഹാ ഏകീകൃതസിദ്ധാന്തം - Grand Unification Theory
മഹാസ്ഫോടനസിദ്ധാന്തം - Big Bang Theory
മുതലാളിത്തശാസ്ത്രം - Capitalist Science
മാനവികശാസ്ത്രം - Humanist Science
മാതൃസിദ്ധാന്തം - Mother Theory
മാദ്ധ്യമീകരണം - Mediation

യ

യാന്ത്രികഭൗതികവാദം - Mechanical Materialism
യഥാതഥവാദം, യാഥാർത്ഥ്യവാദം - Realism
യഥാതഥവല്ക്കരണം - Realization

ര

രീതിശാസ്ത്രം - Methodology
രൂപകം - Metaphor
രൂപകാത്മകഭാഷ - Metaphorical Language

വ

വിചിന്തനശാസ്ത്രം- Logic
വിദൂരപ്രവർത്തനം - Action at a distance
വസ്തുവാദം - Positivism
വസ്തുനിഷ്ഠത - Objectivity
വർണ്ണരാജി - Spectrum
വരട്ടുതത്ത്വവാദം - Dogmatism
വ്യാഖ്യാനപ്രശ്നങ്ങൾ - Interpretational Problems
വിഷയം - Object
വിഷയി - Subject
വിദ്യുത്ബലക്ഷേത്രം - Electric Field
വർഗ്ഗം - Class
വ്യവകലിതനാനാത്വങ്ങൾ - Differential Manifolds
വ്യാപ്തം - Volume
വിശ്ലേഷണം - Analysis
വിശ്ലേഷണാത്മക രസതന്ത്രം - Analytical Chemistry
വ്യതിചലിതങ്ങൾ - Bifurcations

ശ

ശക്തമായ വസ്തുനിഷ്ഠത - Strong Objectivity

ശക്തബലം - Strong Force
ശുദ്ധയുക്തി - Pure Reason
സ
സന്ദിഗ്ദ്ധാനുമാനങ്ങൾ - Conjecturals
സവിശേഷവല്ക്കരണം - Specialization
സകർമ്മകജ്ഞാനം - Transitive Knowledge
സങ്കീർണ്ണ സംഖ്യ - Complex Number
സമമിതി - Symmetry
സത്ത - Essence
സത്താവാദം - Essentialism
സഞ്ചാരപഥങ്ങൾ - Trajectories
സമചതുരം - Square
സദിശബലക്ഷേത്രങ്ങൾ - Vector fields
സഹജാവബോധം – Intuition
സാകല്യവാദം – Holism
സാധാരണശാസ്ത്രം - Normal Science
സാന്ദ്രത - Density
സരളാവർത്തകദോലകം – Simple Harmonic Oscillator
സാമാന്യവല്ക്കരണം - Generalization
സാമൂഹികനിർമ്മിതിവാദം – Social Constuctivism
സീമാബിന്ദു - Limit point
സംഭാവ്യത - Probability.
സ്വയംസിദ്ധപ്രമാണം - Axiom
സ്വയംസിദ്ധപ്രമാണമണ്ഡലം - Axiomatics
സാക്ഷാത്കൃതം - Actualized
സൂക്ഷ്മദർശിനി - Microscope
സാമൂഹികനിർമ്മിതിവാദം - Social constuctionism
സംപ്രത്യയവല്ക്കരണം – Conceptualization
സംജ്ഞാനം - Cognition
സംജ്ഞാനപഠനം - Cognitive Studies
സംപ്രത്യയപരമായ ഭാഷ – Conceptual Language
സ്ഥാനം - Position
സ്ഥാനാന്തരണം - Transposition, Displacement
സൈദ്ധാന്തികആശയപ്രരൂപം - Theoretical Paradigm
സാർവ്വത്രികസിദ്ധാന്തം - Theory of Everything
സംപ്രത്യയം - Concept
സംപ്രത്യയരൂപകങ്ങൾ - Conceptual Metaphors

സംവർഗ്ഗം - Category
സംവേഗം - Momentum
സംവേദനങ്ങൾ- Perceptions
സാംഖ്യകബലതന്ത്രം - Statistical Mechanics
സാംഖ്യക വ്യാഖ്യാനം - Statistical Interpretation
സ്ഥിരാങ്കം - Constant
സ്ഥലകാലത്തുടർച്ച - Space Time Continuum
സ്ഥിതാവസ്ഥ - State of rest
സൈദ്ധാന്തികജ്ഞാനം - Theoretical knowledge
സൈദ്ധാന്തികഗണങ്ങൾ - Theoretical Categories
സ്ഥിരീകരണം - Confirmation
സ്ഥിരത്വരിതചലനം - Uniform Accelerated Motion
സ്ഥിരചലനം - Uniform Motion
സ്ഥിതാവസ്ഥസിദ്ധാന്തങ്ങൾ - Steadystate Theories
സ്വീകാര്യമായ വീക്ഷണം - Received View.
സാർവ്വലൗകികം - Universal

ഹ

ഹാഡ്രോൺ - Hadron

പദകോശം (വ്യക്തികൾ)

അ

അരിസ്റ്റോട്ടിൽ

അനാക്സിമാൻഡർ

അനാക്സിമെനസ്

അഡോർണോ

അലക്സാണ്ടർ കോയ്റെ

ആ

ആൺഡ്രൂ പിക്കറിങ്

ആൺഡ്രൂ റോസ്

ആൽഫ്രഡ് റസ്സൽ വാലസ്

ഇ

ഇയാങ് ഹാക്കിങ്

ഇഹ്ദെ, ഡോൺ

ഈ

ഈവ്‌ലിൻ ഫോക്സ്കെല്ലർ

എ

എഡിങ്ടൻ

എൽ ജെ ജോർദനോവ

എംഗൽസ്, ഫ്രെഡറിക്ക്

ഐ

ഐൻസ്റ്റൈൻ, ആൽബർട്ട്

ഒ

ഒർട്ടേഗ വൈ ഗാസറ്റ്

ക

കാന്റ്, ഇമ്മാനുവൽ

കാൾ പോപ്പർ

കാങ്ഗ്യലം, ജോർജ്

കാൾ മാൻഹൈം

കെയ്ൻസ്

കൊള്ളിൻസ്, ഹാരി

കോപ്പർനിക്കസ്

കാന്റർ

ക്രിസ്തേവ, ജൂലിയ

കർണാപ്, റുഡോൾഫ്

കാർ, ഡേവിഡ്

കരോളിൻ മർച്ചന്റ്

കാപ്ര, ഫ്രിറ്റ്ജോഫ്

കോംതെ

കോഡ്‌വൽ, ക്രിസ്റ്റഫർ

കുൺ, തോമസ്

ഗ

ഗഡമർ

ഗോപീകൃഷ്ണൻ, പി എൻ

ഗോഡൽ, കുർട്

ഗുഡ്മാൻ, നെൽസൻ

ഗലീലിയോ

www.ingramcontent.com/pod-product-compliance
Lightning Source LLC
LaVergne TN
LVHW060240051026
849517LV00005B/1675
* 9 7 8 9 3 9 3 4 6 8 4 0 6 *